உப்பு நாய்கள்

உப்பு நாய்கள்

லஷ்மி சரவணகுமார்

எழுத்து
பிரசுரம்

Title: Uppu Naaigal
Author's Name: Lakshmi Saravanakumar

Published by Ezutthu Prachuram

Ezutthu Prachuram
(An imprint of Zero Degree Publishing)
No. 55(7), R Block, 6th Avenue,
Anna Nagar,
Chennai - 600 040

Website: www.zerodegreepublishing.com
E Mail id: zerodegreepublishing@gmail.com
Phone : 89250 61999

Ezutthu Prachuram First Edition: January 2024
ISBN: 978-93-95511-79-7
TITLE NO EP: 488

Cover Design: Humshini
Layout: Vijayan, Creative Studio

கார்கிக்கு....

'காரிருளின் தன்மை கொண்டவளை நேசிப்பதுபோல் உன்னை நேசிக்கிறேன்...'

- பாப்லோ நெரூதா

தற்செயலாக ஒருவன் தனக்கான அடையாளமாய் இலக்கியத்தைத் தேர்வுசெய்திட முடியாததைப் போலவே, அதில் தொடர்ந்து இயங்கவும் முடியாது. மொழியை நேசிக்கும் ஒருவன் அதன் முன்னால் மண்டியிடுகிறான், தானென்ற அகங்காரம் நொறுங்கி மனிதர்களை அவர்களது இயல்போடு பார்க்கக் கற்றுக்கொள்கிறான். கலை ஒரு மனிதனைப் பண்படுத்துகிறது. இந்தப் பண்படுதல்தான் சமூகத்தைப் புரிந்துகொள்ளவும் சமூகம் குறித்த தனது கருத்துகளை வெளிப்படுத்தவும் தூண்டுகிறது. இலக்கியச் செயல்பாட்டின் வழியாய்த் தான் வாழும் சமூகத்தோடு உரையாடவேண்டுமென்பதுதான் எழுதுகிற பெரும்பாலானவர்களின் விருப்பமாக இருக்கிறது. சிலர் பொதுசமூகத்தின் உணர்ச்சிகளைத் தூண்டிவிடும் விதமாக நாடகீயமான கதைகளை எழுதி அவர்களைத் திருப்தியடையச் செய்கிறார்கள். அங்கு வாசிக்கிறவன் சிந்திப்பதற்கான வாய்ப்பளிக்கப்படுவதோ எழுதுகிறவனோடு அந்தரங்கமாக உரையாடக்கூடிய சூழலோ உருவாவதில்லை. புறவுலகம் பற்றின எந்தவிதமான அக்கறைகளுமற்றவர்களின் மனதைத் தொந்தரவு செய்யும்படியான படைப்புகள்தான் புதிய உரையாடல்களுக்கான சாத்தியங்களை அமைத்துத் தருகின்றன. குற்றங்கள், அருவருப்புகள், சரி தவறுகளுக்கு அப்பால் மனிதர்களை அவர்களாகவே பார்க்க விரும்பி நான் எழுதிய நாவல்தான் உப்புநாய்கள்.

ஒரு எழுத்தாளன் எழுதுவதற்குத் தேர்வு செய்யும் கதைகள் அவனது வாழ்க்கைச் சூழல் கற்பனைத் திறன், ரசனை இவற்றைச் சார்ந்தே அமைகிறது. எந்தவிதமான கதைகளென்றாலும் அதில் இயங்கும் மனித மனமென்பது அதை எழுதுகிறவனுக்குள்ளிருந்து வெளிப்படுவதுதான். நல்ல நாவல் வாசிக்கிறவனை மட்டுமல்ல அதனை எழுதுகிறவனையும் உயிர்ப்போடு வைத்திருக்க உதவுகிறது. ஒரு கலைஞனின் மனதில் விரியும் கனவுகளும் லட்சியங்களும் தனிமனித விருப்பங்களிலிருந்து மட்டுமில்லாமல் அவன் வாழும் சூழலின் எதிர்வினையாகவே நிகழ்கிறது. வாழ்வைப் புரிந்துகொள்ள அறிவை விடவும் பல சமயங்களில் அப்பாவித்தனமும் முட்டாள்தனமும் தேவையானதாக ஒருவனுக்கு இருக்கிறது. மனிதர்களை அவர்களது மனங்களின் வழியாக அறிய கலைஞனால் முடிகிறதென்றால், அவனது முட்டாள்தனம் மட்டுமே அதற்குக் காரணமாக இருக்க முடியும். சக மனிதர்களின் மனங்களை அறிந்துகொள்ளும் ஒருவனால் மட்டுமே அவர்களுக்கான கனவுகளையும் உருவாக்க முடியும்.

உறவினர்களாலும் நண்பர்களாலும் கைவிடப்பட்டு இந்த உலகில் தனக்கென எதுவுமில்லையென்கிற விரக்தியில் இந்தப் பெருநகரின் வீதிகளைத் தவிர வேறு துணையுமில்லாமல், ஒதுங்கக் கூரையுமில்லாமல் அலைந்த நாட்களில் மனதிலிருந்த வெறுப்பு, பசி, காமம் அவ்வளவையும் கொட்டிவைக்க எழுதியதுதான் இந்த நாவல். இந்த நாவலை எழுதிய காலகட்டத்தில் உரையாடலின் வழியாய் இதனைச் செழுமைப்படுத்திய எனது அன்பிற்கும் மரியாதைக்கும் உரிய சகோதரர்களான பாலசுப்ரமணியம் பொன்ராஜ், தூரன் குணா இவர்கள் இருவரையும் இவ்விடத்தில் நினைத்துப் பார்த்துக் கொள்கிறேன். எழுத்தாளனாக எனக்கென ஒரு இடத்தை உருவாக்கிக் கொடுத்ததும் வாழ்வின் அடுத்த நிலைக்கு நான் நகர்ந்து வருவதற்கும் முழுமுதற் காரணமாக இருந்தது இந்த நாவல் தான். உப்பு நாய்கள் நாவல் வெளியான பதின்மூன்று வருடங்களுக்குப் பிறகும் தொடர்ந்து வாசிக்கப்பட்டு வருகிறது. புதிய வாசகர்கள், புதிய நண்பர்களென இந்த நாவல் எனக்குக் கொடுத்தவை ஏராளம். இந்தக் கதையோடு சம்பந்தப்பட்டவர்கள் எல்லாம் எவ்வளவோ மாறிவிட்டார்கள். முக்கியமாக இந்த நகரம். மிக வேகமாக குடியேற்றங்களுக்கு வழிவிட்டுக்கொண்டிருக்கும் இந்த நகரின் பூர்வகுடிகளை

அபூர்வமாகவே இனி பார்க்க முடியும். ஒவ்வொரு நாளும் தனக்கான புதிய அடையாளங்களோடு விழித்தெழும் மாநகரங்களின் கதைகளை எத்தனை நூற்றாண்டுகளுக்கு வேண்டுமானாலும் எழுதிக்கொண்டிருக்கலாம். வரலாற்று நூல்களாலும் ஆவணங்களாலும் ஒரு நகரின் ஆன்மாவைக் காட்சிப்படுத்த முடியாது. புனைவுகள் மட்டுமே ஒரு நகரின் ஆன்மாவை காலங்கடந்து அடையாளப்படுத்துகிறவையாய் இருக்கின்றன. அந்த வகையில் குறைகளும் குற்றச்சாட்டுகளும் இந்த நாவலின் மேல் வைக்கப்பட்டாலும் இந்த நாவலுக்கான முக்கியத்துவம் என்றென்றைக்குமாய் இருக்கிறது என்பதை ஒருவராலும் மறுக்கமுடியாது.

இந்த நேரத்தில் இந்த நாவல் எழுதத் துணை நின்ற அத்தனை நண்பர்களையும் அன்புடன் நினைத்துப் பார்த்துக்கொள்கிறேன். முக்கியமாக முதல் பதிப்பை வெளியிட்ட கவிஞர் சுதிர் செந்திலுக்கும் அடுத்தடுத்த பதிப்புகளை வெளியிட்ட வள்ளலார் புக்ஸ் மற்றும் டிஸ்கவரி புக்ஸ் வேடியப்பனுக்கும் திருத்தப்பட்ட இந்தப் புதிய பதிப்பை வெளியிடும் ஸீரோ டிகிரி பதிப்பகத்தின் ராம்ஜீ மற்றும் காயத்ரிக்கும் எனது அனேக அன்பு. திருத்தப்பட்ட இந்தப் பதிப்பின் உருவாக்கத்தில் எனக்கு உறுதுணையாக இருந்த ஷாலினி பிரியதர்சினிக்கு இவ்விடத்தில் நன்றி சொல்லக் கடமைப்பட்டிருக்கிறேன். எனது வாழ்வின் அத்தனை சந்தோசமாகவும் நிறைந்து என்னை அரவணைக்கும் கார்கிக்கு தீராத முத்தங்கள்.

லஷ்மி சரவணக்குமார்
சென்னை

writerlakshmisaravanakumar@gmail.com

அணிந்துரை

எழுத்தாளர் வண்ணதாசன்

லட்சுமி சரவணகுமாரை நான் தொடர்ந்தும், ஈடுபாட்டோடும், மிகுந்த அக்கறையோடும் வாசித்துக்கொண்டு இருக்கிறேன். வசுந்தரா என்னும் நீலவண்ணப் பறவை தவிர மற்ற மூன்றும் இந்த 'உப்பு நாய்கள்' நாவலும் என்னிடம் இப்போதும் இருக்கின்றன. ஜி.நாகராஜன், சுரேஷ்குமார இந்திரஜித், லட்சுமி சரவணகுமார் என்று ஒரு தற்செயலான வரிசையில் என் புத்தகங்களின் சிறிய அடுக்கில் அவற்றை வைத்திருக்கிறேன். அது தற்செயலானது அல்ல என்று தோன்றுகிறது. உலகில் எதுவும் தற்செயலானது அல்ல என்பதும் தெரியும். குறைந்த வாசிப்புடைய என் மனம் ஏதோ ஒரு இழையில் ஜி.நாகராஜனை, சுரேஷ்குமாரை, லட்சுமியை எல்லாம் ஒன்றாகக் கோத்திருக்கிறது. என் வரையில் என் கோப்பு என்னுடைய உணர்வுகள் மட்டும் சார்ந்தது. அதன்பின் எந்தக் கோட்பாட்டு அளவுகோல்களும் தர்க்க நிரூபணங்களும் இல்லை. ஒரு வாதாங்கொட்டை போல இரவுப் பறவையால் வீசப்பட்டு என் தெருவில் அது கிடக்கிறது. தெற்குப் புறவழிச் சாலையில் நசுங்கித் தகடாகக் கிடக்கிற ஒரு தீங்கற்ற மைனா போல என் ஒரு அதிகாலையைப் பதற்றமுறுத்துகிறது.

யோசேப்பு தெரு முனையில் போடப்பட்டிருக்கும் சனிக்கிழமை மீன் கடையின் பக்கம் சுற்றிக்கொண்டிருந்த சாம்பல் பூனையை,

காலை ஏழுமணி ஞாயிற்றுக்கிழமை ஆராதனை துவங்குகிற வெயிலற்ற பொழுதில், வாசல் கதவில் பிறையும் நட்சத்திரமும் இடப்பட்டிருக்கும் மாஜி பட்டாளத்துக்காரர் வீட்டுப் பக்கவாட்டுக் குப்பையில் உயிரற்றுப் பார்க்கநேர்கிறது. அது எப்படி மனிதனைத் தவிர, ஒரு பறவையோ, ஒரு மீனோ, ஒரு பூனைக்குட்டியோ மரணத்தில் விகாரமடைவதில்லை? கண்களில், வாயின் இதழ்க்கடையில் வாழ்வின் ஒரு விடாப்பிடிச் சிரிப்பை அவை தேக்கிவைத்திருப்பது போலவே அவற்றின் மரணத்திற்குப் பிந்திய முகங்களும் இருக்கின்றன?

லட்சுமி சரவணகுமாரின் இதுவரை வெளியாகியிருக்கும் ஐந்து புத்தகங்களின் எந்த ஒன்றின் அன்பும் நன்றியும் பட்டியல்களின் நீண்ட வரிசையில் என் பெயர் இல்லவே இல்லை. தவிர, அவற்றில் இருக்கும் பெயரினர் எவர்க்கும் எனக்கும் கூட ஒரு தொலைதூரம் இருக்கிறது. என்னுடைய பெயரை உச்சரித்தால் கூட உடனே வாய்கொப்பளிக்க நினைக்கிறவர்கள் சிலர் கூட அவர்களில் இருந்திருக்கலாம். 'இவன் எல்லாம்' என்ற உதட்டோரக் கேலிப்புன்னகையுடன் முகச் சதை ஒதுங்கப் பார்க்கிறவர்களும் ஒன்றிரண்டு பேர் இருக்கக்கூடும். இவ்வளவு பாரதூர இடைவெளிக்கு அப்பால் இருக்கிற லட்சுமி சரவணகுமாரின் எழுத்துகளை நான் தவறவிடாமல் தொடர்ந்து வந்தேன் என்பதும், 'உப்பு நாய்கள்' வெளியானதும் வாசித்துவிட்டு, என்னைவிடக் கூர்மையான வாசிப்பு உடைய சாம்ராஜ் போன்ற ஒன்றிரண்டு நண்பர்களின் உடனடிக் கவனத்திற்கு இதைக் கொண்டுபோனேன் என்பது எப்படி உண்மையோ, அதேபோலத்தான் திடீரென்று ஒரு நாள் லட்சுமி சரவணகுமார் தொலைபேசியில் வந்து, 'உப்பு நாய்கள்' இரண்டாம் பதிப்பிற்கு நான் முன்னுரைக்க வேண்டும் என்று கேட்டுக்கொண்டதும்.

நான் ஒருவிதமாக வாழ்கிறேன், ஒருவிதமாக எழுதுகிறேன். அவர் ஒருவிதமாக வாழ்கிறார். ஒருவிதமாக எழுதுகிறார். ஒவ்வொன்றும் ஒவ்வொருவிதமாக இருக்கிறது. இந்த அதேவிதமாக இல்லாத தன்மையில்தான் எல்லாக் காதலும் எல்லாக் காமமும் எல்லா யுத்தமும் கூடத் துவங்குகின்றன. ஒரு வீட்டில் இருக்கிற ஐந்து நபர்களுக்கும் வீடு ஐந்து வெவ்வேறு விதமாக இருக்கிறது. இந்த ஐந்தும் சாராத ஒரு ஆறாவது விதத்தில் வாழவும் சாகவுமே,

வீட்டுக்குள் அந்த ஐந்துபேரும் அடித்துப் பிடித்து முயல்கிறார்கள். ஒருவரிடமிருந்து ஒருவரை ஒளித்து, ஒருவரிடமிருந்து ஒருவர் தப்பித்து அதே வீட்டின், அதே தெருவின் பகலிரவுக்குள் பதுங்கிப் பதுங்கித் திரிகிறார்கள். ஒரு வீட்டிற்கே ஒரு தெருவுக்கே இந்தப் பாடு எனில் ஒரு மாநகருக்குக் கேட்பானேன்? கேட்பானேன் என்று சௌகரியமாக ஒதுங்கிக்கொள்ளாமல், 'நீ என்ன கேட்பது அல்லது கேட்காது போவது?' என லட்சுமி சரவணகுமார் அவருடைய இருட்டில் வடிகட்டிய ஒரு மாநகரத்தை நம் முன் வீசுகிறார். இவர்களில் ஒருவரைக்கூட என்னுடைய மேற்கு மாம்பல நாட்களில், நான் யூகமாகக்கூடவேனும் கண்டதும் அனுமானித்ததும் இல்லை. அப்படி நான் காணாத ஒன்றாகவும் அனுமானம் தாண்டியதாகவும் அந்த உலகமும் மனிதர்களும் இருப்பதால்தான் எனக்கு அது ஈர்ப்புடையதாக ஆயிற்று.

நான் வெங்கடேஸ்வரா போளி ஸ்டாலை எவ்வளவு நம்புகிறேனோ, அவ்வளவு நாய்க்கறி விற்கும் திருவொற்றியூர் கோபாலையும் பாஸ்கரையும் சுந்தரையும் மணியையும் சோஃபியையும் முத்துலட்சுமியையும் செல்வியையும் ஷிவானியையும் நம்புகிறேன். இந்த உலகத்தில் யாரையும் நம்பத்தான் வேண்டியதிருக்கிறது. எந்த ஒருவரையும் எந்த ஒரு சம்பவத்தையும் சந்தேகிக்கக் கட்டுப்படி ஆகாததாகவே இந்த வாழ்வு இருக்கிறது. சந்தேகத்தின் பதற்றத்துடன் வாழ்ந்து சாவதை விட, சந்தேகப்படாமையின் அசட்டு நிம்மதியில் ஒவ்வொரு கட்டமாகக் கடந்துபோய்விடுவது நல்லது, குறைந்தபட்சம் எனக்கு.

இப்படியெல்லாம் இருப்பார்களா என்று சம்பத், சுந்தர், பாஸ்கர், மணி, கோபால், ஜாஃபர், செல்வி, தவுடு, முத்துலட்சுமி, இவாஞ்சலின், சோஃபி, ஷிவானி, அந்தப் பாம்புப் பாப்பா ஆதம்மா என்று யாரைப் பார்த்தும் எனக்குச் சந்தேகிக்கும் கேள்விகள் இல்லை. இருப்பார்கள் என்று நம்புகிறேன். அவர்கள் இருப்பதைத் துளியும் அறியாமல், நான் தினந்தோறும் மாம்பலம் கடற்கரை மின் ரயிலில் போய்வந்துகொண்டும், இருக்கிறார்கள் என நான் என் வாழ்வின் வழி அறிந்த சிலரைப் பற்றிய கதைகளை அவ்வப்போது எழுதிக்கொண்டும் இருந்திருக்கிறேன், என்னுடைய அந்த மூன்று வருடங்களுக்கும் குறைவான சென்னை வாழ்வில். இருப்பில் என்பதையும் உணர்கிறேன்.

இந்த மனிதர்களை ஏற்கெனவே நான் சந்தித்து இருப்பதாகவும் இந்த இந்த இடங்களில் புழங்கியிருப்பதாகவும் நினைக்கிறேன். யாக்கை டயானாவும் ஸ்பானியத் தோழி மரியாவும் உமாசித்தியும் ராமுத்தாயியும் அன்னமும் நாகு என்கிற நாகுலட்சுமியும் சுங்குவும் சப்பட்டையும் சொரிமுத்துவும் மகேஷுவும் தாமுவும் தானே வேறு வேறு ஊர்களில் திரிந்து கூத்துகட்டப் போகிறார்கள் என்று ஒரு புள்ளியில் புரிந்துவிடுகிறது. புரிந்த பிறகு, இருளின் மூத்திரத்தில், மானிட்டரின், பொட்டலத்தின் வாடையில் யாரையும் சந்திக்க நான் தயாராகிவிடுகிறேன்.இப்படித் தயாராக இருக்கிற மனநிலை எனக்கும் என்னை இப்படித் தயார்படுத்திவிடமுடிகிறபடி எழுதிவிடுவது லட்சுமி சரவணகுமாருக்கும் முக்கியமானது.

வருடத்திற்குப் பத்து கதைகள் எழுதுவது அவருக்கு ஒருவகைப் பிணியெனப்படுவது எனில், அவருடைய கதைகளைத் தேடி வாசிப்பதும் என் போன்றோர்க்கு வேறு ஒருவகைப் பிணியாகவே இருக்கக் கூடும். மருத்துவமனை ஒன்றில் நான் இருந்த இரண்டு வாரங்களில், அந்த நகரத்தின் சாக்கடைக் கழிவு நீரை உந்தும் நிலையத்திலிருந்து நள்ளிரவுக்கு மேல் பெருகும் துர்வாடை முதல் நான்கைந்து தினங்களில் தந்த தொந்தரவு மறைந்து, குணமடைந்தபின் துல்லியமாக ஞாபகப்படுத்திக்கொள்ளும் அளவுக்கு அந்தக் கும்பிய வாடை மனதில் நிரந்தரப்பட்டுவிட்டது. ஓர் அரூபமான வாடைக்குச் சற்றும் குறைந்ததாகாது ரூபத்துடன் குரைத்தும் வெறிகொண்டும் கல்லடிபட்டும் வன்மங்களின் வாகனங்களில் நசுக்குண்டும் போகிற மாநகர நிழலுயிர்களின் பதுங்கும் நடமாட்டங்கள்.

மாநகரை விடுங்கள். இங்கென்ன வாழ்கிறது? இரண்டு தினங்களுக்கு முன் ஒரு அதிகாலை, புறநகரின் பெரும் விஸ்தீரணமுள்ள, இதுவரை புதரும் புல்லும் முளைத்துக் கிடந்த மனை ஒன்று, ஒரு புல்நுனி கூட விடப்படாமல், இரவோடு இரவாகக் கருகிக் கிடந்தது. தீ ஒருபோதும் இவ்வளவு கருணையற்றது அல்ல. ஏதோ ரசாயனத் தெளிப்பான்களை உபயோகித்தால் அன்றி, கடைசிப் புல்வரை இப்படிக் கருகிப் போகாது. நான் பார்க்க நேர்ந்த பொழுதில், குச்சி போன்ற நீண்ட கால்களை உடைய மூன்று களங்கமற்ற புதர்ப்பறவைகள், அதன் பழுப்பு நிறச் சிறகுகளை உடலோடு உடலாக ஒடுக்கிக்கொண்டு, பைத்தியம் பிடித்தது போலப் பதறிப் பதறி அந்தக் கருகின சாம்பல் தரையில் ஓடிக்கொண்டு

இருந்தன. எனக்கு அந்தப் பறவைகளின் பெயர் தெரியாது. அந்தப் பதற்றமான நகர்வை அசோகமித்திரனின் புலிக்கலைஞன் போல என்னால் என்னையறியாமல் நிகழ்த்திக்காட்டிவிட முடியும். லட்சுமி சரவணகுமாருக்கு அந்தப் பறவைகளின் பதற்றமும் தெரிந்து பெயரும் தெரிந்திருக்கிறது.

அதனால்தான் அவருக்கு இந்த ஐந்து வருடங்களில் நீல நதியிலிருந்து நீலத் திரைக்கு நகர முடிந்திருக்கிறது. யாக்கையில் இருந்து உப்பு நாய்களுக்கு நகரமுடிகிறது. ஏற்கெனவே எழுத உத்தேசித்திருந்த ஆதம்மாவின் கதையை விட்டு விலகி சம்பத்தின் கதைக்குள் அகப்பட்டுவிட நேர்கிறது. அப்படித்தான் ஆகவும் ஆகும். சரவணகுமாருக்கு முப்பது வயது நிறையவில்லை. அல்லது இப்போதுதான் நிறைகிறது. இதுவரையிலான வாழ்வின் நேரடியும், சமீபத்திய அவருடைய திரைப்படத் துறைச் செயல்பாடுகளின் வழியாக அவர் தொடர்ந்து கண்டுவரும் அயல் திரைப்படங்களின் வழி அறிந்துகொண்ட பிறிதொரு வாழ்வும், எல்லா வாதையையும் வன்மத்தையும் காமத்தையும் அவரை ஒரே இடத்தில் அம்பாரமாகக் குவிக்கச் சொல்கிறது. இன்னும் பத்து வருடங்களில் அவர், வாழ்வின் ஏதோ ஒரு இன்னொரு புள்ளியில், விருப்பத்தின் பேரில் அல்லது தவிர்க்க முடியாமல் நிலைகொள்ளும்போது, இதே சம்பத்தின் இதே ஷிவானியின் வேறு ஒரு சாயலைச் சொல்வார். அப்போது எல்லாம் ஒரே இடத்தில் குவிந்திராது. இருளை நேரடியாக அறிந்தவன் வெளிச்சத்தையும் நேரடியாக அறிகிறவனாக அப்போது இருப்பான். எதையும் நேரடியாக அறியத் தேவையில்லை அப்படியொன்றும் என்றும்.

வெளிச்சத்திற்குப் பரிச்சயமானவர்களின் அந்தச் சிறிது வெளிச்சக் கதையை லட்சுமி சரவணகுமார் எழுதும்போது, ஒருவேளை நான் இருக்கமாட்டேன். இருப்பேன் எனில், எழுதுவதை நிறுத்தியிருப்பேன். எழுதுவதை நான் நிறுத்தியிருப்பேன் ஆயினும், லட்சுமி சரவணகுமாரை வாசிக்கிறவர்களில் ஒருவனாகவே இருப்பேன்.

கல்யாணி.சி.
23-05.2013.

பகுதி—1

"வாழ்வு, மரணம் என்ற சரிபாதி விகிதத்தில் எப்பொழுதும் மரணத்தையே தேர்ந்தெடு."

- Tsunetomo yamamoto hagakure
(The book of the samurai)

1. கண்ணாடி ரயில்...

வேறு எந்தப் பெருநகரிலும் இல்லாத தனித்துவமிக்க ரயில் நிலையங்கள் இந்த ஊரிலிருக்கின்றன. பகல் வேளைகளில் முழங்கால்வரை தொங்கும் ரெக்ஸின் பேக்குகளும், உடல் இறுக்கிப் பிதுங்கிக் கிடக்கும் ஜீன்ஸுகளுமணிந்த யுவதிகள், மென்னுடல் கொண்ட இளைஞர்களுடன் முழுநாளும் ரயில்நிலையத்தின் நடைபாதையில் அமர்ந்து பேசிக்கொண்டிருப்பார்கள். அவர்களைப் பொருட்படுத்தியும் பொருட்படுத்தாமலும் கடந்து போகிறவர்களுக்கென்றே பிளாஸ்டிக் தாள்களில் அடைக்கப்பட்ட கேக்குகள், தண்ணீர் பாட்டில்கள், மடக்கி வாசிக்க ஏதுவான வார சஞ்சிகைகளென வாங்வகுதற்குக் கொஞ்சம் யூஸ் அண்ட் த்ரோ சமாச்சாரங்களும் விற்கப்பட்டுக்கொண்டிருந்தன. இரண்டு நிமிடங்களுக்கு ஒருமுறை ரயில்கள் வந்து போகும் இந்த நிறுத்தத்தின் ஒரு புறத்தில் ரிப்பன் கட்டடமும் இன்னொரு புறத்தில் பழைய மத்திய சிறைச்சாலையும் அரணாக நின்றன. ரயில் நிலையத்தினுள் சின்னச் சின்னதாய் கடைகள் இப்போது நிறைய வந்திருப்பதுடன், வெளியே வாசலையொட்டியே சில பழக்கடைகளுமிருக்கின்றன.

பதினேழு வயதில் முதல்முறையாக சம்பத் பொட்டலம் விற்க வந்தது இந்த ஸ்டேசனில்தான். அதற்குமுன்பு நிறையப்பேர் அவனைப்போலவே அங்கு தொழில் செய்திருந்தனர் என்பதன்

அடையாளமாய் இவனைத் தெரிந்துகொண்டு பொட்டலம் வாங்குவதில் வாடிக்கையாளர்களுக்கு எந்தவிதமான சிரமங்களும் இருந்திருக்கவில்லை. அவனுக்கு இந்நகரின் எல்லா மூலைகளும் பழக்கப்பட்டுப் போயிருந்தன, அவனுடல், அலைச்சல்களாலும் வெக்கையினாலும் வழுவழுப்பான கருமை எய்தியிருந்ததுடன், தலைமுடி சுருள்சுருளாய், பார்ப்பதற்கு ஒரு பிரேசிலியனைப் போலிருந்தான். ஒரு வேளை அந்தத் தோற்றமே அவனை எளிதில் அடையாளங் கண்டுகொள்ள மற்றவர்களுக்கு உதவியிருக்கலாம். இருளும், அழுக்கும் நிரம்பிக் கிடக்கும் இந்நகரின் பெரும்பாலான இடங்களில் இவன் வியாபாரம் பரவிக் கிடந்ததுடன், இவனைப் போலவே இன்னும் நிறையப்பேர் அதில் சேர்ந்தும் இருந்தனர். இந்தத் தொழிலுக்கு வருவதற்கு முன்பு அவனது ஏரியாவிலிருந்த ஒரு சேட் வீட்டில் வேலை பார்த்துக்கொண்டிருந்தான். நடைபழகும் இளங்கழுதையொன்றின் மேல் அளவுக்கதிகமான பாரம் ஏற்றுவதுபோல் இவனுக்கு வேலைகளிருக்கும். தண்டையார் பேட்டையிலிருந்து சவுக்கார் பேட்டையிலிருக்கும் கடைக்கு வர அதிகபட்சம் பத்து நிமிடம் போதும். ஆனாலும், சேட்டின் பிள்ளைகளைப் பள்ளிக்கூடம் கூட்டிப் போவதற்கும் வீட்டிற்குக் காய்கறிகள் வாங்கித் தருவதற்கும் அதிகாலைகளிலேயே இவன் கிளம்பிப்போக வேண்டியிருக்கும். அந்த வீட்டிலிருந்த பழைய சைக்கிளில் மூச்சுவாங்க, வியர்க்க விறுவிறுக்க அவன் அலைந்துகொண்டிருப்பது, அத்தெருவாசிகள் பார்த்துப் பழகிய வழக்கமான நிகழ்வு. ஷிவானி, ராஜஸ்தானிலிருந்து இங்கு கல்யாணமாகி வந்த சில நாட்களிலேயே, சேட் காரணங்கள் ஏதும் சொல்லாமலேயே இவனை வேலைக்கு வேண்டாமென நிறுத்திவிட்டார்.

அவன் வீட்டை விட பார்க் ஸ்டேஷனில் அதிக நேரம் கழித்தான். பொட்டலம் கையிலிருந்து விற்றுத் தீரும் வேகம், காற்று உடலில் ஊடுருவுகிற வேகத்திலிருக்கும். நிறையப்பேர் இவன் ஏரியாவிலிருந்து வந்து இங்கு சின்னச்சின்ன வியாபாரங்கள் செய்வதும், வேலை செய்வதுமாயிருந்தார்கள். ஏதேதோ வேலை செய்து அங்கு கொஞ்சநாள், இங்கு கொஞ்ச நாளென்று சுற்றிக் கடைசியில் இப்படி வந்து ஆசுவாசமாக உட்கார்ந்து விடுபவர்கள் அதிகம். உடல் பருத்த பெண்கள் மீது, பெருங்கோபம் கொண்ட இளைஞன் ஒருவனை சம்பத்திற்கு மிக நன்றாகத் தெரியும். பகல் வேளைகளில்

எல்லா ரயில்களிலும் அவனைக் கடக்கிற அப்பெண்களின் உடல் வியர்வையுடன் கலந்து கசியும் வெவ்வேறான ஸ்ப்ரே வாசனைகள் அவனைப் பின்னிரவு தாண்டியும் தூங்கவிடுவதில்லை. வேகமாக அப்பெண்களைக் கடந்து போகவேண்டுமென தூரத்தில் நினைத்துக்கொள்ளும் அவன் மனம், கையில் நாளிதழ்களோடு நெருங்குகையில் பாதி மயங்கிவிடும். அந்தப் பெண்களின் மீது கொள்ள நேரும் கொடுங்காமமே அவர்களின் மீது பெருங்கோபம் கொள்ள வைத்திருக்கும். சம்பத் அவனோடு பேசுவதற்கும் பேசியபடியே நடந்து சென்று சூடுகுறைந்த தேநீர் அருந்துவதற்கும் ஏதுவான நேரம் இரவு பத்தரைக்குமேல்தான் வாய்க்கும். அன்று, தாம்பரத்திலிருந்து வந்த மின்சார ரயில் சில நொடிகள் ஓய்விற்காக நிற்க, எஞ்சிய மாலைநேர சஞ்சிகைகளுடன் அவன் இறங்கி வந்தான். நெரிசல் மிக்க கூட்டத்தினுள் புகுந்து வெளியேறிய அவனுடலில் களைப்பைக் காண முடிந்தது.

பாதி மின்விளக்குகள் அணைக்கப்பட்ட அந்த நிலையத்தின் இன்னொரு முனை நோக்கிப் பேசியபடியே நடந்தார்கள். தொலைவிலிருந்து ஒலிக்கும் அடுத்த ரயிலின் ஹாரன் சப்தம் கேட்டது. சம்பத்தின் கையிலிருந்து பொட்டலத்தை வாங்கிக் கொண்டவன் “துட்டு நாளக்கி வாங்கிக்கிறயா சம்பத்து...” என்று அவனுடைய அனுமதி எதிர்பாராமலேயே அதனைப் பிரித்துக் கையில் கொட்டினான். இந்த மாநகரில் பொட்டலம் நிறையக் கிடைக்கிறதுதான், ஆனால், எல்லோரிடமும் இம்மாதிரியான நல்ல சரக்கு கிடைப்பதில்லை. கையில் கொட்டியிருந்த கஞ்சாவை ஆர்வத்தோடு முகர்ந்து பார்த்தவனின் அக்குளிலிருந்து ஒரு செய்தித்தாளை உருவிய சம்பத், அவனைத் தனியே விட்டுவிட்டு ஒரு கல் பெஞ்சில் அமர்ந்தான். அவன் கையில் மெதுவாக நசுங்கிக்கொண்டிருந்த கஞ்சாவிலிருந்து பெரும் வனத்தின் வாசனை கசிந்து வந்தது.

அவனை நன்றாகக் கவனித்தால் சம்பத்திற்கு ஆச்சரியமாகத் தானிருக்கிறது. அதிகபட்சம் இருபத்து மூன்று வயது இருக்கலாம். அந்த வயதிற்குக் கொஞ்சமும் சம்பந்தமில்லாத ஒடிசலான தோற்றம். பேசும்போது நிலைகொள்ளாது அலைந்து திரியும் பார்வை. முகம் கொஞ்சம் சாந்தமானதாகத் தோன்றினாலும் உடலிலிருக்கும் நடுக்கம் ஒரு நோயாளியைப் போலவே அவனை உணரச் செய்தது. இவன் எப்படி இந்தத் தொழிலுக்கு வந்திருப்பான்?

என்று சம்பத்தால் யோசிக்க முடியவில்லை. தானெப்படி இந்தத் தொழிலுக்கு வந்தோம்? அதுவும் நினைவிலில்லை. முதல் தினம் பொட்டலம் விற்றதெல்லாம் கொஞ்சம் நினைவிருக்கிறதுதான். ஆனால், எப்படி அது நிகழ்ந்ததென்பது நினைவிலில்லை. முழுக் கஞ்சாவையும் சிகரெட்டில் ஏற்றும் அவன் நுணுக்கம் அழகாக இருந்தது. பூனைக்குட்டியொன்று கால்களை மடக்கி ஒளிந்து கொள்வது போல் உலர்ந்த அந்தப் பச்சிலைப் பூனைக்குட்டி, சுருண்டு சேர்ந்தது சிகரெட்டில். பற்ற வைத்து முதல் இழுப்பின் புகை நெஞ்சுக்கூட்டுக்குள்ளிருந்து கொஞ்சம் துயரத்தையும் வெறுமையையும் எடுத்து வெளியேறி காற்றில் கலந்தது. சம்பத்தின் அருகில் வந்து உட்கார்ந்து கொண்டான். அவன் துயரங்களைச் சுமந்த புகை, எதிர்த்தாற்போல் தெரியும் ரிப்பன் கட்டடத்தைத் தாண்டி நகர்ந்து போனது. கையசைத்து இவன் டாடா சொன்னான். சம்பத் இவன் தோள்களில் கைபோட்டு அவனிடமிருந்த சிகரெட்டை வாங்கி ஒரு இழுப்பு இழுத்தான். புகையை விடவில்லை. நீண்டதொரு இழுப்பு, சில நொடிகளுக்குப் பின் புகை வெளியேறியபோது சம்பத்தின் கண்கள் அடர் சிவப்பாகிவிட்டிருந்தன

ஆளரவமற்ற அந்த ஸ்டேஷனின் தண்டவாளங்களில் தவழ்ந்து கொண்டிருந்தது தூரத்து மின் விளக்குகளின் வெளிச்சம். சற்றுத் தள்ளி நின்றிருந்த ஒரு பெண்ணை சம்பத்தின் நண்பன் கவனித்தான். அவள் செல்ஃபோனில் ஏதோ பார்த்துக் கொண்டிருந்தாள். அவளை வைத்தகண் வாங்காமல் பார்த்துக் கொண்டிருந்தவன் திரும்பி சம்பத்தைப் பார்த்தான். சம்பத் ஸ்டேசனுக்கு வெளியே வாகனங்களை வெறித்தபடி அமர்ந்திருந்தான். "நீ யாரனாச்சும் செஞ்சிக்கிரயா சம்பத்து?" குரல் இங்கிருந்தாலும் உடலின் மொத்த கவனமும் அவனுக்கு அந்த பெண்ணின் மீது தானிருந்தது. 'ம்' என்றான் சம்பத். அதற்கு மேல் சிறந்த பதிலை வேறு ஒருவரும் சொல்லிவிட முடியாதென்பதைப் போலிருந்தது சம்பத்தின் குரல். அவன், இவனைத் திரும்பிப் பார்த்துவிட்டு எழுந்து அப்பெண்ணை நோக்கி நடந்தான். 'த்தா... அட்த்த வண்டி வர வரைக்கும் உன் சூத்து உக்காராதா?' என்று சம்பத் கேட்டதற்கு திரும்பிப் பார்த்துச் சிரித்தவன் அவளை நெருங்கிச் சென்றான். அந்தப் பாதி வெளிச்சத்தில் பன்றிக் குட்டியைப் பார்த்தால் கூட கொஞ்சம் நல்ல மாதிரியாகத்தானிருக்கும். இவள் எம்மாத்திரம்.

மட்டமான ஸ்ப்ரேயின் வாசனை அவளிடமிருந்து எழுந்து பரவியிருந்தது. யோசித்துப் பார்க்கையில், இவன் உணர்ந்ததிலேயே மிக மட்டமான வாசனை அதுதான். ஆனாலும் உடையை மீறித் தெறிக்கும் அவளுடல், அவளை நெருங்கச் செய்திருக்கலாம். முழுமையாக இரண்டு நிமிடம் கூட ஆகியிருக்கவில்லை. "எம்மா நேரந்தான் உத்து உத்துப்பாத்துக்கினே இருப்ப... துட்டுக்கீதா?" அவளைப் பார்த்துச் சிரித்தவன் "எவ்ளோ வோணும்...?" என்றான். அவனிடம் அடுத்த நாள் செலவுக்குப்போக ஐம்பது ரூபாய் இருந்தது. கேட்பதிலும் நின்று ரசிப்பதிலும் என்ன குறையப் போகிறது?. "முந்நூறு ரூவா... துட்டு கொடுத்துட்டுத்தான் கூட்டினு போவணும்..." ஒரு நொடி அவளை அதிர்ந்து பார்த்தவன் பதிலே பேசாமல் திரும்பி சம்பத் அருகே வந்தமர்ந்தான்.

அமைதியாக வந்து உட்கார்ந்த மூர்த்தி, அவளிடம் என்ன பேசினான் எனத் தெரிந்துகொள்ள சம்பத் ஆர்வமாக இருந்தான். அதற்குள் ரயில் வரும் சத்தம் கேட்கவும் எழுந்து நின்று கொண்டவன் அவனிடம் "அவளாண்ட இன்னடா மச்சான் கேட்ட? என்றான். சம்பத்தின் கண்கள் விரிந்த ஆர்வத்துடனிருப்பதைக் கவனித்து மூர்த்தி "த்தா அவளுக்கு சூத்து இன்னா தங்கத்துல செஞ்சிருக்கா மச்சான்?" என்றான். சம்பத் அவனைப் புரியாமல் பார்க்க, அவ்வளவு நேரம் அமைதியாயிருந்தவன் "டொப்பிரி பீஸா இருந்துனு முந்நூறு ரூவா கேக்கறாடா..." என்று கத்தவும் சுற்றியிருந்த ஒன்றிரண்டு ஆட்கள் இவனைத் திரும்பிப் பார்த்தனர். அந்தப் பெண் ஓடிப்போய் ரயிலில் ஏறிக்கொண்டு கடைசி இருக்கையில் அமர்ந்துகொண்டாள். மூர்த்தியின் முதுகில் ஓங்கி அடித்துவிட்டு, சம்பத்தும் அதே ரயிலில் ஏறிக்கொண்டான். வண்டி கிளம்பிய சில நிமிடங்கள் வரையிலும் சம்பத்திற்கு சிரிப்பை அடக்க முடியவில்லை. சத்தம் வராமல் சிரித்துக் கொண்டிருந்தான். எதிர்த்தாற்போல் நாலைந்து இருக்கைகளுக்கு அப்பால் அந்தப் பெண் உட்கார்நது இவன் முகத்தைப் பார்க்க முடியாமல் ஜன்னலுக்கு வெளியே சிரமத்தோடு பார்த்துக் கொண்டிருந்தாள். மொத்தமாகவே ஆறேழு பேர்தான் அந்தப் பெட்டியிலிருந்தனர். பிராட்வேயிலிருந்து தாம்பரம் செல்லும் கடைசி ரயில் வெறியடங்கிய குதிரையாய் களைத்துப் போய் ஒவ்வொரு நிறுத்தத்திலும் நிதானமாக ஆளிறக்கிச் சென்றது.

2. செல்வி தவுடு மற்றும் சிலரின் உறங்கும் அறை...

"துருப்பிடித்த
இரும்புக் கோடுகளினூடே
சிதறும்
பயனற்ற
உப்புநீர்ப் பறவைகள்."

- தருமு சிவராம்.

வெயில் குடித்து எரியும் இச்சாலையின் இரைச்சலில், செல்விக்குக் கடந்த காலத்தின் நினைவுகள் இப்போது வழிந்தோடுகின்றன. சற்று முன்புதான் இப்பெரிய கூட்டத்திற்குள் எப்போதும்போல் எளிதில் நுழைந்து பொருளோடு வெளியேறிவிடலாமென்கிற அவளின் நம்பிக்கை பொய்யாகிப் போயிருந்தது. வழக்கமாக இடது கையை மட்டுமே பர்ஸுகளை எடுக்கப் பழக்கப்படுத்தி இருந்தவள், அதற்கு எசவில்லாததால் வலது கையைப் பயன்படுத்தினாள். கொஞ்சம் பிடியிலடங்காத பெரிய பேக் அது. அவ்வீதியின் முனையிலேயே பையோடு அந்தப் பெண் பதற்றமான முகத்துடன் நடந்து வருவதைப் பார்த்ததும், செல்விக்கு அவளிடம் எடுப்பது எளிதெனப் புரிந்துவிட்டது. சரியான இடைவெளியில் இவளும் அவளைத் தொடர்ந்தாள். மொத்த வீதியிலும் நல்ல கூட்டம். எல்லோரிடமிருந்தும் பிய்த்தெறியப்பட்ட வார்த்தைகள், அவ்வளவு

பேரின் தலைகளுக்கு மேலாக மிதப்பது போலிருந்தது. முட்டி மோதி வீதியின் முனைவரை வந்து விட்ட செல்வி, சரியாக இன்னும் சில அடிகள் கடந்தால் பர்ஸை எடுத்துவிடலாமென்கிற நேரத்தில்தான் வாட்டமில்லாமல் மாட்டிக்கொண்டாள். துணைக்கு ஆளில்லாமல் தனியாக போலீஸில் மாட்டிப் பல வருடங்களிருக்கும். இந்தமுறை அடி கொஞ்சம் அதிகம்தான். அடி அதிகமாக இருந்ததால் செல்வியின் ஆடை கசங்கிப்போனது. உடும்பைப் போல் ஒடுங்கியிருந்த அவள் முகம், இன்னும் அதிகமாய் ஒடுங்கிப்போனது. இதழ்களிலிருந்து கசிந்து, காய்ந்து போன குருதியின் காட்டமான நெடி பக்கத்திலிருக்கும் போலீஸ்காரியை எவ்விதத்திலும் பாதிக்கவில்லை. இதைப்போல இன்னும் ஆயிரமாயிரம் பேரின் உடலிலிருந்து கசிந்த குருதியின் வாடையை நுகர்ந்து பழக்கப்பட்டுப் போனவளைப்போல் நிதானமாயிருந்தாள். வழக்கமாக ஊரில் பிடிபட்டதும் போலீஸ்காரர்கள் சொல்கிற 'ஒழச்சுத் திங்க வேண்டிதானடி' போன்ற அறிவுரைகள் எதுவுமில்லை. எஸ்.ஐ மட்டும் பின்னால் திரும்பி இவளைக் கவனித்து, "மாசத்துக்கு கலெக்ஸன் இன்னா வரும்?" என்று கேட்டாள். அவள் முகத்தைப் பார்க்கையில், இதைத் தெரிந்து கொண்டு போட்டிக்குத் தொழிலுக்கு வந்துவிடுவாளென்கிற எந்த அறிகுறிகளுமில்லை. செல்வி, பதில் சொல்ல விரும்பாதவளாய் மௌனமாகத் தலையைக் குனிந்துகொண்டாள்.

இந்த நகரத்திற்கு வந்த சில மாதங்களிலேயே செல்விக்கு, இங்கு எல்லாமே பிடித்துப்போனதற்கான ஓராயிரம் காரணங்களிருக்கின்றன. மிக முக்கியமாக, யாரிடமும் மாட்டிக் கொள்ளாமலிருந்ததும், போதுமானளவு வருமானம் பார்க்க முடிந்ததும்தான். வெயில் ஒரு திமிறிய குதிரையைப்போல் நகரெங்கும் விறைப்பெடுத்துக் கிடந்தாலும் இந்தக் கசகசப்பிற்குப் பழகிப்போன பின், தொழில் மட்டுமே பிரதானமாக நினைவில் நின்றது. தெரிந்த தொழிலை, தெரியாத ஊரில் செய்து பழகிய போது, புதுவிதமான சுவாரசியம் இருப்பதாக உணர்ந்தாள். செல்விக்குக் கன்னிராசி, சாதகப்படி இப்போதைக்கு நேரம் நன்றாகத்தானிருக்கிறது, பிரச்சினையில்லை. இருந்தும் அவள் போலீஸில் மாட்டிக்கொண்டதில் தன் ராசியை சோசியக்காரன் மாற்றிக் கூறிவிட்டானோ என்று நினைத்துக்கொண்டாள். மற்றவர்களின் பைகளுக்குள் அதிகமாகச் சுழன்றோடிய

அவளின் கைவிரல்கள் மடங்கி இப்போது கொஞ்சம் தேய்ந்தும் போயிருக்கிறது. பர்ஸுகளையும், நகைகளையும் உருவுவதற்கானதொரு பிரத்தியேகமான லாகவம், இத்தனை வருடங்களில் முழுமையாக வாய்க்கப்பட்டிருப்பதில் சந்தேகமின்றி அவளொரு தேர்ந்த களவாணிதான். இன்றும் கூட அவள் மாட்டிக்கொள்ள நேர்ந்தது களவாடியதால் அல்ல, பொருளைப் பறிகொடுத்தவளின் மீது கொண்ட பரிதாபத்தினால்தான். நெளு நெளுவென மைதா மாவின் நிறத்தில் முட்டைக் கண்களோடு நின்ற அவளின் முகம் நன்றாக நினைவிருந்தது செல்விக்கு. பர்ஸை எடுத்ததும் கூட்டத்திலிருந்து விலகி ஓட முடியாமல் வேகமாகப் பின்னால் நகர்ந்து தன் பர்ஸில் பணம் தேடுகிற பாவனையில் அதனைத் துழாவினாள். காகிதங்கள், கொஞ்சம் பிளாஸ்டிக் மூக்குத்திகள், தோடுகள், ஒரு நாப்கின், வெறும் செல்போன் கவர், அதோடு சில ரசீதுகள், பர்ஸைத் தவற விட்டவளின் வாக்காளர் அடையாள அட்டையென, நிறைந்திருந்த சிறிய அறை. கொஞ்சம் சில்லறைக் காசுகளைத் தவிர்த்து வேறு ஒன்றுமில்லை. கடுப்பாகத்தானிருந்தது. கீழே போடவும் மனமில்லை. ஓரமாகப் போட்டுவிடலாமென நகர்ந்தவளுக்கு முன்னால் சென்றவள் பர்ஸைக் காணோமென்று அலறிய சத்தம் கேட்க அவசரமாக அதனைத் தூக்கித் தெருவோரத்தில் போட்டாள். தெருவில் இடைவெளியில்லாமல் கடைகள்தான். இவள் அப்படித் தூக்கிப் போடுவதாயிருந்தால் வேறு தெருவில் போய் போட்டிருக்க வேண்டும். பர்ஸ் போய் விழுந்தது கடை பெட்டியடியில், கடைக்காரன் அவன் பணத்தைத் திருடிவிட்டதைப் போல் கத்தி ஊரைக்கூட்ட, கொஞ்ச நேரத்தில் ஆட்கள் அவளை வளைத்து விட்டார்கள். தன் பர்ஸைப் பெற்றுக் கொண்ட அந்த மைதா மாவுக்காரி கடைசி வரையிலும் அதில் ரகசிய அறையில் பணமிருந்தது என்பதையும் செல்வி எதையும் திருடவில்லை என்பதையும் சொல்லாமலேயே போய்விட்டாள். இம்முறை போகப்போவது புதிய சிறை. பார்க்கலாம், எத்தனை நாட்களென நினைத்தபடி, அவள் வரும் நாட்களைப்பற்றிச் சிந்திக்கத் துவங்கிவிட்டாள். அடிவாங்கியதில் முகத்தில் கொஞ்சம் வீக்கம் தெரிந்தது.

செல்வியும், அவள் மதினி தவுடும் தங்களது கணவர்களோடு இந்த மாநகருக்கு வந்து ஆறு மாதங்கள் ஆகியிருந்தன.

திருச்சியும் மதுரையும் அதற்கு முன்பு வரையிலும் அவர்களை சகித்துக்கொண்டிருந்தன. ஒரு இரவில் இரண்டு சிறு நகரங்களுமே சலித்துப்போக நால்வரும் கிளம்பி இம்மாநகருக்குப் பயணப்பட்டார்கள். தடயமில்லாமல் களவாடும் இவர்களின் தந்திரங்களை ஊர்க்காரர்கள் பின்தொடர்ந்து பரிச்சயமாக்கிக் கொண்டிருந்தார்கள். வீடுகளில் முடியாதென்றானதும், எப்போதாவது போகிற கடைவீதித் திருட்டினை வழக்கமாக்கிக் கொண்டனர். இரைச்சலான கடைவீதிகளிலும் பேருந்துகளிலும் செல்வியின் கைகள் சாமர்த்தியமாக ஆட்களின் உடைகளுக்குள் போய் வரப்பழகின. தவுடு மட்டும்தான் அவ்வளவு எளிதில் பழக்கப்படாமலிருந்தாள். கூட்டத்திற்குள் பதட்டமான அவளின் விழிகளும் முகமுமே திருடியென பாதி காட்டிக் கொடுத்துவிடும். சமயங்களில் வெற்றிகரமாக முடியும் அவள் களவில், அதிகபட்சமாய் கிடைப்பதென்னவோ ஐம்பதும் நூறுமாகத்தானிருக்கும். காற்றில் தடமின்றி நகர்ந்துசெல்லும் விரல்கள் வாய்க்கப்பெறும் போதுதான் வேலை எளிமையாக முடியுமெனப் புரிந்துகொண்டிருந்த செல்வி, விரல்களைத் தடயமின்றி அலையவிட பழகிக்கொண்டாள். தவுடு, தன் விரல்களை வளைக்க முடியாததொரு குச்சியாய் சுழற்றிக்கொண்டிருக்க, அது சுருங்கி மறைந்துபோகின்ற நாள் வெகுதொலைவில் இல்லையென செல்வி நம்பிக்கையாய் இருந்தாள்.

சித்திரை மாதத்தின் வெக்கைமிகுந்த இரவு நேரத்தில் மாட்டுத் தாவணியிலிருந்து திருப்பத்தூர் சென்றுகொண்டிருந்த பேருந்தில் செல்வியும் தவுடும் பாதி உறக்கத்திலிருக்கையில் பின்னிருக்கையிலிருந்து கருத்து, தடித்த கைவிரல்கள் தன் மார்பின் ஓரங்களில் குறுகுறுப்புடன் ஓடுவதை உணர்ந்து விழித்த செல்வி, ஒருமுறை பின்னால் திரும்பிப் பார்த்தாள். அவன் அசந்து உறங்குகிறவனாய் கண்களை மூடிக்கொண்டு கிடந்தான். மீண்டும் ஜன்னலோரமாகத் தலையை சாய்த்துப் படுத்துக்கொண்டவளிடமிருந்து எதிர்வினைகள் எதுவுமில்லாமல் போகவே அதைத் தனக்குக் கிடைத்துவிட்ட சம்மதமென நினைத்துக்கொண்டு, இந்தமுறை தன் கையை முழுமையாக நுழைத்து அவளைத் தடவத் தொடங்கினான். அவன் விரல்கள் இடையில் நுழைந்து மேலேறும் வரை பொறுத்தவள் அதற்குமேல் முடியாமல், எச்சில் வழிய உறங்கிக்கொண்டிருந்த தவுடை

எழுப்பினாள். கண்களைத் துடைத்தபடியே காதுக்குள் அவள் சொன்னதைக் கேட்டவள், திரும்பிப் பின்னாலிருந்தவனைப் பார்த்தாள். அவன் இப்போதும் நன்றாக உறங்கிக்கொண்டிருந்தான். தவுடு எழுந்துபோய் அவன் பக்கத்தில் அமர்ந்துகொண்டாள். தற்செயலாகக் கண்விழித்து இவளைப் பார்ப்பதுபோல் திரும்பியவன், உடலைச் சுருக்கி அவள் அமர்கிற அளவிற்கு ஜன்னலோரமாக நகர்ந்து உட்கார்ந்தான். தவுடு, அவன் முகத்தை மட்டுமே பார்த்துக்கொண்டிருந்தாள். அவன் மறுபடியும் கண்களை மூடியபோது அவள் கையிலிருந்து கம்பளிப் புழுக்கள் ஊர்ந்து அவன் பேண்டின் மேல் ஊர்ந்துபோயின. கம்பளிப் புழுக்கள் ஊர்வதில் மெல்லிய குறுகுறுப்பு கொண்டவனாகத் தன் கால்களை இன்னும் விரித்து புழுக்கள் நன்றாக ஊர்ந்து பரவிச்செல்ல வழிவிட்டான். புழுக்கள் ஊர்ந்து மெதுவாக வேகம் குறைந்து ஒரு ஆணியின் தீவிரத்தோடு குத்துவதை உணர்ந்தவன் வலியைக் காட்டிக் கொள்ளாமல் லேசாக கண்களைத் திறந்தான். ஆணியின் கூர்மை இன்னும் அதிகமாக இப்போது சில துளிக் குருதி அவன் உள்ளாடைகளுக்குள் கசிந்து விட்ட வலியெழுந்தது. அருகிலிருந்தவளின் கைகளை உதறி எறிய முயன்றான். அதற்கும் தனக்கும் எந்தச் சம்பந்தமுமில்லை என்பவளைப் போல் முன்னாலிருக்கும் இருக்கைகளைப் பார்த்தபடி தவுடு அமர்ந்திருந்தாள். வலி அதிகரித்து இப்போது உள்ளாடை நன்றாக நனைகிற அளவிற்கு குருதி வழிந்திருந்தது. வலுவற்ற தன் கைகள் அவளின் விரல்களை பிரித்தெடுக்க முடியாதுபோன தோல்வியும் வதைக்க பல்லைக் கடித்துக்கொண்டிருந்தவனின் கண்களிலிருந்து நீர் வழிந்துகொண்டிருந்தது. சத்தம் எழும்பாதளவிற்கு.

“எக்கா உட்றுக்கா... வலிக்கிதுக்கா... இனிமே தொடமாட்டேன் விட்றுக்கா...” என்றான்.

குரல் கம்மிப் போனவனின் முகத்தினை அப்போதும் கவனிக்காமலேயே எழுந்து, மறுபடியும் சீட்டில் வந்து உட்கார்ந்து கொண்டாள். இன்னொருமுறை அவள் வாயைத்திறந்து ஆழ்ந்த உறக்கத்திற்குப் போன சில நிமிடங்களிலேயே திருப்பத்தூர் வந்துவிட்டிருந்தது. பின் சீட்டிலிருந்தவன் இவர்களின் பக்கம் திரும்பாமலேயே பஸ் ஸ்டாண்டிலிருந்த டீக்கடையொன்றில் ஒதுங்கி ஒரு சிகரெட் வாங்கினான். உடலில் இன்னும் நடுக்கம்

இருந்தது அவனுக்கு. சிகரெட் புகை உள்ளே போய்வர, கொஞ்சம் ஆசுவாசமடைந்தவனாய் இவர்களைத் தெளிவாகப் பார்த்தான். செல்வி அவனைப் பெரிதாகக் கண்டுகொள்ளாமல் இன்னும் புருஷன் வந்து சேராததைப் பற்றி தவுடிடம் பேசிக்கொண்டிருந்தாள்.

பெரும்பாலான கடைகள் அடைக்கப்பட்டுவிட, பேருந்துகள் வருவதும் அனேகமாய் குறைந்துபோயிருந்தது. பகல் நேரத்தின் மிச்ச வெக்கை உடலை வதக்கி எடுத்துக்கொண்டிருக்க பிசுபிசுப்பான ஈரத்தில் இவர்கள் இரண்டு பேருக்கும் கழுத்து வியர்த்திருந்தது. பின்னாலிருந்து சொத்தென பொடனியில் அறை விழுந்ததும் செல்வி சுருண்டு விழுந்தாள். பார்வை மங்கிப் போய் கிறக்கம் தட்டி நிற்க, எதிரில் தவுடும் அடி வாங்கும் சத்தம் கேட்டது. சில நொடிகளுக்குப் பின்பாகத்தான் போலீஸ்காரர்கள் ரெண்டுபேர் நின்றிருப்பது தெரியவும், வேகமாக ஓடிப்போய்-

“ஸார் விடுங்க ஸார்... எதுக்கு அடிக்கிறீங்க... விடுங்க ஸார்...”

தவுடை கையைப்பிடித்து முறுக்கியிருந்த ஒரு போலீஸ்காரன், “ஏண்டி நீங்க ரெண்டு பேரும் எனக்கு மாமன் மகளுக பாரு, ஒங்ககூட அடிச்சு விளையாட? களவாணிச் சிறுக்கிகளா... எங்கடி உங்க ரெண்டுபேரு புருஷனுங்களும்...”

இரண்டுபேருக்குமே ஒரு மாதிரியாக விசயம் புரிந்தது. பயல்கள் எங்கேயோ கை வைத்திருக்க வேண்டும். அதற்காக இப்போது ஒத்துக்கொண்டால் மொத்தமாகத் தூக்கிவிடுவார்கள். செல்வி அசரவில்லை.

“பொட்டலம் வித்த கேசுல போனமாசம் பிடிச்சுக் கொண்டுபோயி மதுரைல வெச்சதுதேன் ஸார்... இன்னும் சாமீன் எடுக்கக்கூட ஆளு இல்ல...”

தவுடு நடப்பது எதையும் புரிந்துகொள்ள முடியாமல் பேந்தப் பேந்த முழித்துக்கொண்டிருந்தாள். அவளின் கையை முறுக்கியிருந்தவன் இன்னும் விட்டிருக்கவில்லை. கை வலி உயிர்போனது ஒரு பக்கமென்றால், கடையில் நின்றிருந்த பின் சீட்காரன் துணி விலகியிருக்கும் இவள் உடலைப் பார்ப்பதும் இவள் அடிவாங்குவதைப் பார்த்துச் சிரிப்பதுமாயிருந்தான். விட்டால் ஓடிப்போய் அவன் கொட்டையை அத்துவிட்டுத்தான் அடுத்த வேலை. அவன் மூஞ்சியைப் பார்க்க ஆத்திரம் கொப்பளித்தது.

போலீஸ்காரன் இவள் மூஞ்சியில் ஒரு குத்துவிட, “ஆத்தே வலிக்கிது ஸார்... அடிக்காதிய...” கத்தி விலகினாள். முறுக்கியிருந்த கையில் வலி உயிர் போனது.

இரண்டுபேரின் தலை முடியையும் கொத்தாகப் பிடித்து “யார் களவாண்டதுன்னு பெறகு பேசிக்குவோம், ரெண்டுபேரும் வண்டில ஏறுங்க” என்று தரதரவென்று இழுத்துச் சென்றனர்.

“விடுங்க ஸார் விடுங்க ஸார்” என இவர்கள் இருவரும் கத்திய சத்தம், பஸ் ஸ்டாண்ட் முழுக்க எதிரொலித்தாலும் யாரும் என்ன ஏதென்று கேட்டுக்கொள்ளவில்லை. ரெண்டு போலீஸ்காரர்களில் ஒருவன், செல்வியை முதுகில் அடிக்கிற சாக்கில் அவளது இடது மார்பைப் பிடித்து ஒரு அமுக்கு அமுக்கினான். முதலில் பொருட்படுத்தாதவள் இரண்டாவது, மூன்றாவது முறையும் அதேபோல் கைப்படவும், வேகமாகத் திரும்புகிற சாக்கில், அவன் வயிற்றில் ஒரு குத்துவிட்டாள். பல்லைக் கடித்தபடி போலீஸ்காரன் அவள் முதுகில் குத்தினான். இரண்டுபேரையும் ஏற்றிக்கொண்டு அங்கிருந்து கிளம்பிய வண்டி, சில நொடிகள் அங்கு நடந்த தடயங்களெதுவும் இல்லாத அளவிற்குப் புழுதியை அள்ளிவீசிச் சென்றது.

3. ரகசிய இரவு... ரகசிய நண்பன்...

இருள் நிரப்பிய வெளியெங்கும் இடைவெளியின்றி வெளிச்சம் படர்ந்து அவ்விடத்தை செம்பழுப்பு நிறமாக்கியிருந்தது. ரயிலின் வேகத்தில் சலனம் கொள்ளும் ஸ்டேஷன்கள் உறங்கத் தயாராகிக் கொண்டிருந்தன. அந்தப் பெண் இவனைக் கவனிக்கிறாளா என்று சம்பத் பார்த்தான். அவள் தன் அலைபேசியில் யாருடனோ பேசிக் கொண்டிருந்தாள். பேச்சைவிடவும் மிகுந்திருந்தது சிரிப்பு. திரிசூலம் ஸ்டேசனில் வண்டி நின்றபோது, இவனிருக்கும் பெட்டியில் ஏறிக்கொண்ட ஒன்றிரண்டு பேரில் முப்பதைத் தாண்டிய ஒருவன் மட்டும், சம்பத்திற்கு அருகில் வந்து அமர்ந்தான். படியேறும் போதே சம்பத்தைக் கவனித்து விட்டவன், ஏதோ தீர்மானிக்கப்பட்டதைப் போல் நேராக அவனருகில் வந்துவிட்டான். வழக்கமாக இந்நேரத்திற்கு சம்பத் வீட்டிற்குப் போயிருப்பான். இன்று பெருங்களத்தூரில் ஒரு பார்ட்டி கொஞ்சம் கூடுதல் சரக்கு கேட்டதற்காகக் கொடுக்கப் போகிறவனுக்குத் திரும்பிச் செல்லும் நேரம் பற்றின தெளிவில்லை. புதிதாக வந்தமர்ந்தவனின் முகத்தில் அந்நேரத்திற்குக் கொஞ்சமும் தொடர்பில்லாத மட்டுமீறியதொரு ஒப்பனையிருந்தது. வலதுகாதில் கம்மல் அணிந்திருந்தான். அவ்வப்போது படியைப் பார்த்துக் கொண்டான். கைக்குட்டையால் முகத்தையும் கழுத்தையும் துடைத்துக் கொள்வதும் ஒத்தி எடுத்துக் கொள்வதுமாயிருந்தான்.

வாசலையொட்டி நின்றிருந்த இளைஞனொருவன் இவனைப் பார்த்துச் சிரித்தான். சம்பத் எழுந்துகொள்ள நினைத்தான், அவனுக்கு இது புதிதில்லை. ஆனாலும் இப்போது இணங்க முடியாத தயக்கம். சின்னதொரு குழப்பத்திற்குப் பின் எழுந்து கொள்ளாமல் அப்படியே உட்கார்ந்து கொண்டான். “நீங்க தாம்பரம் போறிங்களா?” சம்பத் பேச்சைத் தொடங்கினான் அருகிலிருந்தவனுக்கு இவன் தன்னைப் புரிந்துகொண்டான் என்கிற திருப்தி முகத்தில். வெறுமனே ஆமென்று தலையாட்டினான். இன்னும் நெருங்கி உட்கார வந்தவனை “தாம்பரம் வரக்காட்டி வெய்ட் பண்ணுபா’ என்றான். அவன் இருந்த இடத்திலேயே உட்கார்ந்திருந்தான். எதுவும் பேசிக் கொள்ளாமலேயே எதிரெதிர் ஜன்னல்களைப் பார்த்துக் கொண்டிருந்தனர். அவர்களிருவருக்குமான இடைவெளியில் பெருங்காமத்தின் அலை நிலையின்றி அலைந்துகொண்டிருக்க, இருவரின் கண்களும் உடலின் நெருப்பைச் சுமந்து கொண்டிருந்தன. வாசலையொட்டி நின்றிருந்த இளைஞன் அடுத்த நிறுத்தத்தில் இறங்கிக் கொண்டான். தாம்பரம் வந்து சேர்ந்தபோது பயணிகளை இறக்கிவிட்ட ரயில் அனாதையாக நின்றிருந்தது. அந்நாளின் வெக்கையைக் குடித்த இரும்பு உடலாய் விளக்குகளணைக்கப்பட்ட ரயிலின் எஞ்சின் சத்தம் மட்டும் உறுமிக்கொண்டிருந்தது.

தண்டவாளத்தை ஒட்டி நடந்து வந்த இருவரும், புதிதாகக் கட்டி முடிக்கப்பட்ட பாலத்துப் பக்கமாக வந்து நின்றனர். ஒரு காலத்தில் இருண்டிருந்த அவ்விடம் இப்போது சோடியம் விளக்குகளின் வெளிச்சத்தில் பிரகாசமாயிருந்தது. தன்னை அழைத்து வந்தவனின் உடலில் சின்னதொரு நடுக்கமிருப்பதை சம்பத் கவனித்தான். புதிதாக இதற்குப் பழக்கப்பட்டவனாயிருக்கலாம். “உனக்கு வீடு எங்க தாம்பரமா?” சம்பத்தின் முகத்தை அவன் பார்க்கவில்லை, “இல்ல, குரோம்பேட்” என்று வார்த்தையை முழுங்கியதிலிருந்து பேசத் தயங்குகிறானோ எனத் தோன்றியது. விரல்கள் நடுங்கும் பரபரப்போடு சம்பத்தின் தோளையும் முதுகையும் அவன் தடவினான். உடனடியாக எல்லாவற்றையும் அனுபவித்துவிடும் பரபரப்பு. கண்கள் நிலைத்திருக்க முடியாமல் திணறின. சம்பத் விடுவதாயில்லை. யாரென்று தெரியாத ஒருவனோடு நினைத்த மாத்திரத்தில் கூடிக்களிக்கும் மனநிலையில்லை அவனுக்கு. முதுகிலிருந்து அவன் கையை

விலக்கியவன் "உனக்குக் கல்யாணமாகிடுச்சா?" என்றான். சம்பத்தின் முதுகிலிருந்து கையை எடுத்தவன் "இதெல்லாம் ஏன் கேக்கறீங்க?" முகத்தைச் சுளித்தான். "சொன்னா ஓகே... இல்லாக்காட்டி வேற யார்னாச்சும் பாரு..." அவனை விலக்கி நடக்க எத்தனித்தான். சற்றுத் தள்ளி எரிந்து கொண்டிருந்த விளக்குகளை வெறித்துப் பார்த்துக் கொண்டிருந்தவன் "பேரு முத்துராம். கல்யாணமாகி ஒரு பொண்ணு இருக்கா. இப்போதான் எல்.கே.ஜி. வீடு தாம்பரத்துலதான் இருக்கு. இப்போ உங்க பூளக் காட்டுவீங்களா? என்று யாரிடமோ பேசுவதுபோல் பேசி நின்றான். சம்பத் திரும்பி அவனைப் பார்த்தான். இவனால் சிரிக்க முடிந்தளவிற்கு அவனால் சிரிக்கமுடியவில்லை. நெடுஞ்சாலை மிக அருகிலிருந்ததால் பேருந்துகளின் பேரிரைச்சல், இருவரையும் மெல்லிய குரலில் பேச அனுமதித்திருக்கவில்லை. தலையைக் குனிந்து சம்பத் நெருங்கி வரக் காத்திருந்தான். "என் பேர் சம்பத். தண்டையார்பேட்டைல வீடு..." என்றான். இந்த விவரங்கள் தனக்குத் தேவையற்றதன்பது போல் மற்றவன் இருந்தான். "நீ கப்பா... சொம்பா?" என்றான் சம்பத். அவன் இப்போதுதான் நிமிர்ந்து சம்பத்தைப் பார்த்து சிரித்தான். "சொம்பு..." அவனது பதிலில் சந்தோசமும் நாணமுமிருந்தது. "சொம்ப அடிக்கிறதுன்னா எனக்கு ஆவாதுபா, கப்படிக்கத்தா புடிக்கும். ஒன்னியும் அவசரம் இல்லன்னா ஃபர்ஸ்ட்டு கப்படிச்சிடறேன். அப்பால சொம்படிக்கிறேன்" என்றான். சம்பத்துக்கு எதிரிலிருந்தவனின் அனுமதி தேவைப்படவில்லை. சொல்லிக்கொண்டே தன் பேன்ட்டை தளர்த்தினான். சம்பத்தை நெருங்கி வந்த முத்துராம், "இங்க வேணாம் ரொம்ப வெளிச்சமா இருக்கு... கொஞ்சம் தள்ளிப் போகலாம்..." என்றவன் சம்பத்துடன் பாலம் முடியுமிடத்திற்கு நகர்ந்தான். இருளுக்குள் அவர்களின் உருவங்கள் மிதந்து செல்லும் நிழல்களாகத் தெரிந்தன.

முத்துராமின் கழுத்துக்குக் கீழிருந்த சற்றே பெரிதான மச்சத்தை, அவன் குனிந்து தனது கால்களுக்கிடையில் உட்காரும்போது சம்பத் கவனித்தான். கழுத்தோடு சேர்த்துப் பிணைத்து தன் ஜிப்பைத் திறக்க அவனுக்கு உதவினான். சம்பத்தின் முகத்தினை நிமிர்ந்து பார்க்கும் ஆர்வமோ, ஏதும் பேச விழைகிற எண்ணமோ இல்லாதவனாக கைகளால் சம்பத்தின் உடலைத் தூண்டி அவன் எரியச் செய்து கொண்டிருந்தான். கண்களில் மெல்லியதொரு

குளிர்ச்சி மலர அவனைப் பார்க்க உடலின் சகல நரம்புகளும் மெல்ல விழித்து முறுக்கேறின. அவன் நாவிலும் கன்னங்களின் ஓரத்திலும் புகுந்து வெளியேறிய எச்சில் குடித்த கருங்கொம்பு அந்த அகால வெளியில் இவர்களிருவரையும் அந்த இடத்தின் இயல்பை மீறி சந்தோசங்கொள்ள வைத்திருந்தது. தன்னை உறிந்து கொண்டிருப்பவனின் உடல் விருப்பமான வளைவுகளோடு இவன் முன்னால், முன்னும் பின்னுமாய் இயங்கிக்கொண்டிருப்பதைப் பார்த்தபடி பாலத்தின் சுவரில் சாய்ந்தான். இருவரும் சேமித்து வைத்திருந்த மௌனத்தில் இரவு அழகான மலராக மலர்ந்திருந்தது. சம்பத் தனக்கு விருப்பமான காதல் பாடலைப் பாட விரும்பினான். அபத்தமாகத் தோன்றும் இத்தகு செயல்களில்தான் தனி மனிதனின் சந்தோசம் அடங்கியிருக்குமோ? பாடல் வரிகளெதுவுமில்லாமல் வெறுமனே மெல்லியதொரு முனகலில் ஒரு பாடலை முனகினான் சம்பத். தனது தலையை இவனின் காலிடுக்கிலிருந்து விலக்கி இவனை நிமிர்ந்து பார்த்த ராம் “போதுமா” என்று ஆர்வமாகக் கேட்டதிலிருந்து அவன் சொம்படிக்க தவித்துக் கிடப்பது சம்பத்திற்குப் புரிந்தது. சிரித்தபடியே போதுமென்றவன் அவன் பேன்ட்டை உருவியெறிந்து குனியச் செய்தான். அவனுடல் விருப்பத்துடன் தன்னை புணரத் தரும் ஒரு காதலியின் சூட்சுமத்தோடு நெளிந்து இவனுக்கான வாசலைக் காட்டியது. சம்பத்தின் அசைவுகளுக்குத் தகுந்தாற்போல் தன்னையும் அசைத்துக் கொடுத்தவன், மெல்லிய கெட்ட வார்த்தைகளால் இன்னும் இன்னுமெனத் தூண்டினான் சம்பத். “உன் பொண்டாட்டி பேரென்ன?” என்றான். “ம்... இன்னாத்துக்குக் கேக்கற.. அவ பேரு சுகந்தி” என்று மேய்ச்சலிலிருக்கும் ஒரு ஆட்டுக்குட்டி போல் தன்னிச்சையாக முத்துராமின் பதிலிருந்தது. “அழகாயிருப்பாளா?” என்றான் சம்பத்.

சம்பத்தின் ஆர்வம் எதிலிருந்தது என்பதைப் புரிந்து ராம் கண்கள் மூடியபடியே சிரித்துக் கொண்டான். “பாடு ஏண்டா சுத்தி வளச்சு கேக்கற? என் பொண்டாட்டிய சாமான் போடத்தான கேக்கற” என்றான். கோபமாக இல்லாமல் சாதாரணமாயிருந்தது முத்துராமின் குரல். பதிலுக்கு சம்பத்தும் சிரித்தான். கொஞ்சம் சங்கடமாகக் கூட இருந்தது, அவன் இப்படிக் கேட்டவிதம். தப்பிக்கும் வழி தெரியாமல், தன் வேகத்தை அதிகப்படுத்தி இயங்கினான். பேச்சு குறைந்து ராமின் சத்தம் மட்டுமே இப்போது எழுந்தது.

இருவரும் தளர்ந்து விலகி நின்றபோது பெருச்சாளி ஒன்று வேகமாய் அவர்களைக் கடந்து போனது. அந்த ராத்திரியில் சற்றுத் தள்ளி குப்பைகளை மேய்ந்து கொண்டிருந்த பன்றிகளின் அருவருப்பான உறுமல் அவர்களைத் தொந்தரவு செய்திருக்கவில்லை. தன் கர்ச்சீஃபால் சம்பத்தின் குறியைத் துடைத்து விட்டபடியே, "தெனம் ஒருத்தனுக்கு சூத்து காட்டினு இருக்கேன்... அவ்ளோ பேரும் என் வூட்டுக்காரியோட படுக்கணும்னா எங்க போறது?" சம்பத்தால் சிரிக்க முடியவில்லை. "உன் நெம்பர் குடு, நானே ஒரு நா வீட்டுக்குக் கூப்படறேன், மறக்காம காலைல எலுமிச்சம்பழம் தேயி" என்று அவனது குறியைக் காட்டிக் கூறினான். அவன் குனிந்து தன் பேன்ட்டை எடுத்துப் போட்டுக் கொள்ளும் வரை அமைதியாகக் கவனித்த சம்பத்திற்கு கடைசி சில நிமிட உரையாடல் சப்பென்று இருந்ததால் மேற்கொண்டு எதுவும் பேசாமல் அப்படியே கிளம்பினான்.

சில நிமிடங்களுக்குப்பின் தாம்பரம் பேருந்து நிலையம் நோக்கி வேகமாய் நடந்தான் சம்பத். மெல்லிய குளிர்காற்று உடல் முழுக்க வீசி கொஞ்சம் ஆறுதலாக உணர முடிந்தது. பாதி வழியில் நின்று சிறுநீர் கழித்தான். கடுமையான எரிச்சலுக்குப்பின் சிறுநீர் வந்தது. கால்களில் தெறித்த மூத்திரப் புள்ளிகளைத் துடைத்துவிட்டு ஆட்டோவிற்காக வந்து நிற்கையில் ஒரு மணியாகியிருந்தது. சாலையின் எதிர்ப் பக்கத்தில் முத்துராம் ஒரு ஆட்டோவை நிறுத்திப் பேசிக்கொண்டிருந்தான். வேகமாகக் கடந்து செல்லும் பேருந்துகளின் விளக்கு வெளிச்சங்கள் மஞ்சள் நிறப் பூச்சிகளெனப் பறந்து மறைந்தன. பார்சல் கேட்டிருந்த பார்ட்டியை அலைபேசியில் அழைத்தான். குறியின் அடியில் லேசான நமைச்சலும் வலியும் தெரிய பல்லைக் கடித்துக்கொண்டு, முத்துராம் ஏறிய ஆட்டோவிலிருந்து பார்வையை விலக்கிக் கொண்டான்.

4. ஆர்மீனியன் சர்ச் வீதி...

"ஒவ்வொரு பொருளும் தன் இயல்பில் இருக்கவே ஆசைப்படுகிறது. ஒரு கல் எப்போதும் கல்லாயிருக்க விரும்புகிறது. புலி, தானொரு புலி என்பதை மறப்பதில்லை."

- ஸ்பினோசா

இன்று தனக்குப் பழக்கப்பட்டிருக்கும் இந்நகரம், சில வருடங்களுக்கு முன்பு வரையிலும் ஒரு சூதின் சாமர்த்தியத்தோடு தன்னைச் சுழற்றியடித்ததை சம்பத் நன்கறிவான். சேட் அவர் வீட்டிலிருந்து துரத்திய பின் அவனுக்குப் போக்கிடமில்லாதிருந்தது. அம்மா இவன் வீட்டிற்கு வருவதைக் கொஞ்சமும் விரும்பியிருக்கவில்லை. இன்னொரு வயிற்றுக்குச் சோறுபோடும் திராணியும் உடல் வலிமையும் அவளுக்குக் இருக்கவில்லை. அதற்காகவே பகல் முழுக்க பிராட்வேயைச் சுற்றியிருக்கும் பதினாறு வீதிகளிலும் சுற்றி வருவான். ஒரு டீ வாங்கிக் கொடுக்கக் கூடவா ஆளில்லாமல் போய்விடும். பசிக்கும்போது பிச்சையெடுப்பது கௌரவக் குறைச்சலில்லை என உறுதியாக நம்பினான். பல தினங்களில் டீயும் ஒரேயொரு பன்னுமாவது கிடைத்துவிடும். அபூர்வமாய் சில சமயங்களில், யாரோவொருவரின் மூலமாய் சாப்பாடும் கிடைப்பதுண்டு.

ஆர்மீனியன் சர்ச் வீதியில் சிறியதும் பெரியதுமாக மூன்று தேவாலயங்களிருந்தன. நானூற்றி ஐம்பது வருடங்களுக்குமுன் சென்னை ஒரு நகரமாக உருவானதன் பின்னணியில் பங்காற்றிய அர்மீனியர்கள் காலப்போக்கில் இங்கிருந்து இடம்பெயர்ந்து போய்விட்டாலும் அவர்களை நினைவுபடுத்தும் விதமாய் இன்னும் இந்த சர்ச் இருந்துகொண்டிருக்கிறது. இந்த வீதியில் கசகசப்பிற்கும் இரைச்சலுக்கும் சற்றும் பொருத்தமற்ற ஒரு அமைதியான சூழலை இந்த தேவாலயத்திற்குள் காணமுடியும். பிரார்த்தனைக்கு வருகிறவர்கள் மிகக் குறைவு என்றாலும், இந்த தேவாலயத்தின் பிரார்த்தனைக் கூடத்திலிருக்கும் குழந்தை ஏசு மேரிமாதாவுடன் இருக்கும் ஓவியம் உலகப் பிரசித்தி பெற்றது. இதற்காகவே அவ்வப்போது ஏராளமான வெளிநாட்டவர்கள் தேடிவருவதுண்டு. இந்த தேவாலயத்திற்கு இருக்கும் வரலாற்றுப் பின்னணிகளையோ முக்கியத்துவத்தையோ அதைச் சுற்றி வசிக்கும் எவரும் பெரிதாக அறிந்திருக்கவில்லை. இந்த வீதியின் இன்னொரு முனையிலிருந்த பிரம்மாண்ட தேவாலயம்தான் இப்பொழுது இந்த வீதியின் அடையாளமாகியிருக்கிறது. நாற்பது ஐம்பது ஆண்டுகளுக்குமுன் கட்டப்பட்ட அந்த தேவலாயத்தின் கட்டுப்பாட்டில் பள்ளிக்கூடமும் சிறிய மருத்துவமனையும் கன்னியாஸ்திரிகள் தங்குவதற்கான விடுதியும் உண்டு.

ஏதாவது விசேஷ நாளென்றால் அங்கு செய்யப்பட்டு சர்ச்சை சுற்றியிருக்கும் பிச்சைக்காரர்களுக்குக் கொடுக்கப்படும் உணவில் கொஞ்சத்தை எப்படியும் சம்பத் வாங்கிவிடுவான். ஒவ்வொருநாளும் சர்ச்சைச் சுற்றி வசிக்கும் பிச்சைக்காரர்களின் எண்ணிக்கை அதிகமாகிக்கொண்டிருந்ததே தவிர குறைந்திருக்கவில்லை. அவர்கள் எல்லோருமே சொல்லி வைத்தாற்போல் திடகாத்திரமாகவும் உருண்டு திரண்டுமிருந்தனர். எப்போதாவது இவன் வரிசையில் நிற்கையில் கூட்டம் அதிகமாயிருந்தால் தாக்குதலுக்குள்ளாகும் முதல் ஆளாக இவனே இருந்தான். வயிற்றால் மட்டுமே வாழ்ந்துகொண்டிருக்கும் மனிதக் கூட்டமாகத்தான் அவர்களை நினைத்தான். இன்னொரு வகையில், அவர்களுக்கும், தனக்கும் பெரிதாக எந்த வித்தியாசமுமில்லை என்கிற நினைப்பு வருகிறபோது அவமானமாயிருக்கும். அவ்வாறான நேரங்களில் அவன் நினைப்பதெல்லாம் பேசாமல் அடங்கி ஒடுங்கி சேட் வீட்டிலேயே இருந்திருக்கலாம் என்பதைத்தான். அவ்வளவு

பசியிலும் பஞ்சமே இல்லாமல் கனவுகள் வந்தன, அவனுக்குக் கொஞ்சமும் சம்பந்தமில்லாத கனவுகள் அவை. ஒருபோதும் அக்கனவுகள் நிறைவேறவேண்டுமென அவன் பிரார்த்தனை செய்ததில்லை.

ஆர்மீனியன் சர்ச் வீதியில் இவனைப் போலவே நிறைய சிறுவர்களிருந்தனர். எல்லோருக்கும் ஒட்டுமொத்தமான உடமையாயிருந்தது பசி மட்டும்தான். அடுத்ததாக பாக்ஸிங். பெரியமேடு துவங்கி, புளியந்தோப்பு, வியாசர்பாடி, பெரம்பூர் என எல்லா ஏரியாவிலும் குட்டிக் குட்டியாய் பாக்ஸிங் கற்றுக்கொடுக்க கிளப்புகளும் ஆட்களுமிருந்தனர். இந்தப் பக்கம் சிந்தாதிரிப்பேட்டை முழுக்க கேரம் விளையாடும் சத்தம் எல்லா வீதிகளிலும் கேட்டுக்கொண்டே இருக்கும். ஒட்டுமொத்தமாக எல்லோருமே கால்பந்தை ரசிக்கவும் விளையாடவும் செய்தார்கள் - வயது வித்தியாசமில்லாமல். பல சமயங்களில் டோர்னமென்ட் பார்க்கச்செல்வது அதிகமும் இவர்கள்தான். ஒவ்வொருவரும் தங்களுக்கு இருக்கும் பிரதான வேலைகளைத் தாண்டி அல்லது வேலையே இல்லாமல் போனாலும் இந்த விளையாட்டுகளையெல்லாம், அன்றாடத்தின் ஒரு பகுதியாகக் கொண்டிருந்தனர்.

பிராட்வேயைச் சுற்றியிருக்கும் நிறைய வீதிகளில் லட்சங்களிலும் கோடிகளிலும் சொத்துகள் கொண்ட பெரிய மனிதர்கள் சுற்றிக்கொண்டிருந்தனர். வெவ்வேறு ஊர்களிலிருந்தும் மாநிலங்களிலிருந்தும் பிழைக்க வந்து பெரும் செல்வம் சேர்த்தபின் அந்தப் பணத்தைத் திரும்ப தனது சொந்த மாநிலங்களில் முதலீடு செய்யும் இவர்கள், தங்கள் வளர்ச்சிக்குக் காரணமாயிருந்த இந்தப் பகுதி மக்களுக்கு எதுவும் செய்திருக்கவில்லை. இந்த மக்களின் பசித்த வயிறுகள் குறித்த கவலையின்றிப் புதிய குடியிருப்புகளையும் தங்கள் வழிபாட்டிற்கு மார்பிள் கற்களால் கோவில்களையும் கட்டிக்கொண்டிருந்தனர். நிலமும் வாழ்வாதாரங்களும் பறிக்கப்பட்ட பூர்வகுடி மனிதர்களின் கண்களிலும் மனதிலும் வஞ்சம் பெருகத் துவங்கியது. பசித்த மனிதன் மிருகமாகும் நாள் வரையிலும் செல்வம் படைத்தவன் பசியைப்பற்றி நினைப்பதில்லை போலும். மிருகங்களால்தான் வேட்டையாட முடிகிறது. மனிதன் வேட்டையாடுதலை மறந்துபோய் நூற்றாண்டுகளாகிவிட்டன. நகரம் பசியால் வதைபடும் ஒரு சமூகத்தைத் தனக்குள் உருவாக்கிக்

கொண்டிருந்த நேரத்தில் அச்சமூகத்தில் மிருகங்கள் உருவாகும் என்பதை யாரும் உணர்ந்திருக்கவில்லை.

சர்ச்சில் நிறைய விளக்குகள் ஆடம்பரமாய் தினமும் பொலிவேறிக் கொண்டிருக்க, கர்த்தர் தானொரு செப்பிடுவித்தைக்காரனாய் நிற்பது தெரியாமலிருந்தார். நிறைய பாதிரிமார்கள், கன்னியாஸ்திரிகள் வந்து போனார்கள். சிலர் அரிதாக, சுற்றிலுமிருந்த மக்களுக்குப் பசியாற எதாவது செய்வதுண்டு. சிலர், அந்த மக்களை அச்சத்தோடு பார்ப்பதாலே வெகு தூரத்திற்கு அப்பாலிருந்து பார்ப்பதோடு விலகிக்கொள்வதுண்டு. இதற்கெல்லாம் அப்பால் ரகசியமாக ஆர்மீனியன் சர்ச் மிக முக்கியமான வியாபார விசயங்கள் பேசும் இடமாயிருக்கிறது. முக்கியப் புள்ளிகள் இங்கு வந்துதான் பேச்சுவார்த்தை நடத்துவதாகச் சொல்லிக்கொள்கிறார்கள். அந்த தேவாலயத்தின் ரகசியங்களனைத்தும், அதனைச் சுற்றியிருந்த பிச்சைக்காரர்களுக்கே தெரிந்திருந்தது.

சம்பத்துக்கு அவனை மாதிரியே இருந்த இன்னும் சில இளைஞர்கள் நண்பர்களானார்கள். அவர்களில் ஒருவருக்கும் சாதிக்க ஒன்றுமில்லை. அந்த வாழ்க்கையை வாழ்ந்து முடிக்க வேண்டுமென்பதும், மூன்று வேளை நல்ல சாப்பாடும் மட்டுந்தான் பெருங்கனவு. அவர்கள் மற்றவர்களிடம் பிச்சை கேட்கவில்லை. ஆனால், அவர்களைப் பார்த்து மற்றவர்கள் பயப்படும்படி செய்தனர். உண்மையில் எவ்விதமான வன்முறையும் செய்திருக்காத போதும், அவர்களது தோற்றம் சுற்றியிருந்த ஒவ்வொருவரையும் அச்சுறுத்தியபடி இருந்தது. சர்ச்சை தங்கள் வசமாக்கிவிடும் தந்திரங்களை அவர்கள் கொஞ்சம் கொஞ்சமாய்த் தெரிந்து கொண்டனர். பிச்சைக்காரர்கள் இப்போதெல்லாம் ரொம்பவே அடக்கி வாசிக்கிறார்கள். சர்ச்சிற்கு வரும் எல்லோருடைய கவனமும் ஒரு கட்டத்தில் இந்த இளைஞர்களின் பக்கம் திரும்பியது. இத்தனைக்கும் அவர்கள் சர்ச்சிற்குள் போவது கூட ரொம்பவும் குறைவுதான். ஒரு சாதாரண வழிப்போக்கனைப் பொறுத்தவரை, இவர்கள் அங்கு சுற்றிக்கொண்டிருக்கும் சோமாரிகள். ஆனால், அந்த சோமாரிகளின் உதவிகள்தான் சில சமயங்களில் அங்கு வந்துபோகும் பெரிய மனிதர்களுக்கும் தேவாலயத்திலிருந்த பாதிரியாருக்கும் தேவைப்பட்டது. தேவன் எப்போதும் இந்த இளைஞர்களை ரட்சித்துக் கொண்டிருந்தார். முதலில் தங்களுக்கென ஒரு இடம் வேண்டுமென்பதற்காக

அவர்கள் சொல்கிற வேலையை எல்லாம் செய்தவர்கள், பின்பு அதன் மூலமாக தங்களின் வாழ்வாதாரத்தை ஏற்படுத்திக்கொள்ள நினைத்தனர்.

சம்பத்திற்குத் தெரிந்ததெல்லாம் சொன்ன வேலையைச் செய்வதுதான். அவனுக்கு எல்லோரிடமும் அன்பிருந்தது. தேவாலயம் அவனை சந்தோஷமாக வைத்திருந்ததால் மொத்த வாழ்வையும் அங்கேயே வாழ்ந்துவிட முடியுமென்கிற நம்பிக்கையிலிருந்தான். சர்ச்சின் ரகசியங்களை அறிந்திருந்தபோதும் அதற்கும், தனக்கும் எந்தச் சம்பந்தமும் இல்லை என்கிற அளவில் தன்னை வைத்துக் கொண்டான். சம்பத்தோடு மணி, நண்டு, பாஸ்கர், சுந்தர் மூவரும் இருந்தனர். மற்ற சின்னப் பயல்கள் எல்லாரும் எடுபிடிகள். அவர்களைப் பற்றி யாரும் பெரிதாக அக்கறை கொள்வதோ, கவலைப்படுவதோ இல்லை. உண்மையில், சுந்தர்தான் இந்த மொத்தக் கூட்டத்தையும் தனது கட்டுப்பாட்டிற்குள் வைத்திருந்தான். விளையாட்டாக பாக்ஸிங் கற்றுக்கொள்ளத் தொடங்கியவன் சில மாதங்களிலேயே அந்தப் பகுதியில் யாராலும் ஜெயிக்க முடியாத வீரனாய் தன்னை மாற்றிக் கொண்டான். ஓரிடத்தில் நிற்காது அசைந்தபடியே இருக்கும் கால்கள் அவனுக்கு. எல்லாவற்றையுமே இலக்குகளாகப் பார்க்கும் இயல்பு. போட்டி போட்டுக் கொண்டு அவனைக் கவனித்தனர். அந்தக் கூட்டத்தில் யார் என்ன சொன்னாலும் கடைசியில் அவன் சொல்லுவதே இறுதி முடிவாக ஏற்றுக்கொள்ளப்படும்.

சம்பத்தும், பாஸ்கரும் ரகசியமாக அந்த தேவாலயத்தின் பெண்களின் மீது கவனம் கொண்டிருந்தனர். புதிதாக அங்கு வந்து சேரும் கன்னியாஸ்திரி யார், அங்கிருந்து வேறு ஊர்களுக்குப் போவது யார்? என்கிற எல்லாத் தகவல்களும் அவர்களுக்குத் தெரிந்திருந்தன. இரண்டு பேரும் தாங்கள் ஒதுங்க சர்ச்சுக்கு அருகிலேயே ஒரு இடம் தேடிப் பிடித்திருந்தனர். சம்பத் வீட்டை மறந்துவிட்டிருந்தான். எல்லாமும் அந்த சர்ச்தான். நடந்து போகிற தூரத்தில்தான் வீடிருந்தது. ஆனால் அங்கு இவனுக்கென எதுவுமில்லை. அவனும் பாஸ்கரும் சர்ச்சிலேயே நேரம் கழித்தனர். சர்ச்சை ஒட்டி இருக்கும் கன்னியாஸ்திரிகளுக்கான விடுதியின் சுவர்களெங்கும் தங்களது கண்களை அலைய விட்டு, அங்கிருந்த பெண்களின் உடல்களைத் தேடித்தேடிச் சுகித்துக்கொண்டிருந்தனர். அவர்களது செயல்களை யாரும் கேள்வி கேட்கவில்லை.

சுவர்களைக் கடினமாக்கி இறுக்கமுடியுமாவென்று மட்டுமே நினைத்தனர். இப்படி ஒவ்வொரு முறை தங்களது பாதுகாப்பு குறித்து அதீதமாக அப்பெண்கள் யோசிக்கிறபோதெல்லாம் உடல் பற்றின ஒரு சலிப்பே அவர்களிடம் மிஞ்சியது. யாரும் தீண்ட முடியாத இவ்வுடலை இனி யார் பார்த்தாலென்ன என்று சிலர் நினைப்பதுண்டு. இரவில் பைபிள் வாசிப்பின் பொழுது கசியும் அவர்களின் கண்ணீரில் கன்னிமையின் உவர்ப்பும் சேர்ந்து கசிந்தது.

வெறிபிடித்த அந்தக் கண்களுக்குத் தங்களை விருந்தாக்குவதற்கும் சிலர் தயாராக இருந்தனர். சம்பத் ஒன்றும் பார்க்க முடியாத சலிப்பில் சுவர் மேய்வதை நிறுத்தியிருக்க, பாஸ்கர் ஒருநாள் தான் தேடியது கிடைக்கப்பெற்றான். உண்மையில், அது தெரியாமல் நடந்த விசயமல்ல. இவனிருப்பைத் தெரிந்துகொண்டு நிகழ்ந்ததாகத் தானிருந்தது. இப்படியாக இரண்டு மூன்று தினங்கள் தொடர்ந்து அவர்களைப் பார்க்கையில் எந்த உணர்வுகளையும் பிரதிபலிக்காத அந்த உடல்கள் தூண்டுவதற்குப் பதிலாக, சலிப்புறவே செய்தன. அதற்குப் பிறகாகவே சம்பத்திடம் விசயத்தைச் சொன்னான். பாஸ்கருக்கு நிர்வாணங்கள் தேவையற்றதென ஆகிப்போனது. தேவாலயத்தின் வாயிலிலிருக்கும் பிச்சைக்காரிகளின் உயிர்ப்பினில் கொஞ்சம் கூட கன்னியாஸ்திரிகளிடம் இல்லை. சம்பத் தனக்குக் காணக்கிடைத்த பெரும்பாக்கியமாய் அந்நிர்வாணங்களை ரசிக்கத் துவங்கினான். பின்னிரவுகளில் சம்பத்தின் ரகசிய வரவினை எதிர்பார்த்து அங்கிருந்த சில பெண்கள் காத்திருக்கத் துவங்கினர்.

சம்பத் மற்றும் அவனது கூட்டாளிகள் செய்யும் சின்னச் சின்ன வேலைகளுக்கென கொஞ்சம் பணம் வந்தது. ஆனாலும் பிரித்து முடிக்கையில் எல்லோருக்குமான கையிருப்பு மிகக் குறைவாகவே இருக்கும். குடித்துத் தின்றது போக சில சமயங்களில் எதுவும் மிஞ்சாது. எல்லோருக்கும் பச்சைத் தங்கம் தேவைப்பட்டது. காகிதங்களில் மடித்து வைக்கப்பட்ட பச்சைத் தங்கம். அவர்கள் அதனை ஒரு பகுதியிலிருந்து இன்னொரு பகுதிக்குப் பாதுகாப்பாக கொண்டு செல்லும் வேலையை அங்கிருந்த சிறுவர்களுக்குக் கற்றுத் தந்ததோடு, தாங்களும் செய்தனர். எல்லாவற்றையும்விட எளிமையான விசயமாக அது இருந்தது. பணமும், உடன் அவர்களுக்குப் பச்சைத்தங்கம் கிடைத்தது. அந்த இளைஞர்களின் வாழ்வு இலைகளால் அர்த்தப்பட்டிருந்தது.

நால்வரும் வெவ்வேறு காரணங்களால் வெவ்வேறு ஆட்களுக்காக வேலை பார்க்கத் துவங்கியபோது அவர்களைச் சார்ந்து இருந்த சிறுவர்கள், யாரிடம் போவதெனக் குழம்பிப் போயினர். சம்பத், தனக்கு யாரும் தேவையில்லை என்றுதான் நினைத்தான். சர்ச்சிலிருந்த பாதிரியார் வேறு ஊருக்குப் போய்விட்டார். அடுத்து யார் பாதிரியாராக வரப்போகிறாரென எல்லோருக்குமே எதிர்பார்ப்பு. சர்ச்சின் ரகசியங்களறிந்த பழைய பாதிரியார் எந்த ஊரிலிருக்கிறார் என்பது கூட ஒருவருக்கும் தெரிந்திருக்கவில்லை. எல்லோரும் அவரை மறக்கவே விரும்பினர். மற்ற இளைஞர்கள், முடிந்தவரையில் சர்ச்சுடன் தங்களுக்கு இருக்கும் உறவைத் துண்டித்துக் கொள்ள விரும்பினர். சம்பத், தனக்கு மிக நெருக்கமாய் இருந்த இவாஞ்சலின் க்ரிஸ்டியிடம் விசயத்தைக் கேட்டான். அவள் இப்போதைக்கு எதுவும் கேட்கவேண்டாமென அவனைத் தவிர்த்தாள். முன்னைப்போல் அவனால் இப்போது அப்பெண்களின் விடுதிக்குள் எளிதில் பிரவேசிக்க முடியவில்லை. கதவுகளை விடவும் அப்பெண்களின் உடல் இறுகிப்போயிருந்தன. தன்னை வலிய அனுமதித்த அதே பெண்களுக்கு இப்பொழுது என்னவாயிற்று?

புதிய பாதிரியார் அங்கு விரைவில் வரப்போகிறார் எனத் தெரிந்த நாளில், சர்ச் பரபரப்பானது. நடந்த எல்லாமும் அங்கிருந்த எல்லோருக்கும் தெரிந்திருந்தது. ஆனால், எதுவும் தெரியாதவர்கள் போல் இருப்பது மட்டுமே பாதுகாப்பென எல்லோரும் நினைத்திருந்தனர். நீண்ட நாட்களுக்குப் பிறகு இவாஞ்சலினை ஒரு இரவு சம்பத் சந்தித்திருந்தான். வெளியில் அந்த வருடத்தின் முதல் மழை துவங்கியிருந்தது. அவள் தயக்கத்துடன் அவனைத் தன்னிடம் அனுமதித்தாள். அப்படியானதொரு நெருக்கத்தை சம்பத் விரும்பியிருக்கவில்லை. ஆனால், இப்போது வேறு யாரும் அவனுடன் கூட விரும்பியிராததால் வற்புறுத்தல்களோடுதான் அவளை நெருங்கினான். அவள் உடலெங்கும் அச்சம் தகித்து, வியர்வைத் துளிகளாய் ஓடிக் கொண்டிருந்தன. கண்களில் கானகத்தில் தொலைந்து போன மிரட்சி. இயன்ற வரையிலும் அவளுடன் இணக்கமாகக் கூட நினைத்தவன், பொறுக்க முடியாமல் சொத்தென அறைந்தான். அவளுடல் இந்த முறை ஆர்வத்தோடு அவனுக்கு வழிவிட்டது. அவனை மூர்க்கமாக உள் வாங்கினாள். அதுவரையிலும் இருந்த அச்சம் விலகி இவாஞ்சலின்

பல்லுடல் கொண்டவளாக அவனைத் தன்னுடன் இன்னும் இன்னுமென இறுக்கினாள். கைகள் பலவாகி அவளுடன் பிணைந்து சுருண்டவனின் காதுகளில், தான் கருவுற்றிருப்பதாகச் சொன்னதும் இவன் திரும்பி, “யார் காரணம்?” பதற்றத்தோடு கேட்டான். அவள் முகம் இருண்டிருந்தது. இவனை ஓங்கி அறைந்தாள். அவளுடலை மென்மையானதென நினைத்திருந்தவன், கைகளில் இவ்வளவு வலிமை இருக்குமென நினைத்திருக்கவில்லை. ஆனாலும் அவனுக்கு உறுதியிருந்தது. ஒவ்வொரு முறையும் அவளுக்கு அவன் மாத்திரைகள் கொடுத்து விட்டுத்தான் கூடுகிறான். பிறகெப்படி? நிதானமாக மீண்டும் அதே கேள்வியைக் கேட்டான். அவள் கண் கலங்கிப்போனாள். குனிந்து அழுதாள். அவன் அமைதியாக அவளைப் பார்த்துக் கொண்டிருந்தான்.

அழும்போது எல்லாப் பெண்களும் ஒரே மாதிரியானவர்கள்தான் என்று சம்பத்திற்குத் தோறியது. அவள் தன்னிலை இழக்கும் வரை அழுதோய்ந்து, மீண்டும் இவனைப் பார்த்தபோது அதே நிதானத்தோடு காத்திருந்தான். அவனது கண்களில் உண்மையைத் தெரிந்து கொள்ள நினைக்கும் உறுதி மட்டுமிருந்தது. அவளது பதிலுக்காக காத்திருந்தான். கண்களைத் துடைத்து கொண்டவள் எழுந்து போய் தண்ணீர் குடித்தாள். “நீ முதல்ல இங்கிருந்து வெளிய போ...” தள்ளி நின்றபடியே சொன்னவளைத் திரும்பிப்பார்த்தான். அவளைத் தன்னருகில் வரச்சொன்னான். அவள் அசையாது அதே இடத்தில் நின்றிருந்தாள். “இங்க வா... ஒண்ணும் செய்ய மாட்டேன்...” அவள் உடல் பசையிட்டு ஒட்டியதைப்போல் இறுகியிருந்தது. எழுந்து சென்று அவள் தோள்களை ஆதரவாகப் பற்றினான். மிச்சமிருந்த கண்ணீர்த்துளிகள் தானாய் உதிர்ந்தன. அவன் தோள்களில் சாய்ந்து கொண்டவள் “எல்லாம் அந்த ஃபாதர்தான்... எத்தனமுற தெரியுமா? நான் எவ்வளவு சொல்லியும் கேக்கல.... ராஸ்கல்...” அவளுக்கு குரல் தழுதழுத்தது. அவனுக்கு எல்லாம் முன்பே தெரிந்திருந்த நிதானம். அவளை முழுமையாய் அழுவதற்கு அனுமதித்தவன் “சரி, நிஜமாவே பெரியபாதிரி இப்போ எங்க இருக்காரு...” அவள் நிமிர்ந்து அவனைப் பார்த்தாள். அவனிடமிருந்து விலகினாள். “அத மட்டும் கேக்காத ப்ளீஸ்...” அவள் அவனைப் போகச்சொன்னாள். அவன் ஒரு நிஜத்தைத் தெரிந்து கொள்ளும் உறுதியுடன் அவளையே பார்த்துக் கொண்டிருந்தான். “ஏன் ராமலிங்க உடையார், பாதிரியார்

செத்துப்போய்ட்டார்ங்கற விசயத்த யார்கிட்டயும் சொல்லக் கூடாதுன்னு மிரட்டி வெச்சிருக்காரா? என்றான். இவாஞ்சலினுக்கு அதிர்ச்சியாயிருந்தது. இவனுக்கு எப்படித் தெரியும்? அவளது அதிர்ச்சியில் தன் சந்தேகம் உண்மை என்பதைப் புரிந்து கொண்டான். “தயவு செஞ்சு இத யார் கிட்டயும் சொல்லாத... இங்கிருந்து போ... முதல்ல... ” அவள் கதறினாள். ”பயப்படாத, நான் யார்கிட்டயும் சொல்ல மாட்டேன்...” சம்பத் சிரித்தான். உடையாருக்கும், பாதிரியாருக்கும் உண்மையில் எந்தப் பிரச்சினையுமில்லை. தனக்குப் பிடிக்காத ஒரு ஆளுக்குப் பாதிரி சப்போர்ட்டாக இருந்தது மட்டும்தான் பிரச்சினை. ஆக எப்படிப் பார்த்தாலும் பாதிரியாரை முடித்தது சுந்தராகத்தான் இருக்க வேண்டும். அவன்தான் உடையாருக்கு நெருக்கம். இவாஞ்சலின் விடுதியிலிருந்து அவன் வெளியேறிய பின்னிரவில் சர்ச்சுக்கான புதிய பாதிரியார் ஒரு பழைய அம்பாஸிடர் காரில் அங்கு வந்து சேர்ந்திருந்தார். எப்போதும்போல், அந்த வீதியின் பிச்சைக்காரர்கள் நிம்மதியாக உறங்கிக்கொண்டிருந்தனர்.

5. சில பழைய மனிதர்கள்

"என் பிறப்பு
புறங்களில் வீசி
அடித்த வண்ணம் இருக்கிறது
வாழ்வின் மணிச்சுவரில்
தொட்டு ஒலி ஓடுகிறது.
பயிர் போலன்றி
வரப்புக்கு வெளியேயும்
வாழும் கொக்குகள் தோன்றின"

- தேவதச்சன்

செல்வியும் தவுடும் திருச்சி ஜெயிலுக்கு வந்தபோது, இன்னொருமுறை தூக்க மாத்திரை போட்ட சோறும் பாதி இரவிற்கு மேல் நிர்வாணத் தூக்கமும் இன்னும் என்னென்ன வாய்க்குமோ? என்கிற கலக்கமிருந்தாலும் சிறை பழக்கமானதில் சமாளிப்பதற்கான வழிகள் தெரிந்திருந்தன. பி பிளாக்கில் இரண்டு பேரையும் ஒன்றாகத்தான் போட்டார்கள். 'தெஃப்ட் கேஸ்' என்றால் ஜெயிலில் கொஞ்சம் கேவலமாகத்தான் பார்ப்பார்கள். புருஷனைக் கொன்றவள், கொழுந்தனைக் கொன்றவள் இப்படிக் கொன்றவள்களுக்குத்தான் மரியாதை

இருக்கும். இதில்லாமல் பொட்டலம் விற்றவள், சாராயம் விற்றவள், பாண்டிச்சேரியிலிருந்து சரக்கு கைமாத்திக் கொண்டு வருகிறவள் இப்படி விற்கிறவளின் லிஸ்ட்டும் பிராத்தல் பண்ணுகிற ஒரு கூட்டமுமாகத் தனித்தனியாக இருப்பாள்கள். மற்ற எல்லா சங்கமும் இந்தத் திருட்டுக் கோஷ்டியைப் பக்கத்தில் சேர்த்துக்கொள்ள மாட்டார்கள். செல்வி முதல் தடவை ஜெயிலுக்கு வந்தது ஐந்து வருடங்களுக்கு முன்பு. விசாரணைக் கைதியாக வந்தவளை முதல் நாள் செக்கப்பெல்லாம் முடிந்து செல்லுக்கு அனுப்பிவிட்டார்கள். மாலை ஆறுமணிக்கெல்லாம் இரவுச் சாப்பாட்டை முடித்து எல்லாம் செல்லுக்குள் போய்விட, அவ்வளவு நேரமும் சிரமமாகத் தெரியாத ஜெயில் அப்போதுதான் என்னவோ மாதிரியாகத் தோன்றியது. பாதி மயக்கத்திலிருந்த எருமை மாட்டு உடல் வாகு கொண்ட ஒருத்தி இவளைக் கூப்பிட்டாள். எருமையையும் அவளையும் பிரித்துப்பார்க்க முடியாத அளவிற்கு, அவளின் நிறமும் உடம்பும் இருந்தன. வாத்தியார் முன்னால் போய் நிற்கும் பள்ளிக்கூடச் சிறுமி போல் போய் அவளுக்கு முன்னால் நின்றாள். “என்னக்கா கூப்ட்டியா?”

அவள் ஏற இறங்கப் பார்த்துவிட்டு ‘துணிய அவுடி’ என்றதும் கூட இருந்த மற்ற பொம்பளைகள் சத்தம் போட்டு ஆரவாரித்தார்கள். இவள் எல்லோரையும் திரும்பிப் பார்த்துவிட்டு கேட்டாள், ‘இப்பயேவாக்கா?’

‘ஏன் வீட்ல போயி சோசியம் பாத்துட்டு வந்து அவுத்துட்டு நில்லேன்...’

சொல்லிக்கொண்டிருக்கும் போதே பின்னாலிருந்து ஒருத்தி “களவாணிச் சிறுக்கி அவுடின்னா என்ன பேசிக்கிருக்க?” என்றபடியே ஒரு அறை விட்டாள். மூஞ்சியில் சுர்ரென சுடு தண்ணி பட்டதுபோல் எரிய, அவசரமாகச் செல்வி துணியை அவிழ்த்துவிட்டு நின்றாள். குண்டு பல்ப் வெளிச்சத்தில் அவள் உடம்பைப் பார்க்க எல்லோருக்கும் சிரிப்பாகத்தானிருந்தது. ஓங்கி அடித்தால் சுருண்டு விடுவாள் அப்படியொரு சொங்கி. செல்வியின் கைகளைப் பிடித்து இழுத்து பக்கத்தில் நிறுத்தியவள் ‘ஒரு முத்தம் குடுடி...’ கைகளை முறுக்கினாள். எருமையின் அந்தப் பெரிய கன்னத்தில் இவள் முத்தம் கொடுத்து விலகின நொடியில் இன்னொரு அறை விழ, ‘அம்மா’ என முதுகைத் தடவியபடியே

இவள் எல்லோரையும் மலங்க மலங்கப் பார்த்தாள். "வாயில கொடுக்கச் சொன்னா, பொச்சுல கொடுக்கற... வாயில குடுடி" என்றாள். செல்வி அவளிடம் தனக்குத் தெரியாதெனச் சொல்லி அவள் மூஞ்சியை நெருங்கினாள். அருவருப்பான துர்நாற்றம் கசிந்த அவளது வாயில் வாயை வைத்தவள் மேலுதட்டோடு சேர்த்து ஒரு கடி கடித்தாள். கொஞ்சம் அழுத்தமாகவே பல் பட்டுவிட அந்தப் பெண் கத்திக் கூப்பாடு போட்டுவிட்டாள். "சிறுக்கி மக... முத்தம் கொடுக்கச்சொன்னா கடிச்சு வெச்சுட்டாடி..." என எல்லோரிடமும் சொல்லி அவள் வாயைப் பிடித்து உஸ் உஸென்று புலம்பினாள். மற்ற பொம்பளைகள் எல்லாம் சத்தமாக சிரிக்க, எதற்கென்றே தெரியாமல் செல்வியும் சிரித்தபடி நின்றாள். அந்தப் பெண் உட்கார்ந்த வாக்கிலேயே செல்வியை ஒரு எத்துவிட்டு, 'அப்பிடியே போய் கக்கூசுல உக்காருடி....' என விரட்டினாள். 'எனக்கு இப்ப ஆயி வரலக்கா...' செல்வி கக்கூசையும் இவளையும் பார்த்துச் சொல்ல, கூட இருந்த இன்னொருத்தி "போயி உக்காரு தானா வருமென்றாள்."

செல்விக்கு அங்கு போன அஞ்சாவது நொடியிலேயே, குடலைப் பிரட்டிக்கொண்டு வந்தது, கண்ணை மூடாமலேயே இருட்டியது போலிருக்க, பரிதாபமாக இவர்களைத் திரும்பிப் பார்த்தாள். ஒரு துணி மூட்டையிலிருந்து ஒருத்தி கொஞ்சம் பலகாரங்களை எடுத்து எல்லோருக்கும் கொடுத்துக் கொண்டிருந்தாள். ஒவ்வொரு கையாக வந்து இவளுக்கும் கொஞ்சம் வந்தது. நைந்து பிய்ந்துபோன அதிரசம், வாங்க மறுத்து உட்கார்ந்திருந்தாள். "இப்ப இத வாங்கித் திங்கலைனா, வேற வரும் திங்கறதுக்கு..." சொல்லி முடித்ததும் அவசரமாக அதனை வாங்கி வாயில் போட்டாள். உடலே கசக்கிற மாதிரி இருந்தாலும் இப்போதைக்கு அதையெல்லாம் காட்டிக்கொள்ள முடியாதெனச் சமாதானம் சொல்லிக் கொண்டவளாய் மென்று முழுங்கியவளுக்கு சில நொடிகளிலேயே வயிற்றிலிருந்ததெல்லாம் வெளியேறியது. உவ்வேக் என அவள் வாந்தியெடுக்கும் சத்தத்தை ஒருவரும் பொருட்படுத்தவில்லை. எந்தச் சலனமுமில்லாமல் தின்று கொண்டிருந்த பலகாரத்தை முடித்த பிறகுதான், வாயைக்கழுவ வந்து தண்ணீர் குடுத்தார்கள். அந்தப் பருத்த பெண் வந்து கையைப்பிடித்து கூட்டிப்போனாள். "துணிய மாத்திட்டு படுடி..." குரல் கொஞ்சம் சகஜமானது போலிருக்க, கண்களில் நிம்மதி திரும்பியது செல்விக்கு.

இரண்டொரு நாட்களிலேயே அந்த செல்லில் இருந்த பெண்கள் சகஜமாக இவளுடன் பேசிப்பழகத் தொடங்கியிருந்தனர். ஆட்கள் பழகின அளவிற்கு, ஜெயில் சோறு பழகியிருக்கவில்லை, திங்கவும் முடியாமல், பட்டினி கிடக்கவும் முடியாமல் தவித்தவளுக்கு, எருமையின் கூட இருந்தவர்கள்தான் வம்படியாக அள்ளி வாயில் திணிப்பார்கள். தொண்டைக்குழிக்கு சமீபமாகப் போகும்போதே குமட்டலும் எரிச்சலும் எடுக்கும் அந்தச் சோறு. அரசு மருத்துவமனையின் மழைநாட்களில் எழுமே ஒரு வாடை, அதோடு பிணவறை நாற்றமும் சேர்ந்தால் எப்படியிருக்குமோ, அப்படித்தான் அந்தச் சோறிருக்கும். அதையும் ரெண்டு மூணு தட்டு திண்கிற ஆட்கள்தான் நிறைய இருப்பார்கள். வார்டன், சூப்பிரண்ட் கண்களில் படுகிறமாதிரி சோற்றைக் கீழே கொட்டினால் குண்டியில் ரத்தம் வருகிற அளவிற்கு வெளுத்து விடுவார்கள். கையை சோற்றுக்குள் விட்டு அளைந்த செல்வி கைகளுக்குள் சின்னச்சின்ன புழுக்கள் இருப்பதைப் பார்த்தாள். இந்தச் சூட்டிலும் புழு லேசான உயிருடன் துடித்துக்கொண்டிருக்க சோற்றை வைத்துவிட்டு வேகமாக எழுந்து ஓடினாள். இவளைத் திருத்தமுடியாதென மற்ற பொம்பளைகள் சாப்பிடுவதில் தீவிரமாயிருந்தார்கள். பக்கத்து செல்லில் மணப்பாறைக்காரி ஒருத்தியைப் பார்க்க அன்று மனுப் போட்டு வீட்டிலிருந்து ஆள் வந்திருந்தார்கள். எப்படியும் கொஞ்சம் பலகாரம் வைத்திருப்பாள் என்கிற நம்பிக்கையுடன் மாலையில் செல்லில் அடைப்பதற்குக் கொஞ்சம் முன்னால் அவளைத் தேடிப்போனாள். அப்பெண் ஆறு வருடங்களைத் தாண்டியிருக்கும் தண்டனைக் கைதி என்பதால் அவளிடம் எல்லோருக்கும் கொஞ்சம் பயமிருந்தது. அவளைப் பகைத்துக் கொண்டால் நிறைய பிரச்சினைகள் வருமென, யாரும் சரிக்குச்சரியாய் நிற்க மாட்டார்கள். எருமை என்று சொல்லிச் சொல்லியே பழக்கப்பட்டுப்போன எல்லோருக்கும் சுந்தரவள்ளி என்கிற அவளது பெயர் மறந்துபோய் பல நாட்களாகிவிட்டன.

மணப்பாறைக்காரியிடமிருந்து தேற்ற முடிந்தது கொஞ்சம் பேரீச்சம்பழம் மட்டும்தான். அதுக்கே அழுதுவிடுகிற நிலைக்கு அவள் போய்விட்டாள். வயிற்றைச் சுருட்டிப் படுத்துக் கிடந்த செல்வியை எழுப்பி ஈரப் பிசுபிசுப்போடு பேரீச்சம்பழங்களைக் கொடுத்தாள். வெக்கையும் பிசுபிசுப்புமாய்... மற்ற நேரமென்றால் அதைத் தொட்டிருக்க மாட்டாள். இப்போது பசியில் இது

தேவாமிர்தமாயிருக்க வாங்கி வாயில் போட்டாள். எருமை அவள் முதுகைத் தடவிக்கொடுத்து “அப்பெ ஆத்தா ஒழுங்கா இல்லைனா வாழ்க்கை முழுக்க இப்பிடித்தாண்டி சீரழியணும்’

பசியையும் மீறி செல்விக்கு அவள் மீது ஓர் பேரன்பு பொங்கியெழுவதும் அவளைப் பற்றித் தெரிந்துகொள்ள வேண்டுமென்கிற விருப்பமும் சேர்ந்து பார்த்தாள். அத்தனை பெரிய உருவம் சத்தமில்லாமல் கண்கள் கலங்கி நிற்பதைப் பார்க்கையில் செல்வியின் மனம் கனத்தது. அந்த செல்லின் அரையிருளில் ஏழு எட்டு மணிக்கெல்லாம் படுத்துவிடுகிற பொம்பளைகள் தூங்குகிற நேரம் மட்டும் உண்மையில் ஒருவருக்கும் தெரிந்திருக்காது. யாரிடமும் பேசிக்கொள்ளாது வீழ்ந்து கிடக்கும் அந்த நிமிடங்கள்தான், பிள்ளைகளிடமும் சொந்த பந்தங்களிடமும் பேசிக்கொண்டிருப்பார்கள். கதை கேட்கத் தெரிந்த சுவர்களுக்கு, அதைப் பிரதிபலிப்பதற்கான ஊடகமொன்றுமில்லாமல் போனதாலேயே, கேட்ட கதைகளின் பின்னாலிருக்கும் வலிகளை அந்தச் சுவர்களைத் தாண்டி ஒருபோதும் அவை வெளியே சொல்வதில்லை. வீட்டு நினைப்பும், வெளிநினைப்பும் அதிகம் வரக்கூடாதென்பதற்காகத்தான் சாப்பாட்டில் மாத்திரை போடுகிறார்கள். மதிய வேளைச் சாப்பாட்டில் பெரும்பாலும் போடுவதில்லை, இரவில் மாத்திரைகள் போட்டுமே இந்தப் பெண்கள் தூங்குவதில்லை. எல்லா வலிகளையும் காயங்களையும் துடைத்தெறிய வெறும் மாத்திரைகளால் எப்படி சாத்தியம்? செல்வி அந்தச் சாப்பாட்டிற்கு வேகமாகப் பழகிக்கொள்ள விரும்பினாள். வீட்டைப் பிரிந்திருக்கும் இந்த அவஸ்தை, கண்ணுக்குப் புலனாகாததொரு அவஸ்தை. பிரம்மாண்டமான சுவர்களுக்குள்ளிருக்கும் சிறு சிறு ஓட்டைகளின் வழியேனும் தப்பிச்செல்ல சாத்தியமிருக்கும் வழிகளைத் தேடியடையும் அவர்களின் நம்பிக்கைகள் தோற்றுப்போயின. கண்களுக்குள் மிச்சமிருக்கும் உயிர்ப்பை தினமொருமுறை புதிது செய்துகொள்ளப் பெரும் பிரயத்தனங்களை அவள் மேற்கொண்டாள். கச்சேரிக்கு மனுப் போட்டு வந்த செல்வியின் புருஷனும் தவுடும் நம்பிக்கையாக பேசினார்களே ஒழிய ஜாமீன் கிடைப்பதைப் பற்றிச் சொல்லியிருக்கவில்லை. முப்பது நாட்களுக்குப் பின் செல்வி வெளியேறிப்போன போது இனி தனக்கும் இந்தக் கட்டடத்திற்குமான உறவு காலாகாலத்திற்குமானதாக இருக்குமென அவளுக்குப் புரிந்தது.

இப்போது, திருச்சியை விடவும் திருச்சி ஜெயில் அதிகம் பரிச்சயமாகியிருந்தது அவளுக்கு. ஒவ்வொரு முறையும் அவர்கள் இரண்டு பேரின் வரவையும் எதிர்பார்த்துக் கிடக்கும் அந்தப் பெண் விடுதலையாகியிருந்தாள். இவளுக்கெனச் சொல்வதற்கு செய்திகளெதுவும் அவள் விட்டுச் செல்லவில்லை. குறைந்தபட்சம் அவள் முகவரியாவது கிடைக்குமென்கிற செல்வியின் எதிர்பார்ப்பும் பொய்த்துப் போனது. அப்பெண் சுந்தரவள்ளியாக வாழ விரும்பியிருக்க வேண்டும். நாற்பது வயதிற்குமேல் தனித்துக் கிடப்பதின் வலியை அளவுக்கதிகமாய் உணர்ந்திருந்தவளுக்கு நிச்சயமாய் இன்னொரு முறை தனித்திருப்பதற்கான தைரியம் வரப்போவதில்லை. பி பிளாக் இப்போது விஸ்தாரமாகியிருந்தது. பழைய ஆட்கள் அங்குமிங்குமாய் மாறியிருந்தனர். போலி டாக்டர் ஒருத்திதான் இவர்களுக்கு மிக நெருக்கமாயிருந்தாள். பார்க்க நிறைய படித்தவள் போன்ற தோற்றம். உடல் நன்றாகப் பூசி மெழுகியதைப்போல் வழுவழுவென ஜொலித்தது. 'என்னதான் திம்பாளோ?' என இருவரும் நினைத்துக் கொள்வார்கள். விருதுநகருக்குப் பக்கத்தில் ஊர். படித்ததென்னவோ பனிரெண்டாம் வகுப்புதான். மெடிக்கல் ஷாப்பில் வேலை பார்த்துக்கொண்டிருந்தவள் வீட்டில் கஷ்டம் என்று சொல்லி, குடும்பம் தஞ்சாவூருக்கு குடிவர, சம்பாதிக்கிற வழியை யோசித்தவள் டவுனுக்கு வெளியே சிந்தாமணியில் சொந்தமாக ஒரு கிளினிக் துவங்கிவிட்டாள். புதிதாக முளைத்த அந்த கிளினிக் குழந்தைகளுக்கும் பெண்களுக்கும் விருப்பமானதாயிருந்ததால் வேகமாக வளர்ந்துவிட்டாள். அதோடு நிறுத்தியிருக்க வேண்டும், அறுவை சிகிச்சை வரையிலும் போகவும்தான் விசயம் கசிந்து மாட்டிக்கொண்டாள்.

எப்படியும் நாற்பது ஐம்பது லட்சம் தேறும். சேர்த்த பணத்தை பத்திரமாக வைத்துவிட்டு இப்படி உட்கார்ந்திருப்பவளுக்கு, தஞ்சாவூரில் சேர்மனுக்கு நெருக்கமான ஒருவரின் ஆதரவு இருந்ததால் எப்படியும் வெளியேறிவிடலாமென்கிற நம்பிக்கையிருந்தது. செல்வியையும் தவுடையும் வெளியே எடுப்பதற்கும் உதவுவதாகச் சொன்னாள். இத்தனைக்கும் செல்வி அவளுக்குச் செய்ததெல்லாம் மிகச் சாதாரணமான உதவிகள்தான். அதற்கே இவ்வளவு உருகுகிறாள் பாவம். முத்துலட்சுமி டாக்டர் என்றுதான் ஜெயிலுக்குள்ளும் எல்லோரும் கூப்பிட்டார்கள்.

யாரும் போலி டாக்டராகப் பார்க்கவில்லை. முத்துலட்சுமி இரவு கண்ணயர்வதற்குக் கொஞ்சமாகவேனும் மது வேண்டியிருந்தது. சிறையில் அதற்கெல்லாம் வாய்ப்பில்லை என்பதால் இருமல் மருந்தை மட்டும்தான் அவள் நம்பியிருந்தாள். ஒரு இருநூறு மில்லி பாட்டில் குடித்தால் கட்டிங் சாத்தின போதையிருக்கும். அதற்காகவே தினம் இவள் செக்கப்பிற்குப் போவதும் இருமல் மருந்து வாங்குவதுமாயிருக்க விசயம் தெரிந்து ஜெயில் டாக்டர், அவளுக்கு இருமல் மருந்து தருவதை நிறுத்தி விட்டார். எதையாவது குடித்துப் படுக்கப் பழகிப்போனவள் இரண்டு மூன்று நாட்கள் குடிக்க முடியாமல் கிடக்க, செல்விதான் உதவினாள். அடிக்கொருமுறை வந்து போவதால் செல்விக்கு அந்தச் சிறையின் எல்லா வாயிலின் வழியாகவும் வேண்டிய பொருட்களை உள்ளே வரவழைக்கும் திறமையிருந்தது. அவளைப் பொறுத்தவரையில், எல்லாவற்றிற்கும் ஒரு விலையிருக்கிறது அவ்வளவுதான்.

இந்தக் கட்டடங்களுக்குள் எல்லாவற்றையும்விட உறங்குவதற்கான விலை மட்டும்தான் அதிகம். எல்லோருக்குமே வலிகளையும், சுமைகளையும் களைந்துவிட்டு உறங்குவதற்கு ஏராளமான விசயங்கள் தேவைப்பட்டன. அப்படித் தேவைகளைத் தெரிந்து கொண்டு அதனைக் கொண்டு வந்து சேர்ப்பதற்கான வழி இருந்துவிட்டால், இங்கும் ராஜாவாக வாழலாம். செல்வி ராணியாகத்தான் உள்ளேயும் வாழ்ந்தாள். எல்லோரையும் உறங்க வைத்துவிட்டு பின்னிரவில் விழித்துக்கிடக்கும் தனக்கு, உறங்குவதற்கு என்ன தேவையென ஒவ்வொரு முறையும் யோசித்துத் தோற்றவள், தனக்கு வேண்டியது எதுவென்கிற தெளிவான விருப்பங்கள் கூட பிடிபடாதவளாயிருந்தாள். கைநிறைய இருப்பதாய்த் தோன்றும் பணம், எப்போதும் சில தினங்களுக்குமேல் அவள் கைகளில் இருப்பதில்லை. ஒரு குழந்தை பெற்றுக்கொள்ள ஆசையாயிருந்தது அவளுக்கு. பிள்ளை குட்டிகளுக்காக அழும் மற்ற பெண்களைப் பார்க்கையில் இப்படி அழுவதற்காகவேனும் ஒரு பிள்ளையை பெற்றுக்கொள்ள வேண்டுமென நினைத்துக் கொள்வாள்.

முத்துலட்சுமி, தான் வெளியேறிப்போவதாகச் சொன்னாள். செல்விக்கு ஏதோ ஒரு நம்பிக்கை அவள் தங்களை அப்படியே விட்டுச் செல்ல மாட்டாளென்று. அவள் வெளியேறும்போது செலவுக்குப் பணம் வேண்டுமென செல்வியும் தவுடும் கைவரிசையைக் காட்டினார்கள். அந்த விசயத்தில் தவுடு

கெட்டிக்காரி, எல்லாவற்றையும் நல்ல விலைக்கு விற்பாள். பீடி, கணேஷ், பலகாரம், சில சமயங்களில் இருமல் மருந்துகள் இப்படி எல்லாவற்றையும். செல்வி அங்கு புதிதாக வந்திருக்கும் ஒரு கார்டை மூன்று நாட்களாகக் கவனித்து வந்தாள். கழுத்தில் நல்ல வலுவான சங்கிலி, காது மூக்கு எல்லாவற்றிலும் தங்கம் கனத்தது. வழக்கம்போல் வெள்ளிக்கிழமை டிவியை எடுத்து வைத்துப் படம் போட்டனர். அந்தச் சின்ன டிவியில் படம் பார்க்க மொத்த கூட்டமும் அலைமோதி தவித்தனர். பாதுகாப்பிற்கு ஐந்தாறு போலீஸ்காரிகள். செல்வி ஒரு இடத்தில் உட்கார்ந்திருக்கவில்லை. சரியாக அந்தப் புதுகார்டைச் சுற்றியே தனது நடமாட்டம் இருக்கும்படி பார்த்துக் கொண்டாள். அவள் அங்கும் இங்குமாக செல்வி நடப்பதைப் பார்த்து என்ன விசயமென்று கேட்டாள். "வயிறு சரியில்லங்க..." செல்வி அவசரமாக ஓடினாள். இந்தமுறை பேசும்போது அந்த கார்ட் நின்ற சுவருக்கு பக்கமாய் நெருங்கி சப்போர்ட்டிற்காக அதைப் பிடித்து நின்றாள். கண்கள் மங்கி எல்லாம் தெளிவற்றதாய்த் தெரிவது போல் ஒரு பாவம். செல்வி அங்கிருந்து ஓடும்போது அவள் கையில் அந்த கார்டின் தாலிச்சங்கிலி வந்திருந்தது. செல்லில் யாருமில்லை; எல்லோரும் படம் பார்த்துக் கொண்டிருந்தனர். கக்கூஸ் கோப்பையிலிருந்து சின்னதாய் ஒரு இடைவெளியில் ஒரேயொரு கல்லை மட்டும் பிரித்து சங்கிலியை வைத்துவிட்டு தடம் தெரியாமல் மூடினாள். திரும்பி வந்து ரொம்பவும் முடியலையென ஒரு போலீஸ்காரியைக் கூட்டிக்கொண்டு மாத்திரை வாங்கப்போனாள். நடக்கமுடியவில்லையெனச் சொன்னதால் அங்கேயே அந்தப் போலீஸ்காரி செல்வியைப் படுக்கப் போட்டுவிட்டு வந்தாள். தன் தாலிச்சங்கிலியைக் காணோமென படம் முடிந்த கொஞ்ச நேரத்தில் அந்த கார்ட் கத்த, அங்கிருந்த நூற்றுக்கணக்கான களவாணிகளில் எவளைப் பிடிப்பதெனத் தெரியாமல் போலீஸ்காரப் பெண்களுக்கே குழப்பம். தவுடு மட்டும் புரிந்து கொண்டாள்.

முத்துலெட்சுமி ஜாமீன் கிடைத்துப்போன ஒரே வாரத்தில் செல்வியும் தவுடும் ஜாமீன் கிடைத்துக் கிளம்பினார்கள். இரண்டு நாட்களுக்கு முன்பாகவே செல்வியைப் பார்க்க வந்திருந்த முத்துலட்சுமியிடம் ஜெயிலில் அதுவரையிலும் சம்பாதித்த பணத்தைக் கொடுத்து அனுப்பிவிட்டார்கள். ஒவ்வொருமுறையும் வெளியேறிப்போகிற நாளில் இருக்கும் ஒரு நிம்மதியான தூக்கத்தில்

செல்வியும் தவுடும் செல்லில் ஆழ்ந்து கிடந்தார்கள். செல்வி கூடுதலாய் தனது உயிர்த்தடத்தில் நாலு நாட்களுக்கு முன் எடுத்த சங்கிலியையும் சுமந்து கொண்டிருந்தாள். கொஞ்சம் பெரிய சங்கிலி என்பதால் அரிப்பும் வலியுமாய் இருந்தது. நடக்கும்போது கால்களை அகட்டி நடந்தவளுக்கு வயிற்றுப்போக்கு இன்னும் சரியாகியிருக்கவில்லையென போலீஸ்காரி ஒருத்தியே ஆறுதல் சொன்னாள். பேருந்திற்காக வருகிற வழியில் மூத்திரம் போகிற சாக்கில் செல்வி கால்களை அகட்டி ஒரு முள்காட்டில் நின்று முக்கினாள் சங்கிலி முதலில் வந்து விழ, மூத்திரம் தயக்கத்தோடு கசிந்து வந்து பின் சேமித்து வைத்த அவ்வளவும் வெளியேறியது. சங்கிலியை எடுத்த தவுடு அதில் ஒட்டியிருந்த செல்வியின் குருதியைத் துணியால் துடைத்தாள். இரண்டு மாத கால ஜெயில் வாசனையைச் சுமந்துகொண்டு, இருவரும் திருச்சியிலிருந்து தஞ்சாவூர் போகிற பேருந்தில் பயணமாகினர்.

6. சாம்பல் இரவின் தேவதைகள்...

"ஒரு மனிதன் வாழ்ந்துகொண்டிருப்பதை விடவும் இச்சமூகத்திற்கு அவன் சொல்வதற்கென செய்தி எதுவும் இல்லை."

சம்பத், தனது வாழ்வின் மூலமாய் எந்தச் செய்தியையும் உலகிற்குச் சொல்ல விரும்பவில்லை. அவனிடம் பணம் சேரத்துவங்கியதும் அவனுக்கான செய்தி உலகத்திடமிருந்து எல்லா வகையிலும் வந்து கொண்டிருந்தது. அம்மா தேடி வந்தாள். அவளிடம் தற்காலிகமாக பாசமிருந்தது. ஆர்மீனியன் சர்ச் வீதியிலிருந்த இளைஞர்களைப் பற்றி அந்தப் பகுதியிலிருக்கும் எல்லோருக்கும் தெரிந்திருந்தது. அவர்களை அச்சத்துடன் பார்த்தது போய் அவர்களைச் சுற்றி ஒரு அதிகார வட்டம் உருவாகிக் கொண்டிருப்பதைக் கவனித்தனர். அந்த வருடத்தின் மழைக்காலம் முடியும்போது பாஸ்கர் அந்தப் பகுதியில் பெயர் சொல்லும்படியான ஒரு ஆளாகிவிட்டான். அவனுக்குப் போட்டியாய் இருந்தது சுந்தர் மட்டும்தான். இருவரில் யாருக்கு ஆட்கள் அதிகம் என்பதிலிருந்து எல்லாவற்றிலும் போட்டி வந்தது. ஆனாலும், அவர்களில் யாரும் இன்னொருவனை ஒருபோதும் விட்டுக் கொடுப்பதில்லை. சுந்தருக்கு பாக்ஸிங் இல்லாமல் பந்தயப்புறா வளர்ப்பதும் பிடிக்கும். அவனை எந்தப் பந்தயத்திலும் யாராலும் ஜெயித்திருக்க முடியவில்லை. புறாக்களை எல்லாவற்றையும்விட அதிகமாக நேசித்தான். தன்னிடமிருக்கும்

ஆட்களில் பாதிப்பேரை புறாக்களைப் பராமரிக்கவே வைத்திருந்தான். இப்போது தேவாலயத்துடனான அவன் உறவு குறைந்து போனது. ஆர்மீனியன் சர்ச்சை அவனும் வெளியிலிருந்து வேடிக்கை பார்க்கவே விரும்பினான். ஆனாலும் அவ்வப்போது வேலைகள் வந்தபடியேதான் இருந்தன. தேவாலயத்திற்கு கிறிஸ்தவர்களை விடவும் மற்றவர்கள்தான் அதிகம் வந்தனர். அவர்கள் தங்களுக்குள் சந்தித்துப் பரஸ்பரம் பேசிக்கொள்ளும் இடமாக அதனை மாற்றிவிட்டிருந்தனர். தேவன் எல்லோரையும் அமைதியாய் கவனித்துக் கொண்டிருந்தார்.

வெட்டு மணி மட்டும்தான் இப்போது சம்பத்திற்கு நெருக்கமாய் இருக்கிறான். அவர்கள் இரண்டு பேருக்குமே வீடிருந்தது. ஆனால், அவர்கள் அதற்கு வெளியிலிருக்கவே விரும்பினர். சர்ச்சின் புதிய பாதிரி, நடந்துமுடிந்த எல்லாவற்றையும் மறைக்க விரும்பினார். அது அவர் வாழ்வதற்கான விருப்பமாயிருக்கலாம். கன்னியாஸ்திரிகள் எப்போதும் பதற்றத்துடனேயே இருப்பதைப் பார்க்க முடிந்தது. புதிய பாதிரி வந்த இரண்டாவது நாள் உடையார் வந்து அவரைச் சந்தித்து விட்டுச் சென்றார். பரஸ்பரம் அவர்கள் ஒரு ஒப்பந்தத்திற்கு வந்திருக்கக்கூடும்.

பாதிரி எல்லா டீல்களையும் வெளியிலிருந்து பார்ப்பவராக இருந்தாலும் அவருடைய பங்குத் தொகை மட்டும் சரியாக வந்துசேர வேண்டுமென்பதில் தெளிவாயிருந்தார். எந்தவொரு தொழிலையும் செய்யாமலேயே அதிலிருந்து வருமானம் ஈட்டுவதற்கென ஒரு தனித் திறமை வேண்டும். பாதிரி, அடிப்படையில் தத்துவமும் கணிதமும் பயின்றவர். அது எதற்குப் பயன்பட்டதோ இல்லையோ? வியாபாரம் பேசப் பயன்பட்டது. இவாஞ்சலின் சொல்லுவாள் “யாருக்கும் பாவமன்னிப்பு தர்ற தகுதி இந்த ஃபாதருக்கு இல்ல... இவர்தான் எல்லார்கிட்டயும் பாவமன்னிப்பு கேட்கணும்...” அவருக்கு எல்லாமே இருந்தது, ஆனாலும் கன்னிமையின் மீது அவருக்கிருந்த அதீத விருப்பம், மற்ற எல்லாவற்றையும் மழுங்கடிக்கச் செய்தது. அவருக்கு, தூய கன்னிமையுடைய சிறுமிகளும் பெண்களும் தேவையாயிருந்தனர். சில சமயங்களில் அவருடன் நட்பிலிருந்த தொழிலதிபர்கள் சிறுமிகளை அனுப்பி வைத்தனர். இப்படியானதொரு பாதிரி இருப்பது அந்த தேவாலயத்திலிருந்த சிலருக்கும், ஜீசஸுக்கும் மற்றும் சம்பத்துக்கும் மட்டுமே தெரிந்திருந்தது.

பாதிரி சொல்லுவார், "இள உடல்ல இருக்க சூடு மட்டுந்தான் நிஜம்... அத முழுமையா எவன் ஒருத்தன் அனுபவிக்கிறானோ அவன் மட்டும்தான் சொர்க்கத்தப் பாக்கறான்..." அவருடல் இளம் உடல்களைத் தின்று ஒரு சர்ப்பத்தின் மென்மை கொண்டிருந்தது. சம்பத்துக்கு, அவரைப் பார்க்க ஆச்சரியமாக இருக்கும், இவ்வளவு பணத்தையும் என்ன செய்யப்போகிறார்? ஒரு மனிதன் தன் ரகசியங்களை அளவுக்கு அதிகமாகப் பாதுகாக்க நினைக்கும்போது, அவன் தனக்கான முடிவைத் தேடிக் கொள்கிறான். பாதிரி தனது ரகசியங்களால் தனது முடிவைத் தேடிக்கொண்டிருந்தார். எவ்வளவோ நல்ல விசயங்களையும் கெட்ட விசயங்களையும் பார்த்துச் சலிக்காத ஆர்மீனியன் சர்ச் வீதி எப்போதும் போலவே இருந்தது.

இவாஞ்சலினைப் பார்க்க எவ்வளவு முயன்றும் சம்பத்தால் முடியாமல் போனது. அவள் அங்குதான் இருக்கிறாளா என்று கூட அவனுக்குத் தெரியவில்லை. குறைந்தபட்சம், தன்னிடம் மட்டுமாவது அவள் சொல்லிவிட்டுச் சென்றிருக்கலாம். விடுதியைச் சுற்றிப் புதிதாக முள்வேலி அடிக்கப்பட்டிருந்தது. அவன் இரவுகளில் அவ்விடுதியைச் சுற்றிச் சுற்றி வந்து கொண்டிருந்தான். மணிக்கு அவன் இப்படித் திரிவதற்குக் காரணம் புரியாமலில்லை. ஆனால், "நடக்கவே நடக்காதெனத் தெரிந்த ஒன்றிற்காக இவன் ஏன் இப்படித் திரிகிறான்?" என்று யோசித்தான். இவனைக் கவனித்துக் கொண்டிருந்த கன்னியாஸ்திரிகளில் சிலருக்கு இவனிடம் விசயத்தைச் சொல்ல வேண்டுமென இருக்கும். ஆனாலும் தங்களின் பாதுகாப்பு கருதி, அதனைத் தவிர்த்துக் கொண்டிருந்தனர்.

அன்று இரவு உணவுக்குப் பிறகு கொஞ்சம் நடப்பதற்காக வெளியில் வந்த சோஃபியா வைலட் இவன் முள்வேலிக்கு அந்தப் பக்கமாக டோப்பு இழுத்துக் கொண்டிருப்பதைப் பார்த்தாள். சுற்றிலும் வேறு யாரும் தன்னைக் கவனிக்கவில்லை என்பதை உறுதி செய்து கொண்டபின் சம்பத்தைக் கூப்பிட்டாள். இவள் எதற்காகத் தன்னைக் கூப்பிடப்போகிறாளென அவன், அவள் கூப்பிடுவதில் அக்கறை காட்டவில்லை. அவள் அவசரமாக வேலியை நெருங்கிச் சென்றாள். "இவாஞ்சலின் உங்கிட்ட ஒரே ஒரு விசயம் மட்டும் சொல்லச் சொன்னா?" சம்பத் திரும்பி அவளைப் பார்த்தான். இப்போதுதான் பருவத்தின் முதல் சில

மயிர்கள் அவனுக்கு மீசையாய் அரும்பத் துவங்கியிருந்தது. அவன் கண்களிலிருக்கும் ஆர்வம் பார்த்து முகம் திருப்பியவள், "அவளப் பத்தி நினைக்காத... அவ மறுபடியும் வீட்டுக்கே போயிட்டா... இங்க பாதிரியார் வந்த ரெண்டாவது நாளே அவள அனுப்பி வெச்சிட்டாரு... உங்கிட்ட முன்னயே சொல்ல நினச்சேன், முடியல..." அவள் சொல்லிவிட்டு, வேகமாக அங்கிருந்து நகர்ந்து போனாள். யார் இந்த இவாஞ்சலின்? எதற்கு அவளுக்காக வருத்தப்பட வேண்டும்? சம்பத்தால் புரிந்துகொள்ள முடியவில்லை. ஆனாலும், சின்னதொரு வெறுமை அவன் மனதிலிருந்தது. அந்த இரவு முழுக்க பச்சைத் தங்கத்தைத் தொடர்ந்து இழுத்தவன் மீண்டும் நினைவு கொண்டெழ, இரண்டு பகல்களும், இரண்டு இரவுகளும் ஆயின. கண்விழித்துப் பார்க்கையில் உலகம் சூனியமாகத் தெரிந்தது

ஆச்சரியமாய் சுந்தரும் பாஸ்கரும் அவனைப் பார்க்க வந்திருந்தனர். இரண்டு பேருக்குமே எதாவது காரியம் ஆக வேண்டியிருக்கலாம். இல்லாவிட்டால், இறங்கி வந்து அவர்கள் தன்னைப் பார்க்கப் போவதில்லையென சம்பத்துக்குத் தெரிந்தே இருந்தது. சுந்தர் ரொம்பவும் அக்கறையாக சம்பத்தைப் பார்த்துக் கொண்டான். இப்போதைக்கு, மணியைத் தவிர யாரையும் நம்பப் போவதில்லையென்பதில் மட்டும் சம்பத் உறுதியாயிருந்தான். ஆஸ்பத்திரியிலிருந்து வந்ததுமே, சுந்தர் அவனைத் தன் வீட்டிற்குக் கூட்டிப்போக முனைந்தான். பாஸ்கரும் விடுவதாயில்லை. சம்பத் "எதுவும் வேண்டாம், நான் என் வூட்டுக்கே போறேன்..." என்றதும் இருவருக்குமே ஏமாற்றம். மணி மட்டும் அவனுடன் வீட்டிற்குச் சென்றான். அம்மா முன்பு மாதிரி இல்லை, நிறைய மாறியிருந்தாள். அவனாலேயே அதை நம்ப முடிந்திருக்கவில்லை. நீண்ட நாட்களுக்குப்பிறகு, வீட்டில் இப்படி அமைதியாய்ப் படுத்திருப்பது அவனுக்கு சந்தோசமாகவும் நிம்மதியாகவும் இருந்தது. மணி ஆதரவாக அவனைப் பார்த்துக் கொண்டான். உடலில் இன்னும் கஞ்சாவின் தீவிரம் இருந்தது. உடலே பச்சையாகிப்போனது போல் உணர்ந்தான். நரம்புகள் துடிப்பற்றுக் கிடந்தன. தன்னைத்தானே சபித்துக்கொண்டான். இவாஞ்சலினுக்காக அவன் அன்று போதை ஏற்றியிருக்கவில்லை, உடலற்ற வெறுமை. அவனால் பாஸ்கரைப்போல் இருக்க முடியாது. அவன் இப்போதும் கூட, ஏதாவது பிச்சைக்காரிகளைத்தான் தேடுகிறவனாய் இருந்தான்.

அவன் நெருங்கி வருகிறபோது அவனிடம் பிச்சைக்காரர்களின் தன்மையை மட்டுமே சம்பத்தால் உணர முடிந்தது. சம்பத்திற்கு இரண்டே தேர்வுகள்தான் இப்போதிருந்தன. ஒன்று சுந்தருடன் சேர்ந்து உடையாருக்கு வேலை பார்ப்பது, அல்லது பாஸ்கருடன் சேர்வது. சுந்தரிடம் நிறைய பணமிருந்தது, ஆனாலும் கழுகு ஒன்று பிணத்தைப் பாதுகாப்பதைப் போல்தான் அவனுடனிருப்பது. எந்த நேரத்திலும் அந்தக் கழுகு கொத்தித் தின்றுவிடும். பாஸ்கரிடம் அவ்வளவு பணமில்லாவிட்டாலும் பாதுகாப்பு உண்டு. எனினும் இருவரையும் முடிந்தவரை தவிர்ப்பதே அவனது விருப்பமாயிருந்தது.

சுந்தர் கேட்டதுமே சொல்லிவிட்டான். “இல்ல சுந்தரு. அம்மா கொஞ்சம் பயப்படுது... பேசாம சோத்துக்கட எதுனா வெச்சிப் பொழச்சிக்கலாம்னு நெனக்கிறேன்...” அமைதியாகச் சொல்லிவிட்டான். பாஸ்கர் வந்து கேட்டபோது, “இப்போ மணியக் கூட்டிட்டுப்போ பாஸ்கரு... நான் கொஞ்ச நாள்ல சேந்துக்கறேன்...” பாஸ்கர் சந்தோசமாக சிரித்தான். சுந்தரிடம் சேரவில்லை என்பது தெரிந்ததுமே எப்படியும் நம்மிடம் வந்துவிடுவான் என்கிற நம்பிக்கை வந்துவிட்டது. கொஞ்சநாள்தானே... இப்போதைக்கு, மணி உடனிருப்பதும் நல்லதுதான். மணி சில விசயங்களில் கைதேர்ந்தவன். கொஞ்சம் மதுவும் நல்ல சோறும் தந்தால் போதும், சொன்ன வேலைகளைச் செய்வான். எந்த விசயத்திலும் அருவருப்பு பார்க்கிறவனில்லை. சில மாதங்களுக்கு முன்பு உடையாருக்காக அவன் ஒரு வேலை செய்தான். அவசரமாக உடையாரின் சொந்தக்காரன் ஒருவனுக்கு சிறுநீரகம் தேவைப்பட்டது. அவனுக்கு ஓ நெகடிவ் ரத்தம். மிக அபூர்வமாகவே கிடைக்கும்... உடையாருக்கு எப்படியும் அவனைக் காப்பாற்ற வேண்டும். தெரிந்தவன், தெரியாதவன் எல்லோரிடமும் சொல்லி விசாரித்ததில் நெல்லூர் அரசு மருத்துவமனையில் ஒரு பொம்பளைக்கு ஓ நெகடிவ் ரத்தமென்றும், விபத்தொன்றில் அடிபட்டு சில தினங்களுக்கு முன் அவளுக்கு ரத்தம் கேட்டு ரத்த வங்கிகளுக்கு தகவல் வந்ததைக் கொண்டு கண்டுபிடித்தனர். சென்னையென்றால் இது ஒரு விசயமில்லை, நெல்லூர் உடையாருக்கு கொஞ்சம் ஆகாது. எப்படிப் பிடிப்பதெனத் தெரியவில்லை. சுந்தரின் மூலமாய் மணியைப் பிடித்தார். அவனைப் பார்த்ததுமே ‘இவன் வேலைக்காக மாட்டான்’ என்றுதான் நினைத்தார். எடுத்த எடுப்பில், “எவ்ளோ தருவண்ணா?” என்ற மணி, விரல்களில்

கணக்குப்போட்டு எவ்வளவு வாங்கலாமென ஒரு யோசனையில் இருந்தான். உடையார் எதுவும் பேசாமல் ஒரு பத்தாயிரத்தை எடுத்துக் கையில்குடுத்தார். “இது அட்வான்ஸ்தாண்டா… கிட்னியோட வா… மிச்சத்த வாங்கிக்க…” அவன் பணத்தைக் கையில் வாங்கிக்கொண்டு, தனக்கு ஒரு வண்டி வேண்டுமென்று வாங்கிக் கொண்டான்.

அவன் மேல் சுந்தரைத் தவிர்த்து அங்கிருந்த ஒருவருக்கும் நம்பிக்கையில்லை, எல்லோருமே அது வெட்டிவேலை என்றுதான் நினைத்திருந்தனர். அடுத்த ஆறு மணி நேரத்தில் அவன் சிறுநீரகத்தோடு திரும்ப எல்லோருக்குமே அதிர்ச்சி… அவ்வளவு எளிதான விசயமில்லை. உடையார் அவ்வளவு பதட்டத்திலும் ‘எப்டிடா வேலைய முடிச்ச?’ ஆர்வமாய் கேட்டார். “இது ஒரு மேட்டராண்ணே… இங்க இருந்து கெளம்ப சொல்லவே பார்ட்டி யாரு? ப்ராப்ளம் எதுனா இருக்குதான்னு? விசாரிச்சேன்… பெருசா ஒண்ணும் இல்ல. லோக்கல் பார்ட்டி ஒருத்தனுக்கு ரெண்டாயிரம் தர்றேன்னு சொன்னேன், அவன் ஒத்துக்கிட்டு எந்த டைம் ஆஸ்பிட்டல் ஃப்ரியா இருக்கும்னு சொன்னான். நாம போறதுக்கும் சரியா இருந்துச்சு… கிட்னிய மட்டும் அறுத்து எடுக்க நம்ம என்ன டாக்டரா? அதான் முதல்ல ஒரு டாக்டரப் பிடிச்சேன்… காசு தர்றேன்னு சொன்னேன்… முடியாதுன்னு அமக்களம் பண்ணினான். அப்பறம் கத்திய உருவி சூத்துல ஒரு போடு போடவும் சைலண்டா ஒத்துக்கிட்டான். அவன் ஒருத்தன் தான் டுட்டீ டாக்டர்… அவன வெச்சே பார்ட்டியத் தூக்கி வண்டில போட்டு வந்தோம்… பார்டர் க்ராஸ் பண்றதுக்கு முன்னாலயே அந்தப் பொம்பளயக் கொன்னு போட்டுட்டேன்… வேற எதும் பிரச்சன வரக்கூடாதுன்னுதான் டாக்டர மட்டும் கூட்டிட்டே வந்துட்டேன்… இப்போதான் பக்கத்துலவந்து, அவன் கையாலயே அறுத்து எடுத்து ஐஸ் பெட்டில போட்டான்…” மணி யாரோ செய்ததைப்போல் சொல்லி நின்றான். இவன் எவ்வளவு வில்லங்கமான ஆளென நினைத்துக்கொண்ட உடையார், அந்த டாக்டரை வரச்சொன்னான். ரத்தம் அப்பிய கையும் மூஞ்சியில் மரண பயமுமாய் அவனைப் பார்க்கப் பாவமாயிருந்தது. உடையார் அவனுக்குக் கொஞ்சம் பணம் கொடுத்து அனுப்பி வைத்தார். மணி, மிச்சப் பணத்தை வாங்கிக்கொண்டு கிளம்பிவிட்டான். அப்போதிலிருந்தே உடையாருக்கு மணியை எப்படியும் தன்பக்கம்

இழுத்துக்கொள்ளவேண்டுமென இருந்தது. அவனிடம் ஒரு சாதுர்யமிருப்பதைப் புரிந்துகொண்டார். மணி கோடி ரூபாய் குடுத்தாலும் சம்பத் சொல்வதை மட்டும்தான் கேட்பான். சுந்தர் அவர்களிரண்டு பேரும் சூத்தடித்துக் கொள்கிறார்களெனத் தன் சகாக்களிடம் சொல்வதுண்டு.

மணி, பாஸ்கரிடம் சேர்ந்த சில நாட்களிலேயே, சம்பத்தும், பாஸ்கருடன் சேர்ந்துவிட்டான். வீட்டில் அம்மா முன்னைவிடவும் சந்தோசமாயிருந்தாள். மணி இப்போது முழுக்கவும் சம்பத்தின் வீட்டில்தான் இருந்தான். சம்பத்தின் அம்மாவுக்கு உடனிருந்து எல்லா வேலைகளையும் செய்வது மணிதான். மூன்று நாட்களுக்கு ஒருமுறை குளிக்கும் சம்பத்தின் அம்மாவிடம் ஏதோவொருவிதமான ஈர்ப்பு இருந்திருக்க வேண்டும். மணி அவள் பின்னாலேயே திரிந்தான். வேலை நேரங்களைக் குறைத்துக்கொள்ள வேண்டி, வெளியூருக்கு சரக்கு எடுத்துச்செல்வதை மறுத்து வந்தான். சம்பத் மட்டும்தான் அரக்கோணத்திற்கும் காஞ்சிபுரத்திற்கும், திண்டிவனத்திற்கும் சரக்கு எடுத்துக்கொண்டு செல்கிறான். மணியின் நடவடிக்கையில் சம்பத்திற்குச் சின்னதாய் சந்தேகமிருந்தது. ஒருநாள் கும்மிடிப்பூண்டி போவதாகச் சொல்லிவிட்டு சம்பத் போய்விட்டான். எப்படியும் வர காலையாகிவிடுமெனச் சொல்லிவிட்டுச் சென்றவன், பாதி ராத்திரியிலேயே வீட்டிற்குத் திரும்பினான். வீடிருந்த தெரு முழுக்க இருளில் கிடந்தது. உறங்கிக்கொண்டிருந்த நாய்கள் எழுந்து ஆளைப் பார்த்துவிட்டு அமைதியாய் படுத்துக்கொண்டன. நடந்து வந்தவன் இருளில் தடம் தெரியாமல் சாக்கடையில் கால் வைத்தான். சின்ன சாக்கடைதான். இந்த மாதிரி இந்தத் தெருவில் மட்டும் ஆறேழு சாக்கடைகளிருந்தன. எத்தனை முறைதான் கவனமாகக் கடப்பது. வீட்டில் ஸீரோ வாட்ஸ் எரிந்துகொண்டிருந்தது. பழைய வீடு. காரை உதிர்ந்து அடிவாங்கிய வீடு. கதவைத் தட்டப் போனான். பிறகு யோசித்தவனாய் மெதுவாக மேலேறி ஒன்றிரண்டாக ஓடுகளைப் பிரித்தான். வாகாக உட்காருகிற வரை பிரித்தவன் குனிந்து வீட்டைக் கவனித்தான். காலியாயிருந்த கட்டிலைப் பார்த்துவிட்டு, இன்னொருமுறை வீடு முழுக்கக் கண்களால் துழாவினான். வாசல் கதவை ஒட்டி மணி படுத்திருக்க, அவன் மேலேறி சம்பத்தின் அம்மா இயங்கிக் கொண்டிருந்தாள். பார்த்த வேகத்தில் பிரித்து வைத்த ஓட்டை எடுத்து எரிந்தான். மிகச் சரியாக அவனது அம்மாவின் பின்மண்டையைப் பிளந்தது.

அய்யய்யோ திருடன் திருடன்... என அவள் கத்திக்கொண்டு எழ... மணி சுதாரித்து வந்திருப்பது யாரெனப் புரிந்துகொண்டு படாரென கதவைத் திறந்துகொண்டு ஓடினான். அவன் லுங்கி மட்டும் கையிலிருக்க, நிர்வாணமாக அந்தப் பின்னிரவில் தெருவில் ஓடினான். நாய்கள் மூர்க்கமாகக் குரைத்தன... "திருடனா... இந்தா வர்றண்டி தேவ்டியா முண்ட..." கத்தியபடியே ஆவேசமாக இறங்கினான். அவள் அவசரமாகத் துணியை எடுத்து உடலில் சுற்றினாள். "வாடா தேவ்டியா பையா... ஆத்தா எவங்கூட படுக்கறான்னு ஒட்டப் பிரிச்சுப் பாக்கறியே தூம, நீயெல்லாம் ஆம்பளயாடா...?" அவளும் பதிலுக்கு ஆவேசமாய் தயாரானாள்.

சுற்றியிருந்த வீட்டுக்காரர்களெல்லாம் எழுந்து இவர்களின் சண்டையை நிறுத்த எவ்வளவோ போராடினர். கொஞ்சம் துணியை மட்டும் சுற்றிக்கொண்டு சம்பத்தின் அம்மா சண்டை போடும்போது சற்றேறக்குறைய நிர்வாணமாகவே இருந்தது அவளின் இயக்கம். சண்டையை வளர்க்கவே அங்கிருந்த ஆண்கள் ரகசியமாய் விரும்பினர். அடிவாங்கிய ஆத்திரமும், பாதியில் போனதே என்கிற வெறியுமாய் சம்பத்தின் அம்மா ஆத்திரத்தின் உச்சத்திலிருந்தாள். வீட்டிற்கு வெளியே பழைய செங்கல்களைக் குவித்திருந்தனர். ஓடிப்போய் செங்கல்லைக் கையில் எடுத்தவள், டம்மென்று அவன் தலையில் அடித்தாள். தலையில் ரத்தம் கொட்ட வெறியோடு என்ன செய்வதென யோசித்தவன் படாரென அவள் துணியை உருவிக் கொண்டு அங்கிருந்து ஓடத் துவங்கினான். முழு நிர்வாணமாக நிற்பதை உணர்ந்ததும் 'டே தேவ்டியா பையா... ஆத்தாவ நடுரோட்ல அம்மணமா நிப்பாட்டிட்டு போறியேடா... பொட்ட... தூம... வாடா... வந்து பாரு... உங்காத்தா சாமான.... லவ்டே கபால்.... அவள் கத்த, சுற்றி நின்றதில் பாதிப்பேர் ஓடிவிட்டனர். ஒரு சிலர் மட்டும், சண்டையை விலக்கி விடுகிற சாக்கில் இன்னும் அங்கேயே நின்றிருந்தனர். அவளுக்கு வெட்கமெல்லாம் போய்விட்டது. இவ்வள்வு ஆனதற்குப் பிறகு இனி என்னயிருக்கிறது என்றாகிவிட்டாள். சம்பத், சில நிமிடங்களிலேயே அந்த இருளில் தொலைந்து போய்விட்டான், அவன் அம்மாவின் குரல் எட்டாத தொலைவில்...

7. கடக்கமுடியாத வெளிகள்...

"ஆகாயம் எல்லையற்று விரிந்து கிடக்கிறது. தான் ஒளிந்துகொள்ளும் சிறுகூட்டினைக் குறித்தே அதிகம் கவலை கொள்ளும் குருவியொன்று, வெயிலும் மழையுமற்ற ஒரு தினத்தில் கூட்டிலிருந்து வெளியேறியது. முதலில் அந்த ஊரையும் பிறகு கண்ணுக்கெட்டிய வான்வெளியையும் தாண்டிப் பறந்தது. இன்னும் இன்னுமென பறக்கும் அதன் இறக்கைகள் பேரண்டங்களைத் தாண்டி நீண்டன."

சம்பத் தன் அகன்ற கைகளாலும் கால்களாலும் மெல்ல மெல்ல அந்நகரைக் கடந்து போகத் துவங்கினான். பாஸ்கரிடமிருந்து மணி தனியே பிரிந்துபோய் சுந்தருடன் சேர்ந்துவிட்டான். வேலைகளை சம்பத்தைப் போல் யாரும் திறம்பட செய்ய முடியாது. எல்லோராலும் பொட்டலத்தைச் சொன்ன இடத்தில் சேர்க்க முடியும், ஆனால், எல்லா நேரங்களும் பாதுகாப்பாகக் கொண்டு சேர்த்து விட முடியாது. சம்பத்திற்கு மட்டும்தான் அந்தத் திறமை வாய்த்திருந்தது. சரக்கை எடுத்துச் செல்லும் ஒருவனின் பாதை எப்படிப் பார்த்தாலும் ஆப்னண்ட் பார்ட்டி யாரோ ஒருவனுக்குத் தெரிந்துவிடும். அவனாகப் பார்த்துவிட்டால்தான் ஆச்சு, இல்லாவிட்டால் சரக்கை எடுத்துப்போனவனும் மாட்டுவான், கொடுத்துவிட்டவனும் மாட்டுவான். இது எதுவும் நடக்காதிருக்க வேண்டுமானால் சரக்கு எடுத்துச் செல்பவனின் மூளை

கூர்மையாக இருக்க வேண்டும். பூனைகளின் ரகசியத் தடமாய் காலடிகள் படாது கடந்து செல்லும் ரகசியத் தடமொன்றை சம்பத் அறிந்திருந்தான்.

சம்பத், சரக்கு எடுத்துச் செல்லும் பாதை அவன் மட்டுமே அறிந்தது. அவனுக்கென ஒரு சூத்திரம் இருக்கிறது. அவன் எப்போதும் ஒரே வழியில், ஒரே வாகனத்தில் பயணிப்பதில்லை. எல்லாச் சாலைகளையும் எல்லா வாகனங்களையும் பயன்படுத்துவான். அது, எங்கு எப்போது என்பது அந்தந்தச் சமயங்களில் அவன் மனநிலையைப் பொறுத்தது. அவனை நம்பி எத்தனை கிலோ சரக்கையும் கொடுத்தனுப்பலாம். அவனின் பயணத் தடங்களை ஓரளவு மணியும் தெரிந்து வைத்திருந்தான், ஆனால், சம்பத்தின் அளவுக்கு மணி வேகமானவனோ புத்திசாலியோ அல்ல. சம்பத் ஒருவன்தான் பாஸ்கரிடம் மொத்தமாக சரக்கு எடுத்துச் செல்பவனாக இருந்தான். சுந்தருக்கு அந்த வேலையைச் செய்ய நான்கு பேர் தேவைப்பட்டனர். சம்பத்தைப் போன்ற ஒரு வேலைக்காரனைத் தேடித் தோற்றவன் ஒரு கட்டத்தில் சம்பத்தை அழிக்க முடிவெடுத்தான். அதற்கான எளிய கருவியாக மணியைப் பயன்படுத்தினான்.

மணியை, தனக்கு எதிராக சுந்தர் பயன்படுத்தப் போவதை சம்பத்தும் ஓரளவு தெரிந்து வைத்திருந்தான். தனது பெரும்பாலான தடங்களை அவன் அறிந்திருப்பான், ஆக புதிதாக ஒன்றை உருவாக்க வேண்டுமென சம்பத் நினைத்தான். பாஸ்கர், என்னவானாலும் சம்பத் சமாளித்துவிடுவான் என்பதில் மட்டும் உறுதியாயிருந்தான். பத்து கிலோ என்பதெல்லாம் சம்பத்திற்கு சாதாரண விசயம். ஆனால், அன்று சோதனை முயற்சி என்பதால் இருபது அரைக்கிலோ பாக்கெட்டுகளாகப் பிரித்து ஒரு கட்டைப்பையில் வைத்து மேலே கொஞ்சம் பழைய இரும்புச் சாமான்களைப் போட்டு எடுத்துக் கொண்டு கிளம்பினான். இதற்கு முன்பு ஒருபோதும் அவன் ரயில்களை சரக்கெடுத்துச் செல்ல பயன்படுத்தியதில்லை. அன்று ரயிலை மட்டுமே பயன்படுத்த நினைத்தான். கையில் ஒரு பையுடன் அவன் செல்லும்போது, பாஸ்கர் அனுப்பியதாகச் சொல்லி, ஒருவன் டூவீலரில் வந்து மறைத்தான். “அண்ணே இது சேஃப்டி இல்ல... பேசாம வண்டிலயே போயிடலாம்னு அண்ணன் சொல்றாரு...” அவன் முகத்தில் பதட்டமிருந்தது. சம்பத் சிரித்தான். “சரக்க கொடுத்துட்டு நான் போன் பண்றேன்னு

சொல்லு...” காஞ்சிபுரம் போய் சேர வேண்டும். தன்னை எக்மோரில் இறக்கிவிடச் சொன்னான். வண்டியில் வந்தவன் அவனை அழைத்துக் கொண்டு எக்மோரில் இறக்கிவிட்டான்.

அவன் போன சில நிமிடங்களுக்குப் பிறகு சம்பத் ஒரு ஆட்டோவைப் பிடித்து சென்ட்ரல் வந்தான். உண்மையில் அவன் காஞ்சிபுரம்தான் போகிறானென்பது சம்பத்துக்கும் பாஸ்கருக்கும் மட்டுமே தெரிந்திருந்தது. சென்ட்ரலிலிருந்து காஞ்சிபுரம் செல்லும் ரயிலில் ஏறி நல்ல கூட்டம் வருமென கணிக்க முடிந்த ஒரு பெட்டியில் கடைசி இருக்கையில் உட்கார்ந்தான். தன் செல்போனை சுவிட்ச் ஆஃப் செய்தவன், பையை சீட்டிற்கு அடியில் வைத்துவிட்டு, அந்த சீட்டின் இன்னொரு முனையில் போய் உட்கார்ந்தான். சரக்கு எடுத்துச் செல்ல எப்போதும் சொந்த வண்டி உகந்ததல்ல. ஒன்று, அடுத்தவன் வண்டியாக இருக்க வேண்டும், அல்லது அரசாங்கத்தின் வண்டியாக இருக்க வேண்டும். பல சமயங்களில் அரசாங்க வண்டிதான் வசதி. சொந்த வண்டியென்றால் எதுவும் மிஞ்சாது. ஜன்னலோரமாக உட்கார்ந்து வேடிக்கை பார்த்தபடியே இருந்தாலும், அவன் கவனம் முழுக்க சரக்கில்தான் இருந்தது. பெரிய கூட்டமெதுவுமில்லை. ஆனாலும் பெட்டியில் ஒரு சிலர் நின்றபடி வந்தனர். தன்னை யாரும் கவனிக்கிறார்களா என அவ்வப்போது பார்த்துக்கொண்டான். இப்படி ஒருவன் இருப்பதையே ஒருவரும் பொருட்படுத்தவில்லை. கூட்டம் குறைவதும், கூடுவதுமாய் ஒருவழியாய் காஞ்சிபுரம் வந்து சேர்ந்ததும் வண்டியிலிருந்து இறங்காமலேயே மொபைலை ஆன் செய்தவன் பொருள் வாங்க வந்த பார்ட்டிக்கு போன் செய்தான்.

“உரம் வந்திருக்கு சார்... எங்க இருக்கீங்க?” எதிர்முனையிலிருந்தவன் சமிக்ஞை புரிந்து, “நீங்க எங்க இருக்கிங்கன்னு சொல்லுங்க...” அவசரமாய் கேட்டான். சம்பத் சிரித்தபடியே வண்டியிலிருந்து இறங்கி, “நாங்க ஒரு ரெண்டு பேர் வந்திருக்கோம், ஒருத்தன் ஸ்டேசன்லதான் இருக்கான், நான் ஸ்டேசனுக்கு வெளிய ஒரு அரைக் கிலோமீட்டர் தாண்டி ஒரு டீக்கடைல இருக்கேன்... நீங்க ஒண்ணு பண்ணுங்க... பணத்த ஸ்டேசன் கடைசில இருக்கற எலக்ட்ரிக் பாக்ஸ்ல வச்சிட்டு, அப்பிடியே வெளிய வாங்க... நீங்க வந்ததும் என் ஆளு எனக்கு போன் பண்ணிச் சொல்லிடுவான். அதுக்கப்பறம் நானே போன் பண்றேன்”. சம்பத் இணைப்பைத் துண்டித்துவிட்டு, பையை வெளியேறும் பாதையிலிருக்கும் ஒரு

ஆட்டோவில் வைத்துவிட்டு ஐந்து நிமிசத்தில் வருவதாகச் சொல்லிவிட்டு அந்தக் கடைசி எலக்ட்ரிக் பாக்ஸ் நோக்கி நடந்தான். கட்டைப்பையில் பொருளோடு பொருளாகக் கொண்டு வந்திருந்த காக்கிச் சட்டையை எடுத்து அணிந்து கொண்டவன் ஒரு ரயில்வே ஊழியனைப்போல் நடந்தான். அந்த இடத்திற்கு அருகில் வேறு யாரும் இருப்பதாகத் தெரியவில்லை. நெருங்கிச் சென்றபோது, இடது ஓரத்தில் இன்னொரு புறத்தில் யாரோ இரண்டு பேர் இந்தப் பெட்டியைக் கவனிப்பது தெரிந்தது. அவன் அப்படியே இறங்கி தண்டவாளத்தில் கொஞ்சம் நடந்துவிட்டு ஸ்டேசனுக்கு வெளியில் வந்து சேர்ந்தான்.

ஆட்டோவிலிருந்த சரக்கை எடுத்துக்கொண்டவன், "வண்டிய பஸ் ஸ்டாண்டுக்கு விடுங்க..." சொல்லிவிட்டு மொபைலை எடுத்தான். அதற்குள்ளாக பார்ட்டியிடமிருந்து இரண்டு மிஸ்டுகால்கள் வந்திருந்தன. எந்த அனாவசியமான சத்தமும் இருக்கக்கூடாதென மொபைலை சைலண்ட்டில் போட்டிருந்ததால் அப்போதுதான் அவன் கால் வந்திருந்ததைக் கவனித்திருந்தான். அவன் அழைக்குமுன் பார்ட்டியே இன்னொருமுறை இவனுக்கு கால் பண்ணினான், "த்தா... பணத்த வெச்சிட்டு போகச்சொன்னா, அங்கயே என்ன பூலுக்குடா நிக்கிறிங்க பாடுகளா? உனக்குக் கொடுக்கறதா இல்ல... தெரிஞ்சத பாரு..." ஆட்டோ பஸ் ஸ்டாண்ட் வந்து நின்றதும் அவசரமாக இறங்கியவன் காஞ்சிபுரத்திலிருந்து செங்கல்பட்டு செல்லும் வண்டியில் ஏறினான். பாஸ்கருக்கு போன் பண்ணினான், எல்லாம் முடிந்துவிட்ட எதிர்பார்ப்பில் பாஸ்கர் "எல்லாம் முடிஞ்சதா சம்பத்து" என்று ஆர்வமாகக் கேட்டான். இது அப்படியொன்றும் பெரியதொகை வரப்போகிற சரக்கில்லைதான், ஆனால், கௌரவப் பிரச்சனை. "பாஸ்கரு... வந்திருந்தது பார்ட்டி மாதிரி இல்ல... சுந்தர் ஆளு மாதிரி தெரியுது... நான் சரக்க எடுத்துட்டு வேற இடம் போறேன்... எங்க என்னன்னு அப்பறம் சொல்றேன். எப்படியும் சரக்குக்கான காசோட வருவேன்." என்று சொல்லிவிட்டு இணைப்பைத் துண்டித்து விட்டான். மீண்டும் அவன் மொபைல் சுவிட்ச் ஆஃப் ஆனது.

ஒரு நல்ல தொழில்காரனுக்கு எல்லா சமயங்களிலும் ஆல்டர்நேடிவ் பார்ட்டிகளைத் தெரிந்திருக்க வேண்டும். எத்தனை பார்ட்டிகளை இப்படி ஒருவன் தெரிந்து வைத்திருக்கிறானென்பதைப்

பொறுத்துதான் அவன் திறமை. எல்லாவற்றையும் மிகச் சரியாகச் செய்கிறவனுக்கு மட்டுமே எந்த நிமிடத்திலும் தன்னையும் காப்பாற்றி, பொருளையும் கைமாற்றும் திறமை வாய்க்கும். சம்பத், இன்று எப்படியும் பொருளை மாற்றவேண்டும் அல்லது இன்றோடு அவன் சரக்கு எடுத்துச்செல்வதை நிறுத்த வேண்டும். அவனுக்கே இந்த சுவாரஸ்யம் பிடித்திருந்தது. செங்கல்பட்டு போகிற நேரம்வரை எல்லாம் சரியாக இருந்துவிட்டால் போதும். பக்கத்து சீட்டில் இருந்தவரிடம் போனை வாங்கினான், "ஒரே ஒரு கால் சார்... அவசரம்..." கேட்டு வாங்கியவன் பையிலிருந்த குட்டி டைரியில் எண்களைத் தேடி ஒரு எண்ணுக்கு அழைத்தான். "சார் சம்பத் பேசறேன்... சும்மா அந்தப் பக்கமா வந்துட்டு இருக்கேன், பாக்க முடியுமா?" எதிர்முனையிலிருந்தவன், "அட.. வா சம்பத்து, நானே உனக்கு போன் பண்ணலாம்னு நெனச்சேன்... செரி எப்பவும் பாக்கற இடமா? இல்ல... எங்க வரட்டும்?" என்றான். சம்பத்திற்கு இப்போதுதான் நிம்மதியாய் இருந்தது. "அத நான் என் நெம்பர்ல இருந்து மெசேஜ் போடறேன்..." சொல்லிவிட்டு இணைப்பைத் துண்டித்தான். தன் மொபைலில் இருந்து அவனுக்கு வர வேண்டிய இடத்தையும், கொண்டு வர வேண்டிய தொகையையும் குறுந்தகவல் அனுப்பிவிட்டு, மீண்டும் சுவிட்ச் ஆஃப் செய்தான்.

அவசரத்துக்குத்தானே என பொருளுக்கான விலையை வாங்கியவன் குறைக்கவில்லை, பணத்தோடு சென்னைக்குக் கிளம்பியவனது உடல் ஒரு கடும் நெருக்கடி மிக்கநாளை வெற்றிகரமாகக் கடந்துவிட்ட நிம்மதியில் லேசாக அயர்ந்தது. பாஸ்கருக்குக் கூப்பிட்டு எல்லாம் சரியாகிவிட்டதென்றான். மனம் முழுக்க இப்போது மணியின் மீதான வெறி கொலைவெறியாயிருந்தது. ஒருத்தனுக்கு என்ன பகை என்றாலும் தொழிலில் மாட்டிவிட முயற்சிக்கக்கூடாது. தொழிலுக்கு வெளியே எங்கு வேண்டுமானாலும் அடித்துக் கொள்ளலாம். தொழிலில் துவங்குகிற பிரச்சனை ஒரு நாளில், ஒரு வருடத்தில் முடிந்து விடுவதில்லை. இன்று துவங்கியது எப்போது முடியுமென அவர்களில் ஒருவருக்கும் தெரியாது. சம்பத்தை விடவும் அதிகமாக பாஸ்கர் மணியின் மீதும், சுந்தரின் மீதும் கொலைவெறி கொண்டிருந்தான். இது யாருக்கும் வெளியில் தெரியாமல் விளையாட வேண்டிய நூதனமானதொரு விளையாட்டு, உயிர்ச்சேதம் இல்லாத வரையில்தான் வெற்றி.

ஒரு உயிர் போனாலும் உயிரெடுத்தவன் தோற்றவனாகிவிடுவான். பாதிக்கப்பட்டவனுக்கு மற்ற எல்லோருடைய சப்போர்ட்டும் போய்விடும். சம்பத் வந்ததும் இந்த விளையாட்டின் முதல் நகர்த்தலைத் துவக்கவேண்டுமென நினைத்துக்கொண்ட பாஸ்கர், தனது ஆட்கள் மூன்று பேரை சம்பத்தின் வீடிருக்கும் தெருவிற்கு வேவுபார்க்க அனுப்பி வைத்தான். அவர்கள் அந்த வீதியில் வெவ்வேறான மூன்று இடங்களில் பதுங்கின சில நிமிடங்களுக்குப் பிறகு, வெளியில் நிகழும் எதுவும் தெரியாமல் மணியும் சம்பத்தின் அம்மாவும் தங்களின் காம விளையாட்டைத் துவக்கி நிகழ்த்திக் கொண்டிருந்தனர்.

8. குன்றாப் பகையும் நிகழா மரணங்களும்...

"குற்றவுணர்வுக்கு எளிதில் ஆளாகும் மனிதர்கள்தான், அதிகமாக குற்றம் புரியத் தூண்டப்படுகிறார்கள். குற்றத்தின் ருசி அறிந்தவன் அதன் நிழலை ஒருபோதும் வெறுப்பதில்லை"

அதிகாரத்தை நிலைநாட்ட நிகழ்த்தப்படும் குற்றங்கள் நீதியின் பார்வையிலிருந்து எளிதாக மறைக்கப்பட்டுவிடுகின்றன. நேரடியாகவோ, மறைமுகமாகவோ அதிகாரம் ஈடுபடாத குற்றங்களே சமூகத்தின் பார்வைக்கு வருகின்றன. அதைச் செய்பவன் குற்றவாளியாக்கப்படுகின்றான். பாஸ்கர் தனது அதிகாரத்தை நிலைநாட்ட புரிந்த குற்றங்களில் சம்பத்திற்கு பெரும்பங்கு இருந்தது. அப்படிச் செய்வதால் தனக்கு வருமானமும் பாதுகாப்பும் கிடைப்பதாக அவன் நம்பினான். அதே நேரத்தில் தான் பாஸ்கரின் அதிகாரத்திற்கு அச்சுறுத்தலாக மாறும் நேரத்தில் பாஸ்கர் தன்னையும் அழிக்கத் துணிவான் என்பதையும் அவன் அறிந்தேயிருந்தான்.

பாஸ்கரின் கட்டுப்பாட்டில் இருந்தது இரண்டு தெருக்கள் மட்டும்தான், ஆனால், சுந்தருக்கு ஒரு பெரிய ஏரியா, கிட்டத்தட்ட பதினாறு தெருக்கள். சுந்தரைப் பொறுத்தவரை, பாஸ்கர் சின்னப் பையன். அடிக்கவெல்லாம் தேவையில்லை, எந்த வேலைகளையும் மிரட்டியே செய்து முடிக்க முடியும் என்பது சுந்தரின் வழிமுறை.

ஆனால் என்ன செய்தும் அவனால் பாஸ்கரைப்போல் சரக்கைத் திறமையாக மாற்ற முடியவில்லை. உடையாரின் ஆள் என்கிற பெயர் மட்டும்தான் அவனுக்கு அதிகாரத்தைக் காப்பாற்றிக்கொள்ள உதவியது. பாஸ்கர் இலக்குகளை மட்டுமல்ல, தேவைகளையும் குறைவாகவே வைத்திருந்தான்.

ஒருவன், எல்லாத்தொழிலையும் திறம்படச் செய்துவிட முடியுமா என்ன? தண்டையார்பேட்டையிலும் ராயபுரத்திலுமிருக்கும் நூற்றுக்கணக்கானவர்களில், யார் யாருக்காக வேலை பார்க்கிறார்களென எல்லோருக்கும் தெளிவாகத் தெரியும். ஒருபோதும் அதன் நிமித்தம் அவர்கள் சண்டையிட்டுக் கொள்ளவில்லை. ஏதாவது அவசியமிருந்தால் மட்டுமே மோதல்களில் ஈடுபட்டனர். குறிப்பாக ஹார்பர் ஏலம் எடுப்பதிலும், ஒவ்வொரு உள்ளாட்சித் தேர்தலிலும் எல்லா டீலிங்கும் முன்பே பேசி முடித்த பின்பே, தேர்தலானாலும் ஹார்பர் ஏலமானாலும் நடக்கும். கடைசிநேரத்தில் ஏதாவது செய்து, அந்த இடத்தை அடைவதற்கான முயற்சிகளை எல்லோருமே செய்வார்கள். உடையாரின் கட்டுப்பாட்டில் ஹார்பர் இருந்தது. கடலிலிருந்து வருகிற எல்லாமே வருமானம்தான். ஒரு சுறா மீனை நிறைய குட்டிமீன்கள் சார்ந்து வாழமுடியும். ஆனால், இப்படிச் சாப்பிட வருகிற குட்டி மீன்கள்கூட பெரிய மீனின் கட்டுப்பாட்டிலிருக்கிற மீன்களாக இருக்க வேண்டும். கடலிலிருந்து தின்று பழகிவிட்டால், வேறு எந்த உணவுக்கும் விருப்பம் வராது. மறைத்து வைக்கப்பட்டு வருகிற பொருட்களும், வேறு வேறு ஆட்களுக்குப் போய் சேர வேண்டிய பொருட்களும் பல சமயங்களில், கரைக்கு வருவதற்கு முன்பாகவே டீல் பேசி முடிக்கப்படும். டீலுக்கு வராத சரக்குகள் பெரும்பாலும் கரைக்கு வந்து சேர்வதில்லை. வங்காள விரிகுடாவின் அவ்வளவு பெரிய வயிற்றில் பதுக்கி வைத்துத் தேவைப்படுகிறபோது, அதை மீண்டும் வெளியிலெடுக்கிற திறமைசாலிகள் நிறையப்பேர் இருந்தனர். அவர்களுக்கு, பணம் மட்டுமே அதிகாரம். உடையார் கொடுத்தால் அவருக்கு வேலை பார்ப்பார்கள், வேறு யாராவது ஒரு ஆள் தரும்பட்சத்தில் அவருக்குச் செய்து கொடுப்பார்கள். கடலின் மேலோட்டமான கட்டுப்பாடு உடையார் மாதிரியான ஆட்களின் கையிலிருந்தது, கடல் எப்போதும் அதை நம்பி வாழ்கிறவர்களின் கட்டுப்பாட்டில்தான் இருந்தது.

கப்பலிலிருந்து வருகிற சமாச்சாரங்களுக்கு மத்தியில் கஞ்சாவெல்லாம் ஒரு பொருட்டே அல்ல. பெரும் வியாபாரத்தில் அதை யாரும் சேர்ப்பதில்லை. கஞ்சா, பெரிய மீன்களைச் சார்ந்து வாழும் சிறிய மீன்களின் பிழைப்புக்கானது. அபினையும், ஹெராயினையும் கையாளும் திறமை அங்கு பல பேருக்கு வாய்க்கவில்லை. அப்படியும்கூட, பெரிய கேங்கிலிருந்த சிலரை இதற்காகவென்றே குருவியாகப் பழக்கியிருந்தனர். சம்பத்தின் அதிகபட்சமான இலக்கெல்லாம் இப்போது அபின் எடுத்துச்செல்லும் குருவியாக மாறவேண்டுமென்பதுதான். வருமானத்தை விடவும், சுவாரசியத்தை அவன் அதிகம் விரும்பினான். ஒவ்வொரு முறையும் ஒரு சாகசம். சுந்தர், மணியைக் கூடிய விரைவிலேயே பெரிய குருவியாக்குவதாய் சொல்லியிருந்தான்.

பாஸ்கருக்கு, மணியால் தொழிலில் பிரச்சனை என்றதுமே இழப்புகள் குறித்துக் கணக்கிட்டவன், மணியை ஏதாவதொரு வகையில் இடமாற்ற நினைத்தான். தனது கட்டுப்பாட்டிலிருக்கும் தெருவும் தன்னைவிட்டுப் போகுமென்றால் அதற்காகக் கொஞ்சம் இறங்கிப் போராடத்தான் வேண்டும். ஆனால், நேரடியாக அல்ல. முதல் முறையாய் கடல் நோக்கி கவனம் செலுத்தத் துவங்கினான். ஒரு பிரச்சனை வளர்வதற்கு முன்னமே அதனை முறியடிப்பது மட்டுமல்லாமல், தன்னை இன்னொரு படிக்கு வளர்த்துக்கொள்பவன் மட்டும்தான் தொடர்ந்து தொழில்செய்ய முடியும். மற்ற வேலைகளுக்கு இது எவ்வளவு பொருந்துமோ தெரியவில்லை. குற்றங்களும் களவும் தெள்ளப்பழகியவனுக்கு, இது மட்டுமே பொருந்தும்.

பாஸ்கரும் சம்பத்தும் உடையாரைப் பார்ப்பதென முடிவுசெய்தனர். ஆனால், சுந்தருக்குத் தெரியாமல். இப்படியொரு விசயம் நடக்கப்போகிறதெனத் தெரிந்தாலே சுந்தர் உஷாராகிவிடுவான். தனது இடத்தைக் காப்பாற்றிக்கொள்ள ஒருவன் எதையும் செய்வான். அதிகாரமில்லாத மனிதன், அரை மனிதன். வன்மமும், குரூரமும் மட்டும் அதிகாரத்தை நிலைநிறுத்திவிடாது. அதற்கு நயவஞ்சகமும், சூதும் பழக வேண்டும். நம்முன் விரிந்துகொண்டே இருக்கும் இந்நகரம் சூழ்ச்சிகளால் நிகழும் குற்றங்களைத் தனது வயிற்றில் சரிபாதியாய் நிரப்பியபடியேதான் விரிகிறது. அறுப்புக்குக் காத்திருக்கும் விளைநிலத்தைக் களவாடத் துடிக்கும்

கள்வர்களைப்போல், பெருநகர மனிதர்கள் அறுப்பிற்குக் காத்திருக்கின்றனர்.

மணியின் அதிகபட்ச அறிவு என்னவென்று சம்பத்துக்குத் தெரியும். அவனால் எங்கும் ஓடிவிட முடியாது. தண்டையார்பேட்டைதான் அவனுக்கு அடைக்கலம். சம்பத்தின் அம்மாவும் அவனை அவ்வளவு எளிதில் விட்டு விடுகிறவளில்லை. முதலில், உடையாரைச் சந்தித்துவிட்டு இதற்கு ஒரு முடிவுகட்டலாமென நினைத்துக்கொண்டான். எல்லா பேச்சுவார்த்தைகளும் இந்தத் தொழில்களுக்கு வெளியிலிருக்கும் யாரோ சிலரின் மூலமாய் நடப்பதுதான் வழக்கம். முன்பு, சர்ச்சின் பாதிரி இருந்தார். சொல்லப் போனால் இன்னும் கூட அதுமாதிரியான ஒரு சாதுர்யமிக்க இடைத்தரகரை இதுவரை யாரும் கண்டடைய முடியவில்லை. அவர் இல்லாமல் போனது இழப்புதான். பாஸ்கரும், சம்பத்தும் மீனவ சமூகத்தின் முக்கியப் புள்ளி ஒருவரின் மூலமாய் உடையாருக்குத் தூதனுப்பினர். மிகக் குறுகிய தகவல்தான். “சந்திக்க வேண்டும். ஒரு முக்கிய விசயம் பேச வேண்டும்.” தனக்காக இல்லாவிட்டாலும், சம்பத்திற்காக உடையார் நிச்சயம் சம்மதிப்பாரென பாஸ்கர் உறுதியாய் நம்பினான். பதில் வரத் தாமதமானபோதே புரிந்தது, ஒன்று தூதுசொன்ன ஆள் சொல்லச் சொன்னவரிடம் போய், சொல்லியிருக்கவில்லை அல்லது நிஜமாகவே உடையார் மறுத்திருக்க வேண்டும். பாஸ்கருக்குக் குழப்பம். அடுத்த முடிவு என்னவாயிருந்தாலும், விளைவுகள் நிச்சயம் பெரிதாகவே இருக்கும் என்று அவன் யோசித்தான்.

சுந்தர் ஆளனுப்பியிருந்தான். “த்தா… இருக்கற தொழில மட்டும் பாருங்கடா… இன்னொரு தரம் தூது விடுற வேல வெச்சுக்கிட்டா இப்போ செய்ற தொழிலயும் செய்ய முடியாம செஞ்சுடுவோம்…” என்று வந்தவன் உறுமிவிட்டுச் சென்றான். வந்து சொன்னவனுக்கே இவ்வளவு கோபமென்றால் சுந்தர் எப்படியிருப்பான் என்பதை பாஸ்கரும் சம்பத்தும் தெளிவாகப் புரிந்துகொண்டனர். பாஸ்கர் “இனி அந்த மாதிரி எதும் நடக்காதுப்பா…” என்று வந்தவனிடம் சொல்லி அனுப்பினான். அவன் முகத்தில் ஈயாடவில்லை. எல்லோரையும் சந்தேகப்பட்டான், சம்பத்தையும் சேர்த்து. “கொஞ்ச நாளைக்கு யாரும் இந்தப் பக்கம் வர வேணாம்ப்பா…” என்று கூறியவன், சம்பத்தின் கண்களைச் சந்திப்பதைத் தவிர்த்தான். “இன்னா பாஸ்கரு… இத்தினி வருசத்துல நாம பாக்காததா…

இதுக்குப் போயி பயப்படற...” என்றான் சம்பத். பாஸ்கர் சிரித்தான். “இல்ல சம்பத்து... இது பயமில்ல... தற்காப்பு... இதவிட்டா வேற வழிஇல்ல...” கொஞ்சம் பணத்தை எடுத்து சம்பத்தின் கையில் கொடுத்தான். “நீயும் கொஞ்சநாள் வராத...” என்று கூறினான். சம்பத்திற்கு ஏமாற்றமானது. ஒருவகையில் இதெல்லாம் எப்போது வேண்டுமானாலும் நடக்குமென எதிர்பார்த்துக் காத்துக் கிடந்ததுதான். இத்தனை நாட்கள் ஒதுங்குவதற்கு இடமென பாஸ்கரின் வீடாவது இருந்தது... இனி?

சம்பத், அன்று குடித்தான். என்றுமில்லாதபடி நிலைகொள்ள முடியாத அளவிற்குக் குடித்தான். கண்கள் சிவந்து, நினைவிழக்கிற வரையிலான குடி. உடல் எரிந்தது. உடலெங்கும் வன்மம், மதுவின் வீரியம் வியர்வையாக வழிந்து கொலைக்கருவி ஒன்றைத் தேடியது. ஓராயிரம் பேரைக் கொன்று செரிக்கும் கோபம் அவனிடம். எல்லோரையும் கொல்ல வேண்டும். சுந்தரை, உடையாரை, அம்மாவை, இவாஞ்சலினை, எல்லோருக்குமேல் மணியை. வாழ்க்கை பலருக்கும் அமைவதைப் போல் எளிதானதாக இல்லை அவனுக்கு. அவனுடனிருந்த எல்லோருமே அவனை ஏமாற்றுவதாகவும் ஒரு சூனியத்திற்குள் தான் மாட்டிக் கொண்டதாக அவனுக்குத் தோன்றியது.

வெகுநாட்களுக்குப்பின் வரும் அவனைப் பார்த்த தெரு நாய்களுக்கு சம்பத்தை கொஞ்சமும் அடையாளம் தெரியவில்லை. எல்லாம் தாறுமாறாய் குரைத்தன. அவன் கொஞ்சமும் தயங்காமல் வீட்டை நோக்கி நடந்துபோனான். வீடு சலனமின்றி இருந்தது. கதவு தட்டும் சத்தம்கேட்டு, எந்தப் பரபரப்புமில்லாமல் கதவைத் திறந்த மணி, அந்த ராத்திரியில் அவனைப் பார்த்ததும் சுதாரித்து, சம்பத்தை கீழே தள்ளப்போனான். சம்பத்திற்கு எல்லோரையும் விட அந்த வீட்டை அதிகம் தெரியும். யோசிக்காமல், மணியை இடது பக்கச் சுவரில் தலையோடு சேர்த்து அடித்தான். அது கண்ணாடி மாட்டியிருக்கும் இடம். அவன் அடிப்பதற்கும் சம்பத்தின் அம்மா எழுந்து கத்துவதற்கும் சரியாக இருந்தது. அவள் கிரைண்டர் கல்லைத் தூக்கி சம்பத்தை அடிக்க வந்தாள். விலகிக்கொண்ட சம்பத் பின்னாலிருந்து அவளை எத்தித் தள்ளினான். கல்லோடு விழுந்தவள் நீண்டநேரம் அலறியபடியே இருந்தாள். அவள் கையிலிருந்து விழுந்த கிரைண்டர் கல்லை எடுத்தவன் மணியின்

வலது கையில் அடித்தான். அந்தக் கை துண்டாகித் தனியாக வரும் வரையிலும் அடித்தும் அவன் வன்மம் குறைந்திருக்கவில்லை. மீண்டும் கல்லை எடுத்து அவன் இடுப்புக்குக் கீழ் ஓங்கி அடித்தான். மணி அலறினான். சிரித்தபடியே துண்டாக விழுந்து கிடந்த உறுப்புகளைத் துணியில் சுற்றிக் கொண்டு தெருவில் இறங்கி நடந்த சம்பத்தை, ஒருவரும் தடுத்து நிறுத்தத் துணியவில்லை. மணி, அலறி அலறி மயங்கிப் போயிருந்தான். சம்பத்தின் அம்மா, அவன் தலைமாட்டில் உட்கார்ந்து அழுது கொண்டிருந்தாள். மறுநாள் காலையில் ஆர்மீனியன் சர்ச் வீதியில் வெட்டுப்பட்ட ஒரு கையும் ஒரு ஆண் குறியும் இருந்ததை அந்தப் பக்கமாகச் சென்றவர்கள் அதிர்ச்சியாகப் பார்த்தனர்.

9.

"எல்லாம் தான் எல்லோருந்தான்
தானேதான் தன்னானத் தானே தான்
தான்தான் தான் தன்னானத்
தானே தான். "

- நகுலன்.

தப்பிப் பிழைத்திருத்தலின் மாறா விதிகளெனச் சில இருக்கின்றன. ஒன்று எல்லோரையும் ஏமாற்றத் தெரிந்திருக்கவேண்டும், இரண்டாவது ஏமாற்றுவது தெரியாத அளவிற்கு நடந்துகொள்ள பழக்கப்படுத்திக்கொள்ள வேண்டும். செல்விக்கும் தவுடுக்கும் இதைத்தான் முத்துலட்சுமி கற்றுக்கொடுக்க முயன்றாள். செல்வியைக் கூட இப்படி எதையாவது பேசி எளிதில் நம்ப வைத்து விடலாம். தவுடு மட்டும் பிடிகொடுக்காமலிருந்தாள். ஒரே நேரத்தில் தன்னை அடிமுட்டாளாகவும் அதிபுத்திசாலியாகவும் மாற்றி வெளிப்படுத்தும் திறன் தவுடுக்கு இருந்தது. மற்றவர்களைக் கணிப்பதில் அவள் கைதேர்ந்தவளாக இருந்தாள். பல சமயங்களில் அவள் கணிப்பு தப்புவதில்லை என்பதால் செல்விக்கு எப்போதுமே அவள் மீது மதிப்பு கூடுதலாக இருந்தது.

ஊர்க்காரர்களை நம்பவைப்பது அப்படியொன்றும் சிரமமான விசயமாக இருக்கவில்லை. முத்துலட்சுமியை நிறையப் பேருக்குத்

தெரிந்திருந்தது, இன்னும் அவளை டாக்டரம்மா என்றுதான் நிறைய பெண்கள் கூப்பிட்டுக் கொண்டிருந்தனர். கிளினிக் வைத்திருந்த அதே இடத்தில், ஒரு டிராவல்ஸ் ஏஜென்ஸி அலுவலகமும், அதனோடு வட்டிக்கடையும் வைத்திருந்தாள். ஆனால், கடையின் விளம்பரப் பலகை இன்னும் டாக்டர் முத்துலட்சுமி டிராவல்ஸ் என, அவளை டாக்டராகத்தான் உலகிற்கு அடையாளப்படுத்தியது.

டிராவல்ஸில் வேலை என்று இருவரையும் உட்கார வைக்கும் முயற்சியில் இறங்கினாள் முத்து. அந்தத் தொழிலுக்கு அவர்கள் இருவரின் தோற்றமும் உடற்மொழியும் பொருந்தாமலிருந்தது. எப்படிப் பேச வேண்டுமென்பதையும் என்ன மாதிரி ஆடைகள் அணிய வேண்டுமென்பதையும் முத்து விலாவாரியாகச் சொல்லிக் கொடுத்தாள். சேலை கட்டும்போது இடுப்பிற்குக் கொஞ்சம் கீழாகவும், அடிவயிற்றுக்குக் கொஞ்சம் மேலாகவும் கட்டுகிற முத்துவைப்போல் அவர்களையும் கட்டிப்பார்க்கச் சொன்னாள். அவளுக்குக் கொஞ்சம் அழகான இடுப்பு என்பதால் அப்படிக் கட்டிக்கொள்வது கவர்ச்சியாக இருந்தது. செல்விக்கும் தவுடுக்கும் அவர்களது உடல்வாகு அதற்கு ஒத்துழைக்கவில்லை. அப்படிக் கட்டியதும் ஏதோ அன்னியமாய் உணர்ந்தார்கள். தவுடு இரண்டாவது நாளே ‘இதெல்லாம் சரிப்படாதுடி, ஊரப்பாத்துக் கிளம்புவோம்’ என உறுதியாகச் சொல்லிவிட்டாள். செல்விதான் என்னவானாலும் பரவாயில்லை, நாமும் முத்து மாதிரி சீக்கிரம் சம்பாதிக்கிறவர்களாக வேண்டுமென்பதில் உறுதியாக இருந்தாள்.

வந்த சில நாட்களிலேயே அவர்களைத் தனது இடத்தில் உட்கார வைத்தால், தொழிலோடு சேர்ந்து பெயரும் கெட்டுப்போகுமென நினைத்து சுதாரிப்பாக அவர்களைத் தன்னோடு தன் வீட்டிலேயே வைத்துக் கொண்டாள் முத்து. இரண்டுபேரும் யோசித்துப் பார்க்கமுடியாத அளவிற்கு பெரியதாயிருந்தது முத்துவின் வீடு. முதலில் சம்பிரதாயமாகத்தான் சொல்கிறாளோ என இருவரும் தயங்கினர். ஆனால், தனது ஆகச்சிறந்த கவனிப்பாலும் அன்பினாலும் முத்துலட்சுமி தன்மீது நம்பிக்கை கொள்ளும்படி செய்திருந்தாள். தவுடுக்கு இந்த அதீத அன்புதான் அவளின் மீதான சந்தேகம் வலுப்பதற்கான காரணமாகவும் இருந்தது. பாம்பின் கால் பாம்பறியும் என்கிற குணம் அது.

“நீ ஏன் சும்மா சும்மா அவங்கள சந்தேகப்படற” என்றாள்

செல்வி. முன்பு எப்பொழுதும் இல்லாத அளவிற்கு முத்துவின் மீது செல்விக்கு மதிப்பும் நம்பிக்கையும் கூடுவதைப் பார்த்து தவுடுக்கு கலக்கம் அதிகமானது.

காரணமேதும் இல்லாமல் திருப்பத்தூரிலிருந்து கூட்டிச் செல்லப்பட்ட இருவரின் மீதும், வீட்டில் கத்தி முனையில் களவாடியதாக வழக்குப் பதியப்பட்டு கோர்ட்டில் வழக்கு நடந்து கொண்டிருந்தது. விசாரணை மூன்று நாட்களில் முடிந்து விடுமென்றுதான் நினைத்தார்கள். மறுபடியும் இன்னொரு வாய்தா விழுந்தது. வக்கீல் பத்தாயிரம் ரூபாய் கேட்டான். இருவரும் எதுவும் பேசவில்லை, “இந்தக் கேசுக்கு எதுக்கு ஸார் பீசு?” என்று தைரியத்தை வரவழைத்துக் கொண்டு கேட்டாள் செல்வி. என்ன களவாடினாலும் தின்றதும் செலவழித்ததும் போக எப்போதும் மிஞ்சுவது சுழிதான். இப்படி ஒவ்வொரு கேசுக்கும் பத்தாயிரம், இருபதாயிரமென வக்கீலுக்குக் குடுத்தால் அடுத்தமுறை வீட்டிலோ, தெருவிலோ கொள்ளையடிக்கக் கூடாது, பேங்க்கில்தான் கொள்ளையடிக்கணும்...” என்று மனதோடு பொருமினார்கள். இருவரும் முனகியதைக் கவனித்த வக்கீல், “எம்மா காசு எனக்கு வேணாம்... பத்துரூவா குடுத்தாக் கேச முடிச்சுவிட்டுருவம்னு ஜட்ஜ் அய்யா சொல்றாரு...” என்றதும் அவர்கள் சற்று ஆசுவாசமடைந்தார்கள். முத்துலட்சுமியும் அங்கு வந்திருந்தாள். அவளது அந்த ஸிந்தடிக் சேலையும், கறுப்பு முகத்தில் க்ரீம் பூசிப்பூசி ஏறிப்போயிருந்த செயற்கை மினுமினுப்பும், போலித்தனம் நிரம்பிய ஒருத்தியாகவே அவளைக் காட்டியது. அவளைக் கடந்துசெல்லும் எல்லோருமே சில நிமிடங்கள் அவளைக் கவனித்து விட்டுத்தான் போக வேண்டியிருந்தது. அவளும் வஞ்சகமில்லாமல் எல்லோருக்கும் தனது அழகான புன்னகையைப் பகிர்ந்தளித்துக் கொண்டிருந்தாள். மூஞ்சிக்கு கறுப்புக் கண்ணாடி வேறு. எல்லாவற்றையும் பொறுமையற்றுப் பார்த்துக் கொண்டிருந்தாள் தவுடு. பணம் கொடுத்தால் கேசை முடித்துக்கொள்ளலாமென வக்கீல் சொல்லவும், யோசிக்காமல் பத்தாயிரத்தை எடுத்துக் கொடுத்தாள் முத்துலட்சுமி. செல்வியின் மனம் முழுக்க சந்தோசம், தவுடைத் திட்டித் தீர்த்தாள். தவுடுக்கு அப்போதே கிளம்பிப் புருசனிடம் போய்விடலாம் என்றிருந்தது.

கோடைகாலத்தின் ஜன்னல் திறக்கப்பட்ட அறையிலிருக்கும் இதமான குளிர்ச்சி படர்ந்த முகத்தைத் தக்க வைத்துக்

கொள்வது அப்படியொன்றும் எளிதானதில்லை, யாரோ சிலருக்குத்தான் இதுவெல்லாம் வாய்க்கிறது, முத்துவைப்போல். டிராவல்ஸ் ஆஃபிஸில் எப்போதும் கூட்டமிருக்கும். வட்டிக்குக் கொடுப்பவர்கள், வாங்கியவர்கள் வியாபார விசயமாய் அரசியல்வாதிகளின் தயவு தேவைப்படுகிறவர்களென, எல்லோருமே ஏதோவொரு வகையில் முத்துவின் உதவியை எதிர்பார்த்திருந்தனர். எல்லோரின் தேவையையும் பூர்த்தி செய்யுமவள் தனது தேவையை, அவர்களிடமிருந்து மிக எளிதாகக் கேட்டுப் பெற்றுக் கொள்பவளாகத் தெரிந்திருந்தது. செல்வி, மிக மெதுவாகத் தொப்புளுக்குக் கீழாக சேலை கட்டப் பழகிக்கொண்டாள். கூச்சம் இருந்தாலும் அது கௌரவம் அல்லது அழகு என்கிற மனநிலை வந்து விட்டது அவளுக்கு. நாலு பெரிய மனிதர்களின் தயவையும் அன்பையும் பெற குறைந்தபட்சம் இதைக்கூடச் செய்யாமல் போனால் எப்படி? எல்லாம் நலம், எல்லாம் சுபம். நாத்தனார் முறையென்பதை மீறி செல்வியும் தவுடும் நெருங்கியிருந்ததற்கு கஷ்டத்தின் பல நாட்களில் இருவரும் ஒருவருக்கு ஒருவர் ஆறுதலாய் இருந்ததே காரணம். பல நாட்கள் சாப்பிட எதுவும் இல்லாத பொழுது எங்கிருந்தாவது வீட்டிலிருப்பவர்களுக்கு உணவு சேகரித்து வருவது தவுடுதான். உணவை சேகரிக்கும் போது மட்டும் அவளுக்கு அகலமான கைகள் வாய்த்து விடுகின்றன. மற்றவர்கள் ஒரு ஆளின் வயிற்றுக்குத் திருடினால் அவள் நாலு பேரின் வயிற்றுக்குத் திருடி வருவாள். செல்வி எவ்வளவு கோபப்பட்டாலும் அவளைத் தன்னிடமிருந்து விலக்கிப் பார்க்க மாட்டாள். இருவருக்குமே நல்ல வாழ்க்கை வாழ வேண்டுமென்கிற விருப்பம் மட்டுமே இருந்தது. ஆனாலும் தவுடு ஏன் பணம் சம்பாதிக்க விருப்பமற்றவளாய் இருக்கிறாள். யாரோ அவளின் மனநிலையைக் கெடுத்திருக்க வேண்டும். அவளுக்குப் புருசன் நினைப்பு வந்திருக்குமோ? அப்படியே என்றாலும், நாலுகாசு பார்த்தால்தானே நிம்மதியாக வாழமுடியும். இப்படிக் கூறுகெட்டவளாக இருக்கிறாளே? என்று செல்வி கவலைகொண்டாள்.

செல்வி முழுமையாகத் தன்னை முத்துவிடம் ஒப்புக் கொடுக்க முன்வருகிற சமயங்களிலெல்லாம் ஏதோவொன்று தடுத்து அவளை பின்வாங்கச் செய்து கொண்டிருந்தது. தொழில்ரீதியாக இது முத்துவுக்கு நஷ்டம்தான். எது அவளைப் பிடித்து நிறுத்துகிறது?

என்ன செய்தாலும் தவுடு வேலைக்கு ஆகமாட்டாள். அவளிருக்கும் வரை செல்வி முழுமையாகத் தன்னைத் தயார்ப்படுத்திக் கொள்ளமாட்டாளெனத் தெளிவாக முத்து புரிந்துகொண்டாள். பகலில் வீட்டைப் பார்த்துக்கொள்ள தவுடையும் அலுவலகத்தைப் பார்த்துக்கொள்ள செல்வியையும் பழக்கினாள். செல்வி, கையெழுத்துப் போடக் கற்றுக்கொண்டிருந்தாள். எல்லோரையும் வாங்க போங்க என மரியாதையாகப் பேசுகிறவளாக மாறியிருந்தாள். டிராவல்ஸில் முத்துவைப்போலவே இப்போது சிலர் செல்வியையும் கவனித்தனர். அவள் சிரித்துக்கொண்டே எல்லோருக்கும் தகவல் சொல்வது, செயற்கையாய் இருந்தாலும் ஒருவித நளினமிருந்தது அதில். மீன் குஞ்சொன்று தரையில் நீந்தப் பழகிக் கொள்வதுபோல் அவளது சொற்கள் நாவிற்கும் உதடுகளுக்கும் இடையில் திட்டமிடப்பட்டு வெளியேறப் பழகின. பொய்களின் மகிமை அவளுக்குப் புரிந்தது. அதனை ரசித்தாள். இன்னும் தன்னை அதில் தேர்ச்சி மிக்கவளாக மாற்றிக்கொள்ள பயிற்சி கொண்டாள்.

முத்துவிற்கு இணையாக இல்லாவிட்டாலும், அவளின் பாதியாக செல்வி தயாராகியிருந்தாள். தஞ்சையின் பெரும்பாலான முக்கிய புள்ளிகளுக்கு, முத்துவின் இந்த டிராவல்ஸ் பற்றித் தெரிந்திருந்தது. அங்கு நிறைய பெண்களும், ஆண்களும் வந்து போய்க் கொண்டிருந்தனர். முத்து அடிக்கடி வெளியூர் போய் வந்தாள். எல்லாம் அதிகபட்சம் ஒருநாள் பயணம்தான். ஒருநாள் பிற்பகலில், ஒரு கறுப்பு நிறக்காரில் முத்து வந்து சேர்ந்தாள். உடலில் ஆங்காங்கே விழுப்புண் பெற்று கட்டி வைக்கப்பட்ட ஒரு காட்டுப் பன்றியைப் போல் நின்றிருந்த அந்தக் கார், இனி தனது உடமையென்று செல்வியிடம் சொன்னாள். செல்விக்கு அவளை நினைத்துப் பூரிப்பு. அடுத்த நாள் வழக்கின் தீர்ப்பு, மதுரைக்குக் காரிலேயே போகலாமென்றாள். செல்வி ஆர்வமாக தவுடுக்குப் போனடித்துச் சொன்னாள். தவுடு எதுவும் பதில் சொல்லவில்லை, அமைதியாக எல்லாவற்றையும் கேட்டுவிட்டு வைத்து விட்டாள். இப்படி ஒவ்வொருமுறை சந்தோசமாக முத்துவைக் குறித்து செல்வி சொல்கிறபோதெல்லாம் அவளுக்கு முத்துவின் மீது பெரும் வன்மம் ஒன்று எழுந்தடங்கியது. அந்த வீட்டைச் சூறையாட வேண்டும், தீ வைக்கவேண்டும் அல்லது அவள் தூங்கும்போது தலையில் கல்லைத் தூக்கிப் போட்டுக்

கொல்லவேண்டும். இப்படி அவளுக்கு வந்துபோகும் எண்ணங்கள் கொஞ்ச நஞ்சமல்ல. அன்று உச்சபட்ச கோபத்தில் முத்துவின் அறைக்குப் போனாள். அவள் திரும்பி வர எப்படியும் இரவு பதினொரு மணியாகிவிடும். எங்காவது போய் ஊர் மேய்ந்துவிட்டு வருவாள். அந்த அறை, நிர்வாணத்தின் ரகசியம் நிரம்பிய சுவர்களுக்குள் உறங்கிக்கொண்டிருந்தது. தவுடின் மூச்சு, வெப்பமிக்க ஒரு மிருகமாய் அவளுடலை கொதிக்கச் செய்தது. அந்த அறையில் எதையெல்லாம் சிதைக்கலாமெனத் தேடினாள். உடைகள் வைக்கும் கபோர்ட் வெறுமனே சாத்தப்பட்டிருந்தது. எல்லாம் விலையுயர்ந்த ஆடைகள்தான். அத்தோடு வாசனைத் திரவியங்கள், அழகு சாதனப் பொருட்கள், காலணிகளென ஒரு இளவரசியின் அறையைப் போலிருந்தது அந்த கபோர்ட். ஓங்கிக் காலால் ஒரு எத்து எத்தினாள். காலில் வலி உயிர் போனது. கபோர்டிலிருந்து எல்லாவற்றையும் எடுத்துக் கீழே போட்டாள். அங்கிருந்த, அழகுசாதன இத்யாதிகளை எல்லாம் கக்கூஸ் கோப்பையில் தூக்கி எறிந்தாள். அந்த அறையிலும், பக்கத்து அறைகளிலும் கைகளில் கிடைத்தது கண்ணில் பட்டது எல்லாவற்றையும் அடித்து உடைத்தாள். உடைந்து விழும் எல்லாப் பொருட்களையும், ஏதோவொருவகையில் முத்துவின் உடலாகத்தான் அவள் உணர்ந்தாள். உடைபடுவதற்கு முன்பு வரையிலும்தான் எல்லாப் பொருட்களும் விலை மதிப்பிடப்படுபவையாய் இருக்கின்றன, இப்போது, அவளின் முன்னால் எல்லாம் நொறுங்கும் சிதிலங்கள். அவள் வெறுக்கும் ஒருத்தியின் அருவருப்பான உடல் பாகங்கள். இப்படி நொறுக்குவதைத் தவிர அதற்குச் செய்யமுடிகிற மரியாதை ஒன்றுமில்லை. அச்சத்தால் எழுந்த கோபமல்ல அது. அவள் உடல் துடித்தும் வெடித்தும் அவளே கண்டதில்லை இதற்கு முன்பு.

அவள் எதிர்பார்த்த ஒன்று நீண்ட நேரமாய் எங்கு தேடியும் கிடைக்கவில்லை, பிறகு வாசலில் நின்றுகொண்டிருந்த முத்துவின் ஸ்கூட்டியைப் பார்த்தாள். பெரும்பாலும் அதனை அவள் பயன்படுத்துவதில்லை. வேலைக்கு வருகிற யாராவது பயன்படுத்துவதற்குத்தான் அந்த வண்டி. வண்டியைத் துழாவினாள். இன்னும் கொஞ்சம் எரிபொருள் மிச்சமிருந்தது. ட்யூப்பில் உறிந்து எடுத்துப் பார்த்தாள். ஒரு லிட்டர் வாட்டர் பாட்டிலில் தூசும் துருவுமாய் பாதி இருந்தது. அதைப் பார்க்கையில் இறப்பிற்குக் காத்திருக்கும் சேவலைப்போல் சலனமற்றுக் கிடந்தது. அவள்

இறைத்துப் போட்ட துணிமணிகளில் முடிந்தவரை பரவலாக ஊற்றினாள். பற்ற வைத்த நொடியில் அந்த அறையே பற்றிக் கொள்வதுபோல் நெருப்புச் சுவாலைகள் வேகமாய் எழுந்து விரவின. எட்டும் தூரம் எல்லாவற்றையும் தன் நாவால் தீண்டும் மூர்க்கம். அவ்வளவும் தவுடின் கண்களுக்குள்ளும், மனதிற்குள்ளும் இவ்வளவு தினங்களும் எரிந்து கொண்டிருந்த நெருப்பு. முன்பே ஜன்னல் எல்லாவற்றையும் அடைத்து விட்டிருந்ததால் உள்ளே எரிந்துகொண்டிருந்த எதுவும் வெளியில் தெரியவில்லை. மனதிலிருந்த கோபம் இப்போது கொஞ்சம் குறைந்திருந்தாலும் இன்னும் அவள் இயல்பாகியிருக்கவில்லை. கடல் கொண்ட பெருங்கனவின் நீட்சியாய் தன்னுடலைக் கிடத்தும் சின்னதொரு நிலம் வேண்டியிருந்தது அவளுக்கு. முதுகின் வியர்வை இன்னுமவள் வெறுப்பின் வாசனையில் நிறைந்திருந்தது. விருப்பத்தோடு தனக்கு தேநீர் வைத்தாள். அப்படியானதொரு தேநீரை அவள் எப்போதும் பருகியிருக்கவில்லை. அவ்வளவு இனிமையானதாக அத்தேநீர் ஆனதற்கு, அந்த கணமும் ஒரு காரணம்தான். தேநீர் பருகியதில் இயல்பாகியிருந்தன, நெருப்புண்டிருந்த அவள் கண்கள். மெல்லிய குளிர்ச்சி கழுத்தினடியில். அதற்குமேல் அவ்வீட்டிலிருப்பதற்கான விருப்பங்களில்லை. தன் துணிமணிகளை மட்டும் எடுத்துக் கொண்டாள், முத்து வாங்கிக்கொடுத்த எதையும் தொடக்கூட இல்லை. இப்போது இருந்த வருத்தமெல்லாம் செல்வியைத் தனியாக விட்டுப்போகிறோமே என்பதுதான். ஆனால், அவளுக்குத் தெரியும், செல்வி இந்த மாதிரி ஆயிரம் முத்துலட்சுமியைச் சமாளிக்கத் தெரிந்தவள். அதனால் தைரியமாகப் போகலாமெனக் கிளம்பிவிட்டாள். எதற்காக வெறுங்கையோடு போகவேண்டும். தேடிப்பார்த்தாள். பணமாக பெரிதாக எதுவும் கிடைக்கவில்லை. அடைக்கப்பட்ட அவளின் லாக்கரை உடைத்ததில் அறுபது பவுன் வரை நகை கிடைத்தது. நுகர்ந்து பார்த்தாள். நல்ல களவாணிக்கு மட்டும்தான் திருட்டின் மணம் தெரியும். தங்கத்தை நுகர்ந்து பார்த்து போலியைக் கண்டிபிடிக்கும் திறமைசாலி தவுடு. அவ்வளவும் தங்கமே. எத்தனை குடும்பத்தைக் கெடுத்து, அழித்து வந்த தங்கமோ? இருந்துவிட்டுப் போகட்டுமே.. அவள் தஞ்சாவூரை விட்டுப் போகையில் அந்த அகாலத்தில், இன்னொரு முறை மதுரையின் வீதிகள் அவளை வரவேற்கத் தயாராக இருந்தன.

10.

செல்விக்கு நடந்ததை எப்படி எதிர்கொள்வதெனப் புரியவில்லை. நள்ளிரவில், செல்வியும் முத்துவும் வீடு திரும்புகையில் அந்தவீடு பாதி உடல் துண்டாக்கப்பட்டு தகனத்திற்குக் காத்திருந்தது. எந்த விதமான சமாதானங்களையும் இப்போதைக்குச் சொல்ல முடியாதளவிற்குக் குற்றவுணர்வு கொண்டவளாய் செல்வி தவித்தாள். தவுடு சீக்கிரம் அந்த வீட்டை விட்டுப் போவாளென்றும் தன்னிடமிருந்து திருடப்போகிறாளென்பதும் ஒரு விதத்தில் முத்துலெட்சுமி எதிர்பார்த்ததுதான். அது நடந்ததில் சந்தோசப்பட்டுக்கொள்ள முடியாதபடி இழப்புகள் அதிகமாகியிருந்தன. செல்வியிடம் எதுவும் பேசிக்கொள்ளாமல் தனது அறையில் படுக்கச் சென்றாள். சின்னாபின்னமாக அவ்வறையில் எரிக்கப்பட்டவற்றின் சாம்பலப்பிக் கிடந்தது. மெத்தை கிழித்து எறியப்பட்டு, பஞ்சுச் சுருள்கள் காற்றில் மிதந்தன. இருக்கிற ஆத்திரத்தில் தவுடைத் தேடிப்பிடித்து, அவளைக் கண்டந்துண்டமாக வெட்டிப் போட்டாலும் தன் கோபம் குறையாதென அவளுக்குத் தெரியும். முத்துலட்சுமி விவரம் தெரிந்த வியாபாரி. இழந்தது மாதிரி ஏராளமாக சம்பாதிக்க இதைவிடவும் ஆகச்சிறந்ததொரு வாய்ப்பு அவளுக்குக் கிடைத்துவிடப் போவதில்லை. அந்த இரவு எப்போதும் போலவே சிரித்த முகத்துடன் செல்வியுடன் சேர்ந்து படுத்துக்கொண்டாள்.

முகத்தின் சிரிப்பு ரேகைகளுக்குள் அவள் குரூரத்தின் சின்னதொரு சாயலைக்கூட காணமுடியாதவளாய் செல்வி "இப்பேர்ப்பட்ட மனுஷியப் புரிஞ்சுக்காமப் போயிட்டாளே இந்தச் சிறுக்கி மக...." என ஆத்திரத்தோடு புலம்பினாள்.

அலுவலகத்திற்கு வரும் பெண்களை, இதற்கு முன்பு எங்கு கூட்டிச் செல்கிறாள் என்பது செல்விக்குத் தெரிந்திருக்கவில்லை. இதில் கேட்க எதுவும் இல்லை என்று முத்துவை முழுமையாக நம்பினாள். தஞ்சையில் பிரகதீஸ்வரருக்கு அடுத்து இப்போது பிரசித்தமென்றால் முத்துலட்சுமிதான். தனது கடந்தகாலத்தை ஒருவரும் கேலிக்குரியதாகப் பார்க்கமுடியாதபடி தனக்கான அதிகாரத்தின் கிளைகளை வலிமையாகப் பரப்பியிருந்தாள். சொல்லப்போனால் திடுதிப்பென்று ஆஸ்பத்திரியை விட்டுவிட்டு முத்துலட்சுமி வேறு தொழில்களுக்குப் போவாளென அவளே எதிர்பார்த்திருக்கவில்லைதான். இப்போதும் யாராவது 'டாக்டரம்மா எப்டியிருக்கிய? என்று விசாரித்தால், அந்தச் சில நிமிடங்கள் நிஜமாக சந்தோசப்படுவாள். அப்படியாகப்பட்டவள் கஷ்டப்படுகிற பெண்களுக்கு ஏதோ உதவி செய்கிறாளென நினைக்காமல் வேறெப்படி நினைக்க முடியும்? உதவி கேட்டு வரும் யாரையும், வெறுங்கையோடு அனுப்பக் கூடாதென அடிக்கடி முத்துலட்சுமி செல்வியிடம் சொல்வதுண்டு. அது வார்த்தையாக மட்டும் இருப்பதில்லை.

ஒரு செவ்வாய் கிழமை, எப்போதும் போல் அலுவலகத்திலிருந்த செல்வியைத் தன்னோடு வரும்படி கூட்டிக்கொண்டு ஒரு காரில் கிளம்பினார்கள். உடன் இன்னும் இரண்டு இளம்பெண்கள். இரண்டு பேருமே, ஆலங்குடிப் பக்கமாய் ஊர் என்று சொல்லிக் கொண்டார்கள். கும்பகோணம் போவதாகப் பேச்சு. வண்டி விரைந்து கொண்டிருக்க, யாரும் யாருடனும் பேசிக்கொள்ளவில்லை. அந்த இரண்டு பெண்களில் ஒருத்தி மட்டும் "அக்கா... பணம் உடனே குடுத்திருவாங்களாக்கா..." முத்து திரும்பிப்பார்த்து சிரித்தாள். "அதெல்லாம் குடுத்திடுவாங்க... நீ மறக்காம கமிஷன இந்த அக்காகிட்ட கொடுத்துட்டுப் போயிடு.... இனிமே இந்த அக்காதான் உங்க எல்லாரையும் பாத்துக்கப்போறாங்க.... " திரும்பி செல்வியைப் பார்த்து சிரித்தாள். என்ன வேலை? என்ன கமிஷன்? செல்வி விழித்தாள். அந்த இரண்டு பெண்களும் மரியாதையோடு செல்வியைப் பார்த்து சிரித்தனர். அவளும் சிரித்தாள்.

கும்பகோணத்தின் பேருந்து நிலையத்துக்கு அருகிலேயே மலர் லாட்ஜ் வாசலில் வண்டி நின்றது. எல்லோரும் இறங்கிக் கொண்டார்கள். செல்வியின் கையில் ஒரு செல்போனைத் தந்துவிட்டு “எதாவது தேவைன்னா எனக்கு கூப்புடு.... ஒரு அஞ்சு நிமிசத்துல முருகன்னு ஒருத்தன் வருவான்... அவனப் பாரு, என்ன செய்யணும்னு சொல்லுவான்...” அவள் வண்டியில் ஏறிக்கொள்ள வண்டி கிளம்பிவிட்டது. தலையும் புரியாமல், வாலும் புரியாமல் கையிலிருக்கும் போனைப் பார்த்தபடி நின்றாள் செல்வி. அடர்த்தியாய் முடி வளர்த்த ஒரு தடித்த மத்திம வயது ஆள் இவளை நெருங்கி வந்தான். “இதுகதான் பிள்ளைகளா? அக்கா எல்லாத்தையும் சொல்லிட்டாங்க... இவங்கள நான் கூட்டிட்டுப் போறேன், உங்களுக்கு 211 வது ரூம். நீங்க அங்க போயிருங்க... ஏதாவது வேணும்னா கூப்டுங்க...” சொல்லிவிட்டு அந்த அறைச்சாவியைக் கையில் தந்துவிட்டு அந்தப் பிள்ளைகளைக் கூட்டிப்போனான். அந்த லாட்ஜ், உடன் வந்த பெண்களைக் கூட்டிப் போனவனின் பற்கறை இதையெல்லாம் வைத்து நடப்பது என்னவென்பதைக் கண்டுகொள்ள அவளுக்கு நீண்டநேரம் பிடிக்கவில்லை. தன்னையும் படுக்கச் சொல்லிவிடுவார்களோ என்கிற அச்சம் மட்டும்தான், உதறலெடுக்க வைத்தது. இங்கிருந்து அவ்வளவு எளிதில் தப்பிக்கவும் முடியாது. வரவேற்பறையைத் தாண்டிச் செல்கையில் அங்கு நின்றிருந்த இரண்டுபேரும் ஒரு மாதிரியாகச் சிரித்தார்கள். செல்வி வேகமாகப் படியேறிச் சென்றாள்.

அந்த அறை, அந்த தினம் எதுவும் பிடிக்கவில்லை. அச்சமும், அருவருப்பும் புழுக்கள் ஊறும் தன்மையை மனதிற்குள் ஏற்படுத்தியிருந்தன. திருடும் போது கூட இல்லாத, ஒருவித கூச்சமும், அவமானமும் இன்று தனக்கு வந்திருப்பதை உணர்ந்தாள். சாப்பிடாதவரை விசத்தின் சுவை தெரிவதில்லைதான், இது விசமா? அல்லது அமுதமா? அல்லது எதுவுமின்றி எல்லாவற்றையும் போல் இன்னொருவிதமான உணவா...? எது எப்படியோ? இதைத் தின்பதா? மறுப்பதா...? அமைதியாய் உட்கார்ந்திருந்தாள் செல்வி. அவ்வளவு பெரிய மெத்தையில் அவள் உட்கார்ந்திருந்த சின்ன இடத்தில் வெக்கையும் வெறுமையும் அப்பிக் கிடந்தன. அந்த வசதியான வாழ்க்கை முதல் முறையாகக் கசந்தது. உண்மையில் அவள் வசதியாகவும் இல்லை. எப்போதுமிருக்கும் செல்வியின்

மீது, கொஞ்சம் சாயம் பூசி விட்டிருக்கிறாள் முத்துலட்சுமி. அவள் பல வருடங்களாய் பூசிப்பூசிப் பழகிய அதே சாயம், ஆனால், இன்னும் வலுவாய். செல்விக்கு சாயம் பிடிக்கவில்லை. இப்படி சம்பாதிக்கிற பணத்தைக்கொண்டு என்ன செய்யப்போகிறோம்...? யாரோ சில பெண்கள் தனக்காக உழைப்பதும் தான் அவர்களைப் பராமரிப்பதின் மூலமாய் வசதியாக வாழ்வதும் தின்றால் தொண்டையைத் தாண்டி இறங்காத சோறாகத்தானிருக்கும். தவுடு இதெல்லாம் தெரிந்துதான் போய்விட்டாளோ...? அவள் கோபக்காரிதான். ஆனால், நியாயமான காரணமிருக்கும். முத்துலட்சுமிக்கு இது தொழில், அவளால் இயல்பாக இருக்க முடியும். செல்விக்கு அப்படித் தோன்றவில்லை. இதுவரை செய்த பாவங்களே ஏராளமாய் அவளைச் சுற்றிக்கிடக்கையில் இப்பொழுது புதிதாக இந்தத் தொழில். இதற்கு, காலம் முழுக்கத் திருடியே பிழைக்கலாம். செல்வி அமைதியாய் யோசித்தாள். செல்போன் அடித்தது. எடுத்துப் பேசினாள். “என்ன செல்வி... எல்லாம் சரியாத்தான போகுது...” முத்துதான் பேசினாள். அப்போதே தான் அவளிடமிருந்து விலகிவிடுவதாய்ச் சொல்லத் தோன்றியது செல்விக்கு. அமைதியாயிருந்தாள். “ஹலோ... நான் பேசறது கேக்குதா செல்வி...” “ம்... கேக்குது...” முத்து லட்சுமியின் சிரிப்புச் சத்தம் கேட்டது. “நான் கூட என்னவோ ஏதோன்னு நினச்சேன்... சரி, முடிஞ்சதும் பணத்த வாங்கிட்டு பஸ்ல வந்துடு... கூட முருகன் வருவான்.... ” சொல்லி அவள் வைக்கும் முன்பாகவே “ஒரு நிமிசம் முத்து...”

“ம் சொல்லு செல்வி...” செல்வி அமைதியாய் எப்படித் துவக்குவதெனத் தெரியாது எச்சில் விழுங்கினாள். “எனக்கு இதெல்லாம் புதுசா இருக்கு முத்து... நான் களவாணிச் சிறுக்கிதேன்... ஆனா, இந்த மாதிரி தொழில் செய்யறதில எனக்கு விருப்பமில்ல... என்னய விட்றேன். இப்டியே நான் ஊர் பக்கம் போயிடறேன்...” தயங்கித் தயங்கி வார்த்தைகள் வந்து விழுந்தன. முத்துவின் பக்கமிருந்து சிரிப்புச்சத்தம் தொடர்ந்து வந்துகொண்டே இருந்தது. “சரி செல்வி... நீ ஊருக்குக் கெளம்பு... என்ன, உனக்கும் தவுடுக்கும் செலவழிச்சது, அவ வீட்ட நாசப்படுத்தி நட்டப்படுத்தினதுன்னு களவாண்ட நகைய சேக்காம ஒரு ரெண்டு, மூணு லட்சரூபா நீ கொடுக்க வேண்டியிருக்கும். அத மட்டும் எடுத்து வெச்சிட்டுப் போ...” என்று சொல்லிவிட்டு இணைப்பைத்

துண்டித்துவிட்டாள் முத்து. இவ்வளவு நாட்கள் அவள் காட்டிய அன்பு எதன் பொருட்டென விவரம் தெரியவும் அதிர்ந்துபோனாள் செல்வி. இனியும் அவளோடு இருப்பதென்பது பாம்பு புத்திற்குள் தலையை வைத்துக்கொண்டிருப்பது போல்தான். அந்த இடத்தை விட்டு ஓடிவிட வேண்டும், யார் கண்ணிலும் படாதவாறு மறையக்கூடிய சாத்தியம் மட்டும் அவளுக்கிருந்தால் அந்த நொடியே மறைந்து போயிருப்பாள். ஓடிப்போய் கதவைத் திறக்க முயன்றாள். கதவு வெளியிலும் சாத்தப்பட்டிருந்தது. தான் வசமாக மாட்டியிருப்பதைப் புரிந்துகொண்டாள். என்ன செய்தாலும் இந்த விசம் உடலிலிருந்து இறங்கப் போவதுமில்லை, அவளைத் தனித்து இருக்க விடப்போவதுமில்லை. குழப்பத்தோடு வந்து நின்றாள். ஜன்னலுக்கு வெளியே நகரும் வெகு இயல்பான, அன்றைய பகலின் கடைசி சில நிமிடங்கள் கழிந்து கொண்டிருந்தன.

முத்து தன்னிடம் என்ன எதிர்பார்க்கிறாளென்பதே புரியாமலிருந்தது. அவளுக்கு செல்வியின் உடல் தேவையில்லை. ஆனால், அவளின் வலிமை தேவையாய் இருந்தது. ஒரு காட்டு விலங்கைப் பழக்கப்படுத்தி, வித்தைக்கு வைத்துக் கொள்வதைப் போல்தான் செல்வியை வைத்திருக்க நினைத்திருக்கிறாள். இந்த விலங்கிற்கு கூடுதலாக விசுவாசம் என்பதும் தெரியுமென்பதால் அது கூடுதல் அனுகூலமாக இருந்தது. கொஞ்சம் அன்பு காட்டினால் எதுவும் செய்யத் தயாராயிருக்கிற வெகு சாதாரணமான ஒரு கிராமத்து மனுசி செல்வி. முத்துலட்சுமி அதை நன்றாகப் புரிந்துகொண்டிருந்தாள். தவுடு மட்டும் இருந்திருந்தால், இதிலிருந்து எளிதில் தப்பிச் செல்லக்கூடிய, ஆயிரம் யோசனைகளைச் சொல்லித் தந்திருப்பாள். தான் தனியாக வேண்டும் என்பதற்காகத்தான் தவுடை அங்கிருந்து வெளியேறுகிறபடி முத்து செய்திருப்பாளோ? இவ்வளவு யோசிப்பவள், அதை யோசிக்காமலா இருந்திருப்பாள்.

இன்னும்கூட எதுவும் அவளின் கைமீறிப் போயிருக்கவில்லை. இதுமாதிரி எவ்வளவோ தருணங்களை வாழ்க்கையில் கடந்து வந்தவள்தான். இந்தமுறை, கொஞ்சம் அன்பும் விசுவாசமும் மட்டும்தான் தடுத்துக் கொண்டிருக்கின்றன. அதையும் தூக்கி எறிந்துவிட்டால் இங்கிருந்து சில மணிநேரங்களில் அவள் போய்விடுவாள். செல்வி அதற்காகத் தன்னைத் தயார்படுத்திக் கொள்ள முடிவு செய்தாள். தனக்கான நேரம் வரும்வரை காத்திருப்பதைத் தவிர வேறு வழியில்லை. துரோகத்தை

துரோகத்தால் மட்டுமில்லாமல் புத்திசாலித்தனத்தாலும் சாய்க்க முடியுமென்பதை முத்துலட்சுமிக்கு உணர்த்த வேண்டும். ஏமாற்றப்படும் வலியைவிடக் கொடியது என்ன? செல்வி அமைதியின்றித் தவித்தாள். கதவு திறக்கப்பட்டது. இரண்டு பெண்களும் எப்படிப் போனார்களோ அதேபோல் ஒப்பனைகளோடு திரும்பி வந்தனர். முருகனிடம் வரும்போது இருந்த சிரிப்பு இல்லை. முகமும் உடலும் இறுகிப்போயிருந்தான். அந்தப் பிள்ளைகள் ஆளுக்குக் கொஞ்சம் பணத்தை எடுத்து செல்வியின் கையில் கொடுத்தனர். "போலாமா?" முருகன் ஆயத்தப்படுத்தினான். அவர்கள் தஞ்சாவூர் நோக்கித் திரும்பி வருகிற வழியெங்கும் அந்தப் பெண்கள் வாய் ஓயாது முருகனோடு பேசிச் சிரித்தபடி வந்தனர். அவன் அவர்களோடு சகஜமாகப் பேசிக்கொண்டிருந்தாலும் கவனம் முழுக்க செல்வியின் மீது தானிருந்தது. அமைதியாக இவர்களைக் கவனித்தபடியே, அந்த இருளில் தனக்கான வழியைத் தேடத் துவங்கியிருந்தாள் செல்வி.

11.

சுந்தரின் ஆட்கள் எல்லா திசைகளிலும் ஆள்விட்டு சம்பத்தைத் தேடினார்கள். பாஸ்கர் குண்டூரில் போய் ஒளிந்திருந்தான். எதுவாயிருந்தாலும் பேசித்தீர்த்திருக்க வேண்டும். மணி இன்னும் மயக்கநிலையில் மருத்துவமனையில் கிடந்தான். சுந்தருக்கு அப்படியொன்றும் மணியின்மீது அக்கறையோ, பாசமோ கிடையாது. அவன் எதிர்பார்த்திருந்ததெல்லாம் இதுமாதிரியானதொரு சந்தர்ப்பத்தை மட்டும்தான். இப்போது வாய்த்திருக்கிறது. நகரத்தைக் கட்டுப்படுத்திய மூன்று பெரிய கேங் ஆட்களும் சுந்தருக்கு ஆதரவாகக் களத்தில் இறங்கினர். விநாயகர்சதுர்த்தி நெருங்கிக்கொண்டிருந்ததால், எல்லா வீதிகளிலும், சின்னதும் பெரியதுமாய் பிள்ளையார் சிலைகள் ஆக்கிரமித்திருந்தன. வருடம் முழுக்க எல்லோரின் வயிற்றிலும் அடித்துச் சேர்த்த கோடிக்கணக்கான பணத்தில் சில ஆயிரங்களை மட்டும் செலவழித்து, சேட்டுகள் பெரிய அளவில் பிள்ளையார் சதுர்த்தி கொண்டாட ஏற்பாடுகளைச் செய்து கொண்டிருந்தனர். அது அவர்களின் இன்னொரு வியாபாரத் தந்திரம். பத்தாண்டுகளுக்கு முன்பு வரையிலும் முஸ்லிம்கள் மட்டுமே அந்தப் பகுதியில் பெரிய தொழிலதிபர்களாயிருந்தனர். பாரீஸ் கார்னரில் சின்னதும் பெரியதுமாய், நூற்றுக்கணக்கில் அவர்களுக்கிருந்த கடைகள் இன்று, பெரும்பகுதி சேட்டுகளின் கைகளுக்கு மாறியிருப்பதற்கு இந்த விநாயகர் சதுர்த்திகளே முக்கியமான காரணம்.

உடையார், கை ரிக்‌ஷா ஓட்டிக்கொண்டிருந்த காலம் ஒன்று உண்டு. இன்னும் அந்த ஏரியாவிலிருக்கும் பழைய ஆட்கள் எல்லோருக்கும் அது நினைவிருக்கிறது, உடையாரைத் தவிர. அவர் தீவிரமான எம்.ஜி.ஆர் பக்தர். அதனாலேயே ரிக்‌ஷாக்காரன் பார்த்துவிட்டு ரிக்‌ஷா ஓட்ட வந்தார். முதலில் சைதாப்பேட்டை ஏரியாதான் அவருடையதாய் இருந்தது. அங்கு பெரிய அளவில் தொழில் இல்லையென, பழைய வண்ணாரப்பேட்டைப் பக்கமாய் ஒதுங்கினார். தொழில் மட்டுமல்லாமல், சின்னச் சின்னதாய் பஞ்சாயத்துகளையும் செய்து வந்தார். எல்லாமே பக்கா எம்.ஜி.ஆர் பாணி. நியாயம் ஜெயிக்க வேண்டுமென எப்போதும் சொல்வார். அவருக்கு உண்மையாக இருப்பவர்களைப் பிடிக்கும். எம்.ஜி.ஆரின் படங்கள் ரிலீஸாகிற தினங்களில் அவர் ஏரியா களைகட்டும். சிறுவர்களுக்கு மிட்டாய் கொடுப்பது, மைக்செட் கட்டுவதென அமர்க்களப்படும். அவருக்கு எங்கிருந்துதான் அவ்வளவு பணம் வருகிறதோ என எல்லோருக்குமே சந்தேகம். ஆனால், ஒருவரும் கேட்டதில்லை. என்ன இருந்தாலும் நல்ல மனிதன்.

உடையாருக்கு எவ்வளவுக்கு எவ்வளவு நல்ல பேரோ, அதேயளவிற்கு பெரிய மனிதர்களின் தொடர்புமிருந்தது. அவரைத்தேடி வருகிறவர்கள் எல்லா ஏரியாவிலிருந்தும் ஏதாவதொரு கோரிக்கையுடன் வரத்துவங்க, மெல்ல மெல்ல ரிக்‌ஷாவை விட்டுவிட்டு, வேறு தொழில்களைச் செய்யத் துவங்கினார். அது ஒருவிதமான கலை. ஒருவனைத் தேடி நாலுபேர் வரும்போது அவன் செய்யும் தொழில் ஒரு பொருட்டான விசயமில்லை, நாலிலிருந்து எண்ணிக்கை பெருகி நூறாகும்போது, கௌரவம் அதற்கு இடமளிக்காது. அங்கு தொழில் மட்டுமல்ல, உடை, பேச்சு எல்லாம் மாற்றம் கண்டாக வேண்டும். நல்ல வெள்ளையில் கொஞ்சம் வேஷ்டி, சட்டைகளை வாங்கிக் கொண்டார். எல்லாம் சலுகை விலையிலும், நலம் விரும்பிகளாலும் வாங்கிக் கொடுக்கப்பட்டவை. அவரைச் சுற்றி இப்போது தெரிந்தும், தெரியாமலும் நிறையப்பேர் உலவிக்கொண்டிருந்தனர். அவருடைய மனநிலையும் நிறைய மாறியிருந்தது.

ராஜஸ்தானிலிருந்து கிளம்பி வந்த மார்வாடிகள் சென்னையில் குடியேறின காலகட்டம் அது. மார்வாடிகளுக்கு வியாபாரம் செய்வது எளிதான விசயம், ஆனால், சென்னையில் அது அவ்வளவு எளிதானதாக அதில்லை. இங்கே எம்.ஜி.ஆர் சாமியாகியிருந்தார்.

மழையோ, வெயிலோ சினிமா தியேட்டர்கள் எப்போதும் நிறைந்து வழிந்தன. எல்லாப் பொருட்களுமே வேண்டும்; ஆனால், இனாமாகக் கிடைக்க வேண்டும். இப்படியொரு குழப்பமான மனநிலையில்தான் இந்த ஊர்க்காரர்கள் இருந்தனர். வியாபாரத்தை நிலைநிறுத்த முதலில் இனாமாகவும், பிறகு கடனாகவும் கொடுத்துப் பார்த்தனர். எதுவும் திரும்பக் கிடைப்பதாயில்லை. பிறகு, அன்பளிப்புகளைக் குறைத்து, காசை வசூலிப்பதற்காக உடையார் மாதிரியான ஆட்களைப் பயன்படுத்தினர். கொடுத்த பணத்தைதான் கேட்கிறார்களென அவர்களின் நேர்மையின் மீது உடையாருக்கும் மரியாதை. அதனால் அவரே முன்னின்று எல்லோரிடமும் வசூலித்துக் கொடுத்தார். பல வருடங்களாக, எல்லாப் பொருட்களுக்கும் மார்வாடிகள் போட்ட கனமான வட்டிகளை அவர் அறிந்திருக்கவில்லை. மார்வாடிகளோடு சேர்ந்து உடையாரும் வளர்ந்தார். சவுக்கார்பேட்டையிலும், பிராட்வேயைச் சுற்றின இரண்டு மூன்று வீதிகளிலும், தயங்கித் தயங்கிக் குடியேறின மார்வாடிகள் சில வருடங்களிலேயே சவுக்கார்பேட்டையை ராஜஸ்தானாக்கி விட்டார்கள். அவர்கள் கை வைக்காத தொழிலில்லை என்கிற அளவில் அவர்கள் வேகமாக வளர்ந்தனர். ஒவ்வொரு முறையும், அவர்களுக்குப் போட்டியாயிருந்தது அந்த ஏரியா முழுக்க வியாபாரம் செய்து வந்த அப்பாவி முஸ்லிம்கள் தான். இந்த நகரம் தோன்றிய காலத்திலிருந்தே முஸ்லிம்களுக்கு, இந்த நகரத்துடன் அந்தரங்கமானதொரு உறவு இருந்து வருகிறது. எவ்வளவோ நல்ல விசயங்கள் செய்தும் அவர்களுக்கான இடமேதும் பிரத்யேகமாக இங்கு உருவாகியிருக்கவில்லை.

எல்லா வாழ்நிலையிலும் மக்களைத் திரட்டக் கோயிலை விடவும் சிறந்த வழி வேறெதுமிருப்பதாய் மார்வாடிகளுக்குத் தோன்றவில்லை. எல்லாத் தேவைகளும் கிடைக்கப் பெற்றவனும் கூட, இன்னும் ஏதேனுமொரு தேவை வேண்டி கோயில்களில் அலகு குத்தி நடப்பதும், பூக்குழி இறங்குவதும் பார்க்க மார்வாடிகளுக்குச் சிரிப்பாயிருக்கும். பிழைக்கத் தெரியாத ஜென்மங்களென அவர்கள் எப்போதும் ஒரு புழுவைப்போல்தான் சென்னைவாசிகளைப் பார்த்தனர். தங்கள் பிள்ளைகளுக்கு, தமிழையும் கற்றுக்கொடுத்து இந்த ஊருக்கானவர்களாய் உருமாற்றினார்கள். அவர்கள் சென்னையைத் தங்களின் நகரமாக படிப்படியாய் மாற்றிக்கொண்டிருக்க, இங்கிருந்தவர்கள்

எப்போதும்போல் ஒன்று வெளிநாடு செல்வதற்கான முயற்சிகளிலும் அல்லது மார்வாடிகளிடம் வேலைக்குச் சேர்வதுமாயிருந்தனர். இருந்த கொஞ்சநஞ்ச முஸ்லிம் வியாபாரிகளை காலிசெய்ய அப்போதைக்கு மார்வாடிகளுக்குத் தெரிந்த ஆயுதம் பிள்ளையார் மட்டும்தான். நாலு தெருக்களில் மிகச் சாதாரணமாக நடந்த விநாயகர் சதுர்த்தியை பிரம்மாண்டமாகச் செய்கிறோமென்கிற பெயரில் பெருந்திரளான மக்களைத் தங்களுக்குக் கீழ் மார்வாடிகள் திரட்டினர். உண்மையில், இப்படிச் செய்ததில் பெரும்பாலானோர் ஜெயின் மதத்தைச் சேர்ந்தவர்கள். அவர்களுக்கும் பிள்ளையாருக்கும் என்ன சம்பந்தம் என்பதைக்கூட யோசிக்காமல் பிள்ளையாரின் மீதிருந்த பாசத்தில் மக்கள் அவர்கள் சொல்வதை எல்லாம் கேட்கத் தலைப்பட்டனர்.

சின்னச் சின்ன விசயங்களை மார்வாடிகளுக்காகச் செய்து வந்த உடையார், ஒரு பெரும் தொகைக்காக முதல் முறையாய், ஜார்ஜ் டவுனில் புதிதாய்க் கட்டியிருந்த ஒரு பெரிய கடையை ஊர்வலத்திற்கு இடைஞ்சலாயிருந்தது என்கிற பெயரில், உடையாரும் அவரின் ஆட்களும் அடித்து நொறுக்க, அந்த ஏரியாவில் இரண்டு மூன்று நாட்கள் பெரிய கலவரம் நடந்தது. முதலில் அடித்த உடையாரும் அடிக்கச் சொன்ன மார்வாடி முதலாளிகளும் நிம்மதியாகத் தங்களின் வேலையைப் பார்த்துக்கொண்டிருக்க எதுவுமே தெரியாத, எதற்கும் சம்பந்தமில்லாத இந்து - முஸ்லிம் மக்கள், கொலை வெறியோடு அடித்துக் கொண்டனர். இரண்டு நாட்களுக்குப்பின் கலவரம் என்கிற பெயரில் ஆறு பேர் கொல்லப் பட்டதோடு அந்தச் சம்பவம் முடிந்துபோனது. பிறகு நடந்தது எல்லாமே இந்த நகரம் பார்க்க மறந்த அல்லது பார்த்தும் பேச மறந்த நிஜம்.

பாஸ்கர், வெகுநாட்கள் குண்டூரில் ஒளிந்துகொண்டிருக்க முடியவில்லை. அவன் சென்னைக்குத் திரும்பி வரும்போது உடலென்று கை, கால்களற்ற வெறும் முண்டம் மட்டுமே திரும்பி வந்தது. இனி எந்த பிரச்சனையுமில்லை என சுந்தர் கொண்டாடினான் அத்தனை நாட்களும், ஆர்மீனியன் வீதியிலிருந்த சர்ச்சுக்குள் ஒளிந்திருந்த சம்பத்தை ஒருவராலும் கண்டுபிடித்திருக்க முடியவில்லை. தன் வாழ்க்கையில் எல்லா நல்ல விசயங்களையும் கெட்ட விசயங்களையும் அந்த சர்ச் மட்டுமே அந்தரங்கமாய் அறிந்திருப்பதாய் சம்பத் நினைத்தான். அங்கு நிறை

வந்து போனார்கள், ஆனால், ஒருவருக்கும் இவனுக்கும் அந்த சர்ச்சுக்கும் என்ன சம்பந்தமென்று கேட்கத் தோன்றவில்லை. இப்போது தனியாய் என்ன செய்யப் போகிறோமென சம்பத்துக்குப் புரியவில்லை. ஆனால், இன்னும் எவ்வளவு வழி இருக்கிறதென்பதில் மட்டும் தெளிவாயிருந்தான். ஆனால், ஒன்றை மட்டும் தெரிந்து கொள்ளவேண்டும். பாஸ்கர் எப்படிக் கொல்லப்பட்டான்?

மணி இப்போது சரியாகிவிட்டான். மூத்திரம் போவதற்காகச் சின்னதொரு துளை வைத்திருப்பதாக எல்லோரும் சொன்னார்கள். சம்பத்துக்கு ஏனோ அவனை ஒருமுறை பார்க்க வேண்டும் போலிருந்தது. அவன் அம்மாதான் இப்போது மணியைப் பார்த்துக் கொள்கிறாள். சுந்தரிடம் இருந்த ஒருவனை இரண்டு மூன்று நாட்களுக்குப்பிறகு தேடிப்பிடித்து பேசின் பிரிட்ஜ் பக்கமாய் வைத்து விசாரித்தான். அவன் அதை ஒரு விசயமாகக்கூட பார்க்கவில்லை. “இது ஒரு மேட்டர்னு இவ்ளோ சீக்ரெட்டா கேக்கற...நாங்க யாரும் தேடிப்போகல சம்பத்து... த்தா... அவனா வந்து மாட்டினான்... எவ்ளோ துட்டுப் பாத்தாலும் பிச்சக்காரி சாமான்தான் வோணும்னு திரிஞ்சான், அதனால அத வெச்சே தூக்கியாச்சு... எதுக்குமே நவராதவன் ஒருத்தி இருக்கான்னு தெரிஞ்சதும் வெளிய வந்துட்டான். அப்பால என்ன துண்டு துண்டா அறுத்து பாதிய மீனுக்குப் போட்டுட்டு மிச்சத்த அனுப்பி வெச்சோம்...” சம்பத்துக்கு இப்போது தனது நிலைமையத்தான் விசாரிக்க வேண்டும். மெதுவாக பேச்சோடு பேச்சாக கேட்டான். “நீ ஒன்னும் வொர்ரி பண்ணிக்காதப்பா... சுந்தர் அண்ணனுக்கு உம்மேல எல்லாம் கோவமில்ல, பாஸ்கர் மேலதான்... வோணும்னா சொல்லு... நாளைக்கே அண்ணங்கிட்ட சொல்லி நம்ம கேங்ல சேத்துக்கச் சொல்றேன்” சம்பத் சிரித்தான். தானே பார்த்துக் கொள்வதாகச் சொல்லி, அவனை அனுப்பி வைத்தான்.

திரும்பி சர்ச்சிற்குப் போகவும் அவனுக்கு விருப்பமில்லை. ஆனாலும் சோஃபியா காத்திருப்பாள். குறைந்தபட்சம் அவளுக்குத் தகவல் சொல்ல வேண்டும். இந்த சர்ச், வீடு, பாஸ்கருடன் பார்த்த தொழில் எல்லாம் இனி கடந்த காலமானால் மட்டுமே தன்னால் வாழ முடியுமென நினைத்தவன், கொஞ்சநாட்களுக்கு வெளியூர் எங்காவது போய்விட நினைத்தான். கையில் கொஞ்சம் பணமிருந்தது. சமாளிக்க முடியுமெனத் தோன்றியது. குழப்பத்தோடு சர்ச்சுக்குப் போனான். சர்ச்சின் சுற்றுப்புறம் விரிந்திருந்தது.

நிறையப்பேர் வழிபாட்டுக்கு வருவதைப் பார்க்க முடிந்தது. சோஃபி எப்போதும் போல் பதற்றத்துடன் அவனுக்காகக் காத்திருந்தாள். அவனைப் பார்த்ததும்தான் அவள் முகம் இயல்பானது. அவளிடம் பேச உண்மையில் அவனுக்கு ஒன்றுமில்லை. கொஞ்ச நாட்களுக்கு, தான் வெளியூர் போகப்போவதாகச் சொன்னான். பாஸ்கரும் சம்பத்தும் இல்லாத பேட்டை இப்போது சுந்தரின் கைக்கு வந்தது. ஒரு காட்டு மிருகம் வேட்டையாடச் செல்வதைப்போல், போதை மருந்து வியாபாரத்தைப் பன்மடங்கு அதிகரித்திருந்தான் சுந்தர்.

12.

வாழ்வில் பிரச்சனைகள் சூழும் பொழுதுதான் நம்மைச் சேர்ந்தவர்களைத் தேடத் தோன்றும். செல்விக்கு வீட்டு நினைப்பு அதிகரித்தது. இவ்வளவு நாட்கள் எப்படி அது இல்லாமல் போனது என்று யோசித்தாள். குறைந்தபட்சம் தன் புருஷன் என்ன செய்கிறானென ஒரு எட்டுப் போய்ப் பார்த்துவிட்டு வந்திருக்கலாம். இப்போது அவளுக்கு செல்போனெல்லாம் வந்திருக்கிறது. ஆனால், அவனிடம் பேசுவதற்கு அவனுக்கு போன் நம்பர் எதுவுமில்லை. தன்னைப்பற்றி நினைத்திருப்பானா? இந்தத் தவுடும் இப்படிப் போய்விட்டாளே, தன்னையும் சேர்த்துக் கூட்டிப் போயிருக்கலாம், இப்படி ரெண்டுங்கெட்டானாய் விட்டதைத்தான் அவளால் சகிக்க முடியவில்லை. பழைய வாழ்க்கை இவ்வளவு வசதியானதில்லைதான். ஆனால், அதில் நிம்மதியும் சந்தோசமுமிருந்தது. நினைத்த நேரத்தில், நினைத்த மாதிரி வாழ முடியும். யாருக்கும் பதில் சொல்லவோ, யார் முன்னும் தலைகுனிந்து நிற்கவோ அவசியமில்லாதிருந்தது. இப்போது அவளால் சொந்தமாக எதையும் செய்யமுடியவில்லை. எல்லாவற்றிற்கும் முத்துலட்சுமிக்குப் பதில் சொல்ல வேண்டும். அவளது நிஜமான இன்னொரு முகம் விஸ்வரூபம் கொண்டிருந்ததால் எஜமானியாக மாறியிருந்தாள். தண்டனைகள் அவள் ராஜ்யத்தில் வலுப்பெறத் தொடங்கின.

தொழிலுக்குப் போன ரெண்டுபிள்ளைகள், தனியாக பார்ட்டிகளிடம் சிரித்துப் பேசி முத்துலட்சுமி இல்லாமல்

நேரடியாகத் தங்களைக் கூப்பிடும்படி சிலரிடம் தூண்டுவதாய் முத்துலட்சுமியின் காதுகளுக்குச் செய்தி எட்டியது. அவளுக்கு இதை யார் செய்திருக்கக் கூடுமெனக் கண்டுபிடிப்பது பெரிய விசயமேயில்லை. ஆனால், இந்த வாத்துகள் தனியாக முட்டை போடப் போனாலும் தங்கமுட்டை போடத் தன்னிடந்தான் வந்தாக வேண்டுமென்பதில் உறுதியாக இருந்தாள். அவர்கள் இருவரையும், அவர்களின் போக்கிலேயே விட்டு விட்டாள். வாத்துகள் இரண்டும் ஒரு வெள்ளிக்கிழமை நேரடியாக பார்ட்டி கூப்பிட்டிருக்கிற சந்தோசத்தோடு திருச்சிக்குக் கிளம்பிச் சென்றன. இப்படி பார்ட்டிகள் நேரடியாகக் கூப்பிடும்போது நல்ல வருமானம் கிடைத்தது. உழைப்பு கொஞ்சம் அதிகம்தான், ஆனால், நல்ல பலன். இரண்டு வாத்துகளுக்குமே நிறைய சம்பாதித்து ஊரில் போய் கடை வைத்து கௌரவமாகப் பிழைக்க வேண்டுமென ஆசை. நன்றாய் வாழ்ந்தவர்கள்தான். தெரியாமல் இவளிடம் ஒரு ஐம்பதாயிரம் கடன் வாங்கினதுகள். கொடுக்கும்போது கண்ணீரைத் துடைத்துவிட்டு "என்ன கஷ்ட நஷ்டம்னாலும் நான் இருக்கண்டி கிறுக்குக் கழுதைகளா?" என பெரிய மனுஷியைப்போல நம்பிக்கையாய்ப் பேசியவள் முத்து. இரண்டு பேரும் உச்சிக் குளிர்ந்து, அவளை நல்ல வார்த்தை சொல்லிப் பேசாத நாளில்லை. நாலுமாதம் வட்டியும் ஒழுங்காகக் கொடுத்ததால் எந்தப் பிரச்சனையுமில்லை, பிறகுதான் வந்தது வினை, ரெண்டு மூணு மாதங்கள் வட்டி கொடுக்க முடியாமல் போக, முதலில் சடவாக வந்து கேட்டவள், பிறகு மிரட்டினாள். இவர்கள் இரண்டு பேருக்கும் பணத்தைக் கொடுக்க நாதியேயில்லை என்றானதும் தைரியமாகத் தன்னோடு கூட்டிப் போய்விட்டாள். கிடையாடுகள் போல் எதுவும் பேசமுடியாதவர்களாய் இரண்டுபேரும் போனார்கள். முதலில் அவர்களைத் தன் அலுவலகத்தில் எடுபிடி வேலைகளைப் பார்க்கச் சொன்னவள் பிறகு மெதுவாக தொழிலுக்குப் பழக்கினாள்.

எல்லாத் துயரங்களுக்கும் நியாயமான காரணங்கள் இருப்பதில்லை. திருச்சிக்குப் போகும்போது இரண்டு பேருக்கும் முத்துதான் செலவுக்குப் பணம் தந்து அனுப்பினாள். இரண்டு பேரில் ஒருத்தியின் அம்மாவுக்கு மேலுக்கு சரியில்லையெனச் சொல்லிவிட்டுக் கிளம்பியிருந்தார்கள். திருச்சி சென்ட்ரல் பஸ் ஸ்டாண்டில் இறங்கி, பக்கத்திலேயே இருந்த பார்ட்டி சொன்ன

லாட்ஜுக்குப் போனவர்கள், பார்ட்டியின் பெயரைச் சொல்லி ரூம் நம்பரைக் கேட்டார்கள். "அப்டி யாரும் இல்லம்மா..." ஹோட்டல்காரன் மூஞ்சியைச் சுளித்தபடி சொன்னான். ஒருத்தி போனை எடுத்து பார்ட்டிக்குப் பேசினாள். "இவ்ளோ நேரம் அங்கதாம்மா இருந்தேன், இப்போதான் கிளம்பினேன்... நீங்க எங்க இருக்கிங்க..." என்றான். அவள் யோசித்தாள். ஆனாலும் இப்போது வந்தாகிவிட்டது. திரும்பிப்போக பணம் வேண்டும். முத்துலட்சுமிக்குத் தெரியாதவரை எந்த பிரச்சனையுமில்லை. "ஹோட்டல் வாசல்லயேதான் ஸார் நிக்கறோம்..." அவள் குரல் தடுமாறியது. "சரிம்மா... அங்கயே இருங்க, ஒரு பத்து நிமிசத்துல வந்துடறேன்..." இரண்டு பேரும் ஒருவரை ஒருவர் பார்த்துக்கொள்ள, பேசியவள் சரியென்று சொல்லி வைத்தாள். மனதில் சின்னதொரு கலக்கம்.

பத்து நிமிடத்தில், ஒரு பழைய டாடா சுமோ வந்து நின்றது. வண்டியில் இரண்டு பேர் மட்டுமே இருந்தனர். வெள்ளை வேட்டி வெள்ளைச் சட்டை. எங்கேயோ பார்த்த மாதிரி நினைவு. சட்டெனப் பிடிக்க முடியவில்லை. வண்டியில் தயக்கத்துடன் ஏறினார்கள். யாரும் எதுவும் பேசிக்கொள்ளவில்லை. நான்கு பேர் மட்டுந்தான். ஊரைத் தாண்டி புதுக்கோட்டை ரோட்டில் வண்டி விரைந்தது. ஊருக்கு வெளியில் இடைவெளியில்லாமல் இருள். எதையும் சாலையில் பார்க்க முடியவில்லை. வண்டியின் மஞ்சள் வெளிச்சத்தைச் சில நிமிடங்கள் கவனித்தாலே பயம் அதிகமானது. 'எங்கு போகிறோமென்கிற கேள்வி, இரண்டுபேருக்கும் வாய்வரை வந்து நின்றுபோனது. இருபது நிமிடம் கழித்து வண்டி நின்றபோது ஒருவன் மட்டும் கீழே இறங்கினான். சுற்றிலும் நல்ல இருட்டு. வண்டிகள் எதுவுமில்லை. ஒருத்தியைத் தன்னோடு கூட்டிக்கொண்டு கொஞ்சம் தள்ளி இருட்டுப் பக்கமாய் ஒதுங்கினான். வண்டியிலிருந்தவளுக்கு இப்போது கொஞ்சம் லேசானது. இனி பிரச்சனையிருக்காதெனத் தெம்பாயிருந்தாள். எப்படியும் விடியும்முன் போய்விடலாமென, அவளாகவே ஒரு கணக்குப் போட்டாள். முக்கால் மணி நேரம் கழித்து இருட்டுக்குள் போனவர்கள் திரும்பினார்கள். வண்டியிலிருந்த இரண்டு பேரும் இப்போது காட்டுக்குள் போனார்கள்.

மிக அரிதாகவே சாலையில் வண்டிகள் கடந்து போய்க் கொண்டிருந்தன. ஆள் மட்டுமே கீழே நின்றான். அந்தப்

பெண்ணை வண்டியை விட்டு இறங்கவிடவில்லை. 'பேச்சு சத்தம் இருக்கக்கூடாதென முன்னேயே சொல்லி இருந்தார்கள்.' எவ்வளவு கேட்கலாமென வந்தவள் ஒரு கணக்கை யோசித்தாள். எதிரில் கொஞ்ச தூரத்தில் மஞ்சள் விளக்கு கொஞ்சமாய் எரிந்து மெதுவாய் இவர்களை நெருங்கி வந்து கொண்டிருந்தது. அவன் திரும்பி வண்டிக்குள்ளிருந்தவளிடம், 'அப்டியே பதுங்கிக்க...' சொல்லிவிட்டு அவசரமாக ஒரு சிகரெட்டை எடுத்துப் பற்ற வைத்துக் கொண்டான். நெருங்கி வந்த வண்டி ஹைவே பாட்ரோல் வண்டியென்று தெரிந்ததும் அவனுக்கு லேசாக நடுக்கமானது. வண்டிக்குப் பக்கத்திலேயே நின்றான். அவள் சீட்டுக்கு அடியில் முடிந்த வரையிலும் பதுங்கினாள். போலீஸ் வண்டி அருகே வந்து நின்றது. உள்ளே மூன்று நான்கு போலீஸ்காரர்கள் இருப்பதை சுதாரிப்பாய் அந்த ஆள் கவனித்துக்கொண்டான். யாரும் வண்டியை விட்டு இறங்கவில்லை. "இங்க வாடா..." என்று ஒரு போலீஸ்காரர் அழைத்தார். மரியாதையாக சிகரெட்டைக் கீழே போட்டு அணைத்துவிட்டு கைகட்டி நின்றான். "என்னடா களவாண்டு வந்த வண்டியா?" அவன் மறுத்துத் தலையாட்டினான். "அறந்தாங்கி எக்ஸ் எம்.எல்.ஏ வோட மச்சான் வண்டிங்கய்யா... திருச்சி வரைக்கும் ஒரு வேலயா வந்தோம்... டீசல் தீந்து போச்சு... கூட வந்த ஆள் டீசல் வாங்கப் போயிருக்காப்லய்யா..." வண்டிக்கும் அவனுக்கும் சின்ன சம்பந்தங்கூட இருப்பதாகத் தெரியவில்லை. ஒருத்தன் மட்டும் இறங்கிப்போய் வண்டியைக் கவனித்தான். "வண்டிக்குள்ள லைட்டப் போடுடா..." அவனுக்கு வியர்த்துக் கலங்கியது. பதற்றத்தோடு முன் சீட் லைட்டைப் போட்டான். போலீஸ்காரன் பின்சீட்டைப் பார்த்தான். பக்கத்தில் கொஞ்ச தூரத்தில் யாரோ முனகும் சத்தம் கேட்டது. முனகல் பெண்ணின் முனகலாய் இருக்க, அவன் பின்னால் திரும்பி சத்தம் வந்த பக்கமாய் பார்த்தான். "ஏட்டய்யா... காட்டுக்குள்ள இருந்து சத்தம் வருது என்னன்னு பாருங்க..." வண்டியிலிருந்த எல்லோருமே இப்போது கீழே இறங்கினார்கள். ஒருவன் வந்த வேகத்தில் நின்றிருந்தவனை ஒரு அறை அறைந்தான். அவனை அடித்த சத்தம் கேட்டதும் உள்ளே பதுங்கியிருந்தவள், பயந்து எழுந்து சீட்டை விட்டு ஓடி வந்தாள், "இங்க பாருங்கய்யா, ஐட்டத்தக் கூட்டியாந்துருக்கான்... எம்புட்டு மழுப்பு மழுப்புறான்னு பாருங்க..." இவன் சொல்லிக் கொண்டிருக்கும்போதே உள்ளே இன்னொருவனுக்கு அறை விழும் சத்தம் கேட்டது. "ஏட்டய்யா இங்க ரெண்டு பேர் இருக்காய்ங்க..."

உள்ளே இருந்து இன்னொரு போலீஸ்காரன் சொல்ல வெளியில் நின்றிருந்தவனை போலீஸ்காரர்கள் எல்லோருமாய் சேர்ந்து மாறி மாறி உதைத்தார்கள். ஒருவன் அவன் கையை முறுக்கி முட்டி போடச் செய்தான். இன்னொருவன் அவளை நெருங்கி வரச்சொல்லி ஓங்கி ஒரு அறைவிட்டான். அவள் சுருண்டு விழ, இப்போது காட்டுக்குள் போன இரண்டு பேரையும் உள்ளே போன போலீஸ்காரன் இழுத்து வந்தான். வண்டியில் கூட்டி வந்த இரண்டுபேரையும் விலங்குபோட்டு போலீஸ் ஜீப்பில் உட்கார வைத்தார்கள். அவர்களில் ஒருத்தி "நாங்க லவ் பண்றோம் ஸார்..." என்றாள். அந்நொடியே அவள் வயிற்றில் ஒரு போலீஸ்காரன் உதைத்தான். "லவ் பண்ற மூஞ்சிகளப் பாரு..." போலீஸ்காரர்கள் மொத்தமாய் இவர்களை நெருங்கினர். முத்துலட்சுமி பேச்சைக் கேட்காதது எத்தனை பெரிய முட்டாள்தனமெனப் புரிந்தது. அவர்கள் சொல்லும் எல்லாவற்றுக்கும் இணங்கிப்போக அவள் நினைத்தாள்.

சராசரி மனிதர்களை விடவும் போலீஸ்காரன்களின் மனநிலை எத்தனை கொடுமையானது, எல்லாவற்றையும் சிதைத்துப்போட்டு, கிளறிப்பார்த்து சதையையும், குருதியையும் பாதித் தின்று துப்பிவிடுவார்கள் போல. அவர்களின் உடலிலிருந்த வெறி எவ்வளவு கொடுத்தும் கட்டுப்படுத்த முடியாததாக இருந்தது. ஒவ்வொருவனும் ஒவ்வொரு வகையில் கொடூரமானவனாக இருந்தான். ஒருவன் சுத்தமாக இயங்கவே முடியாத பொழுதும் அவர்களை அடிக்கவும், இரண்டு பேரின் வாயில் தனது குறியை சப்பக் கொடுப்பதுமாய் அருவருப்பின் உச்சமான செயல்களைச் செய்து பார்த்தான். அவன் முகத்தில் வேட்டையாடத் துடிக்கும் மிருகத்தின் வெறி. இரண்டு பேருக்குமே உடல் தளர்ந்து போய் பாதி மயக்கம். போலீஸ்காரன்கள் விடுவதாயில்லை. ஒருவன் இரண்டு பேரில் ஒருத்தியை மீண்டும் குனியச் சொல்லி வற்புறுத்தினான். அவ்வளவு சீக்கிரத்தில் இது முடியாதென உணர்ந்தவளாய், அவள் ஓங்கி அவனை வயிற்றில் ஒரு குத்து விட்டாள். போலீஸ்காரன் அதை எதிர்பார்த்திருக்கவில்லை, கண்களில் அந்த வலி தேங்கி நின்றது. சுற்றியிருந்த போலீஸ்காரன்களும் நடந்ததைப் புரிந்து கொண்டு சுதாரிக்க சில நொடிகளாயின. இருந்த வெறி முழுக்க உச்சமேறி இரண்டு பேரையும் மூஞ்சி கை, கால்களென மிதிக்கத் துவங்கிவிட்டனர். அவர்கள் அலறுவது சாலைவரை கேட்க,

வண்டியில் கட்டி வைக்கப்பட்ட இரண்டு பேரும் அடுத்து தங்களுக்கும் இப்படித்தான் அடி விழுமோவென மிரள மிரளப் பார்த்தனர்.

ஆத்திரம் தீரும்வரை அடித்தும், போலீஸ்காரன்களின் வெறியடங்காமல் முதலில் குத்து வாங்கியவன் குத்தியவளின் ஒரு மார்பில் கொஞ்சத்தைக் கடித்துத் துப்பிவிட்டான். அவள் அலறித்துடித்தாள். உடல் முழுக்க ரத்தம். அப்படியே தரதரவென இழுத்து வந்து ரோட்டிலேயே போட்டுவிட்டுப் போய்விட்டார்கள். திரும்பவும் அவள் கண்விழித்த போது தஞ்சாவூர் பெரியாஸ்பத்திரியில் கிடந்தாள். முருகனும் செல்வியும் அவளுக்குப் பக்கத்திலிருந்தனர். முத்துலட்சுமியின் பாதுகாப்பில்தானிருக்கிறோம் என்றதும் கொஞ்சம் நிம்மதியாய் இருந்தது. செல்வி படுத்திருந்தவளைப் பார்த்துக் கொஞ்சம் பயந்திருந்தாள். இப்படியுமா நடக்கும். என்ன வெறியென்றாலும் பாவம் பொம்பளை என்று விடமாட்டார்களா...? படுத்திருந்தவளின் கைகளை ஆறுதலாய் பிடித்துக் கொண்டாள். அவளுக்குக் கண்ணீர் தாரை தாரையாய்ப் பெருகியது. இன்னும் யோனியில் குருதி கசிவிருப்பதை உணர்ந்தாள். சொந்த ஊர், வாழ்ந்த வாழ்க்கை எல்லாம் பொய்யாகி எல்லோரும் காறித் துப்பின குப்பைத் தொட்டியாய், தன்னுடலை நினைத்து குமுறியவளின் முகம் நொறுங்கிப் போயிருந்தது. தன்னோடு இருந்தவள் என்னவானாள் தெரியவில்லை. முருகன் முகமெல்லாம் இறுகி, கோபத்தோடு அவளைப் பார்த்தான். செல்வியைக் குனியச் சொல்லி "ஒண்ணுக்குப் போகனுங்கா..." குரல் தழுதழுக்கக் கேட்டவளை, செல்வி ஆதரவாகப் பிடித்துத் தூக்கிப் போனாள். முருகன் கழிவறைவரை இரண்டு பேரின் பின்னாலேயே போனான். அவர்களைக் கடந்து போகிற எல்லோரும் அவளை ஒருமாதிரியாய் பார்த்துவிட்டுச் சென்றனர். "இப்புடி கேவலப்பட்டுப் போய்ட்டனேக்கா..." அவளால் பேசமுடியவில்லை. செல்வி, அவள் முகத்தையும், வாயையும் கைகளால் பொத்தினாள். "அழுவாதடி. . எல்லாம் சரியாப் போவும்... அடிச்சாலும் மிதிச்சாலும் கேக்க நாதியில்லாத சனம் அழுது என்னடி ஆகப்போவுது..."என்றாள். அவளுக்கும் அழுகை வந்துவிடும் போலிருந்தது. எதற்காக இந்த மனுச வாழ்க்கை. என்ன பெரிதாய் வாழ்ந்து கிழித்திருக்கிறோம்... மனது நிலைகொள்ளவில்லை. மூத்திரம் பெய்யப்போனவள்

வலியால் துடித்தாள். செல்வி நெருங்கிச் சென்று பார்த்தாள், தொடை வழியே குருதி வழிந்தது. வயிறு முழுக்க மூத்திரமிருந்தும் வரவில்லை. நகரவே முடியாமல் மீண்டும் வந்து படுக்கையில் விழுந்தாள்.

மாலைக்கு மேல் வந்த டாக்டர், நாளை காலையில் சரியாகி விடுமெனச் சொல்லி சில மாத்திரைகளை எழுதிக் கொடுத்தார். செல்வி, முருகனிடம் கொடுத்து வாங்கிவரச் சொன்னாள். அவன் அசையவே இல்லை, தனக்கும் எதற்கும் சம்பந்தமே இல்லை என்பதுபோல் வேறு பக்கம் திரும்பினான். தன் பையிலிருந்து பணம் எடுத்து செல்வி தந்த பிறகு, வாங்கிக் கொண்டு சென்றான். அவன் போனபிறகு செல்வியிடம் தன்னோடு வந்தவளைப் பற்றி விசாரித்தாள். செல்விக்கு என்ன பதில் சொல்லுவதெனத் தெரியவில்லை. அமைதியாயிருந்தாள். இவள் மௌனம் காக்க காக்க அவளின் முகம் இன்னும் விகாரமாக உடல் நடுங்கியது. வேறுவழியில்லையென "அவள வேற மெட்ராஸ் பார்ட்டிக்கு வித்திட்டாடி அந்த தேவ்டியா முண்ட..." படுத்திருந்தவளுக்குத் தூக்கி வாரிப்போட்டது. "யார் இந்த முத்துலட்சுமி, கொஞ்சம் பணம் கொடுத்தாளென்பதற்காக எப்படி விற்க முடியும்? கோபமும் இயலாமையுமாய் கண்கள் சிவந்தன. "அவ சொன்னதக் கேக்கலைன்னா, வீட்ல இருந்து பத்துப் பவுன் சங்கிலியத் திருடினீங்கன்னு போலீஸ்ல பிடிச்சுக் கொடுத்துடுவேன்னு மிரட்டியே படிய வெச்சுட்டா... சிறுக்கிமக... ஏண்டி இப்பிடி புத்திகெட்டுப் போயி அம்புட்டு பேத்தையும் நம்பித் தொலைக்கிறீங்க..." செல்வியின் முகம் கோபத்தில் கோணிப்போனது. "நீ மட்டும் என்னவாங்க்கா..." பாதிக்கப்பட்ட இன்னொருத்தியின் குரல் தன்னை சுழற்றியடிக்க கண்ணீரோடு அவளை அணைத்துக்கொண்டாள். "காலம் முழுக்க நம்ம கருமாயம் தீராதுடி... மேல் சுகமானதும் எப்பிடியாவது இங்கயிருந்து ஓடிப்போயிரு... இல்லன்னா உன்னயும் வித்துடுவா..." செல்வி பேசிக்கொண்டிருக்கும்போதே அந்த வார்டின் வாசலில் முருகனின் முகம் தெரிந்தது. கண்களையும் மூஞ்சியையும் துடைத்துவிட்டு செல்வி, படுக்கையை விட்டுத் தள்ளி வந்து நின்றுகொண்டாள். உடல் முழுக்க மருந்து கவிச்சியேறி அவளும் நோயாளி போல் உணர்ந்தாள்.

13.

ஆஸ்பத்திரி வீச்சத்திலும் வெவ்வேறு ஊர்களின் லாட்ஜுகளில் நிரம்பியிருக்கும் வியர்வை வீச்சத்திலும் இரவையும் பகலையும் விருப்பமற்ற நாற்றத்தோடு செல்வி கழித்துக்கொண்டிருந்தாள். முத்துலட்சுமி எதிர்பார்த்தபடி மாறிவிட்டோமோ என சில சமயம் அவளுக்கே சந்தேகமாயிருக்கும். உடம்பில் முன்பிருந்த தினவில்லை. முத்துலட்சுமி தன்னை ஏமாற்றினாள் என்பதைவிடவும், தான்தான் அவளிடம் ஏமாந்துவிட்டோமெனத் தோன்றியது. எல்லாமே இப்போது தப்பாகியிருந்தது. அந்த மிருகம் எல்லோருடைய கட்டுகளையும் தகர்த்து, தனது கட்டுப்பாட்டில் தனது சின்ன வனத்தைப் பாதுகாத்தது. அந்த இரண்டு பேரையும் ஒவ்வொருத்தியாய், தனித்தனியாக மெட்ராஸ் பார்ட்டிகளிடம் விற்றுவந்த நாளில், சந்தோசத்தில் செல்விக்கும் அதில் சின்னதொரு பங்கு கொடுத்தாள். சமீபமாய் முத்துலட்சுமி எது கொடுத்தாலும் வாங்க மறுக்கும் செல்வி, அதை மறுக்காமல் வாங்கிக்கொண்டதை முத்துலட்சுமியாலும் நம்பமுடியவில்லை.

வீட்டில் பெண்கள் நிறையப்பேர் இருந்தனர். அம்மாவையும் அப்பாவையும் விருதுநகருக்கே அனுப்பிவிட்டாள். அங்கு புதிதாக வீடு வாங்கியிருந்தவள், வாரத்தில் ஒருநாள் போய்வந்து கொண்டிருந்தாள். மகள் என்ன செய்கிறாளெனத் தெரிந்தும்

மானங்கெட்டுப்போய் அவளுடைய அப்பனும் ஆத்தாளும் அவள் குடுக்கிற பீயைத் தின்று கொண்டிருந்தார்கள் . இவ்வளவுக்குப் பிறகும்கூட எல்லோரையும்விட செல்வியை மட்டும் முத்துலட்சுமி கொஞ்சம் நம்பினாள். எப்போதாவது வீட்டிற்குத் தனியாகப் போக ஒரு மாதிரியாய் இருந்தால், செல்வியைத்தான் கூட்டிப்போவாள். ஒரு பக்கம் தன்னை அவள் நம்புகிறாளென செல்விக்குத் தோன்றினாலும், இன்னொரு பக்கம் இதுவும் ஒருவகையான நாடகம்தானோ என்று இருக்கும். முத்துலட்சுமி மிகத் திறமையான நடிகை. அவளுக்கு இயல்பிலேயே எல்லா வகையான குணங்களுக்கும் நடிக்கத் தெரிந்திருந்தது. பார்க்கிறவர்கள் சின்னதொரு சந்தேகமும் கொள்ள முடியாதளவிற்கு அவளின் ஒவ்வொரு அசைவுமிருக்கும். செல்வி எதைக் கற்றுக் கொண்டாளோ இல்லையோ, முத்துலட்சுமியிடமிருந்து எப்படி நடிப்பதெனக் கற்றுக்கொண்டாள். இப்போது நடிக்கிறதையெல்லாம் விட ஜெயிலில் நடித்ததைத்தான் முத்துலட்சுமியின் ஆகச்சிறந்த நடிப்பாக செல்வி நினைத்தாள். வாட்டரோ, சூப்பிரண்ட்டோ வரும்போது முத்துலட்சுமிக்கு உடல் தானாக ஆட்டம் காணும், நா வறண்டு போகும்... எல்லாம் அந்த ஒரு பாட்டில் இருமல் மருந்துக்காக மட்டும்தான்.

விருதுநகர் போகிற நாட்களிலெல்லாம் மதுரையைக் கடக்கிற நொடிகள் செல்விக்கு அவஸ்தையாய் இருக்கும். புருசனையோ, தவுடையோ அல்லது ஒவ்வொரு முறையும் தன்னை ஜெயிலில் போட்ட போலீஸ்காரன் என்று யாராவது ஒருவரைப் பார்த்துவிட்டால் போதுமென்றிருக்கும். முத்து ஊருக்குள் போவதில்லை, பெரும்பாலும் பைபாஸ் ரோடுதான். பாண்டி கோயில் தாண்டுகிற போது ‘எய்யா பாண்டி முனி... எனக்கு எப்போ விடிவுகாலம்... உன் சந்நிதானத்துல வந்து கெடா வெட்றேன்... இந்தச் சிறுக்கிமககிட்ட இருந்து காப்பாத்து...” என்று செல்வி தவறாமல் வேண்டினாள். மதுரையின் காவல்சாமி பாண்டிமுனி. தன் பாதுகாப்பிலிருக்கும் ஒருத்தியை எப்படித் தவிக்கவிடும். தவுடைக் காப்பாற்றிக் கொடுத்த பாண்டிக்கு, ஏன் செல்வியைக் காப்பாற்றித்தரத் தெரியவில்லை. செல்வி தனக்கான நேரத்திற்காகக் காத்திருப்பதை விட்டுவிட்டு அதை உருவாக்க முயற்சி செய்தாள். தன்மீது முத்து கொண்டிருக்கும் அந்தச் சின்ன நம்பிக்கை மட்டுந்தான் அங்கிருந்து தப்பிப்பதற்கான வழி என்றானதும், அந்த

நம்பிக்கையை இன்னும் வலுவாக்க முயன்றாள். பணத்தின் மீது அதிகம் விருப்பு கொண்டவளாய், தன்னைக் காட்டிக் கொள்ளத் துவங்கினாள். தான் பிழைக்க வேண்டும் என்றானபின் இனி மற்றவர் கஷ்டம் குறித்து யோசித்துப் பிரயோஜனமில்லையென எல்லாப் பிள்ளைகளிடம் இறுக்கம் காட்டினாள். செல்வி இவ்வளவு மாறுவாளென யாரும் எதிர்பார்த்திருக்கவில்லை. சிலமுறை முருகன் இல்லாமலேயே செல்வியை அனுப்பினாள். செல்விக்குத் தெரியும், அது தன்னைச் சோதிப்பதற்கான வழிமுறைகளில் ஒன்று. எப்படியும் தன்னைச் சுற்றி அவளின் பாதுகாப்பு வளையம் ஒன்று எப்போதுமிருக்கும் என்பதை இவ்வளவு நாட்களில் தெளிவாகத் தெரிந்து வைத்திருந்தாள். பத்து வயதிலிருந்து கற்றிருந்த களவு, எல்லாவற்றையும் யோசித்துச் செய்யச் சொன்னது. எல்லாம் சரியாய் நடக்கிறது, செல்வி இனி தன்னைவிட்டுப் போகப் போவதில்லையென ஒரு பெரும் நம்பிக்கை முத்துலட்சுமிக்குக் கொஞ்சம் கொஞ்சமாய் அதிகரித்திருந்தது. மீண்டும் அந்தப் பழைய பாசம் தலைதூக்கியது. இரவில் குடிக்கும்போது செல்வியை மட்டும் தன்னோடு இருக்கச் சொல்லுவாள். அந்த நேரத்தில் செல்வி என்ன கேட்டாலும் கிடைக்கும். அப்படியானதொரு நாளில்தான், செல்வி பேச்சோடு பேச்சாய் ஒருமுறை புருஷனைப் பார்த்துவிட்டு வரவேண்டுமெனக் கேட்டாள். அவ்வளவு போதையிலும் முத்துலட்சுமிக்கு சுருக்கென எதுவோ தலையில் ஏற செல்வியை ஒரு முறை முறைத்தாள். “ஏன் அரிப்பெடுத்திருச்சா... வேணும்னா இங்க இருக்க யார்கூடயாவது படு... காசுக்குக் காசும் ஆச்சு... தேவைக்குத் தேவையும் ஆச்சு... புருஷங்கிட்டப் போயி என்ன செய்யப்போற... மறுபடியும் களவாண்டுட்டு மறுபடியும் செயில் கஞ்சி குடிக்கணுமா...?” செல்வி ஆடிப்போனாள். புருசன் பொண்டாட்டி உறவென்பது படுத்து எந்திரிக்க உண்டாக்கின உறவல்ல, கஷ்ட நஷ்டத்தைப் பகிர்ந்து, சந்தோசத்தில் சிரித்து, வாழ்க்கையின் ஒரு பாதி சந்தோசத்தை இன்னொரு பாதியிலும் அனுபவிக்கவைக்க ஒரு உயிர்வேண்டுமென்பது இவளுக்கு எங்கு தெரியப்போகிறது. என்னதான் களவாணிக்கூட்டமென்றாலும் அவர்களுக்குள் அன்பிருந்தது. பாசமும் யாருக்காக வாழ்கிறோமென்கிற எண்ணமுமிருந்தது. இன்றும் கூட கோபத்தையெல்லாம் மீறி செல்வியின் புருசங்காரனுக்கு செல்விதான் வேண்டும்.

இது கட்டாயத்தினால் அல்ல, இவ்வளவு நாட்கள் வாழ்ந்த வாழ்க்கையின் பின்னால் அந்த உறவில் அவர்கள் இருவருமே கண்டிருந்த உண்மை. ஆனால், முத்துலட்சுமி யாருக்காக வாழ்கிறாள். ஒருவேளை இந்தக் கேள்விக்கான பதில் அவளுக்குத் தெரிந்திருந்தால் இப்படியெல்லாம் நடந்துகொள்ளாமலிருக்கலாம். அவள் தன்மீது மெய்யான அன்பு செலுத்தும் ஒருவரைத் தேடினாள். முன்பும் இப்படித்தான். ஆனால், அப்போதும் இப்போதும் அவளுடலையும், அவளிடமிருந்த பணம் மற்றும் வெவ்வேறு விருப்பங்களுக்காக மட்டுமே சிலர் அவளிடமிருந்தனர். அவள் எல்லோரையும் வெறுத்தாள். தன்னுடலை சிதைத்துக் கொள்ளப் பயந்தவள், மற்றவர்களின் உடலை சிதைத்துப் பார்த்தாள். அவளை நேசிக்கும் ஒரு ஜீவன் யார்?

செல்வி, தான் அங்கிருந்து கிளம்பிச்செல்லும் அல்லது தப்பிச்செல்லும் ஒரு நாளைத் தீர்மானித்தாள். ஆனால், அங்கிருந்து வெறும் கையோடு செல்லக்கூடாது. என்னதான் தன்னிடம் கொஞ்சம் பணமிருந்தாலும் அவளுக்கு அது போதாது. இவ்வளவு நாட்கள் பட்ட சித்ரவதைக்கு ஈடாய் கொஞ்சம் எடுத்துச்செல்ல வேண்டும். அதற்கான வழிமுறைகளும் தெரிந்திருந்தாள். முத்துலட்சுமி எவ்வளவு குடித்தாலும் தெளிவாயிருக்கிறாள் என்பது தெரிந்துபோனதால் இனி, போதையை நம்பிப் பிரயோஜனமில்லை. வேறு வழி யோசித்தாள். இரண்டு நாட்கள் உடம்பு சரியில்லையெனப் படுக்கத் துவங்கினாள். முத்துலட்சுமியிடமே மருந்து கேட்டாள். “நீ டாக்டர்தான… எனக்கு மேல் சுகமில்ல… மாத்திர குடு…” முத்து பதிலுக்குச் சிரித்தாள். “நீயுமா என்னய நம்புற...?” அன்றைக்கு முழுக்க முத்துக்கு சிரிப்பு. அப்படி நினைத்து நினைத்துச் சிரிக்க அதுவொண்ணும் அவ்வளவு பிரமாதமான விசயமில்லை. ஆனால், தன்னிடம் செல்வி நம்பிக்கைகொண்டிருக்கிறாளென்கிற சந்தோசம். காய்ச்சல், இருமலோடு நன்றாகத் தூங்குவதற்குமாய் சேர்த்து நான்கு மாத்திரைகள் குடுத்தாள்.

செல்விக்கு உடல் சரியானதும் முத்துலட்சுமியோடு ஒருநாள் குடித்தாள். முத்துவின் நிர்ப்பந்தமில்லாமல் அவளாகவே விரும்பிக் குடித்தாள். இருவரும் ஒரே படுக்கையில் உருண்டார்கள். முத்துவின் உடல், போதையில் வேறொன்றாய்த் தெரிந்தது. அவ்வுடலை

எரித்து விட்டாள். உடல் முழுக்க ஓடிக்கொண்டிருந்த விஸ்கி இன்னும் அவர்களை பற்றியெறியச் செய்ய, இருவரும் இரவு முழுக்க உறங்கியிருக்கவில்லை. அயர்ந்து செல்வி ஒதுங்குகிற நேரத்தில் முத்துலட்சுமியும், முத்து அயர்ந்து ஒதுங்குகிற நேரத்தில் செல்வியுமாய், மாறிமாறி தூண்டிவிட்டு, மொத்த இரவும் விளையாடினார்கள்.

மறுநாள் காலையில் செல்வியைப் பார்க்கவே முத்துலட்சுமிக்கு வெட்கமாயிருந்தது. காலை கண்விழித்தபோது, செல்வியின் யோனிமேட்டில் முத்துலட்சுமியின் தலையிருந்தது. உடல் முழுக்க நல்ல அசதி. ஆனாலும் முகமெல்லாம் பளபளவென அப்படியொரு பொலிவு. செல்வி, வாயைத் திறக்காமலேயே நமுட்டுச் சிரிப்பு சிரித்தாள். அவள் முகத்தைப் பார்க்க முடியாமல் முத்து நழுவி ஓடினாள். தான் அவளை நேசிக்கத் துவங்கிவிட்டதாய் மனதில் பட்டது. செல்வி அழகானவளில்லை, ஆனால், தன்னை எதிர்பார்ப்புகளின்றி நேசிக்கக்கூடியவளென்று தெரிந்ததும் முத்துவுக்கு சந்தோசமாயிருந்தது.

எப்போதும், இரவு பத்துமணிக்கும், பதினொருமணிக்கு மேலும் குடிக்கப் போகிறவள், அதன்பிறகு ஒன்பது மணிக்கெல்லாம் குடிப்பதை வழக்கமாக்கினாள். செல்வியை வீட்டை மட்டும் பார்த்துக் கொண்டால் போதுமென்று சொல்லிவிட்டாள். முருகனை இப்போது செல்வி அதிகாரம் செய்துகொண்டிருந்தாள். அவனுக்கு எல்லாவற்றையும் பார்த்து ஒருபக்கம் ஆச்சரியமும் இன்னொருபக்கம் கோபமும் வந்தது. ஆனால், கோபப்பட்டால் தன்னைத் துரத்திவிடுவாளென்பது தெளிவாகத் தெரிந்ததால் சகித்துப் பொறுமை காத்தான். செல்வி தினமும் தன்னோடு குடிக்கவேண்டுமென முத்து விரும்பினாள். செல்விக்கு தினம் குடிக்க விருப்பமில்லை. அதோடு தன்னுடலை உறிஞ்சி எடுக்க முத்துலட்சுமி வெறிகொண்டிருக்கிறாளென்பதும் அவளுக்குப் புரிந்திருந்தது. விருப்பமில்லாவிட்டாலும் அவளைச் சகித்துக் கொள்வதற்காகவேனும் இவளும் குடித்தாள். தினமும் புதிதாய் உறங்கி புதிதாய் விழிப்பது போலிருக்கும் முத்துவிற்கு. செல்வி ஆம்பளையாக பிறந்திருக்கலாம், எத்தனை சூடு அவளுடல். இத்தனை வருடத்தில் அவளோடு கூடின ஒருவன் கூட அவளது பெண்மையை இவ்வளவு நாணச் செய்திருக்கவில்லை. செல்வியின் ஒவ்வொரு அங்கமும் அவளைக் கிளர்த்தியது. ஏதாவது செய்து

செல்வியை ஆணாக்கிவிட்டால் அவளையே கல்யாணங்கட்டிக் கொள்ளலாமென்று ஒரு சமயத்திலும், ஏன் ஒரு பொம்பள இன்னொரு பொம்பளயக் கல்யாணம் கட்டிக்கிட்டா என்ன கொறஞ்சு போவுமென இன்னொரு சமயத்திலும் யோசித்துச் சிரிப்பாள். செல்விதான் சமைத்துக் கொடுத்துக் கொடுத்தாள். சில சமயம் போதையில், முத்து எழுந்து போய் எதையாவது சமைத்து எடுத்து வந்து செல்விக்கு ஊட்டிவிடுவாள். மறுக்கவும் முடியாமல், திங்கவும் முடியாமல் திணறுவாள் செல்வி. பிடிக்கிறதோ இல்லையோ, அவள் கொடுப்பதைத் தின்னத்தான் வேண்டும். பிறகு, அவளோடு கூடி உருள வேண்டும்... முன்பு செய்யச்சொன்ன வேலைகளைவிட அவளுக்கு புருசனாயிருப்பது இன்னும் அருவருப்பாயிருந்தது செல்விக்கு. விருப்பமில்லாது எப்படிக் கொஞ்ச...? சில நாட்கள் செல்வியும், குடிபோதையில் இருக்கிறபோது தன்னையும் மீறி முத்துலட்சுமியின் உடலை விரும்பிச் சுகித்தாள். அதுமாதிரியான நேரங்களில் செல்வியின் வேகம் பார்த்து முத்து அசந்துபோவாள்.

செல்விக்கு வீட்டு நினைப்பு தாள முடியவில்லை, எப்போதும் போல் இரவு குடிக்க உட்கார்ந்தார்கள். கொஞ்சம் குடித்ததும் போய் எதையாவது சமைத்து எடுத்து வருகிறேனென்று முத்து எழுந்து போனாள். தன்னை ஒரு பெண்ணாய் காட்டிக்கொள்ள அவளிடமிருந்த ஆர்வம் அவளின் உடல் முழுக்க மிளிர்ந்தது. பகலில் இன்னும் செல்வியின் முகத்தை நேர்கொண்டு பார்க்கமுடியாமல் போவது எதனால்...? இத்தனை வருடத்தில் இல்லாமல் அப்படியென்ன இப்போது உடல் சுகம் பிடித்துப்போய் அவளைத் தொங்கிக்கொண்டிருக்கிறோம். இவர்களுக்குள்ளிருக்கும் விசயம் தெரிந்து வேறு சில பெண்கள் முத்துலட்சுமியிடம் அதே வகையில் நெருங்கினார்கள். அவர்களை அந்த நொடியே அடித்து 'எல்லோரும் செல்வியாகிட முடியாதுடி சிறுக்கிகளா...' துரத்திவிடுவாள். செல்வியை யாரோடும் அவளால் ஒப்பிட முயாது.

இரண்டு கையிலும் சமைத்ததையெல்லாம் தூக்கிக்கொண்டு வந்து செல்வியின் முன்னால் வந்து வைத்தாள். முன்னைமாதிரி செல்வி ஒடுங்கிப்போயெல்லாம் உட்கார்வதில்லை. இப்போது இயல்பாகியிருந்தாள். சில சமயங்களில் முத்துவின் மீது அதிகாரம் செலுத்துமளவிற்குத்தான். அதுவும் இரவில் மட்டுந்தான்.

முத்துலட்சுமியை விட்டுப் பிரிந்து போகும் ஒன்றைத்தவிர, வேறு என்ன சொன்னாலும் அதற்குச் சம்மதிக்கத் தயாராக முத்து இருந்தாள். இருவரும் சாப்பிட்டனர், முத்து நிறையக் குடித்தாள். செல்வி கொஞ்சமாய் குடித்துவிட்டு போதுமென்றாள். நல்ல போதையில், நா குழறி கண்கள் சொருகியது முத்துவுக்கு. இவளைக் கூப்பிடாமலேயே போய் படுத்துவிட்டாள். செல்விக்கு தூக்கம் பிடிக்கவில்லை. வீட்டில் வேலைக்கு இருக்கும் இரண்டுபெண்களும் தூங்கிப் போயிருந்தனர். இவளை சதாவும் கண்காணிக்கும் முருகன், பெண்களைக் கூட்டிக்கொண்டு மயிலாடுதுறை போயிருந்தான். ஒவ்வொரு வேலைக்கும் ஒவ்வொரு ஆளை வைத்திருந்தாள் முத்து. நகரில் இன்னும் அவளின் செல்வாக்கு அதிகரித்திருந்தது. செல்வி போய் கொஞ்ச நேரம் படுத்தாள். கண்கள் எரிந்தன. மனதில் ஊரும் புருஷனும் நிழலாடினார்கள். கண்களில் நீர் சுரந்தது.

14. நகர் திரும்புதல்...

எப்போதும், ஏதாவது வேலை செய்துகொண்டே இருப்பவனுக்கு, எந்த வேலையுமே செய்யாமலிருப்பது கொடுமையான அவஸ்தை. அதுவும் சொந்த ஊரைவிட்டு எங்கோ ஒரு மூலையில் வந்து ஊரை வேடிக்கை பார்ப்பதில், சம்பத்துக்குக் கொஞ்சமும் விருப்பமில்லை. கை, கால்கள் பரபரவென்றிருந்தன. அவன் ஊரிலில்லாத நாட்களில், அதற்குப் பிறகு, இன்னும் எத்தனையோ சண்டைகள் நடந்திருக்கும், ஏன்? சுந்தர், பாஸ்கரை மறந்தும் போயிருப்பான். ஆனால், சம்பத்தின் மீதிருக்கும் கோபம் குறைந்திருக்காது. பல வருடங்கள் ஒன்றாய் சுற்றியதால் இதைத் தெளிவாய் சம்பத் புரிந்திருந்தான். எந்தப் பிரச்சனையென்றாலும் அதன் வேரிலிருந்து எல்லாவற்றையும் பிய்த்தெடுக்க நினைப்பவன் அவன். அதனால், இந்தமுறை அவனுக்கு அவகாசம் கொடுத்தே ஆகவேண்டுமென அமைதியாயிருந்தான். திரும்பி ஊருக்குப்போனால், செய்த தொழிலையே செய்வதா அல்லது வேறு வேலை செய்வதா என்கிற குழப்பம். செய்த வேலையைத் தனியாகச் செய்ய முதலில் கொஞ்சம் பணம் வேண்டும், இரண்டாவது சுந்தரும் விடமாட்டான். அதனால் கொஞ்ச நாட்களுக்கு வழியே இல்லை, வேறு ஏதாவதொரு தொழிலைச் செய்துதான் ஆக வேண்டும்.

இன்னொருமுறை அவனைத் தங்களின் கடைகளிலோ வீடுகளிலோ சேட்டுகள் வேலைக்கு வைக்கப்போவதில்லை, வேண்டுமானால்

அடியாளாய் சேர்த்துக்கொள்ளுவார்கள். சேட்டுகளுக்குள், எத்தனை பேர் எனக்கு அடியாள் இருக்கிறானெனக் காட்டிக்கொள்வதில் ஒருவிதப் போட்டி இருக்கும். சில கிழ சேட்டுகளுக்கு, அதுவொரு கௌரவப் பிரச்சனை. மற்ற வீடுகளில் சொந்த பந்தங்கள் கூடி வீட்டு நிலைமைகளைப் பேசுவதுபோல் சேட்டு வீடுகளில் ஞாயிற்றுக் கிழமைகளானால் மாலைகளில் ஜெயின் கோயிலுக்குப்போக ஒரு கூட்டமும், ஏதாவது புதிதாய் சமைக்க ஒரு கூட்டமும் பரபரப்பாய் வேலை பார்ப்பார்கள். சம்பத், சேட் வீட்டில் வேலை பார்க்கையில் ஞாயிற்றுக் கிழமைதான் அவஸ்தை. வாரம் முழுக்க பார்த்த வேலையைவிட அதிகமாய் அந்த ஒருநாளில் பார்க்க வேண்டியதிருக்கும். கடைக்குப்போக, ஒரே ஏரியாவிலிருக்கும் மகன் வீட்டுக்கு, மகள் வீட்டுக்கு, சொந்தக்கார வீட்டுக்கெல்லாம் சமைத்துக் கொடுப்பதை பாத்திரத்தில் எடுத்துப்போக, பிறகு, அவர்கள் செய்வதை எடுத்துக்கொண்டு வீட்டுக்கு வர, எல்லாமும் இவன்தான். அவ்வளவு வேலை செய்தாலும் அவர்கள் தின்பதில் சின்னதொரு துண்டைக் கூட இவனுக்குத் தரமாட்டார்கள். இவனும் வாயைத் திறந்து கேட்கமாட்டான். வேலைக்காரன் இதைத்தான் திங்கனும், இதைத் திங்கக்கூடாதென அவர்களுக்குள் சில விதிமுறைகளை வைத்திருந்ததோடு, அதைத் தங்களின் குழந்தைகளுக்கும் சொல்லிக் கொடுத்திருந்தனர்.

அந்த மாலைநேரங்களில், அங்கு முக்கியமான பேச்சு முழுக்க, எந்தப் பொருளை வாங்குவது, எதை விற்பது, யாருக்கு எவ்வளவு லாபம், நஷ்டம் என சொந்த பந்தத்தில் எல்லா நிலவரங்களையும் பேசிவிடுவார்கள். ஸ்டாக் மார்க்கெட்டையும், ஷேர் மார்க்கெட்டையும், பாழடைந்த வீடுகளுக்குள் உட்கார்ந்து கொண்டு அழுக்கு ஜிப்பா அணிந்த இந்தக் கிழங்கள்தான் தீர்மானிக்கிறார்களென்பதை உண்மையில் யாரும் நம்பப்போவதில்லை. வளரும்போதுதான் அவனுக்கு இதெல்லாம் என்னவென்று புரிந்தது. சேட் கடைகளில் வேலைசெய்யும் ஏரியா பையன்கள் கடைசிவரையிலும் பார்த்த வேலையைத்தான் பார்ப்பார்கள், அல்லது சேட்டின் அடியாளாகிவிடுவார்கள். அதைத்தாண்டி, தனியான பொறுப்புகள் அவர்களுக்குக் கொடுக்கப் படுவதில்லை. அவ்வளவு தூரத்திற்குப் பணத்தை மட்டுமே நம்பி, மனிதர்களை நம்பாத கூட்டமது.

சம்பத் நிறைய வேலைகளைச் செய்திருக்காதபோதும், எல்லா வேலைகளையும் செய்பவர்களைத் தெரியும், பேசின் பிரிட்ஜ் துவங்கி, யானைக்கவுனி, மின்ட், தண்டையார்பேட்டை, வள்ளலார்நகர், ராயபுரம் என ஒவ்வொரு ஏரியாவிலும் நூறு தொழில் செய்ய முடியும். அந்தப் பகுதிகளிலிருக்கும், எந்தத் தொழில் செய்கிறவனைக் கேட்டாலும் சம்பத்தைத் தெரியும், எல்லோருக்குமே டோப்பு வேண்டும், டோப்பு வேண்டுமானால் சம்பத் வேண்டும். பாஸ்கர் சொல்லுவான் “யானக்கவுனி பாலத்துக்குப் பேர் மாத்தி உன்பேர வெய்க்கணும்னு இருக்கானுகடா...” என்று. சின்னச்சின்ன வியாபாரிகளுக்கெல்லாம் பெரும்பாலும் அங்கிருந்துதான் பொட்டலம் போனது. சிவானந்தம் வீட்டில்தான் மொத்தமாக மூடையைக் கொண்டுவந்து போட்டுப் பிரிப்பார்கள். அவன் வீட்டில் பாதி, குடோனில் பாதி. வீடும் குடோனை மாதிரித்தானிருந்தது.

அங்கு முப்பதுக்கும் மேற்பட்ட இளைஞர்கள் பார்சல் வேலைகளுக்காகத் தங்கியிருந்தனர். சிவானந்தம் ஆர்.எஸ்.எஸில் இருந்தான். நல்ல செல்வாக்கும்கூட. எவ்வளவு வேலைகளிருந்தாலும் ஆர்.எஸ்.எஸ் வேலைகள் எதையும் ஒன்றுவிடாமல் செய்து கொடுப்பான். ஏதாவது ஊர்வலத்திற்கு ஆள் அனுப்புவது, கூட்டம் நடத்த நிதி திரட்டுவது என வடசென்னையில் அந்த இயக்கத்தை வளர்க்க வேண்டுமென அயராது பாடுபட்டான். அவனைப் பொறுத்தவரையிலும், அது ஒன்றுதான் வாழ்வின் மிகச்சிறந்த கடமையென நம்பினான். வீட்டின் மாடியில் தெருவைப் பார்த்தபடி ஒரு ஆரஞ்ச் நிறக்கொடி பறக்கும். அவன் பேசுவது, பழகுவது எல்லாமே ஒரு சாமியாரைப்போல் தெரிந்தாலும், அவன்மேல் மட்டும் அந்த ஏரியாவில் ஆறேழு கேசுகள் இருந்தன. அவனிருக்கும் வீடு ஒரு பழைய செட்டியார் குடும்பம் வாழ்ந்த வீடு. காரைக்குடி பக்கமிருந்து வந்து பல வருடங்களுக்கு முன்னால் செட்டிலானவர்கள். வாரிசு இல்லாததால் அவர்களைத் துரத்திவிட்டு, இவனே வாரிசென ஒரு பத்திரம் தயாரித்து வீட்டைப் பிடித்துவிட்டான். செட்டியார் பாவம் இப்போது பொண்டாட்டியும் செத்துப்போக, அதே தெருவில்தான் வீடுகளில் சோறு வாங்கித்தின்று கொண்டிருக்கிறார். “மற்றவர்களுக்கு நல்லதுச ெய்ய, இதுமாதிரி செய்வதெல்லாம் தப்பில்லையென” உறுதியாய் சிவானந்தம் நம்பினான்.

அவனும் இப்போது சுந்தரின் பக்கமாய் சாய்ந்துவிட்டதாய்ச் சொல்கிறார்கள், வேண்டுமானால் பாதுகாப்பிற்கு சர்ச்சை சார்ந்து, ஏதாவது செய்யலாம். சோஃபி இருக்கிறாள். ஆனால், பணம்? எல்லாவற்றையும் யோசித்துப் பார்த்ததில் திருவெற்றியூர் கோபாலிடம் போய்ச் சேர்ந்துவிடுவது நல்லதெனப்பட்டது. கோபால் மற்றவர்களைப்போல் பெரிய ஆளில்லைதான். ஆனால், யாரையும் தொந்தரவு செய்யாத தொழில் ஒன்று இருந்தது. அவன் அந்தத் தொழில்தான் செய்கிறானெனப் பலருக்குத் தெரியாது, அதுதான் அவன் பாதுகாப்பும். ஒட்டுமொத்தமாக சென்னையிலிருக்கும் இரண்டாந்தர ஹோட்டல்களுக்கு உணவுக்காக அவன் இறைச்சி சப்ளை செய்கிறான். இதிலென்ன விசேசம்? அவ்வளவும் நாய்கறி.... அதுதான் விசேசம்.

தாம்பரத்திலிருந்து எண்ணூர்வரை அவனுக்கு கஸ்டமர்கள் இருந்தார்கள். ஒரு நாளைக்கு முப்பது நாய்கள்வரை அறுக்கிறான். சில நாட்களில் இந்த எண்ணிக்கை நாற்பது வரை போகும். இப்போது அவனிடம் போய்ச் சேர்ந்துவிட்டால் ஓரளவு பாதுகாப்பு. தொழிலை விட்டுவிட்டான் போட்டிக்கு யாருமில்லை என சுந்தரும் கொஞ்சம் அமைதியாகிவிடுவான்.

சில வருஷங்களுக்கு முன்பு, கோபால் தொழில் துவங்குவதற்குமுன் பாஸ்கர் கேங்கில்தான் இருந்தான். அவனை யாருக்கும் பிடிக்காது, சம்பத் மட்டும் அவனுக்கு சப்போர்ட்டாக இருந்தான். எந்த வேலையையும் செய்ய லாயக்கில்லையென பாஸ்கரும் திட்டுவான். அந்த நேரத்தில்தான், எல்லா ஏரியாவிலும் ஹோட்டல்களில் இந்த மாதிரி ஒரு தேவை இருப்பதைத் தெரிந்துகொண்டு தனியாகப்போய் தொழிலைத் துவங்கினான். சம்பத்துக்கு மட்டும் சொன்னான், என்ன வேலை செய்யப்போகிறேனென... கொஞ்சம் அருவருப்பாகவும் கோபமாகவும் இருந்தது சம்பத்துக்கு. "த்தா... துன்னுற சோத்துலயுமாடா டுபாக்கூர் வேல பாக்கணும்..." கோபால் சிரித்தான். "அட இன்னா சம்பத்து நீ... இப்ப மட்டும் என்ன பாதாம்கீரா வித்துனு இருக்கோம்...டோப்புதான... அதுக்கு இது ஓகேதான்..." தொழில் தர்மம் தெரிந்திருக்கிறது, எப்படியும் பிழைத்துக்கொள்வானென சம்பத் உறுதியாய் நம்பினான். போய் சில நாட்களிலேயே வியாபாரம் சூடுபிடிக்க இரண்டு டூவீலர்கள் வாங்கினான். அவனிடம் ஆறேழுபேர் வேலைக்குச்

சேர்ந்தனர். சம்பத்தை மட்டும் சிலமுறை வந்து பார்த்துவிட்டுப் போவான். இப்போதும் கூட இவன்மீது அவனுக்கு நல்ல அன்பும் மரியாதையுமிருந்தது.

கோபால் சம்பத்தின் எல்லா பிரச்சனைகளையும் தெரிந்து வைத்திருந்தான்... “இன்னாபா... நீ... இவ்ளோ நடந்திருக்கு... நம்மகிட்ட பேசணும்னு தோணல பாத்தியா உனக்கு... பாத்தம்ப்பா பாஸ்கர் பாடிய... சும்மா தெருநாய அட்ச்ச மாதிரி அட்ச்சி தொவச்சிருந்தானுக... நீ இன்னாத்துக்கு சொம்மா அங்கயும் இங்கயுமா சுத்தினு இருக்க... கெளம்பி இங்க வா....” சம்பத்தின் குரலைக் கேட்டதுமே அவனைப் புரிந்துகொண்டவனாய் கோபால் தன்னிடம் வரச் சொல்லிவிட்டான். சோஃபி வேண்டவே வேண்டாமென்றாள். போனில் அவள் அழுவது சகிக்க முடியாததாய் இருந்தது. “இந்த வேலையைச் செய்வது பாவம்” என்றாள், அவனுக்குச் பாவ புண்ணியமெல்லாம் மறந்து போய் பல வருடங்களாகிவிட்டன... சிரித்தான். ஒருமுறை அவனைப் பார்க்கவேண்டுமெனச் சொன்னவளிடம் சீக்கிரமே வருவதாகச் சொன்னான். சுந்தரிடம் மணிதான் இப்போது சரக்கு எடுத்துச் செல்பவனாக இருக்கிறானென சோஃபி சொல்ல, சம்பத்துக்கு என்ன சொல்வதெனத் தெரியவில்லை. சுந்தருக்காகப் பரிதாபப்பட்டான். அந்த இரவு, வெக்கை மிகுந்த ராயலசீமாவிலிருந்து அவனைச் சென்னைக்கு வரவழைத்த வாழ்வின் இன்னொரு துவக்கம் நோக்கிப் பயணித்தான்.

15. பிரிதல் நிமித்தமாய்...

எவ்வளவு குடித்தாலும் அதிகாலையிலேயே எழுந்துவிடும் முத்துலட்சுமி, அன்று காலை பத்து மணிக்கு மேலாகியும் எழுந்திருக்கவில்லை. மாறிமாறி அவளின் மூன்று செல் போன்களும் அடித்துக்கொண்டிருந்தன. முருகன் அவளைத்தேடி வீட்டிற்கே வந்துவிட்டிருந்தான். இன்னும் அவள் எழுந்திருக்கவில்லை என்று கேட்டதும் அவனுக்கு லேசான அதிர்ச்சி. ஏதோ உறைக்க, 'அந்தச் சிறுக்கி செல்வி எங்க இருக்கா?...' வீட்டிலிருந்த பெண் 'அவங்களும் உள்ளதேன் தூங்கறாங்க...' என்றனர். அவன் யோசித்தபடியே அறையைக் கவனித்தான். காத்திருக்கப் பொறுமையில்லை. இன்னொரு முறை முத்துவின் செல்லுக்கு போட்டான். இந்த முறையும் பதிலில்லை என்றானதும் கதவைத் தட்டினான். முதலில் மெதுவாகவும் பிறகு பலமாகவும் கதவு தட்டப்பட வீட்டிலிருந்த எல்லோரும் அந்த அறையின் முன்னால் திரண்டுவிட்டனர். பதிலே இல்லை என்றானதும் எல்லோருமாய்ச் சேர்ந்து கதவை உடைத்தனர். அறை அப்படியே கிடக்க படுக்கையின் ஓர் ஓரத்தில் அசைவின்றி முத்துலட்சுமி படுத்துக் கிடந்தாள். முருகன் ஓடிப்போய் கன்னத்தில் தட்டி எழுப்பினான். அசைவேயில்லை. அலறியபடியே தூக்கிக்கொண்டு வெளியில் ஓடிவந்தனர். ஒருத்தி ஓடிப்போய் தண்ணீர் எடுத்து வந்தாள். மாறி மாறி முகத்தில் தண்ணீர் அடித்தனர். லேசாக மூச்சு வந்தது. காத்திருக்க வேண்டாமென அப்படியே தூக்கிப் போட்டுக்கொண்டு ஆஸ்பத்திரிக்கு ஓடினர். அவளது உடலில் சின்னதொரு அசைவு கூட இல்லை.

வீடு வந்து சேரவும்தான் செல்விக்கு உயிர் வந்தது. கட்டியிருந்த சேலையைத் தவிர்த்து முத்துலட்சுமி வாங்கிக் கொடுத்த எந்தப் பொருளையும் எடுத்துக்கொள்ளவில்லை. ரொக்கமாய் கொஞ்சம் பணமும், நாற்பது பவுன் பக்கமாய் நகையையும் எடுத்துக்கொண்டு வந்திருந்தாள். ஒருபக்கம் அவளின் மீது கோபமிருந்தாலும் தன்னை ஏதோவொரு காரணத்திற்காய் நம்பியிருந்தாளென முத்துலட்சுமியின் மீது சின்னதொரு அன்புமிருந்தது. ஆனால், அந்த வாழ்க்கையை விரும்பவில்லை.

தவுடு மூஞ்சியே மாறிப்போனவளாய் செல்வியை மலங்க மலங்கப் பார்த்தாள். அவள் திரும்பவும் கிடைத்துவிட்டாளென்கிற சந்தோசம். 'நா கும்புட்ட சாமி கைவிடல செல்வி... கைவிடல... எத்தன நாளுன்னு நினக்கிற... அந்தச் சிறுக்கி என்னென்ன பாடு படுத்தியிருப்பான்னு தெரியும்... எல்லாத்தயும் விடு... இனியாவது நம்ம உண்டு, நம்ம வேல உண்டுன்னு இருப்போம்...' செல்விக்கு எதுவும் பேசமுடியவில்லை. இரண்டு பேரின் புருசன்களும் இரவு வேட்டைக்குப் போய்விட்டுத் திரும்பினர். பெரிய வரவொன்றுமில்லை. ஒரு வாரத்திற்குச் செலவுக்கு ஆகிற வருமானம். செல்வியின் வீட்டுக்காரனுக்கு அவளைப் பார்த்ததும் சந்தோசம். ஆனால், இவ்வளவு நாட்கள் தன்னை மறந்துவிட்டதற்காக இறுகிப்போயிருந்தான். யார் கூடவாச்சும் படுத்திருப்பாளோ என்கிற நினைப்புதான் முதலில் மனதில் வந்தது. அப்படி எல்லாம் இருக்காதென ஒரு பக்கம் நினைத்தாலும், இன்னொரு பக்கம் சராசரி மனிதனாக அதைத்தான் யோசித்தான். ஒரு வார்த்தை பேசமாட்டானா என அவனையே சுத்தி வந்து கொண்டிருந்தாள். "மாமா... ஏன் மாமா பேச மாட்டேங்கற..." அவன் மூஞ்சியைத் திருப்பிக் கொண்டு போனான். அப்படிப் போகிறவனில்லை அவன். என்ன கோவமென்றாலும் அடிப்பான், அடித்த கொஞ்ச நேரத்தில் இழுத்துப் படுக்கக் கூட்டிப் போய்விடுவான். பிறகு கொஞ்சிக் கொண்டிருப்பார்கள். தவுடு சொல்லுவாள் "ரெண்டும் வெவஸ்த கெட்ட சென்மங்க.... ஊரே பாக்க அடிச்சுக்கறது, பெறகு ஊரே கேக்க கொஞ்சிக்கிறது..." அதுதான் உண்மையுங்கூட. அவனா இப்படி இருக்கிறான்?... "எவங்கூடயாவது படுத்திருப்பனேோன்னு சந்தேகப்படறியா மாமா?..." அவள் வார்த்தை அவனை சங்கடப்படுத்தியது. பதில் சொல்லாது கடந்துபோக நினைத்தான். அவள் வாசலிலேயே உட்கார்ந்தாள்.

தவுடு எவ்வளவோ கூப்பிட்டும் செல்வி வீட்டுக்குள் போகவில்லை. தவுடு இவளை விட்டுவிட்டு அவளின் புருஷங்காரனை சமாதனப்படுத்தப் போனாள். அவனும் இறங்கிவருவதாய் இல்லை. சாப்பிடாமலேயே தூங்கிவிட்டான். வெயில் உடலை எரிக்க, கொஞ்சமும் அசையாமல் வாசலிலேயே உட்கார்ந்திருந்தாள். ரொம்ப நாளுக்குப் பிறகு இவள் வந்திருக்கிறாளெனத் தெரிந்து, பக்கத்து வீட்டு ஆட்களெல்லாம் நலம் விசாரித்துப் போனார்கள், சிரித்தும் மழுப்பியும் வாசலில் உட்கார்ந்திருப்பதற்கான காரணம் சொல்லாமலேயே சமாளித்துக்கொண்டிருந்தாள். நேரம் ஆக ஆக அவளுக்குப் பொறுமையுமில்லை. எழுந்து வீட்டிற்குள் போனவள் தூங்கிக்கொண்டிருந்தவனை ஒரு மிதி மிதித்தாள். பதறி எழுந்தவன் இவளைப் பார்த்ததும் இருந்த கோபம் ஏக்கமெல்லாம் வெடிக்க அடிக்கத் துவங்கிவிட்டான். அடித்து மூஞ்சியில் ரத்தம் வழிந்து கொண்டிருந்தது, அப்படியும் கோபம் அடங்கவில்லை அவனுக்கு. தவுடு வந்து விலக்கிவிடப் பார்த்தாள், அவளுக்கும் சேர்த்து அடி விழுந்தது. ‘தேவ்டியா முண்டைகளா... அப்டியென்னடி உங்களுக்குக் கொழுப்பு... புருசன் வேணாம்னு போவீங்க...” செல்வி வாயைத் திறக்கவில்லை. எவ்வளவு வேண்டுமானாலும் அடிக்கட்டுமென விட்டுவிட்டாள். அடி தாங்கமாட்டாமல் தவுடு ஓடிப்போனாள். அவன் அடிக்கும்போது வாய் ஓயாமல் பேசுவது இதுதான் புதிது. முன்னெல்லாம் அடிப்பான், ஆனால், பேச மாட்டான். இந்தமுறை அடி குறைவுதான், ஆனால், புலம்பல் அதிகமாயிருந்தது. இவ்வளவு நாட்களும் பேச ஆளில்லாமல் கிடந்திருக்கிறானெனப் புரிந்துகொண்டவளாய் செல்வி அவ்வளவு அடிகளையும் வாங்கிக்கொண்டு அவன் ஓய்ந்துபோய் ஓரமாய் உட்கார்ந்ததும் எழுந்துபோய் டீ போட்டாள். அவனுக்கும் கொடுத்துவிட்டு, தானும் குடித்தாள். அவன் தொடவே இல்லை. டீ தம்ளரை மட்டும் பார்த்துக் கொண்டிருந்தான்.

தவுடு மறுபடியும் வந்து பார்த்தபோது, செல்வியின் அறை பூட்டப்பட்டிருந்தது. இது இப்போதைக்குத் திறக்காதெனத் தெரிந்தவளாய் அவர்களுக்கும் சேர்த்துச் சமைத்தாள். தவுடின் புருசங்காரன் எங்கயோ போய் நாட்டுக்கோழி பிடித்து வந்தான். இரண்டு பேருமாய் சமைத்து மதியச் சாப்பாட்டை சாய்ந்தரம் அஞ்சு மணிக்கு மேல் சாப்பிட செல்வியையும் அவள் புருசனையும் கூப்பிட்டார்கள். செல்விக்கு நல்ல பசி, துணியை மட்டும்

மாற்றிவிட்டு வந்து சாப்பிட உட்கார்ந்தாள். அவன் குளிக்க வேண்டுமென எழுந்தவன், செல்வி சாப்பிட உட்கார்ந்ததும் அவளுக்குப் பக்கத்திலேயே சாப்பிட உட்கார்ந்தான். தவுடு எல்லோருக்குமாய் பரிமாறினாள். செல்விக்கு அவன் ஊட்டிவிட வாயைத் திறக்காமல் தவுடு சிரித்தாள். 'கிறுக்குக் கழுதைக...' அவள் வார்த்தை அவளின் புருஷங்காரனுக்கு மட்டும் கேட்டிருக்க வேண்டும். சாப்பிட்டு முடிக்கும்போதே "நைட்டு சினிமாவுக்குப் போவமா?" தவுடு பேச்சோடு பேச்சாய் கேட்க, செல்வியின் புருசனும் ஆர்வமாய் சரியென்றான். செல்வி தலையை நிமிர்த்திப் பார்த்தவள் மெதுவாக உட்கார்ந்த இடத்திலிருந்து எழுந்து "நாம இன்னைக்கே இந்த ஊர விட்டுப் போயிரலாம்..." அவள் குரல் தடுமாறிச் சொல்ல, மற்ற மூவரும் புரியாமல் அவளைப் பார்த்தனர்.

"அவ நொம்பலம் தாங்க முடியாம பத்து பதினஞ்சு தூக்க மாத்திரய சாராயத்துல கலந்து கொடுத்துட்டண்டி... சாவாளா, பொழப்பாளான்னு தெரியல... ஆனா... இங்க இருந்தம்னா எப்பிடியும் நம்மளத்தேடி வந்திருவாய்ங்க... அவய்ங்களோட நம்மளால போட்டிபோட முடியாது..." இப்படி நடக்குமென மூன்று பேருமே யோசித்திருக்கவில்லை. இந்த ஊரை விட்டுப்போவது சிரமமில்லை, ஆனால், புது இடம், புது ஊர் போன வேகத்தில் களவாங்கப் போகமுடியாது. ஒரு மாசத்திற்காவது, அந்த ஊரின் தெருக்கள், வீடுகள் அவ்வளவும் பழக்கப்பட வேண்டும். என்ன செய்வதெனப் புரியவில்லை. ஆனால், இங்கிருப்பது பாதுகாப்பில்லை என்பதை மட்டும் செல்வி தெளிவாகப் புரிந்துகொண்டதோடு மற்றவர்களுக்கும் சொல்லிவிட்டாள். எல்லோரும் யோசனையோடு நிற்பதைக் கவனித்தவள் உள்ளே சென்று ஒரு சின்ன பொட்டலத்தை எடுத்து வந்தாள். பிரித்துக் காட்டவும்தான் எல்லோருக்கும் கொஞ்சம் நிம்மதி. கையில் கொஞ்சம் சேர்த்து வைத்தது இருக்கிறது, இதையும் வைத்து வேறெங்காவது போய்விட்டால் சமாளித்துக்கொள்ளலாம். ஒரு மாசமென்ன, பத்து மாசத்துக்குத் தாங்கும். தவுடு 'கேரளா போயிடுவோமென்றாள்...' அவளுக்கு மலையாளிகளிடம் திருடுவதுதான் எளிது... புருசன்காரங்கள் இரண்டு பேரும் கோயம்பத்தூர் போகலாமென்றார்கள். செல்வி 'இதெல்லாம் சரிப்படாது, மெட்ராஸ் போயிருவோமென்றாள்...' மற்ற மூன்று பேருக்கும் ஆசைதான், ஆனால், அவ்வளவு பெரிய

ஊரில் எப்படித் தாக்குப்பிடிப்போமென யோசித்தார்கள். செல்வி எல்லோரையும் சமாதானப்படுத்தினாள் தவுடு அவசரமாக இருப்பதில் கொஞ்சத்தை மட்டும் மூட்டை கட்டினாள்.

நகைகளை மொத்தமாய் ஒரே இடத்தில் விற்கவேண்டாமென ஐந்துபவுனை ஒரு ஆளும், இன்னொரு ஐந்துபவுனை ஒரு ஆளுமாய் எடுத்துப்போய் விற்றுவிட்டு பணம் கொண்டு வந்தனர். மெட்ராஸில் தெரிந்தவர்களென யாருமில்லை, தங்க என்ன செய்யலாமென யோசித்த செல்வி, எல்லாத்துக்கும் ஒரு முடிவு இருக்குமென ஆகவேண்டிய வேலைகளைக் கவனிக்கப் போய்விட்டாள். இரவு வேகமாய் மதுரைக்குள் இறங்கிக்கொண்டிருந்தது.

சாவின் இறுதிக் கணத்திற்கு முன்னால் முத்துலட்சுமி பிழைத்திருந்தாள். அவள் அலுவலகம் திறக்கப்படவில்லை, தெரிந்தவர்கள், வேலை பார்ப்பவர்கள் எல்லோரும் வந்து பார்த்துவிட்டுச் சென்றனர். முருகன் அவளை விட்டு எங்கும் நகராமல் அங்கேயே இருந்தான். வந்துபோன எல்லோருக்குமே ஒருவேளை அவள் செத்துவிட்டால் அவள் சொத்துக்களை எல்லாம் யார்யார் பங்கிட்டுக்கொள்வது என்பதில்தான் கவனம். முருகன் நிஜமாகவே அவளுக்கு விசுவாசமாய் இருக்க நினைத்தான். அவள் கண் முழித்ததும் சந்தோசப்பட்டான். உடலில் மூச்சும் அசைவும் மட்டுமே இருந்தது. நினைவுகள் இன்னும் அந்த இரவின் சந்தோசமான கடைசிக் கணங்களை மட்டுமே தேக்கி வைத்திருந்தது. இன்னும் கொஞ்ச நேரம் போனபின் தன்னைச் சுற்றியிருந்த ஒவ்வொருவராய் கவனித்தவள் செல்வியைக் கேட்டாள். முருகனுக்கு முகம் சுருங்கியது. கொதித்து எழுந்த கோபத்தை அடக்கியபடியே "அவதேன் உனக்குத் தூக்க மாத்திரயக் கொடுத்துட்டு ஓடியிருக்கா... தேடிட்டு இருக்கோம். கெடச்சதும் சங்க அறுத்துட்டு அவ பொணத்தக் கொண்டு வந்து உன் முன்னால போடச்சொல்லி இருக்கேன்..." அவள் கண்கள் சுருங்கிப்போக, அவனை எழுந்து போகச் சொல்லிவிட்டாள். இனி ஒருபோதும் பார்க்கமுடியாத செல்வியை நினைத்துக் கண்களை மூட, கண்களில் தாரை தாரையாய் நீர் சுரந்தது.

பகுதி – 2

"அந்தியோ இரவோ
பகலே இல்லாத ஒரு போது
தன் ரகசியத் தொழிற் கூடத்தில்
வண்ணச் சேர்மக் கலவைகளால்
தயார் செய்து கொடுக்கிறது
இன்றைய இரவுக்கும்
நாளைய பகலுக்குமான கனவுகளை"

- கண்டராதித்தன்.

1. கோடைப் புற்களின் இடப் பெயர்வு

"மரத்தடியில் துயிலும் ஒருவன்
புரண்ட விலாவினில்
ஒட்டியிருக்கிற மணல்
பூமியைப் பிரிந்ததால்
தன் உக்கிரமிழந்து தவிக்கிறது."

- தேவதேவன்

ஆதம்மா, இந்த நகருக்கு வந்த நாள் முதல் கடற்கரைக்குப் போகவேண்டுமென ஆசைப்பட்டாள். வெக்கையும் உலர் மணலும் நிரம்பிய தன் ஊரில் குடிக்கத் தண்ணீர் எடுக்க ஒவ்வொரு நாளும், அதிகாலையில் அவள் இரண்டு மூன்று கிலோ மீட்டர்கள் நடக்க வேண்டும். அங்கு தண்ணீர் என்பது பேரதிசயம். ஊரிலிருக்கும் பலரைப் போலவும் ஆதம்மாவின் குடும்பமும் கிடைத்த வேலைகளைச் செய்வதற்காகச் சொந்த ஊரை விட்டுக் கிளம்பினர். ராஜஸ்தானிற்கும் மஹாராஷ்டிராவிற்குமாக அவளின் சொந்தக்காரர்கள் நிறையப் பேர் நகர்ந்துபோனாலும் ஆதம்மாவின் அப்பாவான ராஜுவுக்கு அவ்வளவு தூரம் போவதில் விருப்பமில்லை, வீட்டிலிருந்து கொஞ்சம் பொருட்களைக்

கட்டிக்கொண்டு சென்னைக்கு வந்திறங்கிய நாளில், மொத்த நகரும் பெருமழையில் நனைந்திருந்தது. சாலைகள், ரயில்வே தண்டவாளங்கள் வீடுகள் என எங்கும் மழைநீர் தேங்கிக் குளமெனத் தளும்பிக்கொண்டிருந்தது. இந்த ஊரில் வெயிலே இருக்காதோ என்று நினைக்குமளவிற்கு சென்னை இதமாக இருந்தது.

நேற்றைய ரயில் பயணத்தில் அவர்கள் மூன்றுபேரும் சரியாக உறங்கியிருக்கவில்லை. தமிழ்நாடு எல்லையை நெருங்கும்போதே நல்ல குளிர். ஆதம்மா அம்மாவை இறுக்கிக் கட்டிக்கொண்டு சாய்ந்திருந்தாள். கை கால்களை நீட்டி உட்கார இடமில்லாமல் தரையில் உட்கார்ந்து கால்களை இருக்கைக்கு அடியில் நீட்டிச் சாய்ந்திருந்தாள். ராஜு எதிர்த்தாற்போல் ஒரு சீட்டில் சாய்ந்து நின்றுகொண்டிருந்தான். நடக்கப் பாதை எதுவுமில்லாததால் பாத்ரூம் போகவேண்டி அடிக்கடி ஆட்கள் தலை முதல் உடல் வரை தாண்டிச் சென்றனர். கண்களை மூடியும் மூடாமலும் ராஜுவின் மனைவி உறங்கிக்கொண்டிருந்தாள். ஆதம்மா அவள் மடியில் சாய்ந்து கால்களை நன்றாக நீட்டித் தூங்கினாள்.

அவர்களோடு சேர்ந்து, ஜம்பலமடுகிலிருந்து இன்னும் சில குடும்பங்களும் வந்திருந்தனர். அதிகாலையில் அவ்வளவு பேரும் சென்ட்ரல் ஸ்டேஷனில் இறங்கி அம்பத்தூர் போகிற பேருந்திற்கு வழிகேட்டு நின்றபோது, இந்நகரம் இன்னும் சில அகதிகளைத் தனக்குள் வாங்கிக்கொள்ளத் தயாரானது. எப்போதும் உறங்கிக் கொண்டிருக்கும் சென்ட்ரல் ஸ்டேஷனை ஒட்டிய மரங்கள் அவ்வளவு இரைச்சல்களுக்கு மத்தியிலும் சலனமின்றி நின்றிருந்தன. பெரிய ஸ்டேஷனும், சாரை சாரையாக மக்கள் வந்து போவதுமாய் இருப்பதைப் பார்க்க, இந்த ஊர் கடப்பாவை விடவும் பெரியதென சந்தோசப்பட்டாள். பேருந்து செல்லும் வழி முழுக்க கடை வீதிகளும், பெரிய கட்டடங்களுமாய் அவள் இதற்குமுன் பார்த்திராத உலகமாக இருந்தது. அந்த பஸ் அப்படியே இன்னொரு சுற்று சுற்றிவிட்டு வந்து இறக்கிவிட்டால் கூட சந்தோசப்பட்டிருப்பாள். அவர்கள் தங்குவதற்கும் வேலை செய்வதற்கும் ஒரே இடம்தான். தூரத்திலிருந்து பார்க்கும் போதே அந்தக் கட்டடம் தெரிந்தது. பதின்மூன்று மாடிக் கட்டடம். பாதி முடிக்கப்பட்டிருந்தது. அந்தக் கட்டடத்தில்தான் வேலை பார்க்கப் போகிறோமென நினைக்க மகிழ்ச்சியாக இருந்தது அவளுக்கு.

பகல் நேரங்களில் கீழிருந்து மேல் வரை கட்டடத்தை தலை நிமிர்த்திப் பார்ப்பது ஆதம்மாவிற்கு வேடிக்கையாக இருக்கும். மழை பெய்ததால் வேலை நடந்திருக்கவில்லை. வேகமாகக் கட்டப்பட்டுக் கொண்டிருந்த அந்தக் கட்டடத்தினடியில், அவர்களைப் போலவே நிறையப்பேர் தெலுங்கு பேசுகிற ஆட்கள் சின்ன டென்ட் அடித்து அங்கே சமைத்துக்கொண்டிருந்தனர். சின்னதொரு வீடாகவே ஒவ்வொரு டென்ட்டும் மாறியிருந்தது. மழையின் ஈரம் மிகச் சிறிதளவே உள்ளே எட்டியிருந்தது. குழந்தைகள் விளையாடுவதும் சண்டை போடுவதுமாய் அந்த இடத்தில் சந்தோசம் நிலவுவதை ஆதம்மா பார்த்தாள். அவர்களோடு வந்திருந்த குடும்பங்கள் எல்லாம் ஒரேயிடத்தில் டென்ட் அடித்துக் கொண்டனர். எல்லோருக்கும் சேர்த்துச் சமைத்துக் கொண்டனர். கதை பேசிக்கொள்வதும், விளையாடுவதுமாய் ஆதம்மா அங்கிருந்த குழந்தைகளுடன் வெகு சீக்கிரமாக இணக்கமாகி விட்டாள். விளையாடும் போதுதான் ஒரு சிறுவன் இந்த ஊரில் கடல் இருக்கிறதென்றான். ஆதம்மாவுக்கு கண்கள் ஆர்வத்தில் விரிந்து கொண்டன. “நீ போயிருக்கியா?” அவன் பெருமையாக “ஆமாம்” என்றான். இன்னொரு நாள் லீவ் விடுகிறபோது அவளையும் கூட்டிப் போவதாகச் சொன்னான். அவளுக்கு அந்த இன்னொரு நாள், நாளையே இருக்கக் கூடாதாவென ஆசையாக இருந்தது. அந்த நாள் வந்து சில மாதங்களாகியும் ஆதம்மாவிற்கு வாய்க்கவில்லை. கடலைப் பார்க்க முடியாத ஏக்கமிருந்ததே தவிர, அங்கிருப்பதில் அபரிமிதமான சந்தோசம் கொண்டிருந்தாள். மாலை ஏழெட்டு மணிக்கு மேல் அந்தப் பகுதியைச் சுற்றி வரும்போது பெண்கள், முதியவர்களென வெவ்வேறு வயதுகளில் நிறையப் பேர் நாய்களுடனும் தனித்தும் நடைப்பயிற்சி செல்வதைப் பார்த்துக் கொண்டிருப்பாள். எதற்காக அவர்கள் வேகமாக நடக்கிறார்கள் என்பது அவளுக்கு விளங்கியதில்லை. ஆனால், அப்படி அவர்கள் நடப்பதைப் பார்க்கவே உற்சாகமாக இருக்கும். அதிலும் உடல் பெருத்தவர்கள் சத்தமாகச் சிரித்தபடியே நடப்பதும் கொஞ்ச தூரம் போனபின், நின்று மூச்சு வாங்குவதும் பார்க்கச் சிரிப்பாக இருக்கும் அவளுக்கு.

வறட்சியும் வெறுமையும் நிரந்தர உறவுகளாகிவிட்ட, தன் நிலத்தின் நினைவுகள் எப்பொழுதும் அவளது மனம் முழுக்க விரிந்து கிடந்தன. பறவைகளின் வரவு பல வருடங்களாகக் குறைந்து

சில மாதங்களுக்கு முன்பு ஊரில் பறவைகளின் ஒலியே இல்லை என்கிற அளவிற்கு மாறிப்போயிருந்தது. ஆதம்மா பறவைகளை விடவும் உடும்புகளுடனும் கோடை விஷமேறிய பாம்புகளுடனும் விளையாட விருப்பம் கொண்டிருந்தாள். அந்த நிலத்திற்கே உரிய இறுக்கமும் வெக்கையும் அனைவரின் உடல்களிலும் நிரம்பியிருந்தது. அங்கிருந்த வீடுகள் பெரும்பாலும் இடிந்து ஆட்களின்றி இருந்தது. அம்மக்கள் மழை வரும் திசையின் மீது நம்பிக்கையற்றுப் போனார்கள். ஜம்பலமடுகுவிலிருந்து கண்டிக்கோட்டா வரையிலும் பாறை வெடிப்புகளும், காய்ந்த புற்களும் விரவிக் கிடந்தன. ஆதம்மாவுக்கு அவள் பார்த்ததிலேயே பெரிய ஊர், கடப்பா. அதற்குப் பிறகு இப்போது சென்னை. கடப்பாவில் கடலில்லை. ஆனால், கடலை விடவும் பிரம்மாண்டமான வெயிலிருந்தது. சென்னைக்குப் போகிறோமென வீட்டில் எல்லோருமாக முடிவெடுத்தபோது அவளுக்கு மனமுழுக்கக் குதூகலம். புது ஊர், இனி, தினம் தண்ணீர் எடுக்க நடக்க வேண்டியதில்லை. எல்லோருக்கும் வேலை கிடைக்கும் பட்சத்தில் இரண்டு வேளையாவது சாப்பிடலாம். அவள் இன்னும் உடும்புகளுடனும் பாம்புகளுடனும் விளையாடிக்கொண்டிருப்பாள். அந்த ஊரிலிருந்து பிடிக்கப்பட்ட பாம்புகளுக்கு நல்ல விலை கொடுத்து வாங்க வியாபாரிகள் தேடிவந்தபடியிருந்தனர். அவற்றைக் கொண்டுபோய் என்ன செய்வார்களென ஊர்க்காரர்கள் எல்லோருக்குமே தெரிந்துகொள்ள ஆசைதான். ‘தெரிந்துகொண்டு என்னவாகப் போகிறதென’ அப்படி யோசிப்பதோடு நிறுத்திவிடுவார்கள். பாம்புகளைப் போலவே, உடும்புகளும் அதிகமாக விற்பனையாயின. ஆதம்மாவுக்கு பாம்புகளின் உடல்வாகு பிடித்திருந்தது. கையில் நழுவிச் சென்றாலும் தீண்ட முடியாதபடி அவற்றை லாகவமாகப் பிடிக்கும் திறனை யாரும் சொல்லித் தராமலேயே கற்றுக் கொண்டிருந்தாள். வெவ்வேறு நிறங்களில், உயரத்தில் நஞ்சு மிகுந்த நஞ்சில்லாத பாம்புகளை அவள் பிடிப்பதும் அதனைப் பாதுகாப்பாக அப்பாவிடம் கொடுப்பதும் ஒரு விளையாட்டாகவே செய்து கொண்டிருந்தாள். பாம்புகளின் நஞ்சு அவள் விரல் ரேகைகளில் படிந்ததால்தான் அவள் இன்னும் பூப்பெய்தவில்லை என ஊரில் பெரியவர்கள் சொல்ல ராஜுவிற்கும் அவன் மனைவிக்கும் கவலையாகிவிட்டது. மகளுக்கு நாகதோஷம் இருப்பதாக யாரும் சொல்லாமலேயே அவர்கள் நம்பினார்கள்.

அவளிடம் யாரும் கேட்காத போதும், அவள் பாம்புகளைப் பிடித்து வந்து தருவதை மட்டும் ஒருபோதும் நிறுத்தியிருக்கவில்லை. அம்மா முதலில் சொல்லிப் பார்த்தாள். பிறகு கோபமாகத் திட்டும்போது ‘தனக்கு பொம்மைகள் என்று எதுவும் இல்லாததால் விளையாடுவதற்கு பாம்புகள் மட்டுமே கிடைக்கிறதென ஆதம்மா அழுதாள். அம்மாவிற்கு பொம்மை என்கிற வார்த்தையே பல வருடங்களுக்குப் பிறகு கேட்டதால் புதிதாகத் தெரிந்தது. அவளுமே பால்யத்தில் பொம்மைகள் வைத்து விளையாடியதில்லை. அந்த ஊரில் சில குழந்தைகளிடம் மட்டுமே பொம்மைகளிருந்தன. அதுவும் மண் பொம்மைகள். ஒரு முறை தன் தந்தையுடன் கடப்பா சென்ற பொழுது ஆதம்மா, தனக்கு பிளாஸ்டிக்கில் செய்யப்பட்ட பொம்மை வேண்டுமென்று அழுதாள். மகளின் வெகுளித்தனத்தை நினைத்து ராஜுவும் அவனது மனைவியும் கவலை கொண்டனர். அந்த வறண்ட காட்டையும் வெயிலையும் விட்டுப் போனால் அவள் சரியாகக் கூடுமென அம்மாதான் முதலில் யோசனை சொன்னாள். ராஜு அதன்பிறகு மூன்று தினங்கள் வீட்டிற்குத் திரும்பவேயில்லை. வீட்டில் அம்மாவும் ஆதம்மாவும் மட்டுமே இருந்தனர். பாத்திரத்தில் கொஞ்சமே மிஞ்சியிருந்த கேழ்வரகு மாவில் அவர்கள் களி செய்து தின்றனர். அந்த மூன்று நாட்களின் பகல் வேளைகளில் ஆதம்மா எங்கேனும் காடுகளிலோ புதர்களிலோ இருந்து கிழங்குகள், காய்களைத் தேடி எடுத்து வந்தாள். அப்படித் திரும்பி வருகிற நேரத்தில் அவளுடலில் வெயிலின் கருமையேறியிருக்கும். வீட்டின் எல்லா மூலைகளிலும் மண்சுவர் உதிர்ந்து வெடிப்பு விழுந்திருக்க, அந்த வெடிப்புகளின் ஊடாக வெக்கைக் காற்றின் தணல் வீசும். அம்மா வாசலில் படுத்திருப்பாள். வாசலில் இருந்த கல்லில் மெல்லிய குளிர்ச்சி ஏறியதும் ஆதம்மா அதில் உறங்குவாள். ராஜு அந்தக் கல்லில் உறங்கினால், அவனை இறுகக் கட்டிக் கொண்டு ஆதம்மாவும் உறங்குவாள். உறங்குகையில் எப்போதும் விரல் சப்புகிற பழக்கமிருந்தது ஆதம்மாவிற்கு. நல்ல அயர்ச்சியில் உறங்கும்போது எடுத்துவிட்டாலும், மீண்டும் அவளின் விரல் தானாகவே வாய்க்குப் போகும். தான் தூக்கி விளையாடிய பாம்புகளின் வாசம் விரல்களில் ஒட்டிக் கொண்டிருப்பதை அறியாமலேயே அதைச் சுவைத்தாள்.

மூன்றாவது நாள் இருட்டி நீண்ட நேரமான பின் வீடு திரும்பிய ராஜு தன்னோடு ஒரு பெரிய மூட்டையைத் தூக்கி வந்திருந்தான். ஆதம்மாவும் அவளது அம்மாவும் அவனையே பார்த்துக்கொண்டிருந்தனர். எதுவுமே பேசாமல் தட்டில் வைத்த களியைக் கிளறிக் கிளறிப் பார்த்துக்கொண்டிருந்தவன், "இந்த ஊர் வேணாம்...மெட்ராஸ் போயிரலாம்...அங்க நம்மாளுக நிறையப்பேர் இப்போ கட்டிட வேலைக்குப் போறாங்க... அவங்களோட போயிடலாம்..." அம்மாவும் மகளும் தங்களுக்குத் தெரியாத அந்த ஊரின் இயக்கத்தைச் சிலநொடிகள் கண்களுக்குள் ஓட்டிப் பார்த்துக் கொண்டனர். ஆதம்மாவின் உடல் முழுக்கத் தான் தூக்கி விளையாடிய பாம்புகளின் ஊரல் இருப்பது போல் உணர்ந்தாள். இனி ஒருபோதும் அவற்றோடு விளையாட முடியாமல் போய்விடுமோ என கவலை கொண்டாள்.

அவ்வூரின் நாய்கள் எதையோ தேடி, அந்த வீதிகளுக்குள் ஓடுவதும் எதையாவது பார்த்துக் குரைப்பதுமாயிருக்கும். முதலில் இரக்கப்பட்டு மிஞ்சுகிறதை எடுத்து அந்த நாய்களுக்கும் கொஞ்சம் தின்னக் கொடுத்த ஊர்க்காரர்கள் இப்போது, நாய்கள் குரைக்கிறபோது தங்களின் செவிகள் மரத்துப்போய்விட்டது போல் நினைத்துக்கொண்டனர். தங்களுக்கே உணவில்லாத பொழுது நாய்களுக்கு என்ன கொடுப்பது என்று இருந்து விட்டனர். அந்த ஊரின் வெளிக்கு மேலாக அங்கிருந்த புலம் பெயர்ந்தவர்களின் வயிறுகளும், என்னவானாலும் அந்நிலத்தை விட்டுப் போவதில்லையென உறுதியோடு கிடந்தவர்களின் வயிறுகளும் இடைவெளியின்றி பிரம்மாண்டமாகச் சுருங்கி விரிந்து கொண்டிருந்தன.

சென்னை அவளுக்குப் பிடித்திருக்கிறதுதான், ஆனால், ஏதோவொன்றை எல்லா வீதிகளிலும் வேலைசெய்கிற நேரங்களில், பெரும்பாலானவர்களின் முகங்களிலும் தேடிக்கொண்டிருந்தாள். பலர் மனித அசைவின்றி மனிதனும் மிருகமுமல்லாத ஜீவராசிகளாகவும் உணர்ச்சியற்றவர்களாகவும் இருந்தனர். இன்னும் சில நாட்களில் தானும் அப்படியாகிவிடுவோமோ என்று அவள் அச்சம் கொண்டாள்.

2

நாய் கறி என்று சாதாரணமாக நினைத்தது எவ்வளவு பெரிய தவறென்று சம்பத்துக்குப் புரியத் தொடங்கியது. தினமும் முப்பது நாய்களைத் தேடிப்பிடிப்பது எவ்வளவு கஷ்டமான வேலை? நாய்கள் கிடைப்பதில் பிரச்சனையில்லை. இரண்டு டீம்களாக வேலை பார்த்தனர். மூன்றுபேர் கொண்ட ஒரு டீம், இரவு எட்டு மணியிலிருந்து நாய் வேட்டை நடக்கும். மூன்று பேரும் ஒரே ஏரியாவிற்குப் போகமாட்டார்கள். ஒரே ஏரியாவில் திடீரென அவ்வளவு நாய்கள் காணாமல் போனால் சந்தேகம் வருமென்பதால் ஆளுக்கொரு ஏரியா. எப்படியும் பனிரெண்டு மணிக்கெல்லாம், ஆளுக்குப் பத்து நாய்களைத் தூக்கி வந்து விடுவார்கள். நாய்களைத் தேர்வு செய்யும்போது கவனமாக இருக்க வேண்டும். நாய் குறைந்தது பத்திலிருந்து பதினைந்து கிலோவாவது இருக்க வேண்டும். கழிவெல்லாம் போக, ஏழு கிலோவரை தேறும். முக்கியமாக அது நோய்த் தொற்று இல்லாத நாயாக இருக்க வேண்டும். சின்னதொரு காயமோ உடல் சுருங்கியோ இருந்தால் கோபால் நாய்க்குப் பதிலாய், அதைத் தூக்கி வந்தவனைக் கட்டி வைத்து உதைப்பான். "சாப்பிடறவனுக்கு நல்லதா கொடுக்கணும்டா... இதத் துன்னா என்னாவும்?" நியாயமான கோபம்தான். 'இந்த நாய்களுக்கு நாய்

பிடிக்கிற வேலைகூடவா கஷ்டம்?' அவர்கள் நாய்களைக் கொண்டு வந்து சேர்த்தபிறகு, ஒருவன் மூன்று நாய் வண்டிகளையும் சுத்தம் செய்யப் போய்விடுவான். நாய் வண்டியென்பது பெரிதாக ஒன்றுமில்லை, பழைய மீன்பாடி வண்டியில், மேலாக ஒரு தார்ப்பாயைக் கூடாரம்போல் கட்டிவிட்டால் வண்டி ரெடி. கத்தாமலிருக்க நாயின் வாயையும், ஆடாமல் அசையாமலிருக்க கால்களையும் கட்டிவிடுவார்கள். நாயைக் கட்டி அடைத்து விட்டால் பயத்தில் அது கொஞ்ச நேரத்திலேயே வண்டியை நாறடித்து விடும். மொத்த வண்டியும் நாய் பீயாக இருக்கும். அதன் வீச்சம் கொடுமையான துர்நாற்றம். அதைச் சுத்தம் பண்ணுவது லேசான வேலையா என்ன? முதலில் ஒவ்வொரு வண்டியிலும் இரண்டு வாளித் தண்ணீரை ஊற்றிவிடுவான். தண்ணீர் சொட்டச் சொட்ட, அதில் கொஞ்சம் குளோரின் பவுடரைப் போட்டுச் சில நிமிடங்கள் ஊற வைத்துவிட்டுப் பெரிய துடப்பத்தால் சரசரவென தேய்க்கத் துவங்குவான். சாதாரணமாய் இருக்கும்போது நாறாத நாய்பீ இப்படித் துடைக்கும் பொழுது பன்மடங்கு அதிகமான கவிச்சையோடு துர்நாற்றம் வீசும்.

இன்னொரு பக்கம் நாய்களை ஒருவன் பெரிய பைப் வைத்துக் குளிப்பாட்டுவான். தண்ணீர் சொட்டச் சொட்ட, ஒவ்வொரு நாயாகத் தலைகீழாய் கட்டித் தொங்க விடுவார்கள். ஒருவன் தலையை மட்டும் அறுக்க, பிறகு எடுத்துப் போட்டு உரிக்கத் துவங்கிவிடுவார்கள். உரிக்கும்போது அதிலிருந்து வரும் பச்சை ரத்த வாடையும் கொடுமையாக இருக்கும். அறுத்து முடித்ததுமே மஞ்சளையும் விளக்கெண்ணெயையும் கறியில் போட்டுப் பிரட்டி வைப்பார்கள். கொஞ்சம் வாடையடிக்காமல் இருப்பதோடு கறியும் கெடாமலிருக்கும். பிறகு ஐந்து கிலோ பார்சல் ரெடியாகும், தனித்தனியாகப் பிரித்து எடுத்துப் போவார்கள். காலை ஐந்து மணிக்குள் கடைகளுக்குப் போய்ச் சேர்ந்துவிடும். கிலோவுக்கு நூறு ரூபாய் என்று விற்கும். ஆட்டுக்கறியும் கோழிக்கறியும்தான் பயங்கர விலையென்றால் இப்போது மாட்டுக்கறிக்கும் நிறைய தட்டுப்பாடு ஆகியிருக்கிறது. அதனால் கோபாலைப் போலவே நிறையப்பேர் இந்தத் தொழிலைக் கையிலெடுத்துள்ளனர். எப்படிப் பார்த்தாலும் ஒரு நாளைக்கு முந்நூற்றி ஐம்பது கிலோ கடைகளுக்குப் போய்விடும், மொத்தமாக ஒரு அறுபதாயிரம். ஆட்களுக்கு சம்பளமெல்லாம் கொடுத்தது

போக நாற்பத்தைந்தாயிரம் ரூபாய் கையில் நிற்கும். கோபால் கஷ்டமே இல்லாமல் சம்பாதித்தான். சமயங்களில் நாய்களைத் தூக்கும்போது பிரச்சனையானாலோ, ப்ளூக்ராஸ்க்காரர்கள் பிரச்சனை செய்தாலோ உடனடியாய் கோபால் தலையிட்டு சரிசெய்துவிடுவான். "த்தா... இந்தா ப்ளூ க்ராஸ்காரனயெல்லாம் ஒரு நா இப்டிக் கட்டித் தொங்கவிட்டு அறுக்கணும்..." என அவர்களின் மீது கொலைவெறி கொண்டிருந்தான்.

சம்பத்தை எந்த வேலையும் செய்யவேண்டாம், உடன் இருந்தால் மட்டும் போதுமென்றுதான் கோபால் சொல்லியிருந்தான். அப்படியிருக்க சம்பத்துக்கு விருப்பமில்லை. இந்த வேலையைச் செய்வதில் துவக்கத்திலிருந்த அருவருப்பு, இப்போது ஒருவித ஆர்வமாய் மாறியிருந்தது. துவக்கத்தில் கடைகளுக்கு டெலிவரி எடுத்துப்போகிற வேலையை மட்டும் செய்தான். எப்படி நாற்றமில்லாமல் இந்தக் கறியைச் சமைக்கிறார்களெனப் பார்க்கவேண்டும் என்பதற்காகவே சென்றான். ஒருவழியாக எக்மோரில் ஒரு கடையில் அதை விசாரித்துத் தெரிந்து கொண்டான். ஒருமுறைக்கு நான்குமுறை தண்ணீரில் மஞ்சளைக் கலந்து அலசினாலே சரியாகிவிடுமென சமைக்கிறவன் சொன்னான். கூடவே அலசின உடன் சமைக்காமல் மறுபடியும் நல்லெண்ணெயில் போட்டு வைத்துவிடுவார்கள். நாய்க் கறி இப்போது எந்த வாடையுமில்லாமலிருக்கும். எப்போது கேட்கிறார்களோ அப்போது சமைத்தால் போதும் சாப்பிடும்போது எந்தச் சந்தேகமும் வராது. கறியும் டேஸ்ட்டாக இருக்கும். சம்பத், கடையைப் பார்த்துக்கொண்டான். எந்தெந்தக் கடைகளுக்கெல்லாம் கொடுக்கிறோமென்பதையும் பார்த்துக் கொண்டான். எங்குமே இனி சாப்பிடக்கூடாதென முடிவு செய்தான்.

சம்பத்துக்கு நாய் வாடை பழகிப் போயிருக்கிறது, நாய்களும். அவனே இப்போது நாய்களை அறுக்கத் துவங்கிவிட்டான். அதிலொரு நுட்பமிருக்கும். மற்றவர்கள் கத்தி பிடிப்பதற்கும் இவன் பிடிப்பதற்கும் அவ்வளவு வித்தியாசம் இருக்கும். முன்பு கேரம் ஆடும் போது ஸ்டிரைக்கர் பிடிப்பதில் அவனுக்கு மட்டுமே ஒரு தனித்துவ ஸ்டைல் இருந்தது. எல்லோரும் மூன்று விரல்களுக்கு நடுவில் ஸ்ட்ரைக்கர் வைத்து ஆள்காட்டி விரலால் குறிபார்த்தால், சம்பத் மட்டும் குறிபார்க்க எப்போதும்

நடுவிரலையே பயன்படுத்துவான். அவனுக்கு வாய்த்த ஸ்டைல் அது. நாய் அறுப்பதையும் அப்படியானதொரு லாகவத்தில் செய்தான். கோபாலுக்கு அவன் நாய் அறுக்கும் ஸ்டைல் மிகவும் பிடித்தது. ஒரு மணி நேரத்திற்குள்ளாக பத்து நாய்களை அறுத்து விடுவான். மற்றவர்களுக்கு அந்த வேகமிருக்காது. கத்திபிடிக்கிற ஒவ்வொரு முறையும், யார் யாரையோ அறுக்க நினைத்திருந்த வன்மத்தை அறுத்தெடுத்துக் கொண்டிருந்தான். சம்பளம் என்றில்லாமல் எவ்வளவு பணம் கேட்டாலும் கோபால், சம்பத்துக்கு கொடுத்தான். அவன் தன்னுடன் நீண்ட நாட்கள் இருக்கமாட்டானென அவனுக்கும் தெரிந்திருந்தது. அவன் தொழிலில் அவன் மட்டும்தான் ராஜா. சம்பத், தனியாகத் தொழில் செய்யலாமென கோபால் அடிக்கடி சொல்லிக் கொண்டிருந்தான். சம்பத்துக்கும் யோசனை இருந்தது. சிட்டி முழுக்கவே வியாபாரம் மந்தமாகியிருந்தது. பொட்டலம் எடுத்துச் செல்ல முன்பு மாதிரி ஆட்களில்லை. சுந்தருக்கு, அந்தத் தொழிலின் லாகவம் கைவந்திருக்கவில்லை. சம்பத்துக்கு கொஞ்சம் பணம் தேவைப் பட்டது. கூடவே சரியானதொரு நேரமும்.

சம்பத் சிவானந்தத்தைப் போய் பார்த்தான். “சுந்தருக்குத்தான் ஃபுல் சப்ளை சம்பத்து... முன்னெல்லாம் எவ்ளோ கொடுத்தாலும் சரக்கு ஸ்டாக் இருக்காது... நீ இருந்த, பாஸ்கர் இருந்தாப்ல... இப்ப இன்னாடான்னா சரக்கு மூட மூடயா கெடக்கு... சப்ளை இல்ல... பிஸ்னஸ் முன்னமாதிரி இல்லப்பா...” சம்பத் சிரித்தான்... “அதெல்லாம் வுடு சிவானந்தம்... சின்னதா நா மட்டும் தொழில் பண்ணலாம்னு நினக்கிறேன்... நீ கொஞ்சம் ஹெல்ப் பண்ணினா சீக்கிரமா பழய மாதிரி செய்யலாம்...” சிவானந்தமும் அதற்குத்தான் காத்திருந்தான். “இன்னாப்பா இப்டி கேட்டுட்ட... நேத்து இன்னக்கி பழக்கமா... நீ நம்ம புள்ள... உனக்கு செய்யாம யாருக்கு செய்வேன்... என்ன வோணும்னாலும் கேளு...” சம்பத் அடுத்த வாரத்தில் மொத்தமாக கொஞ்சம் சரக்கு எடுப்பதாகச் சொல்லிவிட்டுக் கிளம்பினான். “அப்பறம், சுந்தர் கிட்ட எதும் சொல்லிக்காதப்பா...” சம்பத் சொல்ல, சிவானந்தம் சிரித்துக் கொண்டே தனது டேபிளிலிருந்து விபூதி எடுத்து அவனுக்குப் பூசிவிட்டான். “காளஹஸ்தி கோயில் விபூதி சம்பத்து... இனிமே எல்லாம் சரியாப் பூடும்...” என்றான். திரும்பி வந்த சம்பத், கோபாலிடம் விசயத்தைச் சொன்னான். அவனுக்கும்

சந்தோசம்தான். ஒரு பெரிய தொகை தேவைப்படுமென அவனே எடுத்துக் கொடுத்தான். கோபாலை பார்ட்னராகச் சேர்ந்து கொள்ளச் சொல்லி சம்பத் சொல்ல "வோணாம்ப்பா... அந்தக் தொழில் நம்மளுக்கு செட் ஆகாது... உனக்கு இன்னா வோணுமோ கேளு செய்றேன்..."

தொழில் செட்டாகிற வரை கோபாலின் இடம்தான் சேஃப்டியெனப் பட்டது. சிவானந்தம் அவன் எவ்வளவு கேட்டாலும் தரத் தயாராக இருந்தான். ஆனால், முன்பு போல் பார்ட்டிகளைப் பிடிப்பது கஷ்டமாக இருந்தது. சின்னச் சின்னதாய் நிறையப் பேர் இப்போது விற்றுக்கொண்டிருந்தார்கள். பழைய ஆட்கள் சம்பத் தொழிலுக்குத் திரும்பிவிட்டானென்றதும் குஷியாகி விட்டார்கள். பெரிய அளவில் சப்போர்ட் இல்லையே ஒழிய சம்பத்துக்கு எந்தப் பிரச்சனையுமில்லை. இருப்பதை மட்டும் இப்போதைக்கு கஷ்டப்படாமல் செய்தால் போதும். சுந்தருக்கு சம்பத் வருகை பற்றி தெரிந்திருந்தது. ஆனால், அதை ஒரு விசயமாக நினைக்கவில்லை. என்ன செய்தாலும் அவனால் தனது இடத்திற்கு வர முடியாதென்பதில் உறுதியாக இருந்தான்.

சுந்தருக்கு ஹார்பர் பக்கம் நல்ல செல்வாக்கு இருந்தது. உடையார் பெரும்பாலான வேலைகளையும் அவனிடம் கொடுத்துவிட்டார். அரசியல் பக்கம் ஒதுங்குகிற ஆர்வம் அவருக்கு, தொழில் செய்தது போதுமென்று தோன்றினாலும், யதார்த்தத்தில் அரசியல் சப்போர்ட் இருந்தால் மட்டுமே ஹார்பரை தொடர்ந்து கைவசப்படுத்த முடியுமென்று அவரும் புரிந்து வைத்திருந்தார். சுந்தரை வைத்து மணியும் மஞ்சள் குளித்துக்கொண்டிருந்தான், கஷ்டப்படாமல் எல்லாம் கிடைத்தது. வீட்டைக் கூட நிறைய மாற்றியிருப்பதாக எல்லோரும் சொன்னார்கள். சம்பத்தின் அம்மா பத்து வயது குறைந்ததைப் போல் ஏரியாவில் சுற்றுகிறாளாம். அவனுக்கு அந்தக் கூத்தையெல்லாம் பார்க்க வேண்டுமா என எரிச்சல். மணியால் எந்த விதத்தில் அம்மா சந்தோசமாக இருக்கிறாள் என்று யோசித்தான். நிஜமாகவே அம்மாவுக்கும் அவனுக்கும் என்ன?

யானைக் கவுனி ஏரியா இன்னொரு முறை சம்பத்தின் கட்டுப்பாட்டிற்கு வந்தது. எல்லா ஏரியாவிற்கும் அவனே பொட்டலம் எடுத்துப் போனான். சிட்டி மட்டும்தான்.

பெருங்களத்தூர், செங்கல்பட்டு யாராவது கேட்டால் மட்டும் எடுத்துப்போவான். பெரும்பாலான இடங்களுக்கும் எலெக்ட்ரிக் ரயிலே வசதியாக இருந்தது. சிவானந்தம் இன்னும் நிறைய சரக்கு தருவதாகச் சொன்னபோது சம்பத் வாங்க மறுத்துவிட்டான். "கொஞ்ச நாள் போவட்டும் சிவா... பசங்க யாரும் இல்ல... யாராச்சும் கெடச்சிட்டா... பெர்சா செய்யலாம்..." அவன் அந்தத் தொழிலை ஒரு பாதுகாப்பிற்காக மட்டுமே செய்ய நினைத்தான். கையில் கொஞ்சம் பணம் வரவும் கோபாலிடம் வாங்கியதைத் திருப்பிக் குடுத்தான்.

அன்று இவாஞ்சலின் வந்திருப்பதாக சோஃபி கூப்பிட்டுச் சொல்லி இருந்தாள். பார்க்க கை கால்கள் பரபரத்தன சர்ச்சில் வேண்டாமென்று சொல்லிவிட்டு, புரசைவாக்கம் வரச்சொல்லி இருந்தாள். அபிராமி மாலில் வந்து காத்திருந்தான். மத்திம வயதில் தடித்த உருவமாய் ஒரு ஆளும், ஒரு சின்னக் குழந்தையும் உடன் வருவது யார் அவளேதான்... அவளா இப்படி? அவனால் நம்ப முடியவில்லை. மிகப் பொறுப்பான ஒரு குடும்பத் தலைவியைப் போலிருந்தாள். அவளிடம் என்ன பேசுவது? தூரத்தில் பார்த்ததுமே சிரித்தாள். கடந்த காலத்தின் அடையாளங்களை ஒட்டுமொத்தமாகத் துடைத்தெறிந்துவிட்டா சிரிப்பது. சம்பத்திற்கு உள்ளங்கால் வியர்த்து நடுக்கமெடுக்க, இந்தப் புதிய இவாஞ்சலினை எதிர்கொள்ளும் துணிச்சலின்றி அங்கிருந்து தப்பிவிட நினைத்தான். தொண்டைக்குழியில் கூரானதொரு கத்தியின் நிழல் விழுந்து மெல்ல அதன் வீரியம் தோலையும் சதையையும் கிழித்துக் குருதி கொப்பளித்து வழிவதான அதிர்வில் உடல் துடித்துக்கொண்டிருக்க, நாயைக் கட்டித் தொங்கவிட்டு கழுத்தறுக்கும்போது அதற்கு எப்படி வலித்திருக்குமென்பதை இப்போது அவனால் புரிந்துகொள்ள முடிந்தது. கழுத்தறுபடும் ஒரு நாயைப்போல் கத்த நினைத்தான். அவள் சாதாரணமாக அவனைத் தன் கணவனிடம் அறிமுகப்படுத்தினாள்,

"இவர்தான் சம்பத்... சொல்லி இருக்கனே... நம்ம சர்ச்சுக்கு நிறைய செஞ்சிருக்காரு...".

சம்பத் எந்தப் பதிலும் சொல்லவில்லை. அமைதியாக தலையசைத்தான். அவனுக்கு வணக்கம் சொன்னான். சோஃபி எதுவும் பேசவில்லை, திரும்பி வேடிக்கை பார்த்தாள். சம்பத்

திரும்பி சோஃபியைப் பார்த்தான், இவளுக்குத் தன்மேல் என்ன கோபம்? எதற்கு இப்படியானதொரு சந்திப்பிற்கு வரச்சொல்லி இருக்க வேண்டும். காஃபி குடிக்கக் கூப்பிட்டாள். அவன் சும்மா அவளுடன் போனான், எதுவும் சாப்பிடவில்லை. அந்தக் குழந்தை அவனிடம் சீக்கிரமாய் ஒட்டிக்கொண்டது. அவன் குழந்தையின் பேர் கேட்டான் "ரோஸி... என்றாள். அவர்கள் விடைபெற்றுச் சென்றதும் சம்பத் சோஃபியைத் தன்னோடு வரச்சொன்னான். அவள் சிரித்தாள்.

"இன்னைக்குப் படுக்கறதுக்கு இல்ல... எப்பவுமே என்னோட வந்து இரு..." சோஃபி அவன் கண்களைப் பார்த்தாள். அவனுக்கு ஒரு கூடு தேவைப்படுவதும் அதற்குள் தாய்ப் பறவையாய்த் தன்னை அடைத்துக் கொள்ள நினைப்பதையும் அவள் புரிந்துகொண்டாள். அவளுக்கும் விருப்பம்தான், ஆனால், அவளால் கர்த்தரைத் தவிர எவருக்கும் சேவை செய்ய முடியாது. அவனோடு சென்றாள். கண்ணீரும் வேதனையும் மிகுந்திருந்த தனதுடலை அவளுடன் பிணைத்தான். அவனது எல்லா செயல்களுக்கும் அனுமதித்தாள், அவனாக ஓய்ந்து படுத்த நிமிடத்தில் "நீ எப்போ கூப்ட்டாலும் வருவேன்... ஆனா உன்னோட இருக்க முடியாது... நீ தனியா இருக்கறதுதான் உனக்கு சந்தோசம்..." நெற்றியில் முத்தமிட்டாள். அவ்வளவு நேரமும் இருந்த வேதனை அவளின்மீது கோபமாய்த் திரும்ப, ஓங்கி அவளை அறைந்தான். "எந்திரிச்சு போடி...." அவள் எதுவும் பேசவில்லை, அவள் அதை எதிர்பார்த்திருந்தாள். என்றென்றைக்குமான விடைபெறுதலாக அவள் எழுந்து சென்றாள். காலங்களைக் கடந்து உறவுகொண்டு பிணைந்து வாழமுடிகிற மனநிலையில் அவர்களிருவருமே இருந்திருக்கவில்லை. எதிரெதிராய் அவர்களின் வாழ்வு இரண்டு நீள் பாதைகளில் பயணித்தது. இவன் அவளையே பார்த்துக்கொண்டிருக்க, அவள் திரும்பி பார்க்காமல் சென்றாள்.

3. வெக்கையின் சில தினங்கள்...

பட்டினம் பெறினும்
வார் இறும் கூந்தல் வயங்கிழை ஒழிய
வாரேன், வாழிய நெஞ்சே...

- ப. பாலை – (219 – 220)

ஷிவானிக்கு வருத்தமாக இருந்தது. திருட்டுப் பற்றின செய்திகள் அவளைப் பொறுத்தவரை நாள்தோறும் கேள்விப்படும் விசயம்தான் என்றாலும் அவளிடம் ஒருத்தி திருடி மாட்டிக் கொண்டதும் அவளை இவ்வளவு பேர் சேர்ந்து உதைத்து போலீஸில் பிடித்துக்கொடுத்ததையும் நினைத்துப் பார்க்க வருத்தமாக இருந்தது.

சம்பத்தின் தொல்லை வேறு ஒரு பக்கம். நேரங்கெட்ட நேரத்திலெல்லாம் அவன் கூப்பிடுகிற குரலுக்கு ஓட வேண்டியதாகி விட்டது. அவன் தோற்றம் செய்கை எதுவும் ஷிவானிக்குப் பிடிப்பதில்லை. கழுதைகளிடமும் பன்றிகளிடமும் கூட அப்படியொரு துர்நாற்றம் வீசாது. அவனுடல் துர்நாற்றங்களின் குவியல் போலிருக்கும். பல சமயங்களில் அவன் இதழ்களில் அழுந்த முத்தம் கொடுக்கிறபோது, கண்களை மூடிப் பரவசங் கொள்வதை நினைக்கக் குமட்டிக்கொண்டுதான் வந்தது ஷிவானிக்கு. அவனது அழைப்புகளுக்கு மறுப்பு சொல்ல முடியாத ஒரு நிர்ப்பந்த வலையில் அவள் சிக்கியிருந்தாள். கொஞ்சம் சரக்கு வாங்க அவசரமாக பணம் வேண்டுமென்று சொன்னவன்

ஷிவானியிடம் பணம் இருக்கிறதா இல்லையா என்பதைக்கூட கேட்காமல் இணைப்பைத் துண்டித்துவிட்டான். மறுபடியும் அவள் அவனை அழைத்தபோது, அவனது எண் தொடர்பு எல்லைக்கு அப்பால் இருந்தது. "இந்த தேவடியாப் பையன் தொல்ல என்னைக்கித்தான் தீருமோ?" என்று புலம்பியவள் வீட்டிலிருந்த பணத்தை எடுத்துக் கொண்டு தண்டையார்பேட்டை கவர்மெண்ட் ஆஸ்பத்திரிக்குக் கிளம்பினாள். வீட்டிலிருந்து கிளம்பின கொஞ்ச நேரத்திற்குள்ளாகவே இவ்வளவும் நடந்து முடிந்துவிட்டது. பர்ஸ் திருடு போனது தெரிய அவளுக்கு சில நிமிடங்கள் ஆயின. பர்ஸ் இல்லையென்று தெரிந்ததும் ஷிவானி கத்தினாள். அவள் கத்தியதும் கூட்டம் செல்வியைச் சூழ்ந்து அடிக்கத் தொடங்கியது. யாரும் அவளிடம் விசாரிக்கக்கூட இல்லை. முன்பே அவளைப் பற்றி ஏரியாவில் தெரிந்திருந்தது போலும். ஆனாலும் அடி மிக பலமாக விழுந்தது செல்விக்கு. "கடவுளே யாரோ எவரோ அந்தப் பெண்" ஷிவானியால் செல்விக்காக வருந்த மட்டுமே முடிந்தது.

ஆஸ்பத்திரி வளாகம் கடந்த நான்கு வருடங்களில் இன்னும் மோசமாகியிருந்தது. நான்கு வருடங்களுக்குமுன் எதற்காகவோ அங்கு வந்த ஞாபகம் ஷிவானிக்கு வந்தது. புழுக்கள் நிரம்பி வழியும் தேங்கிய குட்டைகளும் சாக்கடைகளும் காற்றில் துர்நாற்றத்தைப் பரப்பின. நுழைவாயிலுக்கு வலது பக்கத்தில் ஒரு பெரிய புதைக்குழியளவிற்கு விரிந்து கிடந்த பள்ளத்தில் பழைய கண்ணாடி பாட்டில்கள், உடைந்த ஸ்ரிஞ்சுகள், நாப்கின்கள், மருந்து கட்டும் துணிகள் என பெரிய ஆஸ்பத்திரியின் கழிவுகள் நிரம்பி வழிந்தன. அதற்குப் பக்கத்திலிருந்த மரத்தடியில் சம்பத் அவளை வந்து காத்திருக்கச் சொல்லியிருந்தான். அவள் வந்து பத்து நிமிடங்களாகியும் அவன் வந்திருக்கவில்லை. அவன் எண்ணுக்கு அழைத்தாள். தொடர்ந்து வெய்ட்டிங்கில் இருந்தது. பதற்றத்தில் நின்றுகொண்டிருந்தவளுக்குத் தன்னைக் கடந்து செல்லும் எல்லாரும் தன்னையே பார்ப்பது போன்ற பிரமை தோன்றியது. அதில் சிலர் அவளை நெருங்கி வந்து கடந்து சென்றனர். அவள் தனது சேலைத் தலைப்பை நன்றாக இழுத்து முக்காடிட்டுக் கொண்டாள். அவளுக்குப் பின்னால் சற்றுத் தூரத்தில் அலைபேசியைக் காதிலிருந்து எடுக்காமல் பேசியபடியே சம்பத் நடந்து வந்தான். அவசரமாக பர்ஸிலிருந்து பணத்தை எடுத்து கையில் வைத்துக் கொண்டவள், அவன் நெருங்கி வந்ததும்

கையில் கொடுத்துவிட்டு ஓட நினைத்திருந்தாள். அவளைப் பார்த்து சிரித்துக்கொண்டே நெருங்கி வந்தவன் பக்கத்தில் வந்ததும்தான் போனை வைத்தான். 'மூஞ்சியும் மண்டையும் சிரிப்புக்கு ஒண்ணும் குறச்சலில்ல...' என மனதிற்குள் நினைத்தவள் பணத்தை அவன் முன்னால் நீட்ட, அவன் வாங்காமலேயே அவளைப் பின்னால் வரச் சொல்லிவிட்டு வந்த வழியிலேயே கொஞ்ச தூரம் நடந்து ஒரு கட்டடத்தின் பின் பக்கமாய் கூட்டிப்போனான். 'அதுக்கெல்லாம் இப்போ நேரமில்ல... ப்ளீஸ் பணத்த வாங்கிக்கோ... நான் போறேன்...' சத்தம் பெரிதாக எழாதபடி கூறினாள். அவள் கூறியதற்குப் பதிலேதும் கூறாமல் சாதாரணமாக அவளை இறுக்கி அணைத்து கழுத்திலிருந்து கன்னம் வரை நக்கினான். அவனுடலின் வியர்வை பிசுபிசுப்பும் வீச்சமும் குமட்டிக் கொண்டு வந்தது ஷிவானிக்கு. அவள் பலங்கொண்ட மட்டும் தன்னை அவனுடலிலிருந்து விலக்கினாள். இன்னும் இறுக்கமாய் அவளை இழுத்து 'அவனாண்ட மட்டும் சாமானக் காட்டினு போவ... எங்கிட்டன்னா வலிக்கிதோ? கலீஜா இருக்குன்னு பாக்கறியா?' சிரித்தான். அவள் அழுதபடியே நின்றிருந்தாள். அவன் அவள் கன்னத்தில் ஓங்கி அறைந்தான். "த்தா... எதுக்குடி அழுவுற... பக்கமா வந்து நில்லு..." அவள் அமைதியாக அவனை நெருங்கி நின்றாள். சிவப்பு நிற அவளின் சேலைக்குள்ளிருந்த உடலெங்கும் இவனின் விரல்கள் மூர்க்கத்துடன் ஊர்ந்து கசக்கியும் தடவியும் ஓய்ந்தபின் அவளை முடிந்தமட்டிலும் உறிந்தெடுக்கும் தீவிரத்தில் முத்தமிட்டான். அவள் உடலுறவுக்குச் செய்யப்பட்ட பொம்மையைப் போல் அவன் முன்னால் நின்றிருந்தாள். பணத்தைக் கையில் வாங்கிக் கொண்டவன் பாதி அவிழ்ந்து தொங்கிக் கொண்டிருந்த அவளின் முலைகளை ஒரு மாதிரியாகப் பார்த்துவிட்டு "அதான் முடிஞ்சிருச்சுல்ல... இன்னும் தொறந்து வெச்சினு நிக்கிற... போ..." திரும்பிப் பார்க்காமல் நடந்து போனான். உடல் முழுக்க அவனது வீச்சம் புழுக்களைப் போல் ஊர பழக்கப் பட்டுப்போன ஓர் அவமானத்தை எப்படித் துடைப்பது என்று தெரியாமல் வெறுமையாக நின்றிருந்தாள் ஷிவானி.

அவளது கைப்பைக்குள் போன் சிணுங்கியது. கண்ணீரைத் துடைத்துக்கொண்டு கலைந்து கிடந்த உடையைச் சரி செய்தபடியே அலைபேசியை எடுத்தாள். மகேஷின் பெயரைப் பார்த்ததும் அவ்வளவு நேரமும் எதிகொண்ட அவமானங்களின்

மொத்த வெளிப்பாடும் கோபமாக வெடித்தது. 'மகேஷ்... இந்த நாய்தானே இவ்வளவிற்கும் காரணம்... இவனோடு பேசாமலிருந்திருந்தால், இவனைப் பார்க்காமலோ, இவனோடு படுக்காமலோ இருந்திருந்தால்... வேறொருவன் அதைத் தெரிந்து கொண்டு பகடையாட மாட்டான் அல்லவா... எல்லாமும் சூன்யமாகிப்போக இவன் ஒருவன்தானே காரணம்...' அழைப்பை எடுத்துவிட்டு பேசாமல் அமைதியாயிருந்தாள். அவனும் இரண்டொருமுறை அவளைப் பேர் சொல்லிக் கூப்பிட்டுப் பார்த்துவிட்டு அமைதியானான். 'தேவ்டியாப்பையா இப்போ எதுக்குக் கூப்பிட்ட.... பேசவேண்டிதான... பேசுடா...' கோபத்தைக் காட்டிக்கொள்ளாமலேயே பேசினாள். 'நாளைக்கு வீட்டுக்கு வரட்டுமா? ஒன்னால முடிஞ்சா மட்டும் பாப்போம்... இல்லைன்னா வேணாம்...' அவன் குரலில் தயக்கமிருந்தது. 'என்னடா வந்து பாக்கப்போற... பகல்ல ஒனக்கு வேலையில்லைன்னா என் நெனப்பு வந்துடுமா? வெயில் அதிகமாயிருந்தாலும் எங்கூட படுக்கணும், மழ வந்தாலும் படுக்கணும்... போயி வேற எவளயாவது பாரு...' அவசரமாக சொல்லிவிட்டு இணைப்பைத் துண்டித்தாள். கோபத்தில் இரண்டு மூன்றுமுறை காறித் துப்பினாள். எரிச்சல் மூண்டது. அந்த மிருகம் ஏற்படுத்தின காயத்தால் எச்சிலோடு சேர்ந்து இரத்தமும் தெறித்தது. தன்னுடைய விரல்கூட தன்னுடலை இவ்வளவு தொட்டு ஊர்ந்ததில்லை என்பதை நினைக்கையில் எந்த உரிமையில் சம்பத் தன்னை இவ்வளவு வதைக்கிறான் என்பதை அவளால் புரிந்துகொள்ள முடியவில்லை.

'ஸாரி...' என்ற மகேஷின் குறுஞ்செய்தியைப் பார்த்தவள் மீண்டும் போனை பைக்குள் போட்டுக் கொண்டாள். வீட்டிற்குத் திரும்ப ஆட்டோவிற்காக நின்றாள். பள்ளிக்கூடம் முடிந்து சிறுவர்களும், சிறுமிகளும் வெவ்வேறான நிறங்களில் சீருடைகளணிந்து சென்றுகொண்டிருந்தனர். தண்ணீர் லாரி ஒன்று அருகிலிருந்த ஏரியாவிற்குள் நுழைய பெண்களின் குரல் அந்தப் பகுதியை அதிரச் செய்தது. ஒரு ஆட்டோவை மறித்து ஏறிக்கொண்டவள் "சவுக்கார்பேட்..." என்றாள். ஆட்டோவைக் கடந்து சென்ற ஒரு பஸ்ஸில் சிறுவர்கள் ஜன்னல், டாப் என எல்லாவற்றிலும் தொங்கிக் கொண்டிருந்தனர். பாதி வழியிலேயே மீண்டும் மகேஷின் நினைவுதான் இவளுக்கு. அவனை எவ்வளவு திட்டினாலும் வெறுக்க முடியவில்லை. இதழ்களை மடித்து அழுதாள். சிரமத்துடன்

கண்ணீர்த்துளிகள் கண்களைவிட்டு அகலாது அப்படியே நிற்க கண்கள் செந்நிறமேறின. *'come home at 2 pm.'* மகேஷின் பெயரை செலெக்ட் பண்ணும் முன் சில நொடி யோசித்து நின்று அழுத்தியது அவளின் விரல். குறுஞ்செய்தி கிடைத்த அடுத்த நொடியே *'sure...'* அவனிடமிருந்து பதில் வந்தது. அவளது எல்லாப் பலவீனங்களையும் தெரிந்து வைத்திருக்குமவனுக்கு இந்த அழைப்பு முன்பே உறுதி செய்யப்பட்டதுதான். கண்களைத் துடைத்து விட்டு அலைபேசியைக் கைப்பைக்குள் போட்டாள்.

4. கடல் கொண்டவள்...

அன்று முழுக்க கடலில் விளையாடியதில் பார்க்கிற எல்லாமும் கடலின் பிரதிகளாகவே ஆதம்மாவுக்குத் தெரிந்தன. தரையில் படுத்துக்கொண்டு நட்சத்திரங்களைப் பார்த்தவளுக்கு ஆகாயம் ஒரு கடலின் நெளுநெளுப்போடு இருப்பது போல் தெரிந்தது. அவள் பார்த்துக்கொண்டிருக்கையிலேயே நட்சத்திரங்கள் வேகமாக நீந்திச் சென்றன. நட்சத்திரங்கள் நீந்துவதாய் யாரிடமாவது சொன்னால் நிச்சயம் நம்பமாட்டார்கள்தான். ஆனால், அவை நீந்துகின்றன என்பது எத்தனை உண்மை. கண்ணுக்கெட்டிய தூரம்வரை தண்ணீரின் முகம். அதுவும், நீலமும் வெள்ளையும் கலந்த நிறங்கொண்ட முகம். இனி மறுபடியும் கடலைப்பார்க்க பதினைந்து நாட்கள் காத்திருக்க வேண்டும். கழுத்து வரை போர்வையால் போர்த்தியிருந்தாள். கண்கள் ஆகாயத்தையே பார்த்துக் கொண்டிருந்தன. பாதித் தூக்கத்தில் எழுந்த அம்மா சிறுநீர் கழிக்கப் போனாள். திரும்பி வரும்போதுதான் ஆதம்மா இன்னும் முழித்திருப்பது தெரிந்தது. “இன்னும் தூங்கலையாடி....” ஆதம்மா திரும்பி அவளைப் பார்த்தாள். இல்லையெனத் தலையை ஆட்டினாள். அம்மாவிடம் கதை கேட்க ஆசையாயிருந்தது. சின்னவயதில் அம்மா கதை சொல்வாள். அப்போது இவளுக்குத் தூக்கமும் அவளுக்குப் பசியும் நிறைந்து இருக்கும். இப்போது அம்மா சாப்பிடுகிறாள், உறங்குகிறாள். அதற்காக எவ்வளவு வேண்டுமானாலும் உழைக்கலாமென உறுதியோடு இருக்கிறாள். அவளிடமிருந்த கதைகளெல்லாம் இன்னும் பத்திரமாயிருக்குமா?

அல்லது அதையும் தொலைத்திருப்பாளா? ஒரேயொரு முறை திப்புவின் கதையை அம்மா சொல்லிக் கேட்க ஆசை அவளுக்கு. திரும்பி அம்மாவைப் பார்த்தாள். “தூங்கிட்டியாம்மா?” அம்மா சின்னதொரு முனகலோடு “ம்” என்றாள். “ஒரு கத சொல்லும்மா...” அம்மாவின் தோள்களைப் பிடித்து ஆட்டினாள். அம்மாவிடம் அசைவேயில்லை. மறுபடியும் அசைத்தபோது சின்னதொரு முனகல் மட்டுமே வந்தது. “இன்னும் மூணு மணி நேரந்தான் தூங்க முடியும்... பேசாம தூங்குடி...” அம்மாவின் உடலில் எந்தவிதமான அசைவுமில்லை.

அம்மாவைப் போலவே அங்கிருக்கும் மற்ற பெண்களும் சொந்த ஊரைவிடவும் நிம்மதியாக இருந்தனர். ஊரிலிருந்து வேலைக்குக் கூட்டமாய் கிளம்புகையில் அந்தமாதிரி வேலைக்கெல்லாம் போனால் கண்ட கண்ட ஆண்கள் சீண்டுவார்கள் என நிறையப்பேர் எச்சரித்தனர். உண்மையில் இந்த ஊர் அப்படியில்லை, இன்னும் கொஞ்சம் மனிதத்தன்மை மிச்சமிருக்கிறது. இன்னொருபக்கம், எந்த வேலைக்குப் போனால்தான் ஆண்கள் சீண்டுவதில்லை. இங்கு அந்தப் பெண்கள் ஒரு குடும்பமாகச் சிறிய கிராமமாக தங்களை நினைத்துக் கொண்டனர். அருகருகே இதுமாதிரி நிறைய பெரிய கட்டடங்களின் வேலைகள் நடந்துகொண்டிருந்ததால் நிறைய தெலுங்குக்காரர்களைப் பார்க்க முடிந்தது. கொஞ்சம் ஒரிஸாக்காரர்களும் இருந்தார்கள். அவர்கள் யாருடனும் சேர்வதில்லை. இரவு எத்தனை மணிக்கு வேலை முடிந்தாலும் குடிக்காமல் அவர்களால் உறங்க முடிவதில்லை. ஆதம்மாவின் அப்பாவிற்கு இவர்களோடு சேர்ந்துதான் இப்போது குடிப்பழக்கம் அதிகமாகிவிட்டது. அம்மாவும் எவ்வளவோ சொல்லிப் பார்த்து விட்டுவிட்டாள். நிறையப்பேர் சொந்த ஊருக்குப் போவதை நினைத்துக் கொஞ்சம் பயப்படத்தான் செய்தனர். என்ன இருக்கிறது அங்கு? வெயிலையும் காய்ந்த முள்மரங்களையும் தவிர்த்து. ஆதம்மாவுக்குத் தெரிந்து பக்கத்து ஊர்களிலேயே நிறைய விவசாயிகள் தற்கொலை செய்துகொண்டுள்ளனர். தெலுங்கானா மட்டுமில்லை, மொத்த ஆந்திரமுமே சூன்யம் பிடித்ததுதானோ என்று தோன்றும் அவளுக்கு. அப்பாதான் சொல்லுவார் கோதாவரிக்கு அந்தப்புறம் ஆந்திரம் சொர்க்கபூமி என்று. அவளுக்கும் அங்கெல்லாம் போகவேண்டுமென்று ஆசைதான். அவள் கோதாவரியை ஒரு ஜீவநதி என்பதையும்

தாண்டி ஆந்திரத்தின் முகமாகத்தான் நினைத்திருந்தாள். பிறகு, மெட்ராசுக்கு வரவும்தான் தெரிந்தது கோதாவரிப் பகுதியிலிருந்தும் கூட கொஞ்சம் பேர் இங்கு வேலைக்கு வருகிறார்களென. ஒருவேளை அப்பா பொய் சொல்லியிருப்பாரோ என்று தோன்றியது அவளுக்கு.

சிறுவர்களை வேலைக்கு வைத்துக்கொள்ளக் கூடாது என்கிற விதிமுறைகளையும் மீறி, பெரும்பாலான இடங்களில் சிறுமிகளும் சிறுவர்களும் வேலை பார்த்துக் கொண்டிருந்தனர். வற்றிய உடலும் ஏக்கம் மிகுந்த அவர்களின் கண்களையும் தூரத்திலிருந்தே பார்க்கும் எவருக்கும் அவர்கள் குழந்தைகள் என்பது தெரியும். ஆனால், எந்த முதலாளிமார்களும் அது குறித்துக் கேட்டதில்லை. குறைந்த கூலிக்கு நிறைய வேலை வாங்கமுடியுமென்கிற வசதியிருப்பதால் மறைமுகமாக எல்லோருமே அதனை ஆதரிக்கவே செய்தனர். அன்றிரவு முழுக்க மொத்தமாக அந்தக் கட்டடத்தில் மட்டும் எத்தனைபேர் தன் வயதில் வேலை பார்க்கிறார்களென பாதித் தூக்கத்தில் ஆதம்மா எண்ணிக்கொண்டிருந்தாள், அந்த நேரத்திற்கு அது தேவையில்லைதான். ஆனாலும் அவளுக்கு அவ்வேளையில் அதுதான் கதை. ஒவ்வொரு பேராக நினைவுக்குக் கொண்டுவந்து எண்ணிக்கொண்டிருக்க கடைசியாக 13 சிறுவர்களும் 8 சிறுமிகளும் இருப்பதாக முடிவுக்கு வந்தாள். இவ்வளவுபேர் இருந்தும், ஒருநாள் கூட இவர்களுடன் சேர்ந்து விளையாட முடியவில்லையே என அவளுக்கு ஏக்கமாக இருந்தது.

சில நாட்களுக்கு முன்பு வரையிலும், எவ்வளவு வெயிலில் அலைந்து திரிந்தாலும் தோல் சுருங்காத அவளின் கால்கள் இப்போது சுண்ணாம்பும் சிமெண்ட்டும் படிந்து தோல் சுருங்கி சாம்பல் நிறமாகியிருந்தது. நிறையப்பேர் தேங்காய் எண்ணெய் தேய்க்கிறார்கள், அப்படியும் கூட அந்தச் சாம்பல் நிறம் மட்டும் மறைவதில்லை. அம்மாவின் கால்கள் புள்ளி புள்ளியாக ஓட்டை விழுகிற அளவிற்கு சிமெண்ட்டை உறிஞ்சி இருந்தன. சாப்பிடுகிற எல்லாவற்றையும் சிமெண்ட் உறிந்துகொள்வதாக இரண்டு தினங்களுக்கு முன்பு அம்மா புலம்பினாள். ஆனால், அந்தச் சாப்பாடும் சிமெண்ட் சுண்ணாம்பால்தான் வருகிறது என்பது தெரியுமென்பதால் அதைப்பற்றிப் பெரிதாகக் கவலைப்படவில்லை. சில சிறுவர்கள், இரவில் வேலை பார்க்கும்போது தூக்கம் வராமலிருக்க கணேஷ் புகையிலை போடுவதை முதலில்

அவள் இங்கு வந்தபோது பார்த்தது புதிதாக இருந்தது. கொஞ்ச நாட்களிலேயே அங்கிருக்கும் எல்லோருக்கும் அந்தப் பழக்கம் தொற்றிக் கொண்டது தெரிந்தது. வந்த கொஞ்ச நாளிலேயே அவளது அம்மாவும் அப்பாவும் அதற்குப் பழகிவிட்டார்கள், ஆதம்மா இரண்டு நாட்களாகத்தான் போடுகிறாள். நாக்கினடியில் சுறுசுறுவென அதை வைத்ததும் இருக்கிற அந்த ஊறல் அவளுக்குப் பிடித்துப்போனதுடன், எவ்வளவு எடை தூக்கினாலும் தலை லேசாக இருப்பது போலிருக்கும். இப்போது முக்கால் பாண்ட் கலவை தூக்குவதில்லை, அவளும் முழு பாண்ட் சிமெண்ட் தூக்குகிறாள். அதில் தான் பெரியவளாகிவிட்டோமென்று கொஞ்சம் பெருமையாகவும் இருந்தது அவளுக்கு. சீக்கிரத்தில் பெரியவளாகிவிடத்தான் விரும்பினாள். எல்லாத் துயரங்களிலிருந்தும், வறுமையிலிருந்தும் விடுபட ஒரே வழி பெரியவளாகி விடுவதுதான். அவளின் கனவுகள் நட்சத்திரங்களுக்கும், விரைந்து தான் கடக்க நினைக்கும் காலத்திற்குமாய் அந்த இரவு முழுக்க நீந்திக்கொண்டிருந்தன. கனவுகளற்ற இரவுகளில் உறக்கம் யாருக்கும் விருப்பமானதில்லை. ஆதம்மாவுக்கு கனவுகள் விருப்பமாயிருந்தன.

பெரியவளானதும் செய்யவேண்டியவை என அவளுக்குள் நிறைய இலக்குகள் இருந்தன. கடப்பாவின் வெக்கையும், உடல் முழுக்க ஊறும் வெறுமையும் அவள் வளர்ந்தபின் இருக்காதென நம்பினாள். மெட்ராசுக்கு வந்ததிலிருந்து எல்லா ஊர்களையும் விட சென்னையே அழகான, சந்தோசம் நிறைந்த ஊர் என்று உறுதியாக நம்பினாள். இங்கு கடல் இருக்கிறது, வேலை கிடைக்கிறது, நல்ல சாப்பாடு கிடைக்கிறது, தேவையான நிறைய கிடைக்கிறது. எல்லோரும் இதை மோசமான ஊரென்றும் இதைப் புரிந்துகொள்ள முடியாதென்றும் சொல்வதைக் கேட்கிறபோதெல்லாம் அவள், தனக்குப் புரிந்திருக்கும் இந்த உலகின் சந்தோசத்தை உண்மையென உணர்ந்தாள். அவளைச் சுற்றி வேகமாக வளர்ந்துகொண்டிருக்கும் கட்டடங்களெங்கும் இதுமாதிரி ஆந்திராவிலிருந்தும் தென் தமிழகத்தின் கிராமங்களிலிருந்தும் ஒரிஸாவிலிருந்தும் வந்த நிறையக் குழந்தைகள் அவளைப் போலவே இரவுகளைக் கனவுகளால் கடந்து கொண்டிருந்தனர். அந்த இரவில் அவள் இந்நகரை நேசிப்பதைத் தெரிந்தோ, தெரியாமலோ நகரம் எப்போதும்போல் அதன் நான்கு திசைகளில் இருந்தும் வருபவர்களை வரவேற்கக் காத்திருந்தது.

5

சின்ன ஊர்களைக் காட்டிலும் பெரிய ஊர்களில் பெண்களுக்கு வேலை நிறையவே இருக்கிறது. முத்துலட்சுமியுடன் இருந்த நாட்களிலேயே வெட்கத்தை எல்லாம் நிறைய மறந்துபோன செல்விக்கு, இந்த நகரத்துக்கு வந்த சில நாட்களிலேயே, மிச்சமிருந்த வெட்கமும் போனது. கொண்டு வந்த பணமும் நகையும் மூன்று மாதகாலம் தாங்கினாலும் தொழில் செய்யாமலிருக்க முடியுமா? ஒரு மாதகாலம் வரை நான்கு பேரும் வெவ்வேறு வீதிகளில் சுற்றவும் அதைப்பற்றி இரவில் பேசுவதுமாக இருந்தார்கள். ஒரு மாதமாகியும், ஊரின் சாலை நெளிவுகள் அவர்களுக்கு வசப்படவில்லை. அதனால் முக்கியமான இடங்களை மட்டும் முடிந்தவரை கவனமாய் பார்த்துக் கொண்டனர். தி. நகரும், பிராட்வேயும், புரசைவாக்கமும் நன்றாகப் பரிச்சயமாகியிருந்தன. சென்னையில் பிக்பாக்கெட் தொழில் செய்கிறவர்கள், இந்த மூன்று ஏரியாவை நன்றாகத் தெரிந்துகொண்டாலே போதும்தான். ஒரு நல்ல நாளில் அவர்கள் தொழிலைத் துவங்கிய பொழுது அன்றைக்கு வருமானமும் நன்றாகவே இருந்தது.

என்ன செய்தும் தவுடால் தொழிலுக்குப் பழகமுடியவில்லை. நகரத்தின் செயல்பாடுகள் அவளுக்குப் புரியவில்லை. அவளாகவே “நான் இனிமே வீட்டு வேலய மட்டும் பாத்துக்கறேன்” என்று சொல்லிவிட்டு மூன்று பேரை மட்டும் தொழிலுக்கு அனுப்பி

வைத்தாள். வீடு அவளால் மட்டுமே முழுமையடையுமென மூவரும் அப்படியே விட்டுவிட்டார்கள். ஆண்கள் இரண்டு பேரைவிடவும் செல்வி அதிகம் சம்பாதித்தாள். வெறுமனே பிக்பாக்கெட் என்றில்லாமல் எல்லா வழிகளிலும் பொருள்களாகவும் பணமாகவும் எடுக்கப் பழகினாள். மெட்ராஸில் தேவையில்லாததென எதுவுமில்லை, பாண்டி பஜாரிலிருந்து போத்தீஸ் வழியாக ரெங்கநாதன் தெரு சேருமிடத்தில் எப்போதும் கூட்டமிருக்கும். கூட்டமே இல்லாமல் இருக்கிறபோது களவாடுவதும், நிறையக் கூட்டமிருக்கும்போது களவாடுவதும் இரண்டுமே செல்விக்கு ஆகாது. அளவான கூட்டம் இருக்க வேண்டும். பொருளை எடுத்துவிட்டு வேகமாக நகரவேண்டுமானால் கூட்டம் அதிகமிருக்கக் கூடாது. எப்போதும் ஆட்களை நெருங்காத தூரத்தில்தான் செல்வி நடப்பாள். பார்த்ததும் சந்தேகம் வராதளவிற்கு அவளது தோற்றமும் இப்போது மாறியிருந்தது. ரெங்கநாதன் தெரு துவங்குகிற இடத்திற்கு எதிர்த்தாற்போலிருந்த பெரிய கடைக்குள்தான் முதல்நாள் தொழிலை ஆரம்பித்தாள். அத்தனை கேமராக்கள், செக்கிங் எல்லாவற்றையும் மீறி, அவளிடம் இரண்டு பர்ஸுகள் அகப்பட்டன. எப்போதும் பெண்கள் உஷாராக இருப்பதால் அதிகமும் அவள் ஆண்களைத்தான் கவனிப்பாள்.

பொதுவாக இரண்டுவிதமான ஆண்கள்தான் அவளது இலக்காக இருந்தனர். ஒன்று பார்வை முழுக்க பெண்களின் உடலைச் சுற்றியே இருப்பவர்கள், இந்த மாதிரியான ஆட்களிடம் எந்தப் பொருளையும் எடுத்துவிடுவது எளிது. இரண்டாவது எப்போதும் வேறு சிந்தனையிலிருப்பவர்கள். பொதுவாக, பொண்டாட்டியுடன் கடைக்கு வருகிற நூற்றுக்கு நாற்பதுபேர் இப்படித்தான் இருப்பார்கள். தெருவில் போகும்போதுகூட அவர்களின் கவனம் முழுக்க ஒன்று பொண்டாட்டி யாரைக் கவனிக்கிறாள் என்பதிலிருக்கும், அல்லது வேறு எந்தக் கடையையும் காட்டி விடக்கூடாது என்பதிலிருக்கும். யாராக இருந்தாலும் கையை எடுத்த எடுப்பில் நீட்டிவிட முடியாது. அடைகாத்தலைப் போல் பொறுமையாகக் காத்திருக்க வேண்டும், பொருள் கைக்கு வந்து, பாதுகாப்பான இடம் வருகிற வரை எந்த நொடியில் அவசரப்பட்டாலும் ஆபத்துதான். அவள் முதலில் எடுத்தது ஒரு ஆளிடம். நல்ல வாட்டசாட்டமாயிருந்தான். அவனோடு

இரண்டு பெண்களும், ஒரு பெண் குழந்தையும் வந்திருந்தனர். கடைக்குள் ஏறும்போதே அவர்களைக் கவனித்துவிட்டாள். அவர்களுக்குத் தெரியாதவாறு சரியான இடைவெளியில் பின்தொடர்ந்தவள், அவர்கள் ஆண்களுக்கான பிரிவில் சென்றபோது சில நிமிடங்கள் கழித்து நிதானமாய் போய், இரண்டு மூன்று துணிமணிகளைத் தோளில் தூக்கிப் போட்டுக்கொண்டு அவர்கள் பக்கம் போனாள். குழந்தையைக் கவனித்தபோது அது விளையாட ஆளில்லாமல் தவிப்பது தெரிந்தது. அவர்கள் மூவரும் தீவிரமாகத் துணியைப் பார்த்துக் கொண்டிருக்க, இவள் குழந்தையிடம் விளையாட்டுக் காட்டினாள். சில நிமிடங்களிலேயே சிரித்தபடி குழந்தை அவளிடம் ஓடி வந்தது. கோடி ரூபாய் கிடைத்தாலும் குழந்தைகளிடம் திருடுவதில்லை என்னும் கொள்கை கொண்டவள் அவள். அதனால் குழந்தையுடன் விளையாட மட்டுமே செய்தாள். மூன்றுபேரும் குழந்தை இவளிடம் விளையாடுகிற சந்தோசத்தில் அப்படியே விட்டுவிட, இவள் பேச்சுக் கொடுத்தபடியே “பாப்பா பேரு என்ன? சொல்லுங்க...” என்றாள். “ப்ரீத்தி...” என்றது குழந்தை. ஒரு கண் பாப்பாவின் மேலும் இன்னொரு கண் அவர்களின் மேலுமாய் இருந்தது, வாய் ஓயாமல் குழந்தையுடன் பேசிக்கொண்டிருந்தவள் அவர்களுக்கு சாய்ஸ் எடுத்துக் குடுக்கிற சாக்கில் இன்னும் கொஞ்சம் நெருங்கினாள். சில முறை கை அந்த ஆளின் பின்புறமாகப் போய்வந்த போது காற்றின் வேகத்தோடு அவனின் பர்ஸும் வந்தது. முதல் முறை கொஞ்சமும் அடுத்தடுத்து கொஞ்சமுமாய் மேலேறி அவனுக்கு உறைக்காத அளவிற்கு வெளியிலெடுத்து விட்டவள் ஏதோ நினைவு வந்தவளாய் “அச்சச்சோ செல்ல எங்க வெச்சேன்னு தெரியலையே...” என்று பதட்டத்தோடு குழந்தையை அவர்களிடம் விட்டுவிட்டு நடந்தாள். சட்டென துணியைத் தூக்கிப் போட்டுவிட்டுக் கீழே இறங்கினாள். ஒரு முறை அவசரமாகத் திரும்பித் தன்னை யாரும் கவனிக்கவில்லை என்பதைப் பார்த்துவிட்டு அங்கிருந்து கிளம்பி விட நினைத்தாள். ஆனால், ஒன்று போதாது. இன்னொன்றை ஒரே இடத்தில் எடுப்பது இப்போதைக்குப் பாதுகாப்பில்லைதான், ஆனால், தேவை இருக்கிறது. அதிக பட்சம் பத்து நிமிடத்திற்குள் வேலையை முடித்து வெளியேற வேண்டும். கண்கள் வேகமாக ஒரு பலியாட்டைத் தேட, இறுதியில் ஒரு கிழவிதான் மாட்டினாள். நல்ல வெளுவெளுவென

எல்லோரையும் ஒருவித அருவருப்போடு அந்தப் பெண் பார்த்துக் கொண்டிருந்தாள். மற்றவர்களெல்லாம் வாழத் தகுதியே இல்லை என்கிற அளவிற்கு இருந்தது அப்பார்வை. சரியாக அவளைக் கவனித்து நெருங்கினாள்.

சில அடிகள் தள்ளி நின்று கிழவியின் அசைவைக் கவனித்தபடியே இருந்தாள். நல்ல கூட்டம். எல்லோரும் திமிறி பிதுங்கித்தான் வெளியேறினார்கள். அவளைக் கடந்து போன ஒருவன் வாயில் பாக்கை மென்றபடியே சென்றான். அவனைத் தொடர்ந்து சென்றவள் அவன் கிழவிக்குப் பக்கமாய்ப் போக, அவனை சட்டெனத் தள்ளிவிட்டாள். இவள் தள்ளிவிடவும் அவன் வாயிலிருந்து எச்சில் தெறித்து கிழவியின் மீது விழவும் சரியாயிருந்தது. கிழவி சொத்தென அறைந்தாள். எல்லா சாமிகளையும் கூப்பிட்டு அவனை சபித்தாள். செல்வி அவசரமாக கிழவியின் கைக்குட்டையை வாங்கி எச்சிலைத் துடைத்துவிட்டு, அவளை ஓரமாக உட்கார வைக்கக் கூட்டிப் போனாள். கிழவியோடு வந்தவள் கிழவியைத் தேடி நெருங்கி வந்தபோது சிரித்தபடியே, “ஒண்ணுமில்ல, கொஞ்சம் தண்ணி மட்டும் குடுங்க... அம்மாவுக்கு சரியாகிடும்...” சொல்லிவிட்டு நகர்ந்துவிட்டாள். வாசலுக்கு வரும்போது அவளிடம் கிழவியின் கைப்பையும் இருந்தது. அந்த வீதியின் முனைவரை நகர்ந்து கொண்டிருந்த கூட்டத்தில் தன்னை யாரும் கண்டுகொள்ளப் போவதில்லையென்று தெரிந்ததும் நிதானமாக நடந்தாள்.

சாலைகளில், ரயில்களில், பஸ்களில் திருட, உண்மையில் நெளிவுசுளிவுகளைவிட வேகமே முக்கியம். மின்சார ரயிலில் மட்டுமே பர்ஸ் எடுக்கும் ஒரு சிலரைத் தெரியும் அவளுக்கு. பிராட்வேயில் ஏறி தி. நகர் போக வேண்டி நின்றிருந்தவள் இரண்டு பேர் மட்டும் கூட்டத்தில் தனியாகத் தெரிய அவர்களைப் பார்த்தும் பார்க்காதவளாய்த் தொடர்ந்தாள். பார்க் ஸ்டேஷனில் துவங்கி சரியாக நுங்கம்பாக்கம் ஸ்டேஷனில் முடித்துக்கொண்டு இரண்டு பேரும் வேகமாக இறங்கினர். இவளும் அவர்களுக்குப் பின்னாலேயே இறங்கினாள். வேறெங்கு செல்லப்போகிறார்களென கணித்தபடியே வந்தவள் எதிரில் வந்த இன்னொரு ரயிலில் ஏறி அவர்கள் மீண்டும் பிராட்வேயை நோக்கிப் போனதும் நம்ப முடியாமல் அப்படியே நின்றாள். எல்லாமே சில நிமிடங்கள்தான். அவள் கணிப்பின்படி அவர்கள் இரண்டு பேரிடமும் சேர்த்து

ஆறு பர்ஸுகள். இத்தனைக்கும் அவர்கள் பயன்படுத்தியது பழைய வழிமுறை. சின்னதாய் ஒரு பிளேடை விரலிடுக்கில் மறைத்து வைத்து, வேகமாய் பாக்கெட்டுகளை கட் பண்ணுவது மட்டும்தான் டெக்னிக். அதில் ஒருவன் கட் பண்ண, இன்னொருவன் பர்ஸை நகட்டுவது என வேலையை சரியாகத் திட்டமிட்டுச் செய்தனர். பிளேடு போடுவது அவளுக்கு நன்றாகத் தெரிந்த விசயம்தான் ஆனால், கூட்டத்தில் ஒரு ஆளாய் போடும்போது கவனமாய் இருக்க வேண்டும்.

சின்னதும் பெரியதுமாய் ஏராளமான பிக்பாக்கெட் திருடர்களையும் செல்போன் திருடர்களையும் அவள் எல்லா ரயில்களிலும் பஸ்களிலும் தொடர்ந்து பார்த்தாள். பர்ஸுகளை எடுப்பதை விடவும் செல்ஃபோன்களை எடுப்பது எளிதான வேலையாயிருந்தது. வேலையும் எளிதில் முடிந்து பணத்திற்கும் குறைந்தபட்சம் ஆயிரம் ரூபாய் என்கிற அளவில் இருந்ததால் செல்போன்களின் பக்கமாய் கவனத்தைத் திருப்ப நினைத்தாள். பர்ஸை பெரும்பாலானவர்கள் வைக்குமிடம் ஒரே மாதிரியாயிருப்பதால், அதில் தேடவேண்டிய சிக்கலில்லை. அவள் செல்போன் என்று திட்டமிட்டபோது, முதல்முறையாக செல்போன் எடுக்க நிறையவே சிரமப்பட்டாள். அயனாவரம் டூ பட்டினப்பாக்கம் பஸ் எப்போதும்போல் கூட்டம் நிறைந்து வழியும். எக்மோரில் ஏறியவள் கொஞ்சம் கொஞ்சமாக ஊர்ந்து நடுவில் போய் நின்றாள். கூட்டத்தில் ஒருவர் மேல் ஒருவர் நின்றுகொண்டிருந்தனர். காலை அலுவலக நேரம் என்பதால் வெவ்வேறு விதமான சென்ட் வாசனை வேறு. மூச்சைப் பிடித்துக் கொண்டு நின்றவள் வேகமாய் கண்களைச் சுழலவிட்டுத் தனக்கான ஆளைத் தேடினாள். இவளிடமிருந்து இரண்டுபேர் தள்ளி ஒருவன் டிப்டாப்பான ஆடையும் ஷோல்டர் பேக்கும் போட்டபடி நின்றிருந்தான். அவன் தோற்றமெல்லாம் சரியாயிருந்தும் சரியாக ஜிப் இருக்கும் இடம் மட்டும் தூக்கலாய் நின்றது. கண்கள் இங்குமங்குமாய் அலைபாய, போதுமான அளவில் கால்களை விரித்து நிற்க முயற்சிப்பதும் அவ்வப்போது முன்னாலிருந்த பெண்ணின் பின்புறத்தில் தேய்ப்பதுமாயிருந்தான். விருப்பங்களையும் மீறி சின்னதொரு பயம் அவனது கண்களில் தெரிந்தது. சிரமத்தோடு நகர்ந்து அவனருகில் நின்றாள். அவள் நெருங்கி வருவதைப் பார்த்து நிறுத்தியிருந்தவன், தன்னை யாரும் கவனிக்கவில்லை என்றதும் மீண்டும் உரசத் துவங்கினான்.

அவனை நறுக்கென தொடையில் கிள்ளியவள் ஆட்காட்டி விரலைக் காட்டி கொன்னுடுவேனென மிரட்டினாள். அவன் பயந்துபோய் பின்வாங்க நினைத்தாலும் முடியவில்லை. கவனத்தை மாற்றவேண்டி பேண்ட் பாக்கெட்டிலிருந்து செல்லை நோண்டுவது போல் நோண்டி விட்டு மீண்டும் பாக்கெட்டில் போட்டான். அவளுக்கு அப்பாடா என்றிருந்தது. செல்போன் இருக்குமிடம் தெரிவதற்காகச் செய்தவேலை சரியாய் பலித்தது. பிறகு, மீண்டும் அவனைக் கவனிக்காதவளாய் முகத்தைத் திருப்பிக்கொண்டாள். அவனால் கால்களைக் கட்டுப்படுத்த முடியவில்லை. மறுபடியும் உரசத் துவங்கினான். அவள் கண்களைத் திருப்பாமலேயே கையை மட்டும் ஊர்ந்து செல்லவிட்டாள். சில நொடிகளில் செல்போன் கைகளுக்குள் வந்திருந்தது. அவனுக்கு உராய்சலில் வெப்பம் அதிகரித்து கண்களை மூடிக்கொண்டான். “சனியன் காலங்காத்தால ஏன் இப்பிடித் திரியிறான்...” புலம்பிக் கொண்டே அடுத்த நிறுத்தத்தில் இறங்கினாள். சாலையிலிருந்து பேருந்தைப் பார்த்தாள், அவன் இன்னும் ஆர்வமாய் அசைந்துகொடுத்து அந்தப் பெண்ணை நெருக்கிக் கொண்டிருந்தான். “அடத்தூ” என்றுத் துப்பிவிட்டு அவள் வேகமாக நடந்தாள்.

6

ஆச்சரியமும் குழப்பமும் சம்பத்தின் மனதை ஒருசேர ஆக்கிரமித்திருந்தன. எதற்காக இதையெல்லாம் கண்டு பிடித்திருக்கிறார்கள். யாருக்கும் ரகசியங்களோ அந்தரங்கங்களோ இல்லாமல் போவது ஒருவகையான சூன்யமில்லையா? மூர் மார்க்கெட்டில் கடை வைத்திருக்கும் ஜாஃபரின் கடைக்குப் போயிருந்தான். ஜாஃபர்தான் உலகில் அவனுக்குத் தெரிந்த மிகப்பெரிய அறிவாளி, எல்லாப் பிரச்சனைகளுக்கும் தீர்வு வைத்திருப்பவன். நாம் பார்க்கின்ற விலைமதிப்பு மிக்க எல்லாப் பொருட்களுக்கும், போலியொன்றைத் தயாரித்துவிட முடியுமென்கிற உறுதிகொண்டவன். பைரஸி டிவிடியில் துவங்கி, கம்ப்யூட்டர், டார்ச், ஆடைகள், கண்ணாடிகள், வாஷிங்மெஷின், கணினி, இன்னும் எண்ணிலடங்கா பொருட்கள். போலிச் சான்றிதழ்களும், பாஸ்போர்ட்டுகளும் இப்பொழுது தயாரித்துக்கொண்டிருக்கிறான். ஓட்டுநர் உரிம அடையாள அட்டை, பெரிய கல்லூரி, பல்கலைக்கழகங்களின் பட்டப்படிப்புச் சான்றிதழ் எதையும் அவன் விட்டுவைக்கவில்லை. உண்மையில் இவற்றையெல்லாம் பணத்திற்காகச் செய்வதை விடவும், அதிலிருக்கும் சுவாரஸ்யத்திற்காக ஒவ்வொருமுறையும் புதிது புதிதாக முயற்சித்துக்கொண்டிருந்தான். முடிந்தவரை அதில் கொஞ்சத்தையாவது சம்பத்தைப் போன்ற அவனின்

நண்பர்களுக்கும் கற்றுக்கொடுக்க விரும்பினான். சம்பத்திற்கு அதிலெல்லாம் பெரிய விருப்பமில்லை.

ஒரு பழைய மெமரிகார்டை வாங்கிக் கொண்டு ஜாஃபரைப் பார்க்கப் போயிருந்தான். மெமரிகார்டை வாங்கிய ஜாஃபர், “பாட்டு மட்டுமா பிட்டும் வேணுமாடா?” எனக் கேட்டான். சம்பத்தின் கண்கள் ஒளிர்ந்தன. சிரித்தான். “த்தா நீ வரும்போதே தெரியும் சொம்மா பாட்டு ஏத்தறதுக்கு மட்டுமா இம்மாந்தூரம் வருவ...” கார்டை வாங்கி கணினியோடு பிணைத்தவன்... “கார்டு புதுசா மச்சி? செகண்ட்னல்ல வாங்கினயா?” என்று கேட்டான். சம்பத் அப்போதுதான் புகைப்பதற்காக எழுந்திருந்தான், “ஆமாடா... செகண்ட்னல்தான்...” ஜாஃபர் திரும்ப அவனைப் பார்த்தான். “அப்போ வேற ஒரு வேல பண்ணுவோம் இரு...” சொல்லிவிட்டு ஆர்வமாக கார்டை ஆராய்ந்தான். சில நிமிடங்களுக்குப் பிறகு “மச்சி உனக்கு மட்டும் லக்கிருந்தா நிஜ பிட்டே கிடைக்கும் பாக்கலாம்...” சம்பத்தைக் கூப்பிட்டுப் பக்கத்தில் உட்கார வைத்தான். அப்போது மெமரி கார்டிலிருந்த ஃபைல்கள் ஒவ்வொன்றாய் வந்து கொண்டிருந்தன. “இன்னாடா மச்சான் இது...” சம்பத்தால் நம்பமுடியவில்லை. அவன் வாங்கின கார்டில் எப்படி இன்னொருத்தன் போட்டோ. “யார்ரா இவன்?” ஜாஃபர் சம்பத்தைப் பார்த்தான். சிரித்தான். அடுத்தடுத்து நிறைய போட்டோக்கள் குட்டிக் குட்டியாய் வந்து நின்றன. முக்கால்வாசிக்கும்மேல் பெண்களின் படம். ‘இவ்ளோ பேராடா?’ சம்பத் ஆச்சர்யமாய் கேட்டான். ‘இன்னும் இருக்குடா...’ இப்போது வீடியோ ஃபைல்கள் ஒவ்வொன்றாக வந்தன. எல்லாமே மூன்று நிமிடம் ஐந்து நிமிடம் ஓடக்கூடிய ஆபாசப் படங்கள். எல்லா மொழிகளிலும் பாரபட்சமின்றி அந்த கார்டு வைத்திருந்தவன் சேகரித்து வைத்திருந்தான். முதலில் பார்த்த அந்தப் பையனுடைய மெமரி கார்டா இது? சம்பத்தால் நம்பமுடியவில்லை. எந்தவிதமான துர்செயல்களுக்கும் தன்னை உட்படுத்திக்கொள்ளும் ஒருவனின் முகமாக அது இல்லை. இப்போது யோசித்தால் அவன் முகத்திற்கும் அவனுக்கும் சம்பந்தமே இல்லையோ என்று தோன்றியது. ஒவ்வொரு வீடியோ ஃபைலையும் திறந்து பார்த்துக் கொண்டிருந்தார்கள் இருவரும். எல்லாம் துண்டு துண்டாய் வெட்டி எடுக்கப்பட்டிருந்தன. சம்பத்திற்கு சிரிப்பு தாங்கவில்லை. ஜாஃபரும் சிரித்துக்கொண்டே

பார்த்தான்தானெனினும், அவனிடம் அதைப் பார்ப்பதில் பெரும் ஆர்வமிருந்தது.

இத்தனை வருடங்களில் அவன் பார்க்காத எதையும் இன்று புதிதாய்ப் பார்க்கவில்லை, தன்னுடைய செல்லில்கூட சில பிட்டுப்படங்களை அவன் வைத்திருக்கிறான். ஆனால், அவை எதிலும் அவன் நேரடியாக சம்பந்தப்பட்டிருக்கவில்லை. ஆனால், இந்த மெமரியில் இருந்த சில படங்களில் அதை வைத்திருந்தவனே இயங்கவும் செய்திருந்தான். தன்னுடைய அம்மணத்தைத் தானே சேமித்துப் பாதுகாத்த ஒருவனைப்பற்றி இப்போதுதான் இவனுக்குத் தெரிகிறது. அவனைப்பார்க்க விருப்பமும் ஆர்வமும் எழுந்தது. எத்தனையோ பேரின் நிர்வாணங்கள் அவனுக்குச் சர்வ சாதாரணம்தான். அவன் வீடிருக்கும் தெருவில் அவனுக்குத் தெரியாத பெண்கள் இல்லை. அதற்காக அவன் பெரிய சிரமமெதுவும் கொள்வதுமில்லை. குளித்து முடித்து வந்தாலுமே கூட சோப் வாடையை மீறி வேறுவொரு வாடை அவர்களின் மீது அடிக்கும், அதைவிட, அவர்களை ரசிக்க வேறு என்ன காரணங்கள் தேவை. அப்பெண்களின் உடலே ஒரு விதமான வாசனையால் ஆனவை.

ஜாஃபருக்கு முகமும் உடலும் நன்றாக வியர்த்துப்போனது. அவன் எழுந்துகொண்டு சிறுநீர் கழித்துவிட்டு வருவதாகச் சொன்னான். சம்பத் சிரித்தான். முதலில் சாதாரணமாகவும் பிறகு சத்தமாகவும் சிரிக்க ஜாஃபர் “த்தா…வெயில்ல அதுக்கெல்லாம் போவமாட்டண்டா… யூரின் மட்டும்தான்…” சொல்லிவிட்டு சம்பத்தின் தலையில் தட்டிவிட்டுச் சென்றான். கணினித் திரையில் இன்னும் உடல்களின் நிர்வாணங்கள் அசைந்து கொண்டிருந்தன. செல்லை எடுத்துப் பார்த்தான். டவர் இல்லை. நல்லதுதான். இவ்வளவு பெரிய நகரத்தில் குகைபோல் இருக்கும் இதுமாதிரியான இடங்களுக்குள் புகுந்துகொள்வதில் ஒரு வசதி உண்டு. யார் தொல்லையுமில்லாமல் நிம்மதியாய் இருப்பதாக உணர்ந்தான். மிச்சமிருக்கிற படங்களை ஒவ்வொன்றாக நகர்த்திவிட்டுக் கடைசியாயிருந்த ஒரு ஃபைலைத் திறந்தான். வெறும் இருட்டாயிருந்தது. ஒருவிதமான சத்தம் மட்டும், அதுவும் இரண்டு பேர் மாறி மாறிப் பேசிக்கொள்கிற சத்தம். அந்த வீடியோவிலிருந்தவன் எதிரிலிருந்த பெண்ணை சமாதானப்படுத்திக்

கொண்டிருந்தான். அவள் தலையைக் காலோடு சேர்த்துப் பிணைத்துக்கொண்டு கிடந்தாள். இவனுக்குப் பார்க்கப் பிடிக்கவில்லை. ஆனாலும் அவன் அந்தப் பெண்ணிடம் கெஞ்சுவதும் கொஞ்சுவதுமாய் இருப்பதைப் பார்க்கவும் என்னதான் நடக்கிறதெனப் பார்க்கக் காத்திருந்தான். வழக்கமாகப் படங்களில் இது வெறும் உத்தியாகப் பயன்படுத்தப்படும். பார்வையாளனை இன்னும் ஆர்வமாக கவனிக்க வைக்கும் உத்தி. எல்லோருக்குமே இயல்பாய் சாதாரணமாய் கிடைத்துவிடுவதில் விருப்பமில்லை, அதற்காக ஒரு பெரும்போராட்டம் நடத்தினால்தான் ஏதாவது சாதித்த நிம்மதியும் பெருமையும் இருக்கும். அதுமாதிரியான முயற்சிகள் எதையும் அவன் செய்து கொண்டிருப்பதாய்த் தெரியவில்லை. அந்தப் பெண்ணுக்கு சரியாக தமிழும் பேச வரவில்லை. தலையை விரித்துப்போட்டு உடலை மூடியிருந்தாள். பேருக்கு ஆங்காங்கே கொஞ்சம் உடையின் மிச்சம். பாதி தீட்டி முடிக்கப் பெறாமலிருந்த ஓவியமென அவளுடல் இடது வலமாய் அவனது கேமராவில் அலைந்துகொண்டிருந்தது. படமெடுத்துக் கொண்டிருந்தவனின் கையிலிருந்த கேமரா, அந்தப் பெண்ணை நோக்கி நெருக்கமாகச் சென்றபோதுதான் அந்தப் பெண்ணின் உருவம் தனக்குப் பரிச்சயமானதொன்றாய் இருப்பதை சம்பத் தெரிந்துகொண்டான். ‘இது அவளா?’ என்கிற சந்தேகம் இருக்கிற அதே நேரத்தில் அவளாக இருக்க வாய்ப்பில்லை எனவும் நினைத்துக் கொண்டான். அவள், இவன் மயங்கி உருகிய முதல் பெண். இவனை ஆணாய் உணரவைத்தவள். அவளுக்கு இப்படியானதொன்று நேர்வதற்கான துர்பாக்கியம் என்ன இருந்துவிடப் போகிறது?... சம்பத் இன்னும் கொஞ்சம் படத்தை நகர்த்திப் பார்த்தான். மனமும் உடலும் அதிர கண்கள் உறைந்து போயின. தொண்டைக்குழிக்குக் கீழாக யாரோ களிமண்ணால் அடைத்துவிட்டது போல் இறுகிப்போனது. சுவாசிக்க முடியவில்லை. தன் மனைவியோடு யாரோ ஒருவன் கூடுவதைக் கண்ட வேதனை, ரணம் அவன் மனம் முழுக்க நிரம்பியது. அவன் மூஞ்சியைப் பார்க்க வேண்டுமென்று பட்டது. அவசரமாக புகைப்படங்கள் இருந்த ஃபோல்டரைத் திறந்தான். அவனை எங்கும் பார்த்திருப்பதாகத் தோன்றவில்லை, டொக்கை விழுந்த கன்னங்களும், உருண்ட விழிகளுமாய் ஒரு வடிவமற்ற ஆக்டோபஸைப் போலிருந்தான். மனதின் சுவரெங்கும்

வெறுப்பின் நிழல் ஊர்ந்தோடியது. முழுக்கவும் சுயவெறுப்பு. தன்னைப் பற்றின பிம்பங்களைத் தூக்கி எறிந்து காறி உமிழ்ந்த அவமானம் அவனுக்குள். நண்பன் வருவதற்குள் அவசரமாக அந்த வீடியோ இருந்த ஃபோல்டரைத் தன் செல்போனுக்கு மாற்றிவிட்டு, அதை கம்ப்யூட்டரிலிருந்து அழித்தான். ஜாஃபர் திரும்பி வரும்போது சம்பத் கிட்டத்தட்ட கிளம்புகிற மனநிலைக்கு வந்துவிட்டான். ஜாஃபர் அவனை உட்காரச் சொன்னான். "ஒரு அர்ஜெண்ட் போன்டா... பெரம்பூருக்கு சரக்கு இட்னு போவணும்... நாளக்கி வரேண்டா..." நிற்கக்கூட முடியாதவனாய் சம்பத் வெளியேறினான். வெயில் அந்த வீதி முழுக்க நிறைந்து வழிந்தது. சம்பத் ஒரு கடலில் நீந்துவதைப் போல் வெயிலின் ரேகைகளில் நீந்திச் சென்றுகொண்டிருந்தான். அவனுடலில் இப்போது அவள் தனக்கு மிக நெருக்கமான ஒருத்தியாகிவிட்ட நிறைவு பிறந்தது.

7. ஆதம்மாவின் ஞாயிற்றுக்கிழமைகள்...

ஞாயிற்றுக்கிழமைகளுக்காகக் காத்திருப்பது ஆதம்மாவுக்குப் பிடித்திருந்தது. அம்பத்தூர் முழுக்க அவளுக்குப் பழக்கமாகியிருந்தது. வேலை இல்லாவிட்டால் பக்கத்திலிருக்கும் கட்டடங்களில் போய் ஊர் ஆட்களைப் பார்த்தால் மட்டும் போதும் கடலுக்கெல்லாம் வேண்டாமென ராஜு சொல்லிச் சொல்லியே அம்பத்தூர் முழுக்க இருந்த அத்தனை கட்டடங்களுக்கும் போய் வந்துவிட்டாள். ஆனால், அவள் விருப்பம் கட்டடங்களிலில்லை, கடலில்தான் இருந்தது. இந்த ஊரின் எல்லாச் சாலைகளும் வாரத்திற்கு ஒருமுறை ஏதாவது மாற்றத்துடன் தெரிகின்றன. வில்லிவாக்கத்தில் பெரிய சினிமா தியேட்டர் இருக்கிறதென அதை மட்டுமே வேடிக்கை பார்க்க ஒருநாள் ராஜு கூட்டிப் போனான். அவ்விடம் சினிமா தியேட்டர் போலவே இல்லை, திருவிழாக்கூட்டம். ஒருமுறை உள்ளே போய் வெளியேறுவது பெரிய வேலையாக இருந்தது. முந்தைய நாள் இரவு இரண்டுமணி வரையிலும் வேலை. கட்டுமானப் பணி பெருமளவில் முடிந்து உள்பூச்சு நடந்து கொண்டிருந்ததால் வேகமாக முடிக்க வேண்டி, இரவு, பகலென வேலையை முடுக்கிவிட்டனர். மற்ற கிழமைகளில் எப்படியோ? சனிக்கிழமை மட்டும் யாரும் வேலை செய்ய முகம் சுளிப்பதில்லை. பிழைப்புக்காகச் சென்னைவரும் அத்தனை பேருமே இவ்வூரை ஒரு குழந்தையின் மனநிலையில்தான் பார்க்கிறார்கள். ஞாயிற்றுக்கிழமை

ஒரு நாள் வெளியில் போவதென்பது அந்த வாரத்தின் ஆறு நாட்கள் வேலை செய்த அசதியை மறக்கச் செய்வதாயிருந்தது.

அம்பத்தூரிலிருந்து பூந்தமல்லி சாலைவழியாக அண்ணா ஸ்கொயர் போகும் பேருந்துதான் ஆதம்மாவின் கனவு வண்டி. அந்த வண்டியைத் தனக்காக மட்டுமே ஒருநாள் எடுத்துக்கொண்டு அம்பத்தூருக்கும் அண்ணா ஸ்கொயருக்கும் போய்வர வேண்டுமென நினைப்பாள். அந்த வழிமுழுக்க இருக்கும் அத்தனை விசயங்களும் அவளுக்கு அத்துப்படியாயிருந்தன. கடைகள், ஷாப்பிங் மால்கள், தொடர்ந்து செல்லக்கூடிய வாகனங்கள் எல்லாமும். எத்தனை பேருந்துகள்? இவ்வளவு பேரும் எங்குதான் போகிறார்கள். அதுவும் இவ்வளவு அவசரமாய். நகரப் பேருந்துகளும் சரி, வெளியூர் போகிற பேருந்துகளும் சரி, எல்லாவற்றிலுமே அவ்வளவு கூட்டம். கூட்டமாய் மனிதர்களைப் பார்ப்பதே அவளுக்கு சந்தோசமாயிருக்கும். வெளியூர்ப் பேருந்து நிற்குமிடத்தில் ஒருநாள், ஆந்திரா போகிற பேருந்துகளை மட்டும் கவனித்தாள். திருப்பதிக்கு பத்து நிமிடங்களுக்கு ஒரு முறை பஸ் போனது. வேறு வேலைகளெதுவும் இருக்காதா இவர்களுக்கு என்று ராஜீவுக்குக் கடுப்பாக இருந்தது. ஆனாலும் மகள் ஆசைப்படுகிறாளென எல்லாவற்றையும் அமைதியாகப் பார்த்துக்கொண்டிருப்பான். இது என்ன விளையாட்டெனப் புரியவில்லை. ஆனால், சொந்த ஊரில் இந்த மாதிரி அவள் விளையாடியதுமில்லை சந்தோசமாக இருந்ததுமில்லை.

இங்கு வந்தபோது சட்டி தூக்க மட்டுமே செய்துகொண்டிருந்த ஆதம்மா கொஞ்சமாய் கலவை மிதிக்கவும் தெரிந்து கொண்டிருந்தாள். பெரும்பாலும் கலவை தனியாக மிஷினில் கலந்து வந்து விடும். போதாக்குறைக்குத் தனியாக இரண்டு பேர் கலவை மிதிப்பார்கள். செங்கல் தூக்குகிற கனத்திற்கு சமமாயிருக்கும் கலவை தூக்குவது. அவள் விளையாடும் ஓராயிரம் விளையாட்டுகளில் ஒன்றாகவே வேலைகளையும் செய்து கொண்டிருந்தாள். குழந்தைகளுக்கு வேலைகளையும் விளையாட்டையும் பிரித்துப் பார்க்கத் தெரிவதில்லை. வாங்குகிற சம்பளம், அதில் அம்மாவும் அப்பாவும் எவ்வளவு செலவு செய்கிறார்கள்? எவ்வளவு மிச்சம் பிடிக்கிறார்கள் என்பதெல்லாம் அவளுக்கு அனாவசியமாகப்பட்டன.

இரவு பத்து மணிவரையிலும் வேலை நடந்துகொண்டிருந்த ஒருநாள் கீழே விளையாடிக்கொண்டிருந்த சின்னப்பிள்ளைகள் கொஞ்சம்பேர் ‘பாம்பு, பாம்பு’ எனக் கத்திக்கொண்டிருந்தனர். அவர்கள் ஆதம்மாவை விடவும் சிறியவர்கள். நாடோடிகளைப் போல் சதாவும் மடியில் அக்குழந்தைகளைத் தூக்கிக் கொண்டிருக்கும் தாய்மார்கள், வேலை பார்க்கிற நேரம் குறைவுதான். எல்லாவித ஆகாரங்களையும் சாப்பிட்டு ஆரோக்கியமாய் வளரும் குழந்தைகள் அவர்கள். அங்கொரு கை இங்கொரு கையென பருப்பு சாதம், பழைய சாதம், சப்பாத்தி ஒரே நேரத்தில் பல்வேறு வகையான படையல்களை அங்கிருக்கும் அத்தனை தாய்மார்களும் குழந்தைகளுக்கு ஊட்டிவிடுவார்கள். அதனால் அக் குழந்தைகளுக்குப் பயம் தெரியாது. பாம்பைப் பார்த்துக் கத்திக்கொண்டிருந்த குழந்தைகளை விலக்கிவிட்டு ஒரு ஆள் அதை அடிக்கப் போக, வேகமாக ஓடிவந்த ஆதம்மா “பாம்ப அடிச்சா பாவம் பிடிக்கும்... கை கால் விளங்காமப் போவும்...” அவள் சத்தம் கேட்டதும் அடிக்கப்போனவன் நிஜமாகவே கை கால் விளங்காமல் போய்விடுமோவெனப் பயந்து பின்வாங்கினான். அவளுக்குப் பாம்பை பார்த்ததும் அப்படியொரு சந்தோசம். நிதானமாகப் போய் அதைக் கைகளில் தூக்கினாள். அது உடலை வளைத்துக் குறுக்கித் தலையை மட்டும் நீட்டி ஆதம்மாவின் முகத்தைப் பார்த்தது. அவள் அதன் உடலை இன்னும் லாகவமாய் நழுவவிட்டாள். ஒரு கைக் குழந்தையைப்போல் அது நெளிந்து நெளிந்து அவள் பிடித்திருந்த கைமுழுக்க நழுவியோடியது. ஆந்திரத்தின் பாம்புகளைப் போலில்லை இது, உடலில் வெக்கையே இல்லாமல் நெளுநெளுவெனக் கிடந்தது. சின்னதாய் குளிர்ச்சி வேறு. பாம்பின் அடிவயிற்று வெக்கையில்தான் அதன் மூர்க்கம் தெரியும். இது அப்பாவி பாம்பு, அவ்வளவு பெரிதாக இருந்தாலும் குழந்தைதான்.

ஆதம்மா பாம்புகளோடு விளையாடுவாளெனத் தெரிந்ததும் குழந்தைகள் அவளோடு பிரியமாய் ஒட்டிக்கொண்டனர். பாம்பு பிடிக்கிறவள், பாம்புப் பிள்ளையென அவளை வெவ்வேறு பெயர்களில் எல்லோரும் கூப்பிடத் தொடங்கினர். பெரியவர்களுக்கு மட்டுந்தான் எதைப் பார்த்தாலும் பயம் வந்துவிடுகிறது. குழந்தைகளுக்கு பயப்பட எதுவுமில்லை, பெரியவர்களிடமிருந்து கற்றுக்கொள்கிற ஆபாசமான

விசயங்களில் இந்தப் பயமும் ஒன்று. பாம்பைப் பிடித்ததற்காக ஆதம்மாவை அம்மா அடித்துத் துவைத்து விட்டாள். ‘பிழைக்க வந்த எடத்துல எதாவது ஆயிடுச்சுன்னா, உசுரக் காப்பாத்த முடியுமாவென...” அழுகையும் கோபமுமாய் அடிக்க, ஆதம்மா அடிக்குத் தப்ப இங்கயும் அங்கயுமாய் ஓடிக்கொண்டே “ஊர்ல மட்டும் பாம்பு கடிச்சு எதாச்சும் ஆயிடுச்சுன்னா... பாக்கறதுக்கு நிறய ஆஸ்பத்திரியும் உங்கிட்ட காசும் இருக்குமாக்கும்...” அம்மாவுக்குக் கோபம் இன்னும் அதிகமாக அதற்காக மீண்டும் அடித்தாள். அப்பவும் இனிமேல் பாம்பைப் பிடிக்கமாட்டேனென சொல்லாதவள் “பாம்பு ஒண்ணும் செய்யாதும்மா... அதுதான் நம்மளப் பாத்துப் பயப்படும். ;. நாம அதப் பாத்து பயப்படக் கூடாது...” என கத்திக்கொண்டே ஓடினாள்.

அப்பா இப்போது அதிகமும் அந்த ஒரிஸாக்காரர்களோடு திரிவதால் மகளைப் பற்றியும், பொண்டாட்டியைப் பற்றியும் யோசிக்கவெல்லாம் விருப்பமோ நேரமோ இல்லை. இப்படியொரு விசயம் நடந்ததாய் அம்மா சொல்ல, “அவ இன்னைக்குத்தான் புதுசா பாம்பு பிடிக்கிறாளா? இத ஒரு விசயம்னு வந்து சொல்ற...போ... போ...” என்று சாப்பிட உட்கார்ந்தவன் பிறகு எந்த விசயத்தையும் பேசவில்லை. வேலை பிழைப்பதற்கான வழிகளை மட்டுமல்ல, அழிவதற்கான வழிகளையும் சொல்லிக் கொடுக்கிறது. ஒரே சமயத்தில் ஆதம்மாவின் அப்பா இரண்டையும் நோக்கிச் சென்று கொண்டிருந்தார். அப்பா வருகிற நேரத்திற்கு பெரும்பாலும் இப்போதெல்லாம் ஆதம்மா தூங்கிவிடுகிறாள். அப்பா வருவதென்னவோ பின்னிரவுகளில்தான். அம்மாவும் அப்பாவும் பேசுகிற சத்தம் கேட்டு தலையைத் தூக்கிப் பார்த்தாள். அப்பா அவளைப் பார்த்து சிரிக்க, இவளும் சிரித்தாள். கண்கள் முழுக்க பீழை... “அப்பா ஐஸ்க்ரீம் வேணும்...” தூக்கத்தில் பாதித் தெளிவோடு அவள் கேட்க, ராஜு சிரித்துக் கொண்டே... “ஐஸ் தான கண்ணு... நாளைக்கு அப்பா வாங்கித்தாரேன்.... இப்போ தூங்கு...” அவள் தலையில் தட்டிக் கொடுக்க, கொஞ்ச நேரம் ராஜுவின் மடியில் படுத்தவள் பிறகு அப்படியே பாயில் சரிந்து படுத்தாள்.

அம்மா எதைப்பற்றிக் கவலைப்படுவதெனப் புரியாமல் பேசுவதை நிறுத்திவிட்டு எழுந்து போய்விட்டாள். ராஜு நிறையக்

குடிக்கிறானென அவளுக்கு வருத்தம். ஜம்பலமடுகிலிருக்கும் போது அவன் இப்படிக் குடிக்கிறவனில்லை. எப்போதாவது அரிதாக ஒருநாள் குடிப்பான். அதுவும் கொஞ்சம் குடித்தாலே தலைசுற்றும் அவனுக்கு. உளறுவான். தட்டுத்தடுமாறி வீட்டுக்கு வந்து சேர்ந்து அடுத்தநாள் காலை வரைகூட சிலமுறை போதையில் உளறுவதும், அழுவதுமாய் திரிவான். அதையெல்லாம் பெரிதாக அவள் எடுத்துக் கொள்வதில்லை. வீட்டுக் கஷ்டம் நினைத்து இப்படிச் செய்கிறானென விட்டுவிடுவாள். இப்போது நிறைய குடிக்கிறான், வெவ்வேறு விதமான போதைகளுக்கு பழக்கப்பட்டுவிட்டான். உளறுவதோ, அழுவதோ இல்லை. அதனால் அவன் பொண்டாட்டியாலும் அவனை இயல்பாய் எடுத்துக் கொள்ளமுடியவில்லை. டென்ட்டில் எரிந்துகொண்டிருந்த சின்ன விளக்கு கொஞ்சமாய் மங்கிக்கொண்டிருக்க, எழுந்து மூத்திரம் பெய்யப் போனாள். இன்னும் சில டென்ட்டில் ஆட்கள் தூங்கியிருக்கவில்லை. பேச்சு சப்தம் கேட்டது. இன்னும் நாலு மணிநேரம் மட்டுந்தான் தூங்கமுடியும், உடல் உழன்றது. தூக்க மயக்கத்தில் சிறுநீர் கழித்தவளை நட்சத்திரங்களைத் தவிர யாரும் கவனித்திருக்கவில்லை.

8

எல்லாக் காலங்களுக்கும் ஏற்றாற் போல் தன்னைத் தகவமைத்துக் கொள்ளும் பூச்சிகளையும் புழுக்களையும் போல் நிர்ப்பந்தங்களற்ற சாதாரணமானதொரு வாழ்க்கை வாய்த்திருக்கலாமென அவள் நினைப்பதுண்டு. ஷிவானி நிர்ப்பந்தங்களெனும் சுழலுக்குள் சிக்கி, அதன் சூட்சுமங்களைப் புரிந்துகொள்ள முடியாதவளாகவே குழந்தைப் பருவத்தைக் கடந்திருந்தாள். வெயிலும், வெறுமையும் நிரம்பிக் கிடக்கும் சாம்பல் நகரமான ஜெய்சால்மீருக்குப் பக்கத்தில் பதின்மூன்று வீடுகள் மட்டுமே கொண்ட ஒரு கிராமத்திலிருந்து சென்னைக்கு அவள் திருமணமாகி வந்த முதல் கணத்திலேயே இந்த ஊர் அவளுக்குப் பிடிக்காமல் போனது. இரைச்சலும் சப்தங்களும் நிறைந்து, சாக்கடையும் பன்றிகளுமாய் மூச்சுவிட முடியாதது போல் உணர்ந்தாள். மற்றபடி இங்கும் அவளுக்குச் சொந்தக்காரர்கள் இருந்தார்கள். அந்த சவுக்கார்பேட்டை ஏரியா முழுக்கவே வேற்று முகங்கள் அதிகமில்லாததால் அவளுக்கு வெளியில் செல்வதற்கும், மற்றவர்களோடு பழகுவதற்கும் சிரமமிருந்திருக்கவில்லை. நாளின் பெரும்பாலான நேரமும் பெண்களால் மட்டுமே இயங்கிக்கொண்டிருந்த வீட்டில் ஆண்வாசனை குறைந்தே இருந்தது. அவ்வீட்டு ஆண்களின் மீது எல்லாவற்றையும் விட பணத்தின் வாசனையே அதிகமாயிருந்தது. முன்னும் பின்னுமாய் நீட்டிக் கொண்டிருந்த அவள் தெற்றுப்பல்

சிரிப்பு முழுமையாகத் தொலைந்துபோக, இவ்வளவு பெரிய நகரத்திலும் தன்னைத் தனியானவளாக உணர்ந்தாள். அந்த வீட்டில் வெறுமை சூழ்ந்து உயிரற்று இருந்தது.

தமிழ் பேசுவதற்கும், கேட்பதற்கும் வீட்டிலிருந்து குறைந்த பட்சம் ஐந்து நிமிடங்களாவது நடந்தால்தான் முடியும். அதில்லாமல் கடையில் வேலை செய்யும் பையன்கள் வந்தால் அவர்கள் பேசுவதைக் கேட்கலாம். சம்பத்தும் அப்படி முன்பு வந்திருக்கிறான், வாயில் எச்சில் ஒழுக எப்போதும் வேட்டையாடத் துடிக்கும் ஒரு ஓநாயைப் போல அவன் முகம் இருக்கும். கொஞ்ச நாட்களிலேயே அவன் கடையிலிருந்து பணம் திருடியதால் வேலையிலிருந்து நிறுத்திவிட்டதாக அவளது புருஷன் சொன்னபோது, அதனை அவள் பெரிதாக அலட்டிக் கொள்ளவில்லை. அவன் தன் மாமியாருக்கு அவ்வப்போது குளிக்கையில் முதுகுத் தேய்துவிடுகிறானென்பதை அவளும் சில முறை பார்த்திருக்கிறாள். வெட்கமே இல்லாமல் உட்கார்ந்திருக்கும் அந்தக் கிழவி. தனியாகப் போய்விடலாமென அவள் கணவனிடம் சொல்லிக் கொண்டே இருந்தாள். உண்மையில் அவ்வீட்டுப் பெண்களின் அநியாயங்கள் தாங்க முடியாமல் அவள் அப்படிக் கேட்கவில்லை. அவர்களைப் போலவே ஷிவானிக்கும் அந்தரங்கமாக அப்படியொரு ஆசை இருக்கவே செய்தது.

“உங்களில் யாருக்காவது கடவுளைத் தெரியுமா? அந்தத் தேவடியாப் பையனை (மகளை) யாராவது பார்த்திருக்கிறீர்களா? விலாசம், தொலைபேசி எண் ஏதாவது?” ஷிவானி தான் பார்க்கிற ஒவ்வொருவரிடமும் அந்தக் கேள்வியைக் கேட்க விரும்பினாள். அவள் வெறுக்கும் அந்த வீதியில் அவளுடல் வெந்து நசுங்குவதும், வதங்கித் திரிவதுமாய் கிடக்க, கேட்பாரின்றிப் பொசுங்கிக் கொண்டிருந்தது அவளுடலின் வெக்கை. அவள் புருஷனுக்கு எல்லாம் சரியாகத்தானிருந்தது. ஆனாலும் இவளுக்கு முதுகு காட்டிக்கொண்டு தூங்குவதில்தான் அவன் விருப்பமெல்லாம். இவளே வலிய சிலமுறை அழைத்தும் அவனைத் தூண்டியும் தோல்வியடைந்து போனதுதான் மிச்சம். எரியும் மூங்கிலாய் தகிக்கும் அவளுக்குள், மாநகர வீதிகளெங்கும் கடக்கும் இளைஞர்களின் உடல்கள் அவளது பெண்மைக்குத் தீமூட்டிச் சென்றன. வார இறுதி நாட்களில் குடும்பத்துடன் ஊர் சுற்றப்போகையில் தனக்குப் பிடித்தமானபடி அலங்கரித்துக்

கொள்வாள். யார் பார்க்கப் போகிறார்கள் என்பதைத் தாண்டி அப்படிப் போவதில் ஒரு குறுகுறுப்பும் சந்தோசமுமிருந்தது அவளுக்கு. முகத்தை மூடியிருந்தாலும் கொஞ்சம் எல்லோரையும் பார்க்க முடிகிற அளவிற்குத்தான் மூடியிருப்பாள். மொத்தக் குடும்பமும் சேர்ந்து போகிறதால் அவ்வளவு சாதாரணமாக அவளால் வேடிக்கை பார்த்துவிட முடியாது. மற்றவர்களை இவள் பார்ப்பது வீட்டிலிருப்பவர்களுக்குத் தெரியாதபடியும் யாரைப் பார்க்கிறாளோ அவனுக்குத் தெரியும்படியும் சரியாகப் பார்வை பரிமாற்றம் செய்துகொள்ள, யாரும் சொல்லித்தராமலேயே பழகியிருந்தாள். இந்த நகரம் சொந்த வீட்டிற்கும் வாழ்விற்கும் வெளியில்தான் அவளுக்குப் பிடித்தமானதாக இருந்தது.

அவளருகில் படுப்பதில்லையே தவிர அவளுக்குத் தேவையானவற்றைக் கேட்டுக் கேட்டு செய்து கொண்டிருந்தான் அவளது புருஷன். அமீர்கான் படங்கள் வெளியாகிற எல்லா தினங்களிலும் அவளுக்கென தியேட்டரில் இருக்கைகளைப் பதிவு செய்து ஆர்வமும் ஆசையுமாகக் கூட்டிச் செல்வான். ஆனால் அந்த உற்சாகமெல்லாம் மிகச் சில நிமிடங்கள் மட்டுமே நீடிக்கும், படம் துவங்கிய பத்தாவது நிமிடத்தில் அவன் தூங்கிப்போவான். அமீர்கான் படமென்றில்லை, எந்தப் படமாயிருந்தாலும் அப்படித்தான். கோபம் வந்து எதையாவது கேட்கவும் முடியாது, அவனைக் குறை சொன்னால் அவள் மாமியாருக்குக் கோபம் வந்துவிடும். முதலில் அவளுக்கு இதனாலெல்லாம் ஏற்பட்டிருந்த சலிப்பு சில நாட்களுக்குப்பின் பழகிப்போனது. நல்ல மழை பெய்து சென்னை முழுக்கவே நீரும் சேருமாய் கிடக்க, வீட்டிலிருந்து கிளம்பி தியேட்டர் வந்துவிட்டார்கள். அவளுக்கு அந்தத் தியேட்டர் பிடித்திருந்தது. நிறைய சாலைகள் சங்கமிக்கும் அந்த இடம் பரபரப்பாக இயங்கிக்கொண்டிருந்தது.

ஈகா தியேட்டரில்தான் பெரும்பாலான வெள்ளி, சனிக் கிழமைகளின் இரவு அவர்களுக்குக் கழிந்துகொண்டிருக்கிறது. எதிர்த்தாற்போலிருக்கும் சிக்னலை வேடிக்கை பார்த்துக்கொண்டிருந்தாலே போதும், நேரம் போவது தெரியாது. பழைய எல்.எம்.எல் வண்டி அவன் வைத்திருந்தான். பார்க்க, போன நூற்றாண்டு வண்டியைப் போலிருக்கும் அதன்மேல் அப்படி என்ன பிரியமோ அவனுக்கு. மெத்தையில் பக்கத்தில் போட்டுப் படுத்துக்கொள்ளவில்லை, மற்றபடி அவன் அதிகமாக

பேசிக்கொள்வது அந்த வண்டியுடன்தான். சனிக்கிழமை, நள்ளிரவு பார்ட்டிகளுக்காக சாலைகளில் விர்விர்ரென சீறும் வாகனங்களெங்கும் இளைஞர்களும் அவர்களை இறுக்கி அணைத்தபடி பின் உட்கார்ந்திருக்கும் பெண்களுமாய் நகரம் இரவின் அசாத்திய நிறம் கொண்டுவிடும்.

லேசாகத் தூறிக்கொண்டிருந்த வானத்தில் வெளிச்சத்தின் புள்ளிகளெதுவுமில்லை. சிக்னல் விளக்கு, ஈரத்தில் நனைந்து மினுங்கிக் கொண்டிருப்பது பாதி வெளிச்சத்தில் பூச்சிகளைப் போலிருந்தது. வரும்போதே நனைந்துவிட்ட ஷிவானியின் உடல், மெல்லிய சூட்டிற்குத் தவித்துக் கிடக்க, படம் துவங்கிய கொஞ்ச நேரத்திலேயே ஏ. சி குளிரில் இன்னும் நடுக்கமெடுத்தது. அவன் கைகளை எடுத்து உள்ளங்கைகளுக்குள் வைத்துக்கொள்ளப் போனவளுக்கு குளிர்ந்து உணர்ச்சிகளற்றுக் கிடக்கும் அக் கைகள் வெறுப்பேற்படுத்தின. பணத்தைத் தேய்த்துத் தேய்த்து மழுங்கிப் போன உள்ளங்கைகள் அவை. பிளாக்ஃபாரஸ்ட் கேக்கையும், பெப்சியையும் சாப்பிட்டு முடித்துவிட்டு அவன் அப்போதுதான் சாய்ந்திருந்தான், அவள் கைப்பட்டதும் அவன் கைகள், அனிச்சையாய் அதிலிருந்து தன்னை விடுவித்துக் கொண்டன. அவளுக்குத் திரையில் மனம் ஒன்றாமல் உடல் நடுக்கம் குறைய தன்னுடலைத்தானே தேய்த்துவிட்டுக் கொண்டாள்.

கண்கள் மூடி தலையைக் குனிந்து உடலைப் பூனைக்குட்டியைப் போல் சுருக்கிக் கொள்வதும் பின் கொஞ்ச நேரம் சாதாரணமாக படம் பார்ப்பதுமாய் இருந்தவளுக்கு வீட்டுக்குப் போனால் போதுமென்கிற அளவுக்குக் குளிர். வசதியாகச் சாய்ந்து, சற்றேறக்குறைய படுத்துக்கொள்கிற மாதிரி சரிந்திருந்தவளின் இடது காலில் விரல்கள் ஊர்ந்து கீழிருந்து மேலாக ஏறிவர, அவள் கண்களை மட்டும் இடதுபுறம் திருப்பினாள். தனக்கும் அதற்கும் எந்தத் தொடர்புமில்லை என்பது போல் தீவிரமாக அருகிலிருந்தவன் படம் பார்த்துக் கொண்டிருந்தான். அதிகபட்சம் இருபத்தியெட்டு வயதிருக்கும், பார்க்கிற மாதிரியானவன்தான், கொஞ்சம் அகலமான கண்கள். இவளும் எதுவும் நடந்து விடவில்லை என்கிற அளவிலேயே இருந்தாள். சில நிமிடங்கள் ஊர்ந்த அவன் கால் விரல்கள் இங்குமங்குமாய் அலைந்து கடைசியில் அவளின் பாதத்திற்குப் பக்கத்தில் நின்றுவிட்டன. கால்களில் ஊர்ந்த விரல்கள் உடல் முழுக்க சூடேற்றுமா என்ன?

சூடேற்றியிருந்தது. அவனென்று இல்லை, அப்போதைக்கு எவன் தொட்டிருந்தாலும் அவள் இப்படிக் கொதிக்கத்தான் செய்திருப்பாள். தன்னுடலை சீட்டின் இடது எல்லைக்கு நெருக்கமாக நகர்த்திக் கொண்டாள். அவனது கைகள் அவள் முதுகின் வழியாக பயணித்து அவளுடலை அணைத்துக் கொள்ளமுடிகிற அளவிற்கு அவளுடலில் சுழலத் துவங்கியது. மிக மெதுவாய் அவளை வருடிக் கொடுத்தான். அவள் நிதானம் தப்பியவளாய், நெளியவும் சுருளவுமாய் பிணைந்து தன் கைகளை அவன்மீது நகரவிட்டாள். இளஞ்சூடான அவள் விரல்கள் அவன் தொடையிடுக்கில் ஊர்ந்து நுழைந்து அடைத்திருக்கும் வாசலை திறந்து சென்றது. அந்த வாசலின் திறப்புக்கென அவள் காத்திருந்த தினங்களின் வலி அவளுக்கு மட்டும்தான் தெரியும். அவன் தன் கைவிரல்களால் இவளுடலின் கதவுகளைக் கொஞ்சம் கொஞ்சமாய்த் திறந்துகொண்டிருந்தான். இன்னும் நடுங்கிய அவன் விரல்களைப் பிடித்து முத்தமிட்டாள், சப்பினாள். எப்படித் தனக்கு இவ்வளவு தைரியம் வந்ததென அவளுக்கே ஆச்சரியம்தான். அவசரமின்றி நிதானமாக ஊரும் கைகளில் உடற்சூடு மட்டும் எரியும் நெருப்புக் கட்டியெனப் பெருகிக் கொப்பளித்தது. அவள் கைகள் மூர்க்கத்துடன் அவனிடமிருந்து ஒன்றைத்தேடி அவனை உறிஞ்சிக்கொண்டிருக்க, இருவரும் அரை மயக்கத்தில் கிடந்தனர். அவள் முனகல் காற்றுக்கும் கேட்கமுடியாதபடி மென்மையாயிருக்க, அவன் முகம் வியர்த்து உணர்வுகள் உச்சத்தை நெருங்கியிருந்தது. அவள் தன்னுடலை இன்னும் இன்னுமெனத் தளர்த்தி அவன் முன்பாகப் படரவிட்டிருந்தாள். அவன் மூச்சு சீரான வேகத்திலிருந்து அதிகரித்துத் தெறித்துக்கொண்டிருக்க பளீரென இடைவேளைக்கான விளக்குகள் போடப்பட்டன. அவசரமாகத் தன் கைகளை எடுத்தவளின் உள்ளங்கை முழுக்க அவனின் வெள்ளைநிறத் திரவம் வழிந்திருந்தது. அவன் சோர்ந்து அப்படியே இருக்கையில் சாய்ந்திருந்தான். வெளிச்சத்தில் அவன் முகத்தைப் பார்க்க முடியாமல் கூசியது. கைகளை கைக்குட்டையில் துடைத்துக்கொண்டவள் பாத்ரூம் போக வேண்டுமெனத் தூங்கிக் கொண்டிருந்த புருஷனை எழுப்பினாள். அவன் அவளைப் போகச் சொல்லிவிட்டு மீண்டும் சாய்ந்து கொண்டான். அவன் கால்களைக் கடந்து அவள் நடக்கையில் பையிலிருந்து கொஞ்சம் பணம் எடுத்துக் கொடுத்தான். 'ஃபக்கத் காஃபி பஸ் பியோ...

அவுர் குச் மத்லேனா...' அவள் உணர்ச்சியற்றதொரு பார்வை பார்த்துவிட்டு நகர்ந்து போனாள்.

கைகளில் இன்னும் பிசுபிசுப்பிருந்தது. என்ன மனுஷன் இவன். காஃபி வாங்கப் பிடிக்கவில்லை, தியேட்டருக்குள் நுழையப் போனவளுக்கு கதவுக்கு மிக அருகில் அவன் நின்றிருப்பதைப் பார்த்ததும் சின்னதொரு படபடப்பும், தயக்கமுமிருக்க வேறு பக்கமாகப் போய்விடலாமாவென யோசித்தாள். அவன் காத்திராமல் அவளை நோக்கி நடந்து வந்தான். சிரித்தான், அவள் விலகி இரண்டு அடிகள் நடந்தாள், பின் அப்படியே நடந்தாள். தமிழ் இப்போதுதான் கொஞ்சம் பேச வந்திருக்கிறது. இருட்டில் அவள் இவ்வளவு லட்சணமானவளென்பது தெரிந்திருக்கவில்லை இப்போது வெளிச்சத்தில் மூச்சுத் திணறியது. 'மகேஷ்' என்றான். நல்ல பெயரென்றவள் ஷிவானி என்றாள். இருவரும் சிரித்தனர். அவள் கொஞ்சம் கூடுதலாகவேதான் சிரித்தாள். சிரிக்கிறோமென்கிற பிரக்ஞையுடனும். அவன் அவசரமாகத் தன் அலைபேசி எண்ணை அவளுக்குத் தந்தான். முதலில் வேண்டாமென்றாள். பின் இவளுடைய எண்ணைக் கேட்கவும், அவன் எண்ணை மட்டும் வாங்கிக் கொண்டாள். அவனுக்கு ஏமாற்றமாயிருந்தது.

பக்கத்தில் வைத்துக் கொஞ்சம் கொஞ்சமாய் ருசிக்க வேண்டியவள் அவள். நிற்க மாட்டாமல் நடந்து உள்ளே போனாள், அவன் விலகிச்சென்று புகைத்தான். மூச்சு கொஞ்சம் சீரானது. இன்னொரு சிகரெட்டையும் சேர்த்துப் புகைத்தான், கொஞ்சம் அவனுடல் இலகுவானதுபோல் தோன்றியது. இப்போது நிதானமாக நடந்தான். அவன் திரும்பி இருக்கையில் வந்து உட்கார்ந்தபோது ஷிவானி தன் கணவனிடம் மெல்லிய குரலில் பேசிக்கொண்டிருந்தாள். அவன் பாதித் தூக்கத்தில் தலையாட்டினான். படம் துவங்குவதற்காக விளக்கணைக்கப்பட்டபோது ஷிவானியின் கணவன் எழுந்து காஃபி வாங்கச் சென்றான். அவள் திரும்பி இவனையே பார்த்துக் கொண்டிருந்தாள். சில நிமிடங்களுக்குப்பின் டொம்மென ஒரு பெரிய சத்தம்கேட்டு இருவரும் பிரிந்தபோது, திரையில் ஒருவன் மொட்டை மாடியிலிருந்து குதித்து அவன் தலையிலிருந்து குருதி வழிந்து கொண்டிருந்தது. இருவரும் ஆசுவாசமாகித் திரையிலேயே நிலைத்திருந்தனர். காஃபியுடன் வந்த அவளது கணவன் மீண்டும் சில நிமிடங்கள் ஆர்வத்துடன் படம் பார்த்தான்.

சமபந்தமேயில்லாமல் சத்தமாக சிரித்தான். கைதட்டினான். அந்தக் காட்சி முடிந்து அடுத்த காட்சி போகும்போதே மறுபடியும் தூங்கிப் போனான். அவளுடலில் இவ்வளவு நாட்களும் எரியாமலிருந்த ஒரு பெரும் ஜோதி இப்போது கொழுந்துவிட்டு எரியத் தொடங்கியிருந்தது. இன்னும் இன்னுமென எண்ணெய் வார்த்து அருகிலிருந்தவன் தூண்டிக் கொண்டிருந்தான். அவன் விரல்கள் முன்னைவிட இப்போது அதீத உரிமையுடனும் வேகத்துடனும் இவளுடலில் இயங்கியது. கண்களிலும் உடலிலும் அவனுக்குப் பதட்டமில்லை. எந்தவிதத் தயக்கமுமில்லாமல் இவளை நெருங்கி நுகர்ந்து பார்க்கவும் முத்தமிடவும் செய்தவனை ஷிவானியும் அனுமதிக்கவே செய்தாள். படம் இந்த இரவு முழுக்க முடியாமல் தொடர்ந்தாலென்ன என்றிருந்தது அவளுக்கு. இன்னொரு முறை ரகசியமான குரலில் அவளின் எண்ணைக் கேட்டான். அவள் அமைதியாய் இவனைப் பார்த்தாள். 'நானே உனக்கு கால் பண்றேன்... ப்ளீஸ்...' அந்தக் குரல் மயக்கத்திலும் தயக்கத்திலும் உருகிக் குலைந்தது. அடுத்த நொடியே தன் கையை அவளுடலிலிருந்து எடுத்துக்கொண்டான். அவளுக்கு அந்த நொடியில் கண்ணீர் வந்து விடுகிற அளவிற்கு கண்கள் சிவந்து போயின. தன் அலைபேசியை எடுத்து அவனுக்கு அழைத்தாள். அவன் எடுத்துப் பார்த்துவிட்டுத் திருப்பி இவளைப் பார்த்தான். சிரித்தான், அவளால் சிரிக்க முடியவில்லை, இன்னொருமுறை அவன் தீண்டவேண்டுமென்கிற எண்ணம் மட்டும்தான் உடல் முழுக்கவும் மனம் முழுக்கவும் நிரம்பியோடியது. அவன் தீண்டினான். அவளுடல் நெருப்பின் விரிந்த பூவென மலர்ந்து பூத்தது. படம் முடிந்து வண்டியில் புருஷனோடு வீட்டுக்குக் கிளம்புகையில் தியேட்டருக்கு வெளியில் சாலையையொட்டி இவளுக்காக அவன் காத்திருந்தான். அவனைக் கடந்து இவர்கள் போகையில் மகேஷ் அவளைப் பார்த்துச் சிரித்தான். அவள் தலையை இன்னும் அதிகமாக சேலையால் இழுத்து மூடிக்கொண்டாள்.

9

எல்லாவற்றுக்குமே நாம் நிர்ணயிப்பதுதான் அதன் மதிப்பு. சில சமயம் மிக மலிவாகவும் அந்த மதிப்பு இருக்கக் கூடும் அன்று மாலை நாராயண முதலி தெருவில் அவள் பர்ஸூம் கையுமாக மாட்டிக் கொண்டபோது, சில மணி நேரங்களுக்குள்ளாக வெளியே வந்துவிட முடியுமென்பதை எதிர்பார்த்திருக்கவில்லை. பெரிதாக அதற்கு அவள் செலவழித்திருக்கவில்லை, வெறும் இரண்டாயிரம்தான் கொடுத்தாள். பூக்கடை ஸ்டேசனுக்கு அவளைக் கைது செய்து கூட்டிப் போனார்கள். அவளுக்கு பயமெல்லாம் இல்லை. ஆனாலும் இந்தப் புதிய ஊரில் போலீஸ்காரர்களின் அணுகுமுறை எப்படியிருக்கும் என்பதுதான் யோசனையாக இருந்தது.

ஒரு கான்ஸ்டபிள் அவளது போனை வாங்கிப் பார்த்தான். ஐநூறு ரூபாய்கு வாங்கிய ரிலையன்ஸ் போன். ஒரு குப்பையைப் பார்ப்பதை விடவும் கேவலமாக அதைப் பார்த்தவன், "எவ்ளோ காசு அடிக்கிற, நல்ல ஃபோன் வெச்சுக்கக்கூடாது... இந்தா..." திருப்பிக் கொடுத்தான். அவள் வாங்கி ஜாக்கெட்டிற்குள் நுழைக்கும் போதே "டீயா... காபியா?" என்றான். தன்னிடம் கேட்க வாய்ப்பில்லையென அவள் எங்கேயோ பார்த்துக் கொண்டிருக்க, அவன், அவள் தலையில் தட்டி மறுபடியும் அதையே கேட்டான்.

“டீங்கய்யா... டீங்கய்யா...” என்றாள் பதற்றத்துடன். அவன் இன்னொரு வேலையாக அங்கிருந்து நகர்ந்து போனான். கடைவீதியை விடவும் ஸ்டேஷன் இரைச்சலாயிருந்தது. ஊரில் கஞ்சா விற்கிற இடத்தில்தான் இவ்வளவு ரகசியமான உரையாடல் நடக்கும். எல்லோரையும் மலங்க மலங்கப் பார்த்தாள். உள்ளங்கை லேசாக வியர்த்திருந்தது சற்றுக் குறைந்து இப்போது பதற்றம் தணிய ஆறுதலாகவும் இயல்பாகவும் தன்னை உணர்ந்தாள்.

அவ்விடம் போலீஸ் ஸ்டேஷனைப் போல் இல்லாமல் எல்லோரும் சர்வ சாதாரணமாய் நடமாடிக் கொண்டிருந்தனர். அவ்வளவு தூரத்திற்கு நல்லவர்களாகி விட்டார்களா போலீஸ்காரர்கள் அல்லது காவல்துறை உங்களின் நண்பன் என்பதை மக்கள் சரியான அளவில் புரிந்து கொண்டார்களோ? என்று நினைத்தாள். எதுவாயிருந்தாலும் நல்ல விசயம்தான் என்று தோன்றியது செல்விக்கு. யாரும் அவளை ஒரு பொருட்டாகவோ, பெரிய கேசாகவோ பார்க்கவில்லை. அவள் டீ குடித்து முடித்த கொஞ்ச நேரத்திற்கெல்லாம் ஒரு பையனை முதுகிலேயே அடித்து இழுத்து வந்தார்கள். அவன் சின்ன சத்தம் கூட எழுப்பவில்லை. “ஸார் ரவியண்ணே கேங் ஸார்... சொம்மா அடிக்காம அண்ணனக் கூப்ட்டுக் கேளுங்க...” என்றான். ஒரு ஓரமாக ஒதுங்கி நின்று கொண்டான். செல்வி ஒரு கோழிக் குஞ்சைப்போல் அவ்வளவையும் பார்த்துக் கொண்டிருந்தாள். அவனும் பிக்பாக்கெட்டாக இருக்கக்கூடும், ஊரில் அவன் வயதுப் பையன்களுக்கு எந்த விவரமும் இருக்காது. எல்லாம் மரமேறவும், மாங்காய் அடிக்கப் போவதுமாக இருப்பார்கள். பாவம் இந்தப் பயல் என்ன செய்திருப்பானோ தனக்குள்ளேயே யோசித்துக் கொண்டாள். “டே... மாசக்கடைசிடா... உன்னயும் விட்டா கணக்கு எத வெச்சுக் காட்றது. சும்மா ஒரு ரெண்டு நாள் இரு, அப்பறம் பாத்துக்கலாம்.” அந்தப் பையன் அதற்குள்ளாகவே ஃபோனை எடுத்து யாரையோ கூப்பிட்டு வரச் சொன்னான். அவன் கையிலிருந்து போன் போலீஸ்காரனின் கைக்குப் போனது. அந்தப் பையனிடம் பேசியதை விடவும் இயல்பாய் இருந்தது இப்போது போலீஸ்காரனின் குரல். “கணேசு... சொன்னா கேளு கணேசு...நெட்டா ஒரு கிலோ பொருளு... சும்மாவா? வேற யார்னா இட்னு போனாலும் பரவால்ல, இவன் தம்மாத்துண்டுப் பையன்... கேஸ் காட்டணும் கணேசு...அண்ணங்கிட்ட சொல்லு...”

கெஞ்சிக் கொஞ்சிக் கொண்டிருந்தான். என்ன முடிவாகும் என்று தெரிந்துகொள்ள செல்விக்கு ஆர்வமாயிருந்தது.

ரொம்ப நேரம் பேசுகிற அவகாசம் இல்லை, அந்தப் பையனிடம் பிடுங்கிய பொட்டலப் பையை அவனிடமே திருப்பிக் கொடுத்து, அவன் கொடுத்த கொஞ்சம் பணத்தை அந்தப் போலீஸ்காரர் வாங்கிப் பையில் வைத்துக் கொண்டார். “இதத்தான நானும் சொன்னேன்... இன்னா ஸார் நீ என்று அவன் சலித்துக் கொண்டான். போலீஸ்காரன் எதுவும் பேசவில்லை, இவள் குத்த வைத்த காலை அசைக்காமல் அவர்களையே பார்த்துக் கொண்டிருந்தாள். போலீஸ்காரன் அந்தப் பையனுக்கு பதில் சொல்ல முடியாமல் அவனையே உற்றுப் பார்த்துக் கொண்டிருந்த இவளின் பக்கமாகத் திரும்பி சொத்தென ஒரு அறைவிட்டான். அவளுக்குக் கொஞ்சம்கூட வலிக்கவில்லை, மரத்துப்போனது. “த்தா என்னத்துக்கு எங்களையே உத்துப்பாத்துக்கினு இக்கீர...?” அவன் கோபம் தன் மீதானது இல்லை என்று தெரிந்து கொண்டவளாய் அமைதியாகத் தலையைக் குனிந்துகொண்டாள். அந்தப் பையன் திரும்பி அவளைப் பார்த்தான். அவனைப்பார்க்க இப்போது ஒரு சாகசக்காரனைப் போல் தோன்றியது. ஆனாலும் ஆபத்து மிகுந்த சாகசக்காரன். “இன்னா கேசுக்கா... குருவி மாதிரி தெரியலியே...” அவனாகப் பேசிக்கொண்டான். அங்கிருந்து சில அடிகள் நடந்துபோன போலீஸ்காரன் “ஏண்டா இப்போ பொம்பளைங்களையும் குருவியா அனுப்பறிங்களா?” என்று ஆச்சரியமாக கேட்டான். அந்தப் பையன் திரும்பி போலீஸ்காரனைப் பார்த்து “எந்தக் காலத்துல ஸார் இருக்க? ஆமா என்ன கேசு இது? என்று சாதாரணமாகக் கேட்டான். போலீஸ்காரன் கொஞ்சம் கவனித்துப் பார்த்துவிட்டு “சும்மா பிக்பாக்கெட்தான்... ஒண்ணும் தேறல அதான் உக்கார வெச்சிருக்கேன்...” என்று சொன்னான். அந்தப் பையனுக்கு செல்வியைப் பார்க்கப் பாவமாக இருந்தது. மழையில் நனைந்து ஒடுங்கிக் கிடக்கும் கோழியைப்போல் கிடந்தாள். “சப்ப மேட்ருக்கா... துட்டு எவ்ளோ வெச்சீக்கிர... எதுனா பொருளு இருந்தாக்கூட சமாளிச்சிடலாம்...” அவன் வார்த்தைகளையோ அவனையோ சிறிதும் நம்புகிற எண்ணமில்லை அவளுக்கு. எதுவும் பேசாமல் சுவரைப் பார்த்துத் திரும்பி உட்கார்ந்துகொண்டாள். “அய்யிய்ய... இப்பிடி உக்காந்தா வேலக்கி ஆவாது... துட்டு வேணும்னா நான் தரட்டா?” அவள்

திரும்பி அவனைப் பார்த்தாள். “என் வீட்டுக்காரரு வாறாரு... பரவாயில்லப்பா...” சொல்லிவிட்டு மறுபடியும் திரும்பி உட்கார்ந்து கொண்டாள். “வூட்டுக்காரன் வேற இருக்கானா? செரி குருவியா போறியாக்கா... நல்ல துட்டு கெடைக்கும்... சேஃப்டியும் இருக்கு... நான் சொல்லிச் சேத்துவிடறேன்...” இந்தக் குருவி மைனா எந்தக் கண்றாவியும் அவளுக்குத் தெரியாது. ஒருவேளை தன்னை அந்த மாதிரி தொழிலுக்குப் போகச் சொல்கிறானோ என யோசித்தாள். ‘ச்சீ ச்சீ...அதுக்கு நாலு மொழம் கயறப் போட்டுத் தொங்கிடலாம்...’ பதிலே சொல்லாமல் தலையைக் குனிந்துகொண்டாள். அவன் இவள் ஏதாவது சொல்வாள் எனப் பார்த்துவிட்டு எழுந்து போய்விட்டான்.

அருகில் யாரும் இல்லையென்பதை உறுதிப்படுத்திவிட்டு கடைசியாக நிமிர்ந்து பார்த்தாள். ஸ்டேஷன் பரபரப்பாக இருந்தது. அந்தப் பையனைக் காணவில்லை. ‘குருவின்னா என்னவா இருக்கும்? அவனிடம் விசாரித்திருக்கலாமே? ஆனாலும் வருமானம் பெரிதாக இருந்தால் அதில் சிக்கலும் பெரிதாகத்தான் இருக்கும்... சுதாரிப்பாதான் இருக்கணும். ஒரு முத்துலட்சுமியைப் பார்த்தது போதும்...’ திடமாக தன் முடிவில் சந்தோஷப்பட்டுக் கொண்டாள். நாக்கு வரவரத்துப்போய் ஒரு டீ குடித்தால் தேவலாம் என்று இருந்தது, உண்மையில் அவள் நாக்கு எந்தச் சுவைக்கும் அப்படியொன்றும் இதுவரை பிரமாதமாய் பழகியிருக்கவில்லை. ஆனாலும் இந்த டீ குடிக்கிறபோது பொசுக்க பொசுக்க கண்ணாடி டம்ளரில் வாங்கி கண்ணை மூடிக்கொண்டு குடிப்பதில் ஒரு லயிப்பு இருக்கத்தான் செய்கிறது. அந்த நேரத்திற்கு நாக்கில் நிகழும் ஒருவித சுறுசுறுப்பை இப்போது விரும்பினாள். ஒரு சிறுவன் அவள் முகத்துக்கு நேராக டீயை நீட்டிக் கொடுத்துவிட்டு அதே வேகத்தில் நகர்ந்து போய்விட்டான். கையிலிருந்து டீ டம்ளரை வாங்கிக்கொண்டவள் ஆர்வமாகக் குடிக்கப் போகையில் வயிற்றில் பசியின் சுருங்கல் அதிகமாயிருப்பதை உணர்ந்து மத்தியானமாவது சாப்பிட்டிருக்கலாம் என நினைத்துக் கொண்டாள். இப்போது முன்னைப்போல் அப்படியொன்றும் சிரமமில்லை. ஆனாலும் தொழிலை அவ்வளவு எளிதில் விட முடியாது. இதைவிட்டால் வேறு தொழிலும் தெரியாது.

செல்வியின் முகத்தில் காயங்களின் சுவடுகள் அதிகரித்திருந்தன. அச்சுவடுகள் ஒவ்வொன்றிலும் அவளது கடந்தகாலத் துயர்களின்

வரியோடியிருந்தது. அந்தச் சின்னப் பையன் அவளை நோக்கிச் சிரித்தபடி வந்தான். “வாக்கா போவோம்... உன் வூடு எங்கன்னு சொல்லு... நான் வுட்டுட்டுப்போறேன்...” கிட்டத்தட்ட வாசலுக்குப் போய்விட்டான். அவளுக்குத் தலையும் புரியவில்லை, வாலும் புரியவில்லை. திரும்பி உள்ளே ரைட்டர் உட்கார்ந்திருந்த டேபிளைப் பார்த்தாள். யாரும் ஒரு பொருட்டாகக்கூட அவளை மதிக்கவில்லை. ஊரில் என்றால் இந்த நேரத்திற்கு போலீஸ்காரன் ஏதோ அவன் வீட்டு சொத்தைத் திருடியதைப்போல் போகிற வருகிறவனெல்லாம் அடித்துவிட்டுப் போவான். இதில் போதாக்குறைக்கு கையிலிருப்பதையும் புடுங்கிக் கொண்டுதான் அனுப்புவார்கள். இங்கு டீயெல்லாம் வாங்கித் தருகிறார்களென நினைத்தவளுக்கு அவனுடன் போவதா வேண்டாமா என தயக்கமாயிருந்தது. அவளிடம் டீ வேண்டுமா எனக்கேட்ட போலீஸ்காரன் “நீ இன்னும் போவலியா? எந்திரிச்சுப் போ... என்ன பீரங்கிபேர ஊழலாப் பண்ணின... உக்காந்துனு இருக்க... எங்க வோணும்னாலும் பர்ஸ் அடி... மாசம் ஆனா கமிசன் மட்டும் வந்து கொடுத்துடு...” அவனே பிடித்து வெளியில் தள்ளாத குறையாய்ச் சொன்னான். அந்தச் சின்னப் பையன் மீண்டும் உள்ளே வந்து “அதெல்லாம் வரும் ஸார்... இனிமே எல்லாம் நம்ம அண்ணனோட கமிசன்ல சேந்து வந்துடும்...” சொல்லிவிட்டு அவளைக் கையைப் பிடித்து இழுக்காத குறையாய் ‘வான்னா அசைய மாட்டேங்கற... “எழுப்பிக் கூப்பிட்டான். அவள் தடுமாறி எழுந்து மெதுவாக நடந்தாள். கொஞ்சம் வெட்கமாகக் கூட இருந்தது. ஆனாலும் கேட்டால் தப்பில்லை என “தம்பி ரொம்ப பசிக்கிது சாப்பிட ஏதாச்சும் வாங்கித் தர்றயா?” அவன் திரும்பி அவளைப் பார்த்தான். “இத முதல்லயே சொல்றதுக்கு இன்னா... வா...” அதே சாலையிலிருந்த ஒரு ஹோட்டலுக்குக் கூட்டிச் சென்றான். எல்லோரும் வாய்கொள்ளும் அளவிற்கு சாப்பிட்டுத்தான் பார்த்திருக்கிறாள். முதல்முறையாக, அவள் வாய்க்கு வெளியிலும் சாப்பிடுவதைப் பார்த்துத்தான் இப்படியும் சாப்பிட முடியுமோ என்று ஆச்சர்யப்பட்டான். நிமிர்ந்துகூட அவனைப் பார்க்கவில்லை. சாப்பிட்டு முடிக்கும் முன்பாக வியர்த்து விறுவிறுத்துப் போனது அவளுக்கு. கண்களில் நல்ல வெளிச்சம் வந்தது. சாப்பாட்டிற்குப் பணம் கொடுக்கையில் அவன் பர்ஸ் முழுக்க ஐநூறு ரூபாய்த் தாள்களாக இருப்பதைப்

பார்த்தாள். எப்படியும் ஏழெட்டாயிரம் தேறும்... அடித்தால் ஒரு வாரத்திற்குப் பிழைப்பு நிம்மதியாய்ப் போகும். கை பரபரத்தது. ஆர்வத்தையெல்லாம் அடக்கிக் கொண்டு அமைதியாயிருந்தாள். அவன் எங்கு இறக்கிவிட வேண்டுமெனக் கேட்க 'வியாசர்பாடி' என்றாள். ஒரு பழைய பைக்கில் அவளை ஏற்றிக்கொண்டு புறப்பட்டான். வழி முழுக்க கை அவன் பேண்ட் பாக்கெட்டிற்குப் போவதும் வருவதுமாயிருந்தது. வீட்டில் தவுடு என்ன செய்கிறாளெனத் தெரியவில்லை, 'ஏதாவது நல்லது கெட்டது வாங்கிக் கொடுக்கணுமென' நினைத்துக் கொண்டாள். காசில்லை. இந்தப் பையன் சொன்னமாதிரி குருவியாகப் போனால் நிறையப் பணம் கிடைக்குமோ என யோசித்தாள். அவனிடம் கேட்கத் தயக்கமாவும் அச்சமாகவும் இருந்தது. வெக்கையில் உடல் இப்போது உப்பாகியிருந்தது. ஒரேயொருமுறை கை பர்ஸுக்கு மிக நெருக்கமாகச் சென்று திரும்பியது. அதன்பிறகு போகவில்லை.

வியாசர்பாடி ரயில்வே ஸ்டேசனிலிருந்து ஒரு பெரிய மூத்திரத்தெரு போனது, அதன் கடைசி முடுக்கில் ஐந்தாறு வீடுகளில் ஒன்றாய் அவளுடைய வீடு ஒளிந்திருந்தது. வாசலிலேயே சமையல் செய்கிற வீடுகள். அங்கு மூத்திரவாடை மட்டுமே மிகுந்திருந்ததே ஒழிய வேறு வாடை எதையும் உணரமுடியவில்லை. செல்வியை இறக்கிவிட்டவன் தன் போன் நம்பரை அவளுக்கு எழுதிக் கொடுத்தான். "நாளக்கி காத்தால எனக்கு போன் பண்ணுக்கா..." அவள் நம்பர் எழுதியிருந்த பேப்பரை வாங்கி பத்திரமாக வைத்துக் கொண்டாள். கிளம்புவதற்கு முன்பாக கொஞ்சம் பணத்தை எடுத்து அவளிடம் கொடுத்தான், "இத வெச்சுக்கக்கா, இனிமே எதுன்னாலும் கேளு...எடுக்காத... நிறைய சம்பாதிக்கலாம்." அவனிடமிருந்து பணம் வாங்க சங்கடமாக இருந்தது. கொடுத்துவிட்டுப் போனவனின் பெயரைக் கேட்காமல் இருந்ததற்காக அப்போதுதான் வருத்தப்பட்டாள்.

10

மீண்டும் ஒரு முறை சுந்தருக்குத் தனது உதவி தேவைப் படுமென சம்பத்தும் எதிர்பார்த்திருக்கவில்லை. அவன் கூப்பிட்டு விட்டிருக்கிறான் என்றதும் கண்டிப்பாக வேலையை ஒட்டி இருக்காதென நம்பினான். சம்பத் எப்போதுமே அவனைச் சந்திக்கக் கூடாதென நினைத்திருந்தான். புளியந்தோப்பு ஏரியாவில் புது வீட்டிற்கு சுந்தர் மாறியிருந்தான். வீட்டிற்குள் நுழையவே ஒரு மாதிரியாயிருந்தது. ஏகப்பட்ட நாய்களை வேறு வளர்க்கிறான். புறாக்களும் அதிக எண்ணிக்கையில் இருந்தன. சுந்தரின் தொழிலுக்கும், அவன் செய்கிற பல சமாச்சாரங்களுக்கும் தொடர்பில்லாதிருந்தது. தின்று கொழுத்த நாய்கள், அடித்து உரித்தால் எப்படியும் பதின்மூன்று கிலோவுக்குக் குறையாது, சம்பத் சம்பந்தமில்லாத ஒன்றை நினைத்துக்கொண்டிருப்பதற்காக லேசாகச் சிரித்தான். எல்லோருமே ஆச்சரியத்தோடு பார்த்தனர். ஒரு ராஜாவைப்போல் இருந்தவன் யாரோ ஒருவனைப்போல் நிற்பதைச் சிலர் வருத்தத்தோடு பார்த்தனர். சிலருக்குப் பேசவேண்டுமென ஆசை இருந்தாலும் அண்ணன் என்ன நினைப்பாரோ எனத் தயக்கத்தில் பேசாமலேயே இருந்தனர்.

வீட்டிற்கு எதிரிலிருந்த தெருச் சுவரில் இவனைத்தான் வரைந்து வைத்திருந்தனர், அண்ணன் ஹார்பர் சுந்தர் என, பெரிய பெரிய எழுத்தில் இவனை வாழ்த்திக் கவிதை வேறு, பெரிய வீடாக இருந்தது. “அண்ணன் பக்கத்துல ஒரு பாக்ஸிங் கிளப் ஓப்பன்

பண்ண போயிருக்காருப்பா... வெய்ட் பண்ணு... இப்போ வந்துடுவாரு...” மறந்துபோன எவ்வளவோ நினைவுகள் சம்பத் மனதில் வந்து போயின. சில வருடங்களுக்கு முன் எல்லோரும் ஒன்றாயிருக்கையில் சுந்தர்தான் பெரிய பாக்ஸர். தானாகவே சொந்த ஆர்வத்தில் கற்றுக்கொண்டவன். ஒவ்வொரு போட்டியிலும் ஜெயித்தவுடன், உடனிருக்கும் அவ்வளவு பேரையும் கூட்டிக் கொண்டு பாடிகார்ட் முனீஸ்வரன் கோவிலுக்குப் போய்விடுவான். ஏரியா டோர்னமென்ட் அனைத்திலும் அவனுக்குத்தான் நிறையப் பந்தயம் கட்டினார்கள். சென்ட்ரலுக்குப் போகும் பாலத்திற்குக் கீழிருந்த பழைய கல்லறை ஏரியாவில், ஒவ்வொரு வருடமும் பெரிய டோர்னமென்ட் நடக்கும். ஒரு முறை சுந்தர் ஜெயித்ததும் மணி, சம்பத் எல்லோரும் சேர்ந்து அவனைத் தூக்கிக்கொண்டு கோயில்வரை இறக்காமலேயே வந்தனர். பாஸ்கருக்கு அதைப் பார்த்து எரிச்சல். அவனும் முயன்றான், ஆனால், அவனால் பாக்ஸராக முடியவில்லை. சம்பத் அவர்களோடு எதிலும் சேராதவனாய் கேரம்போர்டு கேங்குகளோடுதான் திரிவான். சிந்தாதிரி பேட்டையிலிருந்த எல்லா பிளேயர்களுக்கும் அவனோடு சேர்ந்து ஆடப் பிடிக்கும், ஒவ்வொருமுறையும் அதிகபட்சம் மூன்று நிமிடத்திற்குள் முடித்துவிடுவான். இப்போது அதெல்லாம் பழைய நினைவுகள் போல் தோன்றியது.

சுந்தர், வண்டியைவிட்டு இறங்கியதும் ஓடிவந்து சம்பத்தைக் கட்டிப்பிடித்தான். “ஏதுனாச்சும் சாப்ட்டியாம்மா...” திரும்பி ஆட்களைக் கூப்பிட்டான் “இன்னாடா நீங்க வந்த ஒட்ன ஒரு போன் பண்ண வேண்டிதான... ரொம்ப நேரம் வெய்ட் பண்ணியா சம்பத்து...” சம்பத்துக்கு இதெல்லாமே அவனில்லை என்று தெரியும். மரியாதைக்காகச் சிரித்தபடியே, “அதெல்லாம் ஒண்ணியும் வோணாம்ப்பா...” சமாளிக்கப் பார்த்தான். அவன் விடுவதாயில்லை. சுந்தர் குடிப்பதை விட்டு விட்டதாய் சொன்னான். சம்பத், டீ மட்டும் போதுமென்றான். சுந்தர், எல்லோரையும் அனுப்பிவிட்டு அவனைக் கூட்டிக் கொண்டு வீட்டைச் சுற்றிக் காட்டினான். வந்த விசயத்தை அவன் ஆரம்பிக்கட்டுமெனக் காத்திருந்த சம்பத்துக்கு, அங்கு நீண்டநேரம் இருக்க விருப்பமில்லை. சுந்தரின் ஜிம்மைப் பார்த்தான். “இன்னும் பாக்ஸிங் பிராக்டிஸ் பண்றியா சுந்தரு...” “இன்னாபா நீ.... இதான் தொழில்னு ஆனதுக்கு அப்பால ஓடம்புதான முக்கியம்... இன்னும் பிராக்டீஸ் பண்ணிக்கினுதான்

இருக்கேன்...” ஒரு பாக்ஸருடைய கண்களில் தெரியும் உறுதி, சுந்தரின் கண்கள் இன்னும் அந்த வலிமையோடிருந்தன. பேசிக் கொண்டிருக்கும்போதே எதிரிலிருப்பவனின் மனநிலையை அறிந்துவிடுவான். நீண்ட நேரம் இவனை இங்கு வைத்திருப்பது தனக்கும் நல்லதில்லை எனப் புரிந்து கொண்டவனாய் “இவ்ளோ நாள் உன்னாண்ட எவ்ளவோ கேட்ருக்கேன்... நீ ஒண்ணியும் செஞ்சதில்ல...இப்போ ஒண்ணே ஒண்ணு மட்டும் நீ செஞ்சு தரணும்... அத மட்டும் நீ செஞ்சு குட்த்தா நீ என்ன கேட்டாலும் செய்றேன்...” சம்பத்துக்கு அவன் கோரிக்கையை ஏற்பதா நிராகரிப்பதா என அப்போதே யோசனையாகிவிட்டது. அவன் நினைத்தால் எந்த வேலையையும் சாதிக்க முடியும், தன்னிடம் வந்து கேட்கிறானென்றால் ஏதோ பிரச்சனையிருக்கிறதெனப் புரிந்துகொண்டான். “இன்னான்னு சொல்லுபா...” சுந்தர் ஒருவிதமான தயக்கத்துடனும் யோசனைகளுடனும்... “ஓடயாரு... இப்போ சப்போர்ட் இல்லபா...நட்டாத்துல விட்டுடாரு... ஒண்டியாதான் தொழில் போகுது... அதோ பாரு ஹார்பர் சுந்தர்னு போட்ருக்கானுகளே எல்லாம் இன்னியும் கொஞ்ச நாள்தான்... ஹார்பர் கைமாறப்போகுது... இப்போ வேற ஒரு தொழில் செய்யச் சொல்லி ஒரு பெரிய பார்ட்டி சொல்லினுருக்கு... அதான் உன்னக் கூப்ட்டேன்...” அப்படியொன்றும் பெரிய தைரியசாலி இல்லை சம்பத்; ஆனால், எதற்காக சுந்தர் இவ்வளவு குனிகிறான்?

விசயத்தைக் கேட்டதும் சம்பத்துக்கு ஒரு மாதிரியாகிவிட்டது. சுந்தர் கொஞ்சம் மோசமானவனாகத்தான் இருந்தான், இவ்வளவு மோசமானவனாய் மாறுவானென எதிர்பார்த்திருக்கவில்லை. ”பொண்ணுங்களை அதுவும் குழந்தைகளைத் தூக்கச் சொல்கிறான்.... யோசித்தாலே அருவருப்பும் கோவமும் எழ... உடனே முடியாதெனச் சொல்லிவிட்டான். “முடியாதுன்னு சொல்லாதப்பா. இத்தினி வர்சம் கஷ்டப்பட்டு இந்த இடத்துக்கு வந்தேன், இப்பொ இத மட்டும் செய்யலைன்னா பொயப்பும் இல்ல... ஓடயாரும் ரொம்ப நாள் விட்டு வெச்சிருக்க மாட்டான்...” சம்பத்தின் கால்களில் விழுந்துவிட்டான். சம்பத் விடாப்பிடியாய் மறுத்தான் “ரெண்டு புள்ளீங்களாகிடுச்சு... பாரு உங்க அண்ணி. புள்ளிங்கன்னு ஏதோ ஒரு பக்கமா நானும் இருக்கேன்... இப்டியே சேஃப்டியா இருக்கணும்னா இதாம்ப்பா வழி... பசங்கள எல்லாம் போகச் சொல்லிட்டேன்... நமக்கு இனிமே ஹார்பர் ஆவாதுப்பா...”

சம்பத் யோசித்துச் சொல்வதாகச் சொல்லிவிட்டுக் கிளம்பினான். “ஓனக்கு இன்னா வோணும்னு சொல்லு நான் செய்றேன்... அந்தப் புள்ள யாரது இவாஞ்சலினு? அப்பறம் அந்த சோஃபி எல்லாம் நம்ம புள்ளைங்கதான... அந்தப் புள்ளைங்களுக்கு நாளைக்கு எதுனாச்சும் செய்யணும்னா ஓனக்கும் துட்டு வோணும்ல...” சுந்தரின் குரலில் கரிசனமில்லை, மிரட்டல் இருக்கிறதெனப் புரிந்து கொஞ்சம் தயங்கி நின்ற சம்பத், கடைசியாய் ஷிவானியையும் அவனுக்குத் தெரிந்திருக்கிறதெனப் புரிந்ததும் இப்போதைக்கு இவனிடம் ஒத்துக்கொண்டு போவதைத் தவிர வேறு வழியில்லை என்பதைப் புரிந்துகொண்டான்.

இதற்கு முன்னர் பார்த்த வேலைகளுக்காக, எந்தச் சிரமங்களும் எடுத்திராதவன் இப்படியொரு வேலைக்காக மெல்ல தன் நிழலை மறைத்துக்கொள்ளத் துவங்கினான். எல்லா வெளிச்சங்களையும் பொய்யாக்கும் வித்தையது, நகர்ந்து செல்லும் கணங்களில் தடயமின்றி எல்லாவற்றையும் கடக்கப் பழகினான். அவனோடு சேர்ந்து வேலை செய்ய இரண்டு பேரை சுந்தர் அனுப்பியிருந்தான். உண்மையில் அந்த இரண்டு பேரும் சுந்தரைக் கண்காணிக்கிறவர்களாகவே இருந்தனர். அவர்களின் கண்காணிப்பிலிருந்து நகர்வதையும் மறைவதையுமே பெரிய சாகசமாய்ச் செய்துகொண்டிருந்தான். அவர்களின் பார்வையிலிருந்து தனது நிழலை மறைக்கப் பழகினான். அவன் பாதடிகள் வளைந்து பூனையினுடையதைப் போலிருப்பதாய் இரண்டு பேரில் ஒருவன் கவனித்துச் சொன்னான். சுந்தரிடம் இதையெல்லாம் சொன்னால் நம்ப மாட்டானென அவர்கள் எதையும் சொல்லவில்லை.

அண்ணாசாலையிலிருந்து எக்ஸ்பிரஸ் அவன்யூ பிரிகிற சாலையில் பள்ளி முடிந்து வந்து கொண்டிருந்த குழந்தைகள் இரண்டு பேரை சம்பத் மட்டும் பின்தொடர்ந்து வந்தான். காலையில் தற்செயலாக சென்ட்ரலிலிருந்து பஸ்ஸில் வரும்போது, அவள் இவனையே பார்த்துக் கொண்டிருக்க இவனும் எங்கு போகிறாளென தொடர்ந்து வந்தான். அவள் பள்ளிக்கூடம் வரை பின்னால் சென்றவனை அவளும் சிரித்தபடியே கவனித்தாள். யாரோ தெரிந்த முகமாய் இருந்திருக்கலாம், அவன் அந்த நிமிடமே தன்னோடு சுற்றுகிற இரண்டு பேரையும் ஒரு ஆம்னி வண்டியை எடுத்து வரச் சொன்னான். சத்யம் தியேட்டரின் பின்புற வாசலையொட்டி

ஒரு கடையில் வண்டியை நிறுத்திவிட்டுக் காத்திருந்தனர். இதற்குமுன் செய்யாத வேலை, கொஞ்சம் பதட்டமிருந்தாலும் தனது வார்த்தைகளின் மீது சம்பத்துக்கு பெருமளவு நம்பிக்கை இருந்தது.

அந்தப் பெண்ணை நெருங்கினான், அவள் விருட்டெனத் திரும்பி, "உங்களுக்கு என்ன வேணும்.... ஏன் காலைல இருந்து ஃபாலோ பண்றீங்க?" விவரம் தெரியாதளவிற்கு அவள் சின்னக் குழந்தையில்லை என்பதைப் புரிந்துகொண்டவன் நிதானமாகப் பேசினான். "என் பேரு சுரேஷ்மா... சினிமாவுல அசிஸ்டென்ட் டைரக்டரா இருக்கேன்... ஒரு படத்துக்கு ஹீரோ தங்கச்சியா நடிக்க ஒரு பொண்ணு தேடிட்டு இருந்தோம்... காலைல உன்னப் பாத்ததும் நீ சரியா இருப்பன்னு தோணுச்சு... எங்க டைரக்டர் கிட்ட சொன்னேன்... உடனே கூட்டிட்டு வான்னு சொல்லிட்டாரு... அதான் உன் ஸ்கூல் முடியிற வர வெய்ட் பண்ணலாம்னு வெய்ட் பண்ணினேன்..." அவன் பேச்சு, தோற்றம் எதுவும் சந்தேகப்படும்படியாக இல்லை. அவளுடனிருந்த இன்னொரு சின்னப் பெண்ணுக்குக் கண்கள் ஆர்வத்தில் விரிந்தன "நிஜமாவா அங்கிள் சொல்றீங்க? என்ன படம்?" அவனுக்கு இப்போது பாதி நம்பிக்கை வந்துவிட்டிருக்க இன்னும் ஆழமாய் நங்கூரம் போடவேண்டி "நிஜம்மாத்தான்மா... அதோ பாரு... ஆஃபிஸ்ல இருந்து வண்டில்லாம் அனுப்ச்சிருக்காங்க..." இரண்டு பேரும் வண்டியைப் பார்த்தனர். ஆனாலும் இவன் கூப்பிட்ட அந்தப் பொண்ணுக்கு பயம்... "இல்ல பரவால்ல அங்கிள்... நீங்க எதுன்னாலும் எங்கவீட்ல வந்து கேளுங்க..." அவளுக்கு ஆர்வமிருந்த போதும் பயமும் சேர்ந்தே இருந்தது. "ஒண்ணியும் ப்ராப்ளம் இல்லம்மா... இப்போ ஆர்ட்டிஸ்ட் செலக்சன்தான்... ஷூட்டிங்க்கு இன்னும் நாள் இருக்கு... நீ ஆஃபிஸ் வந்து ஒருக்கா பாத்துட்டுப் போயிடு... டைரக்டர் பாத்து ஓகேவா இல்லயான்னு சொல்லிடுவாரு..." அவள் தயங்கித் தனது தோழியைப் பார்த்தாள். இன்னொரு பெண், "இல்ல அங்கிள், உங்க போன் நம்பர் குடுங்க... நாங்க அவங்க டாடிகிட்ட சொல்லிட்டு நாளைக்கு உங்க ஆஃபிஸ் வர்றோம்..." நிலைமை கைமீறிப் போவதை உணர்ந்தவன், "ஒண்ணியும் இல்ல என் நம்பர்ல இருந்து உங்க டாடிக்கு ஒரு கால் பண்ணிச் சொல்லிடு, நாம ஆஃபிஸ் போயிட்டு அப்பிடியே உங்க வீட்ல வந்து நானே டிராப் பண்ணறேன்...

வேணும்னா உன் ஃப்ரண்டும் கூட வரட்டும்...” இந்தமுறை அந்தக் குழந்தைகள் எந்த விசயத்தையும் யோசிக்க அவகாசம் எடுத்துக் கொள்ளவில்லை. ஒத்துக்கொண்டனர்.

வண்டியில் ஏறி உட்கார்ந்தபோது முன் சீட்டில் இரண்டுபேர் இருப்பதைப் பார்த்துவிட்டு சம்பத்தைப் பார்த்தனர். “ஆஃபிஸ் ஒர்க்கர்ஸ்ம்மா...” முன்னாலிருந்து இரண்டு பேரும் இந்தப் பிள்ளைகளைப் பார்த்துச் சிரித்தனர். சம்பத் இருவரிடமும் பேரைக் கேட்டான். “என் பேரு அனீஸ்... இவ பேரு காவியா...” அவள் தோழி சிரித்துக்கொண்டே சொன்னாள். ஒரேயொரு பெண்ணிற்காகக் காத்திருந்தவனுக்கு இப்போது இரண்டு பேர். சுந்தரைக் கூப்பிட்டான்... “ஸார் வந்தினு இருக்கோம்... ஆமா... அந்தப் பொண்ணுகூட ஒரு ஃப்ரண்ட்டும் வருது... ரெண்டு பேரையுமே நடிக்க வெச்சுடலாம்... போனை வைத்து விடக்கூடாதென்பதில் தெளிவாய் பேசிக்கொண்டே அந்தப் பிள்ளைகளிடம் பேசச் சொல்லிக் குடுத்தான். முதலில் அனீஸ் வாங்கிப் பேசினாள். சுந்தர் சிரமப்பட்டு ஒரு சினிமாக்காரனைப்போல் பேச, அனீஸின் முகத்தில் அவ்வளவு சந்தோசம். “ஹீரோ யாரு? நிஜமாவா அங்கிள்? அய்யோ... ஏய் காவியா... சிம்புதான் ஹீரோவாண்டி... நீ செம லக்கி... போ...” அவள் பரபரப்பாய்ப் பேச, சம்பத் திரும்பி முன்னாலிருந்த சுந்தரின் ஆட்களைப் பார்த்தான். முன் சீட்டிலிருந்தவன் சின்னதாய் ஒரு பாட்டிலிலிருந்து க்ளோரோஃபார்ம் எடுத்து இரண்டு பெரிய கர்ச்சீஃப்களில் வைத்துக்கொண்டான். கீழ்ப்பாக்கத்திலிருந்து அயனாவரம் பிரிகிற சாலைக்கு முன்னால் ஒரு சின்னச் சந்தில் வண்டி திரும்பி ஒரு கடையின் முன்னால் நின்றது. முன்னாலிருந்தவன் இறங்கி கடைக்குப் போனான். இப்போது அனீஸிடமிருந்து காவியா ஃபோனை வாங்கிப் பேசினாள். அவள் முகத்தில் அவ்வளவு சந்தோசம். அனீஸ் எங்கு இருக்கிறோமென்பதையே கிட்டத்தட்ட மறந்துபோயிருந்தாள். இரண்டு பேரின் ஸ்கூல் பேக்குகளும் அவர்களின் கால்களுக்கு அடியிலிருந்தது. சரட்டென கதவு திறக்க முன்னாலிருந்தவன் இப்போது அனீஸின் முகத்தில் திறந்த வேகத்தில் க்ளோரோஃபார்ம் துணியால் வைத்து அமுக்கினான். சம்பத் இன்னொரு துணியால் காவியாவின் முகத்தில் வைத்து அமுக்கினான். இரண்டு பேரும் சில நொடிகளிலேயே திமிறி அடங்கினர். வண்டியை வேகமாய் அங்கிருந்து புளியந்தோப்புக்கு

எடுத்தனர். சுந்தர் புளியந்தோப்பு வேண்டாமென ரெட்ஹில்ஸ் வரச் சொல்லிவிட்டான். இன்னும் இரண்டு மணிநேரத்துக்குப் பிள்ளைகள் மயக்கத்தில்தான் இருப்பார்கள் என்பதால் சம்பத்துக்கு எந்தப் பதட்டமும் இல்லை... வாழ்வில் முதல் முறையாகத் தப்பு செய்துவிட்டமோ என்கிற வருத்தம் மட்டும் சம்பத் மனதில் தோன்றியது.

11

மழைக்காலம் துவங்கியபோது அந்தக் கட்டடம் சற்றேறக் குறைய முடிகிற நிலையிலிருந்தது. பாதிப்பேர் வேறு கன்ஸ்ட்ரக்ஷன் கம்பெனிக்கு, ஆவடி தாண்டிப் போய்விட்டனர். எல்லாமே கல்லூரிகளின் கட்டுமானப் பணிகள். ஒரு ஞாயிற்றுக்கிழமை பொண்டாட்டியையும், பிள்ளையையும் கூட்டிக்கொண்டு போரூர் தாண்டி ஒரு இடத்திற்குப் போய் பார்த்துவிட்டு வரலாமென ராஜு சென்றான். ஊருக்கும் அந்தப் பகுதிக்கும் தொடர்பே இல்லையென்பது போலிருந்தது தூரம். போகிற வழியில் வரிசையாக கல்லூரிகள். ஒவ்வொன்றும் அவ்வளவு பிரம்மாண்டம். ஆதம்மாவுக்குப் பார்க்கவே ஆச்சர்யம், கண் கொள்ளவில்லை. 'இவ்ளோ பள்ளிக்கூடமா?' ராஜு அவளைத் திருப்பி "பள்ளிக்கூடம் இல்ல, எல்லாம் காலேஜு... பெரிய படிப்புப் படிக்கிற இடம்..." அவளுக்கு எல்லா படிப்புகளும் பள்ளிக் கூடத்தோடு முடிந்துபோவதாக நினைத்திருந்தாள்.

அம்பத்தூரிலிருந்து இரண்டு பஸ் பிடித்துப் பிறகு, கால்மணி நேரம் நடந்ததும் ஒரு கட்டடம் வந்தது. வேலை நடந்து கொண்டிருந்த இடத்திற்கும் அதன் மெயின் கேட்டிற்குமே பத்து நிமிடம் நடக்கவேண்டும், அவ்வளவு நீளம். ஒரிஸாக்காரன்கள் சொல்லித்தான் அந்தக் கட்டடத்தைப்பார்க்க ராஜு வந்திருந்தான். இப்போது சொந்த ஊர்க்காரர்களோடு பெரும்பாலும் சேர்வதில்லை, அவர்களை ஒன்றுக்குமாகாதவர்களெனத் திட்டிக்கொண்டே

இருப்பான். சொந்தபந்தங்களை விட்டு விலகிப்போவதில் அவன் பொண்டாட்டிக்கு ஒரு பக்கம் கவலை, இன்னொரு பக்கம் அவன்மீது கோபம். ஆயிரம் பிரச்சனை இருந்தாலும் நல்லது கெட்டதென்றால் சொந்த ஊர்க்காரர்களைத் தவிர வேறு யார் வந்து பார்ப்பார்கள்? அவசரத்திற்கு ஒன்றென்றால் அடுத்தவன் வந்து பார்ப்பானா? இப்படிக் கேட்டு அவள் சண்டை பிடிக்காத நாளில்லை. ராஜு எதற்கும் அசையவில்லை. அவனுக்கு, தான் ஆந்திரத்திலிருந்து வந்தவனென்பதே இப்போதெல்லாம் மறந்துபோய் நாடோடியாகவே தன்னை உணர்ந்தான். 'நாடோடிகளுக்குச் சொந்த ஊரென எதுவுமில்லை' என்பான். ராஜுவின் பொண்டாட்டி எத்தனை வருடமானாலும் கொஞ்சம் பணம் சேர்ந்ததும் ஐம்பலமடுகு போய் வாழ்வதைத்தான் விரும்பினாள். அப்படியில்லை என்றால் கடப்பாவிலாவது ஒரு வீட்டைப் பிடித்து இருந்து விடவேண்டும்.

அந்தக் கட்டடம் துவங்கி சில நாட்கள்தான் ஆகியிருந்தன, போன கட்டடத்தை விடவும் ஆட்கள் அதிகமாய் வேலை பார்த்தனர், ராஜு சம்பளம், தங்குமிடம் போன்ற விவரங்களை விசாரித்துக் கொண்டிருக்க, அவன் பொண்டாட்டி மகளைக் கூட்டிக்கொண்டு ஆந்திரத்திலிருந்து யாரும் வந்திருக்கிறார்களா எனத் தேடிப் பார்த்தபடி இருந்தாள். ஆந்திரம் சொந்த மக்களை கிராமங்களிலிருந்தும் நகரங்களிலிருந்தும் துரத்திக் கொண்டேதானிருக்கிறது. அதையுமீறி, எங்கெங்கோ சுற்றிவிட்டு சொந்தக் கூடு வந்து சேர்கிறவர்கள்தான் அதிகம். குண்டக்கல் பகுதியிலிருந்து கொஞ்சம்பேர் வந்திருந்தனர். பதினாறு குடும்பங்கள். அவ்வளவு பெரிய கூட்டத்தில் அவர்களைப் பார்த்தது நிம்மதி. இவர்களைப்போல் அவர்கள் கடுமையான உழைப்பாளிகளாகத் தெரியவில்லை, ஆனாலும் நல்ல மனிதர்களாயிருந்தனர்.

இவர்களும் அந்தக் கட்டடத்திற்கு வேலைக்கு வரப்போகிறார்களென்றதும் அவர்களைப் பற்றியும், இதற்கு முன்னர் வேலைபார்த்த கட்டடம் பற்றியும் ஆர்வத்துடன் விசாரித்தனர். அம்பத்தூர் பகுதியில் அவர்கள் ஊர்க்காரர்கள் வேறு சில கட்டடங்களில் வேலை செய்வதாகச் சொல்லி அவர்களைத் தெரியுமாவென கேட்டுக் கொண்டிருந்தனர். அதில் ஒன்றிரண்டு பேரை அவளுக்குத் தெரிந்திருந்தது. ஒட்டுமொத்தமாக எல்லோருக்குமே சொந்த ஊரைவிட

சென்னைதான் பிடித்திருக்கிறது. அவர்கள் இந்த ஊரில் சந்தோசமாயிருக்கிறார்கள். ஆனால், நல்ல சாப்பாடும், நிம்மதியான தூக்கம் மட்டுமே சந்தோசமில்லை, சொந்த மண்ணில் வாழ வேண்டுமென்கிற விருப்பமும் ஆசையும் அவர்கள் ஒவ்வொருவரின் வார்த்தைகளிலும் தெரிந்தது. அதுவும் சென்னை மாதிரி ஒரு ஊரில் உடலில் தெம்பு இருந்து உழைக்கிறவரைதான் சந்தோசம், உடல் தளர்ந்து, விழுந்துவிட்டால் என்னவென்று கேட்பதற்குக்கூட ஒருவருமில்லை. இருக்கும்வரை உழைத்துவிட்டுச் சொந்த ஊருக்குப் போய்விட்டால் ஒரு நேரச் சாப்பாடு இருந்தாலும் போதும், சந்தோசமாயிருந்துவிடலாம் என்று நினைத்தனர்.

ராஜுவுக்கும் இந்த இடம் பிடித்திருந்தது, பழைய இடத்தை விட இருபதுரூபாய் சம்பளம் அதிகம். ஞாயிற்றுக்கிழமை கண்டிப்பாய் விடுமுறைதான் என உறுதியளித்திருந்தனர். அதனால் சந்தோசமாக அவனும் வருவதாக ஒப்புக்கொண்டதோடு முடிந்தவரை தன்னோடு இன்னும் சில குடும்பங்களைக் கூட்டி வருவதாய் வாக்களித்தான். இருபது ரூபாய் சம்பளம் அதிகமென்றால் யார்தான் வராமல் இருப்பார்கள். ஆட்கள் தட்டுப்பாட்டின் காரணமாய் இப்போதெல்லாம் கம்பெனிகள் அட்வான்ஸ் கொடுத்து ஆட்கள் பிடித்து வருகிற விசயம் அவனுக்கு எங்கு தெரியப்போகிறது? வந்து கொஞ்ச நேரத்திலேயே தன் பொண்டாட்டி அங்கிருந்த குறிப்பிட்ட சிலரிடம் மட்டும் ஒட்டிக்கொண்டதைப் பார்த்ததுமே இவனுக்குப் புரிந்து விட்டது, அது ஆந்திர சனமென. அவளைத் திருத்தமுடியாதென நினைத்துக் கொண்டான். ஆதம்மாவுக்கும் இப்போதெல்லாம் அம்மாவைப்போல் இருக்கத்தான் பிடித்திருக்கிறது. சொந்த ஊரும், சொந்த மனிதர்களும்தான் சந்தோசம் என்பதை இந்தக் கொஞ்ச நாளிலேயே புரிந்துகொண்டிருந்தாள். அந்தக் குடும்பங்களிடம் சீக்கிரமே வருவதாகச் சொல்லிவிட்டு, ஆதம்மாவும் அம்மாவும் கிளம்பினபோது வெயில் உச்சிக்கு ஏறியிருந்தது. ராஜு அவர்களுடன் மரியாதைக்குக் கூட பேசவில்லை. வெறுமனே ஒரு சிரிப்பு மட்டும் சிரித்துவிட்டு நகர்ந்துவிட்டான். திரும்பிவரும் வழியெங்கும் புது இடத்தில் என்னென்ன வசதி, என்ன குறைவு என்பதை வாய் ஓயாமல் ராஜு பேசிக்கொண்டிருந்தான். அவன் பொண்டாட்டி எல்லாத்தையும் கேட்டுக்கொண்டாள், பதில் சொல்லவில்லை. ஆதம்மாவுக்கு இங்கிருந்து கடல்

இன்னும் தூரமாயிருக்குமோ எனக் கவலை. ஞாயிற்றுக்கிழமை நினைத்த நேரத்தில் கடலுக்குப் போகமுடியாது. அப்புறம் அந்த ஸ்கைவாக். இன்னும் அவளுக்கு அந்த இடத்தின் பேரை எப்படிச் சொல்வதென விளங்கியிருக்கவில்லை. ஆனால், அந்த இடம் ஒரு மயக்கம். எதுவுமே வாங்காமல் ஒவ்வொரு கடையாய்ச் சுற்றுவதில் அப்படியொரு போதை. தானாக நகரும் படிக்கட்டில் பயமும் ஆர்வமுமாய் ஏறுவாள். முதல் முறை போனபோது ராஜுவுக்கும் அதில் எப்படி ஏறுவதெனத் தெரியாமல் படிக்கட்டுகளைத்தான் தேடினான். எல்லோரும் தன்னையே பார்க்கிறார்களோவென கூச்சம் வேறு. ஆதம்மா அதில்தான் ஏறுவேனென அடம் பிடித்தாள். ஒரு சின்னப் பெண்ணும், பையனும் தோளை அணைத்துக் கொண்டபடி நடந்து வந்தனர். அவர்கள் தெலுங்கு பேசுகிறார்களெனத் தெரிந்ததும் வேகமாய் அவர்களுக்கருகில் போய் அந்தப் படியில் எப்படி ஏறுவதெனச் சத்தமில்லாமல் கேட்டான். அந்தப் பையன் சிரித்துக்கொண்டே ராஜீவின் கையைப் பிடித்துக்கொள்ள, அந்தப் பெண் ஆதம்மாவின் கையைப் பிடித்துக் கொண்டாள். சரியாக ஒரு படி முடிந்து அடுத்த படி வருகிற போது காலை வைக்கச் சொல்லி ஏறிக்கொண்டனர். ஏதோ ராக்கெட்டில் ஏறிப் பறப்பது போல் அப்பாவுக்கும் மகளுக்கும் ஒரே பூரிப்பு. அது இறக்கிவிடும் நொடியில் மீண்டும் கையைப் பிடித்து அந்த இளைஞனும் பெண்ணும் இறக்கிவிட்டனர். ராஜு திரும்பித் திரும்பி, தான் ஏறி வந்ததை நம்ப முடியாமல் பார்த்துக் கொண்டிருந்தான்.

ஆதம்மாவுக்கு அதெல்லாம் ஆச்சர்யமில்லை, ஏறியதும் எதிர்த்தாற் போலிருந்த கடையில் பார்த்த பொம்மைகள்தான் அவளைக் கவர்ந்தன. இவ்வளவு பெரிய பொம்மையா? இடதும் வலதுமாய் நடந்துகொண்டே பார்த்தாள். பொம்மை அவளை விடவும் உயரமாய் இருந்தது. கரடி பொம்மை, வேறு எந்தக் குழந்தைகளும் அதை ஒரு பொருட்டாய்கூட பார்க்காதது அவளுக்கு ஆச்சர்யந்தான். அந்தக் குழந்தைகளிடமெல்லாம் இதுமாதிரி பொம்மையிருக்குமோவென நினைத்தாள். அதை வாங்கிவிட வேண்டுமென ஆசையாயிருந்தது. கடைக்குள் போனாள். அப்பாவிடம் அது வேண்டுமென அடம்பிடித்தாள். ஏதோ நூறு இருநூறு இருக்கும் பிள்ளைக்கு வாங்கித்தரலாமென நினைத்தவன் கடையிலிருந்தவனிடம் விலை விசாரித்தான். இப்போது தமிழும்

கொஞ்சம் ஓரியாவும் அவனுக்குப் பழகியிருந்தது. ஐயாயிரத்தைத் தாண்டி விலையென்றதும் ஆடிப்போனான், அவ்வளவு காசா? அவ்வளவு பணமிருந்தால் ஒரு மாதம் உட்கார்ந்து சாப்பிடலாம். சிமிண்ட்டும், கலவையும் சேர்ந்த அழுக்கில் பொம்மையைக் கொண்டுபோய் வைத்தால் ரெண்டு மாசத்துக்குத்தான் தாங்கும், அதுக்கு இவ்வளவு காசா. உடனே வெளியில் வந்துவிட்டான். ஆதம்மாவுக்கு அது எவ்வளவு காசு என்பதைப் பற்றியெல்லாம் கவலையில்லை, பொம்மை வேண்டும் அவ்வளவுதான். ஊரில் மண் பொம்மைகளே ஆச்சர்யமாய் இருக்கையில் இதை எப்படி சாதாரணமாய் நினைக்க முடியும்? அவன் எவ்வளவோ சமாதானங்கள் சொல்லி அவளைக் கூட்டிப்போக நினைத்தான், அவள் விடாமல் அடம் பிடிக்கவே கோபத்தில் சொத் சொத்தென மண்டையிலேயே அடித்தான். அன்றிலிருந்து அவன் ஆதம்மாவை ஸ்கைவாக் கூட்டிப் போவதில்லை, அவன் பொண்டாட்டிதான் கூட்டிப் போவாள்.

பெரும்பாலான ஆட்கள் காலி செய்துவிட்டுப் போய் டென்ட்டுகள் இருந்த இடமெல்லாம் வெறுமையாகக் கிடந்தது. பாதி சுத்தம் செய்தும் செய்யாமலும் அந்த இடம் திருவிழா முடிந்த இடம் போல் காட்சியளிக்க, மிச்சமிருக்கும் கொஞ்சம் குடும்பங்களிடம் ராஜு போய் ஆள் சேர்த்துக் கொண்டிருந்தான். எல்லோருக்குமே விருப்பம்தான். அதுவும் இருபது ரூபாய் அதிகமாய் சம்பளம் வேறு, ஆறேழு குடும்பங்கள் உடனே சம்மதம் சொன்னார்கள். மிச்சமிருந்த வேலை முடிந்ததும் போய்விடலாமெனப் பேசிக்கொண்டார்கள். ஆதம்மாவோடு சேர்த்து மூன்று நான்கு சிறுவர்கள் மட்டுமே இருந்தனர். அவர்களாவது வருவார்களா என ஏக்கமாயிருந்தது அவளுக்கு. இரவு வெளியில் சென்ற ராஜு பின்னிரவு தாண்டியும் வந்திருக்கவில்லை, இப்போதெல்லாம் அவன் பொண்டாட்டி அவனுக்காகக் காத்திருப்பதோ அவன் வெறும் வயிற்றோடு படுக்கக் கூடாதென்பதற்காகக் காத்திருந்து சாப்பாடும் போடுவதில்லை. அவனாக சாப்பிட்டால் சாப்பிடட்டுமென விட்டுவிட்டாள். ஆதம்மா மட்டும் ரொம்பநேரம் படுத்தபடியே நட்சத்திரங்களைப் பார்த்துக் கொண்டிருந்தாள். முன்னெல்லாம் கட்டடத்தின் சின்னச் சின்ன இடைவெளியின் வழி நிறைய நட்சத்திரங்கள் தெரியும், இப்போது அவை தெரிவதில்லை. அங்கொன்றும் இங்கொன்றுமாய்த் தெரிந்தன. தொலைந்து போன நட்சத்திரங்களில்

இந்த ஊருக்கு வந்து, தொலைத்த சந்தோசத்தையும் சேர்த்துத் தேடினாள். பார்த்துக்கொண்டிருக்கும்போதே வேகமாய் ஒரு எரி நட்சத்திரம் தூரத்தில் போய் விழுந்தது. ஆர்வத்தோடு அது விழுந்த இடம் தேடி கண்களைத் திருப்ப கடந்துபோன தடமேயில்லாமல் வெறுமையாயிருந்தது அவ்வெளி.

12. குருவி...

புதிய வேலையைப் பற்றி நிறைய யோசித்த செல்வி ஒரு கட்டத்திற்கு மேல்-

“என்ன கலெக்டர் வேலையா குடுக்கப் போறாங்க” என்று நினைத்து அந்தப் பையனுக்கு போன் பண்ணினாள். அவன் அவளது அழைப்பிற்காகக் காத்திருந்தவனைப் போல் “இம்மா நேரம் இன்னா பண்ணின...? வூட்ல இருக்கியா? எங்க இருக்கற?” “வீட்லதான்யா இருக்கேன்...” அவன் சிறிது யோசித்து “செரி நீ ஒரு ஆட்டோ வெச்சிக்கினு தண்டையார்பேட்ட வா...” தண்டையார்பேட்டை என்றதும் “ஹலோ ஹலோ அங்க எங்க வரணும்...” “ஜி.ஹெச்சாண்ட வந்துடுக்கா...” சொல்லிவிட்டு அழைப்பைத் துண்டித்தான். ஆட்டோவில் போனால் நூறு ரூபாயாவது கேட்பான். இந்த ஊரில் ஆட்டோக்காரனளவிற்கு யார் சம்பாதிக்க முடியும்? ஆட்டோக்காரனும், அயர்ன் வண்டிக்காரனும்தான் நல்ல தொழிலாளிகள். ஒரு சட்டைக்கு நாலு ரூபாய், ஒரு நாளைக்கு ஐம்பது சட்டை, ஒரு பேண்ட்டிற்கு ஐந்து ரூபாய் ஒரு நாளைக்கு ஐம்பது பேண்ட், ஒரு சேலைக்கு பனிரெண்டு ரூபாய், குறைந்தது முப்பது சேலைகள், அதிலும் பட்டுச் சேலைகளென்றால் ஒரு சேலைக்கு இருபத்தைந்து ரூபாய், ஆக அயர்ன் வண்டிக்கு ஒருநாள் வருமானம்? ஆனால் நம் பிழைப்பு அப்படியா என்று பெருமூச்சு விட்டாள் செல்வி.

அவன் சின்னப் பையனா அல்லது சின்னப் பையனாக இருக்கும் பெரிய பையனா? அவனைப் பார்க்கிறபோது குழப்பமாகவே இருந்தது. அவளைப் பார்த்து சந்தோசமாகச் சிரித்தான். அவளும் சிரித்தாள். காலையில் வீட்டிலிருந்து கிளம்புகையில் புது வேலையென அவள் சொன்னதைக் கேட்டு, என்ன புதுசு? கிரைண்டரையா களவாங்கப் போற? என்று கேட்டாள் தவுடு. ஒண்ணு பர்சு, இல்லன்னா செல்போனு? செல்வி சிரித்தபடி, "இனிமே களவாங்கறதில்ல..." சொன்னதும் புரியாதவளாய் தவுடு "அப்ப புவாவுக்கு என்ன செய்றதாம்?" "அதேன் சொன்னேன்ல புது வேலைன்னு..." தவுடுக்கு மட்டுமில்லாமல் செல்விக்குமே அந்தப் புதுவேலை என்னவாக இருக்குமோ என்று பதற்றமாகவே இருந்தது. அவன் அவளை வண்டியிலேற்றிக் கொண்டு ஜி.ஹெச்சிலிருந்து ராயபுரம் பேருந்து நிலையம் நோக்கிச் செல்லும் பாதையில் வேகமாய்ச் சென்றான். நேரம் நண்பகலை எட்டியிருந்தது. பேருந்துகளில் கூட்டம் நிரம்பியிருந்தது. ஏரியா முழுக்க மீன் நாற்றம். ஒரு பழைய தெருவிற்குள் சென்ற வண்டி, இரும்பு கேட் போட்ட வீட்டின் முன்னால் நின்றது. சின்னப் பையன்கள் கொஞ்சப் பேரின் நடமாட்டம் மட்டும் வீட்டில் தெரிந்தது. எதிரில் வந்த ஒருவனை இழுத்து அவன் காதில் ஏதோ சொல்ல, அவன் இவளைப் பார்த்துவிட்டு, "பேரென்னாக்கா?" இவள் அந்தப் பையனைப் பார்த்துவிட்டு "செல்வி" என்றாள். "சரி இங்கயே இருங்க... நான் போயி சொல்லிட்டு வாரேன்..." செல்வியைக் கூட்டி வந்தவன் இன்னும் அதே சிரிப்போடு இருந்தான். ஏதாவது பேசவேண்டும் போலிருந்தது அவனுக்கு. "எத்தன வருசமாக்கா பாக்கெட் அடிக்கிற?" அவள் சிரித்தபடியே "சின்னப்புள்ளைல இருந்தே இந்தத் தொழில்தாம்ப்பா..." பெருமிதமாய்ச் சொன்னாள். அவன் கையைத் தட்டிச் சிரித்தான்.

உள்ளே தகவல் சொல்லப் போனவன் திரும்பி வந்து, "கூட்டிட்டு வா பாபு... அண்ணங்கிட்ட சொல்லிட்டேன்..." இவளையும் சேர்த்து வரச்சொன்னான். அவன் பேர் இப்போதுதான் தெரிந்தது. நல்ல பேராக இருக்கிறது, நல்ல பையனாகவும் இருக்கிறான், பிறகு ஏன் இப்பிடிப் போகிறான்? செல்வி மட்டும் நல்ல பேரில்லையா என்ன? அவளுக்கு நடந்துகொண்டே பல்வேறான யோசனைகள். அண்ணன் என்று எல்லோராலும் அழைக்கப்பட்டவனும் இவளை விடவும் சின்னவனாகத்தான் தெரிந்தான். "எந்த ஊரும்மா...?"

அவன் குரலில் ஒரு அசட்டை தொனி இருந்தது. இத்தனைக்கும் நல்ல துணிமணிதான் உடுத்தியிருந்தாள். “மதுரைங்க...” மதுரை என்றதும் அவன் திரும்பி பாபுவைப் பார்த்தான். “அய்ய... பாபு மதுர பார்ட்டிங்கள்லாம் வேலைக்காவது பாபு... நம்ம பேச்சக் கேக்காதுங்க...” பாபு வேகமாய் “இன்னாண்ணா நீ... இது அந்த மாதிரில்லாம் இல்லண்ணா... அந்த மாதிரின்னா நா இட்னு வந்திருப்பனா? நம்பிக் கொடுக்கலாம்ண்ணா...” அவன் யோசித்தான். பாபு அவன் முடிவுக்காகக் காத்திருக்க, இருந்தால் இந்த மடம் இல்லாவிட்டால் எப்போதும்போல் தொழில் இருக்கிறதென செல்வி இயல்பாய் நின்றாள். “சரி பாபு... இருக்கட்டும் ஒரு, வாரத்துக்கு உன்னோடயே கூட்டினு போ... வேல என்னன்னு சொல்லிக் குடு...” பாபுவுக்கு இப்போது முகமெல்லாம் சிரிப்பு. “சரிண்ணா... நா இட்னு போறேன்...” சந்தோசமாக அவளைப் பார்த்துச் சிரித்தான். “அண்ணங்கிட்ட சொல்லிட்டு வாக்கா...” சொல்லிவிட்டு நடந்தான். என்ன சொல்லிவிட்டு வருவது? பேரையா? அதுதான் தெரியுமே? யோசித்தபடி, “போயிட்டு வர்றண்ணே...” என்றாள் வார்த்தை தடுமாற... “ஆங்...பாத்தும்மா... எப்பவுமே சேஃப்டி முக்கியம், பொருளும் முக்கியம்... பாபு சொல்லுவான், பாத்து நடந்துக்க...” அவள் மூஞ்சியைப் பார்த்துக்கூட பேசாமல் சொல்லிக் கொண்டே பாத்ரூமுக்குள் நுழைந்துவிட்டான்.

பாபுவோடு தொழிலைக் கற்றுக் கொள்ளச் சுற்றினாள் செல்வி. வேலை ஒன்றும் சிரமமானதில்லை, எடுத்துச் செல்லும் பொருள்தான் சிக்கலானது. எல்லாமே பொருள்தான். கஞ்சாவைத்தான் இவர்கள் பொருளென்று சொல்லிக் கொண்டிருந்தார்கள். இதில்லாமல் கட்டி கட்டியாத் தங்கமும் அவ்வப்போது வரும். அதற்கு மட்டும் யாரையும் தனியாக அனுப்புவதில்லை. இரண்டு பேராகவோ, மூன்று பேராகவோத்தான் போவார்கள். கஞ்சாவை எடுத்துச் செல்ல இந்த கேங்கில் மட்டும், இவளோடு சேர்த்து ஆறு பெண்கள் இருந்தனர். எல்லோருமே அரக்கப்பரக்க ஓடிக் கொண்டிருப்பார்கள். ரொம்ப தூரத்திற்கெல்லாம் பொருளை எடுத்துச் செல்லச் சொல்வதில்லை, பொம்பளைகளை இரண்டு பேராகத்தான் எல்லா இடங்களுக்கும் அனுப்பினார்கள். விழுப்புரம், பாண்டி, நெல்லூர், பெங்களூர், சேலம் இந்த வட்டத்திலேயேதான் பெரும்பாலும் சுற்றுவார்கள். திடீரென சிலமுறை தூத்துக்குடிக்கும்,

திருநெல்வேலிக்கும் போகச் சொல்வதுண்டு. எல்லாத்துக்கும் எப்போதும் தயாராயிருக்க வேண்டுமென பாபு சொல்லியிருந்தான்.

ஆண்களை விட, பெண்களிடம்தான் நம்பிக்கையோடு பெரிய சமாச்சாரங்களைத் தந்து அனுப்பினார்கள். விசுவாசத்தின் காரணமாக பெண்கள் அதிகம் தப்பு செய்வதில்லையென தொழில் நம்பிக்கை எல்லோருக்குமிருந்தது. செல்வியும் சுந்தரியும் முதல் நாள் பொருள் எடுத்துக்கொண்டு சென்றார்கள். விருத்தாச்சலத்திலிருக்கும் ஒரு நகைக்கடையில் போய் பார்சலைக் கொடுத்து வர வேண்டும். அவளுக்கு உள்ளே என்ன இருக்கிறது என்பது கூடத் தெரியாது. அதைக் கேட்கவும் கூடாது. சுந்தரி அதிகம் பேசுகிறவளாய் இல்லை. ஆனால், ரொம்பவும் உசாராயிருந்தாள். சின்னதொரு பதற்றம் இருந்தாலும், அதைக் காட்டிக் கொள்ளாமல் இருந்தாள். அவர்கள் கையில் பார்சலை வாங்கியபோது கொடுத்தவன் ஒரு நோட்டில் அவர்களின் பெயரையும், பொருளை எடுத்துச் செல்லும் பார்சலுக்கான அடையாளக்குறியையும் குறித்துக் கொண்டு சரியான நேரத்தையும் எழுதினான். சுந்தரி செல்வியின் செல்ஃபோனை வாங்கி டைம் எழுதியவனிடம் கொடுத்துவிட்டு தன்னுடைய ஃபோனை மட்டும் வைத்துக் கொண்டால் போதுமென்றாள். கிளம்பும்போது செல்விக்குக் கேட்க நிறைய கேள்விகளிருந்தன. பாபு முன்பே சொல்லியிருந்தான். “உங்கூட இருக்கவங்க என்ன செஞ்சாலும் ஏன் எதுக்குன்னு எப்பவும் கேக்காத... எல்லாத்தையும் விட இந்தத் தொழிலுக்கு இதுதான் முக்கியம்” அந்த வார்த்தைக்காக அமைதியாயிருந்தாள். தாம்பரம் வரை பஸ்ஸில் வந்தார்கள், பஸ்ஸை விட்டு வேகமாக இறங்கி தாம்பரம் ரயில்வே ஸ்டேசனுக்குள் நுழைந்த சுந்தரி செங்கல்பட்டுக்கு டிக்கெட் எடுத்தாள். கவுன்ட்டரில் வேடிக்கை பார்த்துக் கொண்டிருந்த செல்வியை பொடனியில் ஒரு அடி போட்டுத் திருப்பினாள். “செய்ற வேலயில மட்டுந்தான் கவனம் இருக்கணும்...” செல்விக்கு பொறி கலங்கிப்போனது. அவள் எதற்காக அடித்தாளெனப் புரியாமலேயே பின்னால் போனாள். இதுவே வேறு இடம், வேறு ஆளாயிருந்தால் இந்நேரத்திற்கெல்லாம் அடித்தவளின் ஒரு கையை உடைத்திருப்பாள்.

செங்கல்பட்டில் இறங்கி நெய்வேலி போகும் பேருந்தில் ஏறினாள். செல்வி முழு கவனத்தையும் சுந்தரி மீது வைத்திருந்தும் அவள்

என்ன செய்கிறாளென்பதைப் புரிந்து கொள்ள முடியவில்லை. அவள் போகிற எல்லா வழிகளிலும் செல்வியும் போனாள். நாக்கு வறண்டு தண்ணீர் குடிக்க வேண்டும் போலிருந்தது. அவள் எதையும் பொருட்படுத்தாதவளாய் நெய்வேலி பஸ்ஸில் ஏறி உட்கார்ந்தாள். ஜன்னல் வழியே ஒருவன் அன்னாசிப் பழம் விற்றுக்கொண்டு வந்தான். தின்றால் கொஞ்சம் தாகமில்லாமல் இருக்குமே என்று வாங்கப் போன செல்வியை, சுந்தரி திரும்பி ஒரு முறை முறைத்தாள். வாங்காமலேயே திரும்பிவிட்டு செல்வி, அவள் ஒருவேளை கிறுக்கியாக இருப்பாளோவென நினைத்துக்கொண்டாள். விருதாச்சலம் போய்ச் சேரும்போது பிற்பகல் வந்திருந்தது, உடன் பசியும். பட்டினி போட்டுக் கொலை செய்கிறாளென சுந்தரியின் மீது கொலை வெறியிலிருந்தாள் செல்வி. ஜாக்கெட்டிலிருந்து அட்ரஸ் எடுத்துப் பார்த்த சுந்தரி, பாரதிநகர் செல்லும் ஒரு மினி பஸ்ஸில் ஏறினாள். ஐந்து நிமிடத்தில் ஒரு பள்ளிக்கூடத்தின் முன்பாக வண்டி நிற்க, இரண்டு பேரும் இறங்கினார்கள். கொஞ்ச தூரம் நடந்து போனவள், செல்போனை எடுத்து பார்ட்டிக்குக் கூப்பிட்டாள். அளந்து வைத்ததைப் போலிருந்தன அவளின் சொற்கள். “குருவிங்க.... பக்கத்துல வந்துட்டோம்.... ஆமா ... அதே இடம்தான்... நீங்க எங்க இருக்கிங்க... அந்த கருப்புக் கலர் சட்டையா? உங்க கையக் கொஞ்சம் தூக்கிக் காட்டுங்க...” எதிரில் ஒருவன் சற்றுத் தள்ளி கையைத் தூக்கிக் காட்டினான். இரண்டு பேரும் அவனை நோக்கி நடந்தனர். சரவணா ஸ்டோர்ஸ் கட்டை பைக்குள் பத்திரமாய் உறங்கிக் கொண்டிருந்தது பார்சல். அவன் முன்னால் நடந்து போக, கொஞ்சம் இடைவெளி விட்டு இரண்டு பேரும் பின்னால் போனார்கள். ஒரு கடையின் பின்வாசல் வழியாக அவன் உள்ளே போக அவர்களும் வேகமாக நுழைந்து கதவைச் சாத்தினர்.

பார்சலை வாங்கிக்கொண்டவன் குடிக்க ஏதாவது வேண்டுமாவெனக் கேட்டான். ‘இப்போதாங்க சாப்பிட்டோமென’ மனசாட்சியே இல்லாமல் சுந்தரி பொய் சொன்னாள். அவன் உள்ளே போகவும், பார்சலைச் சுற்றியிருந்த சேலைகளை உருவி ஒன்றை செல்வியிடம் கொடுத்து விட்டு இன்னொன்றை அவள் எடுத்துக் கொண்டாள். “சீக்கிரம் சேலய மாத்து.... போவோம்...” மூஞ்சி இன்னும் இறுக்கமாக இருந்தது சுந்தரிக்கு. செல்வி வேகமாய் சேலையை உருவப்போக, சுந்தரி பிடித்து நிறுத்திவிட்டு லைட்டை

அமத்தினாள். அரை இருட்டானதும் “கேமரா இருந்தாலும் இருக்கும்... இப்போ மாத்து...” இரண்டு பேரும் வெளியில் வந்தபோது புதியவர்களாயிருந்தார்கள். கையிலிருந்த பையை அந்தத் தெரு தாண்டி வரும்போது ஒரு பெரிய சாக்கடையில் போட்டாள். அவள் முகம் நிம்மதியில் இயல்பாகியிருந்தது. முதல் தடவையாக செல்வியைப் பார்த்துச் சிரித்தாள்.

“ஏதாச்சும் சாப்பிடுவோம் வா...” என்று செல்வியைக் கூட்டிக்கொண்டு ஒரு ஹோட்டலுக்குள் நுழைந்தாள். இரண்டு பேரும் மாறி மாறி கழிவறை போய் வந்தார்கள். சென்னையில் கிளம்புவதற்கு இரண்டு மணி நேரத்திற்குமுன் மூத்திரம் பெய்தது, கிட்டத்தட்டு ஏழெட்டு மணி நேரம் கழித்து இப்போதுதான் இரண்டு பேரும் போகிறார்கள். வயிறு லேசாகியிருந்தது. சுந்தரி போனை எடுத்தாள். “ம்... நாந்தான் தொர... வேல முடிஞ்சது... ஆமா. இப்போதான் சாப்பிடப்போறோம்... சரி சரி... வெக்கிறேன்...” செல்வி அவளையே பார்த்துக் கொண்டிருந்தாள். சுந்தரி சிரித்தாள். ஆர்டர் செய்த ஃபுல் மீல்ஸ் வர, இரண்டு பேரும் ஆவலோடு சாப்பிட்டனர். செல்வி தலையை நிமிரவே இல்லை. “இப்போ பேசு செல்வி... வேல முடிஞ்சிருச்சுல்ல...” அவள் இவ்வளவு அழகாகச் சிரிப்பாளாவென ஆச்சர்யம் செல்விக்கு. ஆனால், என்ன பேசுவதென்று தெரியவில்லை. அமைதியாய்ச் சிரித்தாள். “பார்சல வாங்கிட்டு வந்து சேக்கற வர எதையும் சாப்பிடாத, வயிறு சரியில்ல வேற ஏதாவது பிரச்சனைன்னா அப்பறம் சொன்ன நேரத்துக்குப் பொருள் போய்ச் சேராது. கொஞ்சம் லேட்டானாலும் பயங்கரச் சிக்கல்தான்...” செல்வி அமைதியாய் சரியென்று தலையாட்டினாள். “நாம கிளம்பறப்போ டைம் நோட் பண்ணினான் கவனிச்சியா?” செல்வி ஆமென்றாள். “இப்போ கொடுத்த நேரத்தையும் நோட் பண்ணுவான், இந்த இடத்துக்கு இவ்ளோ நேரம்னு ஒரு கணக்கு இருக்கு... லேட்டாச்சுன்னா நாம ஏதோ தில்லுமுல்லு பண்றம்னு சந்தேகம் வந்துடும்... அப்பறம் ஒரே வண்டில போனா யாராவது ஒருத்தர் வாட்ச் பண்ணிடுவான். அதனாலதான் வேற வேற வண்டி. இது என்னோட ஸ்டைல். சிலபேர் ஒரே வண்டிலயும் போவாங்க... அதுக்குக் கொஞ்சம் தைர்யம் வேணும். . எனக்கு இன்னும் அவ்ளோ இல்ல. ” செல்வி கேட்க நினைத்த எல்லாத்தையும் அவளாகவே சொல்லிவிட்டதால் “உங்களுக்கு எத்தன பிள்ளைகக்கா?” சுந்தரி, செல்வியைப் பார்த்துச்

சிரித்தாள். "எனக்கு இன்னும் கல்யாணம் ஆவல செல்வி..." செல்வியும் சிரித்தாள். சாப்பிட்டு முடித்ததும் கொஞ்சம் பணத்தைக் கொடுத்து "நீ வேற பஸ்ல, நா வேற பஸ்லன்னு போவோம்.... நேர அண்ணன் வீட்டுக்கு வந்துடு..." செல்விக்கும் தனக்கும் சம்பந்தமே இல்லை என்பவளைப் போல் சென்னை போகிற ஒரு சாதா பேருந்தில் உட்கார்ந்து கொள்ள, பேருந்து நிலையத்தின் உள்ளே நுழைந்த இன்னொரு பேருந்தில் செல்வி ஏறிக்கொண்டாள்.

13

சொல்லாத ரகசியங்களும் கேட்காத கதைகளுமாய், ஒரு பெருநகரம் எப்போதும் தனக்குள் ஓராயிரம் மர்மங்களைக் கொண்டிருக்கிறது. குழந்தைகள் மட்டும்தான் தனது கட்டுங்கடங்காத பார்வையாலும் பாதங்களாலும் நடந்தும் பார்த்தும் மொத்த ஊரையும் புரிந்துகொள்கிறார்கள். ஒரு நகரின் ரகசியம் புரிந்துகொள்வதென்பது அந்நகரின் மனிதர்களைப் புரிந்துகொள்வதுதான். ஆதம்மாவுக்கு சென்னையின் மனிதர்கள் எப்போதும் நம்ப முடியாத ஆச்சரியந்தான். எல்லோருக்கும் தேவைகள் அதிகமாயிருக்கின்றன. ஒன்று கிடைத்துவிட்டால் இன்னொன்று, அதுவும் கிடைத்துவிட்டால் இன்னொன்று. இப்படி, தினம் தினம் அவர்களின் தேவைகள் பெருகிக் கொண்டேதானிருக்கின்றன, எண்ணிக்கையிலடங்கா மழைத்துளிகளைப் போல். ஆதம்மாவுக்கும் இப்போது நிறைய ஆசைகள், எல்லாவற்றையும் உணர்ந்தறியும் ஆவல். இந்த ஊரைப் புரிந்துகொண்டு என்ன செய்யப்போகிறோமென அவளுக்கும் தெரியவில்லை, ஏதோவொன்றைச் செய்வதற்காக மட்டும் ஒரு ஊரைப் புரிந்துகொள்ள முடியுமா?

சின்ன ஊர்களெல்லாம் அவ்வூரிலிருக்கும் மனிதர்களால் இயங்கிக்கொண்டிருக்கின்றன, இங்கு வாழ்வதற்கு மட்டுமல்ல, அந்த வாழ்க்கையைப் புரிந்துகொள்ளவுமே பணம் வேண்டும். ஆதம்மாவுக்கு அம்பத்தூர் சொந்த ஊராகிப்போனது, நிறையபேர் தெரிந்தவர்களாகிவிட்டனர். கடைக்காரர்கள் அவர்களுக்கும்

கடன் கொடுத்தனர். கடன் வாங்க முடிகிற எல்லா ஊர்களுமே சொந்த ஊர்தான். அம்மாவோ, அப்பாவோ இல்லாமல் தனியாக கடைக்குப் போய்வரப் பழகியிருந்தாள். எதுவுமே வாங்காவிட்டாலுங்கூட கடைக்குப் போய்வருவது சந்தோசமான விசயம். அவளோடு விளையாடும் பிள்ளைகளும் அவளுமாய் அந்த ஏரியாவையே சுற்றுவார்கள். அவர்களுக்கு கடப்பா இப்போது கொஞ்சம் மறந்துபோயிருந்தது. மதராஸ் அவர்கள் விளையாடும் விளையாட்டுப் பொருள்களில் ஒன்றாய் மாறிக்கொண்டிருந்தது பரமபதத்தின் சூட்சுமங்களுக்குள் ஒளிந்திருக்கும் நுட்பங்களாய் அந்தப் பிள்ளைகள் இந்த நகரை ஒரு பரமபதத்தை ஏறுவதும் இறங்குவதுமாய் விளையாடிச் சலித்துப் போகும்வரை அதன் மூலை முடுக்குகளில் நுழைந்து வெளியேறினர்.

வேலைகள் குறைந்து மாலை நேரங்கள் இப்போது எல்லோருக்குமே ஓய்வாய் இருந்தன. இந்த ஊருக்கு வந்து ஆறு மாதங்கள் ஆகப்போகின்றன, இந்தக் கட்டடம்தான் இவ்வளவு நாட்களாய் வீடாயிருந்திருக்கிறது. ஏதோ மிகப்பெரிய வெளிநாட்டுக் கம்பெனியாம். பேசிக்கொண்டார்கள். இப்போதே ஒரு ஓரமாய் பாதி அலுவலகம் திறக்கப்பட்டு வேலைகள் நடந்துகொண்டிருந்தன. அன்று காலை, மழைபெய்து வேலை கொஞ்சம் தாமதமாய் நடந்தது. வேலை இல்லாமல் எல்லோரும் டென்ட்டிற்குள் தூங்கவும், ரேடியோவில் பாட்டுக் கேட்பதுமாய் கிடந்தனர். சின்னப் பிள்ளைகள் எப்போதும்போல் விளையாடிக்கொண்டிருந்தனர். பிள்ளைகளுக்கு ஆதம்மா பாம்பு பாப்பாவாகியிருந்தாள். எங்கு பாம்பு வந்தாலும் அவளைத்தான் கூப்பிட்டார்கள். வழக்கமாக பாம்பை அடித்துக்கொன்று ரோட்டில் போடுவார்கள். எடுத்துப்போட நாதியில்லாமல் எல்லா வண்டிகளும் ஏறி கடைசியில் அவ்வுடல் சாலையோடு சாலையாய் தடயமே இல்லாமல் கரைந்துபோகும். ஆனால், ஆதம்மா எந்தப் பாம்பையும் கொல்வதில்லை.

விளையாடிக் கொண்டிருந்த பிள்ளைகள் கூட்டமாய் ஓடிப்போய் அந்தப் பக்கம் ஆஃபீஸ் இருக்கும் இடத்தைப் பார்க்கப் போனார்கள். வெளியில் பெரிய கண்ணாடிக் கதவு. என்ன மழையென்றாலும் வெயிலென்றாலும் உள்ளே தெரியாதுபோல அப்படியிருந்தது. நிறையப்பேர் உள்ளே போவதும், வெளியில் வருவதுமாய் இருந்தனர். ஆதம்மாவிடம் ஒருத்தி கேட்டாள். "யார்

கையிலயும் எதுவுமே இல்லயே... எத வெச்சு வேல பாப்பாங்க...” ஆதம்மாவுக்கும் தெரியாதுதான் அவள் இன்னொருத்தியைப் பார்த்தாள். “அவங்க எல்லாம் எழுதற வேல பாக்கறவங்கடி... படிச்சிருக்காங்கள்ல...” ஆதம்மாவுக்கு சிரிப்பு. “எழுதுவது மட்டுமே எப்படி ஒரு வேலையாகிவிடும்?” அந்தப் பிள்ளைகள் வாசலில் நின்று சத்தம் போடுவதைப் பார்த்து வாட்ச்மேன் துரத்தி விட்டான். அந்தப் பிள்ளைகள் அந்தப் பெரிய ஆபீஸர் விட்டாத்தான் உள்ளேயே போகமுடியும் போல என அவனைப் பெரிய அதிகாரியாகப் பார்த்தார்கள். அவன் ஆளும் மீசையுமாய் பார்க்கவே பயமாயிருந்தது. “உள்ள எல்லாம் போகல ஸார்... சும்மா இப்பிடி நின்னு பாக்கறோம்... இது நாங்க கட்டின கம்பெனி...” ஆதம்மா சொல்ல, பின்னாலிருந்து சிரித்தபடியே வந்த இளம்பெண்கள் இரண்டுபேர் இவளைத் திருப்பிப் பார்த்து “நீங்கதேன் கட்டினீங்களா? உங்க பேரு என்ன?” ஆதம்மாவுக்கு எதுவும் தப்பாகச் சொல்லிவிட்டோமோ என பயம். ஆனால், கேட்டவளின் முகம் கோபமாய் இல்லை. சிரித்தபடி பார்க்கவே அழகாயிருந்தாள். “ஆதம்மா...” என்றாள். அப்படியொரு பெயரை அவள் கேட்டிருக்க வாய்ப்பில்லை. இன்னொரு முறை சொல்லச் சொல்லிக் கேட்டாள். அவள் சொன்னதும் அதற்கும் சிரித்தவள் “இப்போ எந்தக் கம்பெனி கட்டுறீங்க?” ஆதம்மா சிரித்தாள். “அடுத்தது கம்பெனி இல்ல, காலேஜ்...” “ஓ காலேஜா... எங்க கட்டுறீங்க... காலேஜ்” ஆதம்மாவுக்கு அந்த இடத்தின் பெயர் தெரியவில்லை, ஆனால், இதே ஊரில்தானிருக்கிறது. அது ரொம்ப தூரம் போகணும்... ரெண்டு பஸ் மாறணும்... அதுக்குப் பக்கத்துல நிறைய காலேஜ் இருக்கு...” அவள் சொல்லிக்கொண்டே போக, கேட்டுக்கொண்டிருந்தவளும் ஆர்வமாய் கேட்டாள். பிள்ளைகள் எல்லாம் விட்டால் ஓடிவிடலாம் என்கிற பயத்துடனேயே நின்றிருந்தனர்.

“சரி எங்கூட உள்ள வர்றீங்களா? நீங்க கட்டின கம்பெனியப் பாக்கலாம்?” எல்லோருக்குமே அதுதானே ஆசை. ஆர்வமாய் ஆதம்மா தலையாட்ட, பிள்ளைகளும் வந்து ஒட்டிக்கொண்டனர். அந்தப் பெண் தனது அடையாள அட்டையில் வெளியிலிருந்த குழந்தைகள் ஐந்து பேரையும் கூட்டிக்கொண்டு போனாள். வெளியிலிருந்ததை விடவும் உள்ளே நல்ல குளிர். ஏகப்பட்ட லைட்டுகளைப் போட்டு நல்ல வெளிச்சம் வேற... “உங்க

பேரு என்னக்கா?” ஆதம்மா அந்தப் பெண்ணிடம் கேட்க, அவள் ‘ஆர்த்தி’ என்றாள். இவ்வளவு அழகான பெயரை அவள் கேள்விப்பட்டதில்லை. “நாங்க ஆந்திரா... எங்க ஊர்... கடப்பாவுக்குப் பக்கத்துல இருக்கு... இங்க நான், அம்மா, அப்பா எல்லாம் இருக்கோம்...” ஆதம்மா யாரும் கேட்காமலேயே ஆர்த்தியிடம் தன்னைப்பற்றிச் சொல்ல, ஆர்த்தி சிரித்தபடியே “நீங்க ஆந்தராவா? ம்... இருங்க அக்கா சைன் பண்ணிட்டு வர்றேன்...” எல்லோரையும் நிப்பாட்டிவிட்டு ஒரு அறைக்குள் போனாள். நிறையப்பேர் இருந்தனர். ஆளுக்கொரு பெட்டியின் முன்னால் உட்கார்ந்துகொண்டு நோண்டிக்கொண்டிருந்தனர். இந்தப் பிள்ளைகளைப் பொருட்டாகக்கூட ஒருவரும் கண்டு கொள்ளவில்லை. ஒவ்வொரு சுவரும் அந்தப் பிள்ளைகள் பார்த்துக் கட்டியதுதான், ஆனால், எல்லாமே வேறொன்றாய் இருந்தது.

ஆர்த்தி திரும்பி வந்து அவர்களைத் தனது கேபினுக்குக் கூட்டிப்போனாள். சின்ன டேபிள், ஒரு கம்ப்யூட்டர், அதன் முன்னால் அவளுடைய சில புகைப்படங்கள். அழகாய் சிரித்துக்கொண்டிருந்தாள் போட்டோவில்... ஆதம்மாவுக்கு அதைப்பார்க்க ஆசையாய் இருந்தது. “அக்கா என்ன ஒரு போட்டோ எடுங்கக்கா...” ஆர்த்தி சிரித்தாள். தனது மொபைலை எடுத்தவள் முதலில் ஆதம்மாவைத் தனியாகச் சில படமெடுத்தாள். கடைசியாய் பிள்ளைகள் எல்லோரையும் சேர்த்து நிற்க வைத்து எடுத்தாள். ஆதம்மா அவளையும் தன்னோடு நிற்கச் சொல்லி எடுக்கச் சொன்னாள். ஆர்த்தி தன் தோழி ஒருத்தியைக் கூப்பிட்டு படமெடுக்கச் சொல்ல, இந்தப் பிள்ளைகளையும் ஆர்த்தியையும் பார்த்துச் சிரித்துவிட்டு, “உன்னத் திருத்தமுடியாதுடி... வேலயத்தவிர எல்லாத்தையும் செய்வ...” சலித்துக் கொண்டாலும் அழகாக படம் எடுத்துத் தந்தாள். ஆர்த்தி தனது மொபைலிலேயே நெட்டை ஆன் செய்து தனது மெயிலுக்கு அந்தப் படத்தை அனுப்பினாள். ஏதோ வேலை செய்து கொண்டிருக்கிறாள் போல என நினைத்தபடியே பிள்ளைகள் அவள் பொருட்கள் ஒவ்வொன்றையும் எடுத்துப்பார்த்து விளையாடின. மெயிலிலிருந்து தனது கம்ப்யூட்டர் வழியாய் ஒரு *A4* தாளில் எடுத்த படங்களை எல்லாம் கலர் பிரிண்ட் போட்டு ஆதம்மாவின் கையில் குடுத்தாள். வாழ்க்கையில் எடுத்துக்கொண்ட முதல் போட்டோ, ஒரு காகிதத்தில் அவள் முகம் இவ்வளவு அழகாயிருக்குமென ஆதம்மா

நினைத்துப் பார்த்ததில்லை. ஆர்த்தியைக் குனியச் சொல்லி முத்தமிட்டாள். ஆர்த்தியும் பதிலுக்கு அவளை முத்தமிட்டாள். குழந்தைகள் பெருமையாக தங்களின் படத்தைப் பார்த்தனர்.

பிள்ளைகளைக் கூட்டிப்போய் எல்லோருக்கும் காஃபி மெஷினிலிருந்து காஃபி எடுத்துக் குடிக்கக் குடுத்தாள். ஒருவன் ஆர்த்தியைப் பார்த்து சிரித்தபடியே வந்து ஆங்கிலத்தில் ஏதோ பேசினான். பிள்ளைகள் அவர்கள் இருவரும் பேசுவதையே பார்த்தனர். அவன் போகும்போது ஆதம்மாவின் தலையைத் தடவிக் கொடுத்துவிட்டு பை சொல்லிவிட்டுப் போனான். அவள் கையசைத்து டாடா காட்டினாள். காஃபி குடித்துக்கொண்டே ஆதம்மா “நாங்க இந்த ஊருக்கு வேலக்கி வந்ததுமே இந்த ஊர் பேச்சக் கத்துக்கிட்டோம்... நீங்க இந்த ஊர்லயே பொறந்து இங்கயே வேலயும் பாக்கறீங்க... அப்பறம் ஏங்க்கா இங்கிலீஸ்ல பேசறீங்க...” ஆர்த்தி அவளையே பார்த்தாள். இந்தப் பிள்ளை விவரம் தெரிந்துதான் இதையெல்லாம் கேக்கிறாளா? அல்லது அவள் இயல்பே இதுதானா? ஆச்சர்யமாய் இருந்தது, பதில் சொல்லவும் முடியவில்லை. சிரிக்க மட்டுமே செய்தாள். “இங்கிலீஸ்ல பேசுனாத்தான வேல கொடுக்கறாங்க. நான் என்னம்மா செய்யட்டும்...” ஆதம்மாவும் சிரித்தாள். ஆர்த்தியோடு ரொம்ப வருசம் பழகியதைப் போலிருந்தது. “உங்க அம்மா அப்பா எல்லாம் எங்க இருக்காங்கக்கா...? ஆர்த்தி காஃபியைக் குடித்து முடித்துவிட்டு இவளின் கையைப் பிடித்துக் கூட்டிக்கொண்டு வந்தபடியே “ம்... எனக்கு அம்மா இல்லயே... அப்பா மட்டுந்தான்... அப்பறம் ஒரேயொரு தம்பி...” ஆதம்மாவுக்கு வருத்தமாகிவிட்டது. “ச்சே... எனக்கு மட்டும் ரெண்டு அம்மா இருந்தா ஒரு அம்மாவ உங்களுக்குக் குடுத்திருப்பேன்... நீங்க ரொம்ப நல்ல அக்கா...” ஆர்த்திக்கு முதலில் கொஞ்சம் சிரிப்பு வந்தது, அடுத்த நொடியே அந்த சின்னக் குழந்தையின் அன்பை நினைத்து நெகிழ்ந்து போனாள். அம்மாக்களை விடவும் குழந்தைகள் எவ்வளவு பேரன்புமிக்கவர்கள்? அந்தச் சில நிமிடங்களில் எத்தனை எத்தனை விருப்பங்கள் ஆதம்மாவைக் குறித்து அவளுக்கு. அணைத்து முத்தமிட்டாள். ஆதம்மா டாடா சொல்லி விடைபெற்றாள். ஆர்த்திக்கு அவளைத் தன்னோடே வைத்துக்கொள்ள விருப்பம், அன்பு செய்வதைத்தவிர எந்த எதிர்பார்ப்புமில்லாத ஆதம்மாவுக்கு எல்லோரும் ஆர்த்தியைப்போல் அன்பு செய்ய வேண்டியவர்கள்தான்.

14

மகேஷ் மாதிரி ஒருவனுடன் முன்பு ஒருபோதும் அவள் பழகியதில்லை. தனது தோற்றத்திற்கும் செயல்களுக்கும் சிறிதும் சம்பந்தமில்லாதவனாய் அவளை ஆச்சர்யப்படுத்தியிருந்தான். வெறுமனே வார்த்தைகளால் மட்டுமே ஒருவன் தன்னை வசீகரிக்க முடியுமா? சிலசமயம், அவ்வளவு பலவீனமாய் இருக்கிறோமோ என வருத்தமாக இருந்தது ஷிவானிக்கு. உண்மையில் அவனைவிட அவனது சொற்களில் குழைவும் வலிமையும் கலந்திருந்தன. அவன் பேசாத தினங்களில் செரிக்கமுடியாத அவஸ்தையை உணர்ந்தாள் ஷிவானி. தன் அலைபேசியை எல்லா நேரத்திலும் தன்னுடனேயே வைத்துக்கொள்ளத் துவங்கினாள். அவன் அழைக்கிற நேரம் எதையும் இழக்க விரும்பவில்லை அவள். தான் அழைத்தால் மட்டும் பேசலாம் என முதல் தினம் அவனிடம் சொல்லியதற்காகப் பலமுறை வெட்கப்பட்டிருக்கிறாள். இவனை இழக்க நேர்ந்திருந்தால்? இந்த சந்தோசத்தின் பின்னாலிருக்கும் சிரமங்கள், சிக்கல்கள் எல்லாம் முதலில் இருந்ததுதான், இப்போது இஷ்டப்பட்டபின் கஷ்டங்களைப் பற்றிய கவலையில்லை என்ற மனநிலைக்கு வந்திருந்தாள்.

மகேஷ் அவளுக்கு விசேஷமானவனாகத் தெரிந்தான். அவனுடனான சந்திப்புகளில் தன் பெண்மையின் அதீதத்தை உணர்வதும், அவனோடு பேசுகிற சமயங்களில் ஆறுதலான ஒரு உயிராய் நினைப்பதும் தற்செயலானது அல்ல. ஷிவானியின் புருஷனுக்கு வியாபாரம் தெரிந்திருந்தது, பணத்தின் மதிப்பு தெரிந்திருந்தது. தன்னிடமிருந்து பணத்தின் வாசனை மட்டுமே

எப்போதும் கமழ வேண்டுமென்பான். ரூபாய் நோட்டுகளால் செய்யப்பட்ட உடல் அவனுக்கு. அவன் அம்மாவுக்கு இன்னும் அவன் சின்னப் பையன், கல்யாணம் கட்டி வைத்துத் தன் மகனைத் தானே பிரித்துவிட்டதாய் அந்தம்மா சொல்லி அழுவாள். ஷிவானியின் புருஷனுக்கும் அவன் அப்பனுக்கும் பெரிய வித்தியாசங்கள் இல்லை. அந்த வீட்டின் ஆண்களின் உடல் பணத்தால் செய்யப்பட்டிருந்தன, அவர்களுக்கு மனித உடலின் எந்தவிதமான எதிர் வினைகளையும் நிகழ்த்தவோ ஏற்றுக் கொள்ளவோ தெரிந்திருக்கவில்லை. இதனாலேயே ஒவ்வொரு முறையும், தான் அக்குடும்பத்திலிருந்து வெகுதொலைவில் ஒதுக்கப் பட்டிருப்பதாய் ஷிவானி உணர்வாள். என்றாலும், இவளுக்கு மற்ற எந்த விசயத்திலும் அவர்கள் குறைவைத்திருக்கவில்லை. வழக்கமாக இரவு மூன்று சப்பாத்திகள் மட்டும் சாப்பிடுகிற அவளின் புருஷன் ஒருநாள் நான்கு சப்பாத்திகள் சாப்பிட்டு விட்டதற்காக இரவு முழுக்கப் புலம்பியிருக்கிறான். இவள் விசயத்தில் மட்டும் அந்தமாதிரி எந்தவிதமான நெருக்கடிகளையும் அவன் தந்திருக்கவில்லை.

அவளுக்கும் முன்பு அவனோடு பேசவேண்டும் பழகவேண்டும் என நிறைய விருப்பமிருக்கும். ஒரு ஞாயிற்றுக்கிழமை மதிய உணவுக்குப்பின் அம்மா உறங்கிவிட்டதால் ஷிவானியின் அறைக்கு வந்தவன், அவளோடு கொஞ்சநேரம் பேசிக்கொண்டிருந்தான். ஜெய்சால்மீர் ஒருமுறை போய்வர வேண்டுமென்றாள். “எப்போ போறேன்னு சொல்லு டிக்கெட் போடலாம்...” மறுப்பேதும் கூறாமல் சம்மதித்தான். மீண்டும் அவன் எதாவது பேசுவான் எனக் காத்திருந்தவள் எதுவும் பேசாமல் அமைதியாக இருப்பதைப் பார்த்து, “நீங்க யாரையாவது லவ் பண்ணியிருக்கீங்களா?” அவளைத் திரும்பிப் பார்த்தான். அவன் கையில் ஷேர் மார்க்கெட் பற்றின ஒரு புத்தகம். அவள் கையில் குடுத்தான், வாங்கிப் புரட்டி அட்டையைப் பார்த்தாள். திரும்பி இவனைப் பார்த்தாள். “நீ யாரையாவது லவ் பண்ணியிருக்கியா?” அவன் இப்படிக் கேட்பானென அவள் எதிர்பார்த்திருக்கவில்லை. என்ன பதில் சொல்வதெனக் குழப்பம்... “ம் பண்ணியிருக்கேன்...” என்றாள். அவனிடம் அப்போதும் ஆர்வமோ, வியப்போ கோபமோ எதுவும் இல்லை. “எப்டி லவ் பண்ணுவாங்க? சினிமாவுல காட்டற மாதிரி ரோட்ல கைகோர்த்துட்டு நடந்துபோறது, சினிமாவுக்குப் போறது,

(பீச் என்று அவனால் சொல்ல முடியாது... ஜெய்சால்மீரில் பீச் இல்லை...) அவன் பார்த்திருந்த சினிமாக்களில் அதுதான் அவனுக்குத் தெரிந்த காதல். ஷோலேவும், ஏக் தூஜே கேலியேவும், பாபியும்தான் அவன் வாழ்வில் பார்த்த மிகச் சிறந்த படங்கள். காதலென்றால் ஏக் தூஜே கேலியேதான். அவன் எல்லாக் காதலர்களும் அப்படித்தான் காதலிப்பார்களென உறுதியாய் பல காலம் நம்பியிருந்தான். பிறகு வளரும்போது அவன் வீடிருந்த தெருவிலேயே நிறையப்பேர் பெண்களுடன் சேர்ந்து நடந்து போவதையும், உடலோடு உடல் உரசிக்கொண்டிருப்பதையும் பார்த்து இதுதான் காதலோ என்று நினைத்திருந்தான். இப்போதும் அவன் அவளிடம் கேட்டது அவன் மனைவி இதில் எந்த வகை என்பதைத் தெரிந்துகொள்வதற்காகத்தான். அவள் மௌனமாக அவனைப் பார்த்துவிட்டு “இல்ல கொஞ்சநாள்தான் லவ் பண்ணினேன். அந்தப் பையன் வேற ஊர் போயிட்டான்...” அவள் சொன்னதில் எந்த சுவாரஸ்யமுமில்லை இவன் கேட்டதைப் போலவே. தான் அவனுடன் சேர்ந்து எங்கும் வெளியில் ஊர் சுற்றியதில்லை என்று அவள் சொன்னதை அவன் சிறிதும் நம்பியிருக்கவில்லை. அவள் இன்னொருவனின் உடலோடு தன்னுடலை பிணைத்திருக்கிறாளென அவனுக்குள் முடிவுசெய்து கொண்ட தினத்திலிருந்து அவளை எப்படியும் காதலித்துத் தன் வசப்படுத்த நினைத்தான். அதற்காகத் திடீர் திடீரென வீட்டிற்கு வருவதும் அவளை எங்காவது வெளியில் கூட்டிப் போவதுமாய் இருந்தான். சினிமாவிற்குக் கூட்டிப் போகையில் சிரமப்பட்டு முழுப்படத்தையும் பார்க்க முயன்றான். துரதிர்ஷ்டவசமாய் இடைவேளைவரைதான் அவனால் விழித்திருக்க முடிந்தது. இரவில் அவளுக்கு மிக நெருக்கமாக உறங்கினான். விலையுயர்ந்த வாசனை திரவியங்களைப் பூசிக்கொண்டான். என்ன செய்தும் அவனுடலில் பணத்தின் வாசனை மட்டுமே மிகுந்திருப்பதாய்த் தோன்றும் ஷிவானிக்கு. அவளால் அவனுக்கு அருகில் உறங்கமட்டுமே முடிந்தது உறவாட அல்ல.

அவன் முயற்சிகள் ஒரு மாதகாலம் கூட நீடிக்கவில்லை, அதற்காக அவன் செலவழித்ததையும் நேரம் வீணானதையும் நினைத்து உடனே உஷாராகிவிட்டான். அவன் என்ன செய்தும் ஷிவானிக்குக் காதல் பொத்துக்கொண்டு வந்திருக்கவில்லை, ஆக அவள் யாரையும் காதலித்திருக்க முடியாது. உறுதியான முடிவிற்கு அவன்

வரக்காரணம் இரண்டு தினங்களுக்கு முன்பாகத்தான் நடந்தது. ஒரு ஆர்வமிகுதியில் கடற்கரைக்கு அழைத்துச் சென்றான். நல்ல கூட்டம். இருளில் அலைகளின் அசைவு வெகு தொலைவிலிருந்து பார்ப்பதற்கு அவ்வளவு அருமையாயிருந்தது. சிறுவர்கள் சிலர், அந்த இருளுக்குள் 'வால்ட்' அடித்து பயிற்சி எடுத்துக் கொண்டிருந்தார்கள். குதிரைக்காரனொருவன் வாடிக்கையாளர்கள் யாருமில்லாமல் சும்மா நடந்து கொண்டிருந்தான். தங்களுக்கு அருகில் எச்சில் துப்பியதற்காக ஒரு ஜோடி ஒரு இளைஞனை கேவலமாகத் திட்டிக் கொண்டிருந்தனர். அந்த இடம் வசதியாயிருக்காதென இன்னும் கொஞ்சம் நடந்து தனியாக ஒரு இடத்தில் அவளுடன் உட்கார்ந்தான். அவளுக்கு அவ்வளவு தூரம் வந்தது சந்தோசம்தான் அவனோடு வந்ததில்தான் எரிச்சல். அவன் கொடூரமான தனது குரலில் கிஷோர் குமாரின் பழைய ஹிந்திப் பாடல்களை அரையும்குறையுமாய் பாடினான். அவனது செய்கை முழுக்கத் தானொரு மிகச் சிறந்த காதலன் என்பதைச் சொல்கிறபடியே இருந்தது. அவளை அந்த நேரத்திற்குக் கடலில் தூக்கிப் போட்டிருந்தால்கூட சந்தோசப்பட்டிருப்பாள். அந்தக் கொடுமையைப் பொறுக்கமுடியாமல் நெளிந்துகொண்டிருந்தாள். அவன், அவளது முகத்தைப் பார்க்காமல் தொடர்ந்து பாடிக் கொண்டிருந்தான், இலயித்துப் பாடுகிறோம் என்பதைத் தெளிவாக அவளுக்கு உணர்த்துவதற்காகக் கண்களை வேறு இறுக்கமாக மூடிக் கொண்டான். நோயுற்று சாகக் காத்திருக்கும் நாயொன்று இழுத்துக்கொண்டிருப்பதைப் போலிருந்தது அவன் உடல். அவன் கண் திறந்து பார்த்தபோது அவள் அருகில் இல்லை. நல்ல இருட்டு வேறு. கண்களை மூடிக்கொண்டு பாடியதால் சுற்றிலும் பார்வை தெளிவாக சிலநொடிகள் பிடித்தன. அவள் தள்ளிப்போய் அலைகளுடன் விளையாடிக் கொண்டிருந்தாள். நிச்சயமாக அந்தச் சத்தத்தில் அவன் பாடியது அவளுக்குக் கேட்டிருக்காது. எப்படித் தன் பாடலை ரசிக்க முடியாமல் போனது அவளால்? அவளுக்கு ரசனையும் காதலும் ஒருக்காலமும் இருக்கப் போவதில்லை என்கிற இறுதி முடிவுக்கு வந்திருந்தான். அன்றிலிருந்து சிறப்பு கவனிப்புகள் யாவும் மீண்டும் இல்லாமல் போனது. ஆனால், அதன்பிறகு யாராவது ஒரு பெண்ணைத் தீவிரமாகக் காதலிக்க வேண்டுமென உறுதியாக நினைத்துக் கொண்டான்.

ரகசியங்களின் வாசனைகளில் திருப்பிய பக்கமெல்லாம் நேசிக்கும் ஒருவனின் முகம் பார்க்க முடிவதை விடவும் ஒரு பெண்ணுக்கு

சந்தோசமளிக்கக் கூடியது ஒன்றுமில்லை. தன்னுடலின் வாசனையை மகேஷ் உணர்ந்திருந்தான். உண்மையில் நிறைய பெண்களின் உடல் ரகசியங்களை அறிந்து வைத்திருந்த அவன் எல்லோரையும் போல்தான் இவளையும் கையாண்டான். ஒரு ஆழ்துளைக் கிணற்றின் நிச்சயமற்ற வளைவுகளெங்கும் பார்க்க முடிகிற சுவாரஸ்யம்போல் அவன் சொற்களும் செயல்களும் இருக்கும். விருப்பப்படுகிற ஒன்றைச் செய்து கொடுக்கிறவன் என்கிற எண்ணம் மீறி, விருப்பங்களை மாற்றி வேறொன்றாய் அமைத்துக்கொள்ளச் செய்கிறவனாய் இருந்தான். நல்ல வேலையிலிருந்தான், அவனுடல் ஒரு ஜுவாலையைப் போல் எப்போதும் எரிந்து ஒளிர்ந்துகொண்டிருந்தது. அபூர்வமாக எங்காவது பார்க்க முடிகிற ஜுவாலை. அதை அணையாமல் பார்த்துக்கொள்வதில்தான் அவன் சூட்சுமமும் அக்கறையும் இருந்தது. அவன் ஜுவாலையில் எரிந்து சாம்பலாகிக் கொண்டிருக்கும் தன்னுடலின் செல்களெங்கும் கடந்தகாலத்தின் காயங்களும் வடுக்களும் துடைத்தெடுக்கப்பட்டு தூய்மையாகிக் கொண்டிருந்தன. எல்லாவற்றையும் நம்பிக்கையற்ற சொற்களின் மூலமாக, உணர்வுகளின் வாயிலாகவுமே எதிர்கொண்டிருந்தவள் வாழ்வின் இளந்தளிரிலிருக்கும் வாசனைமிக்க பசுமையை உணர்ந்தாள்.

ஒருவரை வசப்படுத்துவதென்பது எளிதானது, கொஞ்சம் நீர்த்துளிகளைக் கையில் அள்ளிப் பருகுவதைப்போல். அல்லது பல்துலக்கி வாய் கொப்பளிப்பதுபோல். இன்னும் எளிமையாய்ச் சொல்லவேண்டுமென்றால் ஒரு அதிகாலையின் சூரிய உதயத்தைப் பார்க்க முடிவதைப்போல். அதன் பின்னாலிருக்கும் சுவாரஸ்யம் பழக்கப்பட்டுப் போகுமாயின் அதுவொரு சாகசமே. மகேஷ் சாகசக்காரன். என்ன இருக்கிறது அவனிடம். ஆனால், பேசத் துவங்கிய சில நிமிடங்களில் அவனோடு பேசிக்கொண்டிருக்கும் நிமிடங்களை எப்படி அற்புதமானதாக்குகிறான். இறைக் கூட்டங்களில் பேசுகிறவர்களிடம் இருக்குமே ஒருவிதமான வசியம், அதைவிடவும் அதீதமானது அவனுடையது. உண்மையில் அப்படிப் பேசுவதற்கான கொள்கைகள் எதுவும் இல்லாமலேயே அப்படிப்பேச முடிவது எளிதானதில்லை. சிலரை அவன் வெகு சீக்கிரமே கடந்து விடுவான், இன்னும் சிலர் அவனைக் கடந்து செல்வார்கள். இரண்டுக்கும் அடிப்படை பணம் என்பதைத்தவிர வேறொன்றுமில்லை.

15

மூன்று நாட்களாக ஆதம்மாவுக்குக் காய்ச்சலடிக்கிறது, ஆஸ்பத்திரிக்குப் போய் வந்து சற்று குறைந்திருக்கிறதே தவிர இன்னும் சரியாகியிருக்கவில்லை. உடலெல்லாம் கொதித்து அனலடிக்க, அவள் மருட்சியோடு டென்ட்டைப் பார்த்தாள். கட்டடம் முடிந்து சின்னச்சின்ன வேலைகள் மட்டுமே நடந்து கொண்டிருந்ததால் வேறு இடத்திற்குப் போவதானால் போகலாமென கான்டிராக்ட்காரன் சொல்லிவிட்டான். ஆதம்மாவுக்கு சொந்தவீட்டை விட்டுப்போவதைப்போல் அப்படியொரு வேதனை, உண்மையில் ஊரிலிருந்ததைப் போலவே இங்கும் சந்தோசமாக இருந்தாள். இப்போது, சின்னதொரு இடப் பெயர்ச்சியைக்கூட மனம் ஏற்றுக்கொள்ள மறுத்தது. புதிய கட்டடத்திற்கு இரண்டு நாட்களில் வந்துவிடுவதாய்ச் சொல்லி அப்பா ஒரிஸாக்காரர்களிடம் தகவல் சொல்லிவிட்டு வந்திருந்தார், இவர்களுக்காக ஒரு டென்ட் கூட தயாராகிவிட்டதாய் அவர் சொன்னபோது அம்மாவின் முகத்திலும் சலனமே இல்லை. பெரிய கட்டடம் கட்ட வேலை செய்திருக்கிறோமென்பது சந்தோசமாயிருந்தது. அந்தக் கம்பெனியின் திறப்பு விழாவிற்குப் பெரிய பெரிய ஆட்களெல்லாம் வந்திருந்தார்கள். இன்னும் கக்கூஸ் முழுதாகக் கட்டி முடிந்திருக்கவில்லை. கம்பெனிக்குள் பெரிய கக்கூஸ் இரண்டு மூன்று இருக்கிறது, இது பொதுவானது,

வெளியாட்கள், அங்கு வந்து போகிறவர்களுக்கானது. அந்த வேலையைத்தான் பார்த்துக்கொண்டிருந்தார்கள்.

இன்னும் இரண்டு நாட்களில் போகப்போகிறோம் என்றதும் ஆதம்மாவுக்கு ஆர்த்தியைப் பார்க்க வேண்டும் போலவும் அவளிடம் சொல்லிவிட்டுப் போகவேண்டும் போலவுமிருக்க, அவள் மூஞ்சியைமட்டும் கழுவிவிட்டுப் போட்டிருந்த அதே பழைய துணியோடு ஆர்த்தி இருக்கும் இடத்திற்குப்போனாள். முன்பு, அங்கு ஆட்கள் குறைவு என்பதால் பேரைச் சொன்னதும் தெரிந்துவிடும். இப்போது ஆயிரம்பேர் அந்தக் கட்டடத்திற்கு வந்து போகிறார்கள். அந்த ஒரு கட்டடத்தில் ஆறேழு கம்பெனிகள் இருக்கின்றன. இதில் ஆர்த்தி வேலை பார்ப்பது முதல் தளம். வாட்ச்மேனுக்கு ஆதம்மாவை அடையாளம் தெரிந்தது. அவன் சிரித்தான். என்ன வேண்டுமெனக் கேட்டான் ஆர்த்தியைப் பார்க்கவேண்டுமென இவள் சொல்லவும், “அவங்க ஈவினிங் ஷிஃப்ட்ம்மா… சாய்ந்தரம் அஞ்சு மணிக்குத்தான் வருவாங்க…” ஆதம்மா எதுவும் சொல்லாமல் திரும்பிப்போக நினைத்தாள். தகவலாவது சொல்லிவிட்டுப் போகலாமென, “அந்த அக்கா வந்தா நான் வந்தேன்னு சொல்லுங்க… இன்னும் ரெண்டு நாள்ல வேற எடத்துக்குப் போறோம், சொல்லிட்டுப் போகத்தான் வந்தேன்…” அவனும் சரியென்றான்.

அவளுக்கு டென்ட்டில் இருக்கப் பிடிக்கவில்லை, வெளியில் எங்காவது போனால் அம்மா திட்டினாள். சோர்வாக டென்ட்டை சுற்றிக்கொண்டிருந்தாள். கேசம் எப்போதும் போலவே செம்பட்டை படிந்து காற்றில் பறந்துகொண்டிருந்தது, சிமெண்ட் படிந்து படிந்து இப்போது கொஞ்சம் சாம்பல் நிறமெய்தியிருக்கிறது. சின்னக் குழந்தைகள் விளையாடிவிட்டுத் தவற விட்டுப்போன பொருட்கள் இன்னும் மிச்சமிருந்தன. ஆனால், அதையெல்லாம் எடுத்து விளையாடப் பிடிக்கவில்லை. பக்கத்துத் தெருவிலிருக்கும் ஒரு வீட்டிலிருந்து அந்த வீட்டின் வேலைக்காரன் அவளைக் கூட்டிப்போக வந்திருந்தான். அவள் டென்ட்டிற்குப் பின்னாலிருந்ததால் அம்மாவிடம் கேட்டான். “பாப்பாவ எங்கம்மா… கொஞ்சம் சீக்கிரமா கூப்புடுங்க…” அம்மாவுக்கு சட்டென கோபம் வர, “அவளுக்கு உடம்பு சரியில்லங்க… போங்க… வரமாட்டா…” கோபமாகச் சொல்லியனுப்பினாள். அவன் சங்கடத்தோடு பார்த்துக்கொண்டு நின்றான். ஆதம்மா

பாம்பு என்றதும் ஆசையாய் ஓடிவந்தாள். அம்மா அங்கு கோபமாக பேசுவதைப் பார்த்து முகத்தைப் பாவமாக வைத்துக்கொண்டாள். அவன் கிளம்புகையில் அம்மா ஆதம்மாவையே பார்த்துக் கொண்டிருந்தாள். "சரி போயிட்டு சீக்கிரம் வா..." என்றதும் ஆதம்மாவுக்கு முகமெல்லாம் சந்தோசம்.

அவன் பதற்றத்தோடு ஓடிவந்ததைப் பார்த்து ஏதோ பெரிய பாம்பாயிருக்குமென நினைத்துப் போனவள் அங்கிருந்த குட்டிப்பாம்பைப் பார்த்துவிட்டு ஏமாந்து போனாள். இத நீங்களே பிடிக்கலாமே? இதுக்கா கூப்பிட்டிங்க? வேலைக்காரனைப் பார்த்துக் கேட்டாள். அவனுக்குக் கால்கள் நடுங்கிக்கொண்டிருந்தன. அவள் அந்தக் குட்டியைப் பிடித்து அதற்கு எர்ரம்மா என பெயர் வைத்தாள். "எர்ரமா எல்லாத்துக்கும் குட்மார்னிங் சொல்லு..." பாம்பைத் தூக்கி எல்லோரிடமும் காட்டினாள். அது உடலை நெளித்து நெளித்துச் சுற்றியது. எல்லோரும் பயந்து பின்வாங்கினார்கள். அவள் விளையாடிக்கொண்டே அதை அங்கிருந்து எடுத்துச் சென்றாள். அங்கிருந்து ரோட்டில் விளையாடியபடியே பாம்போடு வந்தவளை எல்லோரும் வேடிக்கைப் பொருளாய்ப் பார்த்தனர். அவளுக்கு இருப்பதிலேயே பிடித்த விளையாட்டுப் பொருள் பாம்புகள்தான். அந்தப் பாம்புகளைப் போல் இவளுக்கும் உடல் வளையும் நெளியும். பாம்புகளுக்கு மட்டுமே இருக்கும் அடிவயிற்று வெக்கை ஆதம்மாவுக்கும் இருக்கிறது. அந்தச் சூடுதான் உயிர்ச்சூடு. அதன் இயக்கம்.

அம்மா அது என்ன பாம்பெனக் கேட்டாள். இவளுக்குப் பெயர் தெரியவில்லை, ஆனால், அது விசமில்லை என்றாள். ஆதம்மாவைப் பொறுத்தவரை எந்தப் பாம்பிற்கும் விசமில்லை, அம்மா அதைக் கொண்டு போய்விட்டு எங்காவது வரச்சொன்னாள். அவள் விடமாட்டேனென்று சொல்லி ஒரு பையில் போட்டு வைத்துக்கொண்டாள். அதை வளர்க்கப் போவதாகச் சொன்னாள். அம்மாவுக்கு அருவருப்பாய் இருந்தது... "ச்சீசீ வேணாம்டி... அத போயி எங்கயாவது விட்டுட்டு வா..." ஆதம்மா பிடிவாதமாய் மறுத்து அதை வயிற்றோடு இறுக்கிக் கட்டிக்கொண்டாள். பைக்குள்ளிருந்த பாம்பு நெளிவது குழந்தையொன்று வயிற்றுக்குள் நெளிவது போலிருந்தது. ஒரு குழந்தையின் வயிற்றுக்குள் நெளியும் குழந்தை.

மதியம் சாப்பிட்டுத் தூங்கியவள் எழுந்ததும் எர்ரம்மாவைத்தான் தேடினாள். அது கண்களை மூடிக்கொண்டே முழித்திருந்தது, தொடும்போது தொடுவதற்கு ஏற்றாற்போல் உடலை அசைத்துக் கொடுத்தது. ஆதம்மாவின் முகம் தூங்கி எழுந்ததில் புசுபுசுவென ஒரு முயல்குட்டியைப் போலிருக்க, எர்ரம்மா ஆசையோடு அவள் முகத்தை நக்கப்போனது. அவள் தன் கைகளை நக்கத் தந்தாள். இப்படி பலமுறை பல பாம்புகள் நக்கியதில் இப்போது கையில் ரேகையே இல்லாமல் போயிருக்கும் அவளுக்கு, இந்த எர்ரம்மாவின் நாக்குகள் சின்னதொரு மயிலிறகைப்போல் கூசச்செய்தது. அவள் பெயரைச் சொல்லி விசாரித்தபடி யாரோ ஒரு பெண் வருகிற சத்தம் கேட்டதும் வேகமாய் டென்ட்டிற்கு வெளியில் வந்து எட்டிப்பார்த்தாள். ஆர்த்தி. ஓடிப்போய் அவளைக் கட்டிக்கொண்டாள். ஆர்த்தியும் ஆசையோடு இவளைக் கட்டிக்கொள்ள வர, ஆதம்மாவின் முதுகிலிருந்து எர்ரம்மா எட்டிப் பார்த்தது. பயந்து அலறி ஆர்த்தி பின்வாங்கி நின்றாள். “அய்யய்யோ… பயந்துட்டியாக்கா… இது எர்ரம்மா… என் ஃப்ரண்ட்… இன்னைக்கித்தான் பிடிச்சேன்…” ஆர்த்திக்கு இதயத்துடிப்பு நின்றிருக்கவில்லை. ஆசையோடு வந்ததெல்லாம் போய், இப்போது பயம் மட்டும் துடித்துக்கொண்டிருந்தது.

“என்னடா குட்டி இதெல்லாம்…? உனக்கு பயமே இல்லியா?” ஆர்த்தியின் விரிந்த கண்களின் வழி ஆச்சரியம் சொற்களாய் வழிந்தது. ஆதம்மா சிரித்தாள். “இது குட்டிக்கா… நான் ஊர்ல நிறய பிடிச்சிருக்கேன்… ஒண்ணுமே செய்யாதுக்கா… நீ வேணும்னா பிடிச்சுப் பாரேன்…” அவள் முன் நீட்டினாள். ஆர்த்தி வேண்டாமென்று சொல்லிப் பின்வாங்கினாள். அவள் முதல் முறையாய் பக்கத்தில் பாம்பைப் பார்க்கிறாள். இரண்டு பேருமாய் நடந்து டென்ட்டிற்கு வந்தார்கள். அம்மாவிற்கு ஆர்த்தியைக் காட்டினாள். ஆர்த்தி வணக்கம் சொன்னது அந்தம்மாவிற்கு ஆச்சர்யமாய் இருந்தது. இந்த ஊரில் வந்ததற்குப் பிறகு முதல்முறையாய் அவளுக்கு வணக்கம் சொல்லியிருக்கும் ஒரு பெண், நிறையப் படித்த அவ்வளவு பெரிய கம்பெனியில் வேலை பார்க்கிற ஒரு பெண். அந்தம்மாவும் வணக்கம் சொல்ல, “என்னம்மா நீங்க நான் சின்னப்பொண்ணு… எனக்குப் போயி வணக்கம் சொல்றீங்க…” ஆர்த்தி தன்னடக்கத்தோடு பின்வாங்கினாள். உட்காரச் சொல்ல நல்ல இடமில்லை.

வாசலிலேயே நின்றுகொண்டார்கள். ஆதம்மாவுக்கு உடல் சரியில்லாததைப் பற்றி அம்மா சொல்ல, ஆர்த்தி குனிந்து "செல்லத்துக்கு என்னாச்சு...?" என ஆதம்மாவிடம் கேட்டாள். "ஒண்ணும் இல்லக்கா... விளயாட யாரும் இல்லைல.... அதான் கொஞ்சம் காய்ச்சல்..." அவள் சிரித்தாள். இன்னும் இரண்டு நாட்களில் அங்கிருந்து போகிறார்களெனத் தெரிந்ததும், அடுத்து எங்கு போகிறார்கள் என எல்லா விவரங்களையும் ஆர்த்தி விசாரித்துக் கொண்டாள். ஆதம்மாவுக்கு எதாவது கொடுக்க வேண்டுமெனத் தோன்றியது. என்ன வேண்டுமெனக் கேட்டவளின் முகத்தைப் பார்த்த ஆதம்மா யோசித்தவளாய் "ம்... ம்... என்ன பீச்சுக்குக் கூட்டிட்டு போறியாக்கா?" ஆசையாய்க் கேட்டாள். அம்மா, சும்மா இருக்க மாட்டியாடீ எனத் திட்ட. ஆதம்மாவுக்கு முகம் சுருங்கியது. ஓரக்கண்ணால் ஆர்த்தியைப் பார்த்தாள். ஆர்த்தி ஒரு நிமிடம் கூட யோசிக்கவில்லை. "சரிடா செல்லம், நாளைக்கே போகலாம்... நீங்க நாளைக்கு சீக்கிரமே குளிச்சு அழகா ட்ரஸ் பண்ணுவீங்களாம்... அக்கா வந்து உங்களக் கூட்டிட்டுப் போவனாம்..." ஆர்த்தி சொன்னதும் சந்தோசத்தோடு அவளைக் கட்டிக்கொண்டாள் ஆதம்மா. இரண்டு பேரிடமும் சொல்லிக்கொண்டு ஆர்த்தி அங்கிருந்து கிளம்பியபோது, "ஏன் இந்தச் சின்னக் குழந்தையிடம் இவ்வளவு அன்பு காட்டத் தோன்றுகிறது. ஆர்த்திக்கு எதுவும் புரியவில்லை, எல்லாமே பிடித்திருந்தது. பிடித்திருந்ததைச் செய்வதுதானே இயல்பு... ஆதம்மாவுக்காக ஒருநாள் விடுமுறை எடுப்பது ஒன்றும் அத்தனை கஷ்டமில்லை. அவளைத் தன்னோடு வைத்துக்கொள்ள வேண்டுமென அன்பு சுரக்கிற நேரத்திலெல்லாம் தன்னிடம் தாய்மையை உணர்ந்தாள். திரும்பிப் பார்த்தபோது தூரத்தில் இன்னும் ஆதம்மா கையசைத்து டாடா சொல்லிக் கொண்டிருந்தாள்.

16

காற்றுக்கு பகிரப்பட்ட ரகசியங்கள் நிச்சயமாக மரங்களுக்குத் தெரிந்து விடும். ஒருவனது ரகசியங்களை எட்டிப் பார்ப்பதில் மனிதனுக்கு எப்பொழுதுமே கிளர்ச்சி உண்டு. அதுவொரு விதமான கேளிக்கை என்பதையும் மீறி சாகசம் போல் அவன் அணுகத் தொடங்குவான். ஷிவானி தனக்கென்று கொண்டிருந்த ரகசியங்களைக் காப்பாற்ற முடியாமல் தன்னிடமே தோற்றுப்போகிறவள். ஒரு விசயத்தில் மட்டும் அதிகபட்சமாய் தன்னைத் தற்காத்துக் கொண்டு வந்தாள். அவளது வாசனையின் மூலம் அவளது ரகசியத்தைக் கண்டுபிடித்துவிடுகிற அளவிற்கு அவள் புருஷன் புத்திசாலியில்லை. அவளுடைய பிரச்சனையெல்லாம் அவளது மனசாட்சி மட்டும்தான்.

அவள் கேட்டதும் ஜெய்சால்மீர் அனுப்பி வைக்க ஒத்துக் கொண்டவனுக்கு எதற்காக அவள் ஊருக்குப் போக நினைக்கிறாளென சந்தேகம். அவளின் முன்னாள் காதலனைப் பார்க்கப் போவாளாயிருக்கும். ஆனால், அவளது நடவடிக்கைகள் எதுவும் காதலில் இருப்பவள் போல் தெரியவில்லை. இருந்தாலும் அவனுக்கு ஒரு சின்ன சந்தேகம். எப்படி வேண்டுமானாலும் இருந்துவிட்டுப் போகட்டும், ஆனால், பணத்தை வீணாக்கி விடக்கூடாது என்பதில் மட்டும் கவனமாக இருக்க வேண்டும் என்று தானும் நினைத்து அவளையும் கவனமாய் இருக்கச் செய்தான்.

தன்னை ஏதோவொரு வகையில் ஒவ்வொரு நொடியும் அவன் கண்காணிக்கிறான் என்று தெரிந்த போதும் உண்மையில் அந்தக் கண்காணிப்புகளை மீறி, களவு செய்யவே ஷிவானி விரும்பினாள். பரமபதத்தின் நீண்ட பாம்பாய், தான் அவனை ஒவ்வொரு முறையும் ஏமாற்றிக் கீழிறக்க வேண்டுமென நினைத்தாள். எல்லாவற்றுக்கும் அவளிடமிருக்கும் ஒரே ஆயுதம் மகேஷ். அவளைப் பார்க்கிறவரை எப்படி இருப்பானோ தெரியாது... அவளைப் பார்த்ததும் பனிக்குமிழாய் உருகி வழிவான். வெட்கமே இல்லாமல் அவனுக்குத் தனது நிர்வாணத்தைப் படிப்படியாகத் தந்து கொண்டிருந்தாள் ஷிவானி. ஊரில் புருஷனுக்குக் கொடுக்கும்போது கூட, கொஞ்சம் கொஞ்சமாக உடலைக் கொடுக்க வேண்டுமென காமசாஸ்திரம் சொல்லித்தந்த கிழவிகளை நினைத்துச் சிரித்துக் கொண்டாள். உண்மையில் அவள் புருஷனுக்குக் கொஞ்சத்தைக்கூட தந்திருக்கவில்லை.

எந்தவிதத் தயக்கமும் இல்லாது அன்பு செய்கிறபோதுதான் ஒரு பெண்ணால் முழுமையாகத் தன்னுடலை ஒரு ஆணுக்குத் தர முடிகிறது. மகேஷ் அவளுடலை மிகச் சாதாரணமாய்த் தனதாக்கிக் கொண்டிருந்தான். காமத்தின் பித்தேறியவளாய் அவன் செய்கிற எல்லாவற்றையும் அனுமதித்தாள். எதையெல்லாம் இந்த ஊரில் அருவருப்பாய் பார்த்தாளோ அதையெல்லாம் தானும் செய்யக்கூடுமென அவள் நினைத்தும் பார்த்திருக்கவில்லை. ஒரு பிற்பகல் அவனோடு கடற்கரைக்குப் போயிருந்தாள். சாந்தோம் சர்ச்சுக்குப் பின்னாலிருக்கும் குப்பத்தை ஒட்டிய நீண்ட சாலையில் இருவரும் பேசியபடியே நடந்து, ஒரு இடத்தில் நல்ல மணலில் உட்கார்ந்தனர். அப்படியே உட்கார்ந்தால் சுடுமென இருவரும் கொஞ்சம் மணலைத் தோண்டி சின்னப் பள்ளமாக்கி அதில் உட்கார்ந்தனர். அவள் அவனிடம் பேச வேண்டுமென ஓராயிரம் விசயங்களோடு வந்திருந்தாள். அவள் பேசத் துவங்குவதற்கு முன்னாலேயே அவன் அவளுடலெங்கும் விரல்களை அலைய விட்டான். வெயில் சுட்டெரிக்கும் பகல். எப்படி அவனுக்கு அந்நேரத்திலும் இது தேவைப்படுகிறதெனப் புரியவில்லை. அவள் பேசுகிற வார்த்தைகள் அவனுக்கு ஒரு பொருட்டில்லை. அவளால் அவனைத் தவிர்க்கவும் முடியவில்லை. இன்னொரு புறம் அவனுக்காக இவ்வளவு பெரிய வெளியில் நிர்வாணமாகவும் விருப்பமில்லை. அவனை விலக்கினாள். அவன் இன்னும் தன்

பிடியை இறுக்கினான். பொறுத்துப் பார்த்தவள் ஓங்கி அறைந்தாள். அவன் கலங்கிப்போய் திரும்பிப் பார்க்க அவள் எழுந்து சாலையை நோக்கி நடந்தாள்.

அவன் அந்த இடத்திலிருந்து அசையவே இல்லை. அவளையே பார்த்துக்கொண்டிருந்தான். அவனைத் திரும்பிப் பார்க்கவே கூடாதென்கிற உறுதியோடு நடந்தவள் கொஞ்சதூரம் போனதும் முடியாமல் திரும்பிப் பார்த்தாள். உலகின் அத்தனை துயரங்களையும் பிரதிபலிப்பதாக அவன் முகம் இருந்தது. அவள் அங்கிருந்து பார்த்தாள். அவனிடம் எந்த அசைவுமில்லை. சில நிமிடங்கள் பார்த்தவள் திரும்பவும் அவனை நோக்கி நடந்தாள். அவன் அப்போதும் அவளைத்தான் பார்த்துக்கொண்டிருந்தான். அவனுக்கருகில் உட்கார சின்னதொரு தயக்கமிருந்தும் அவளால் சட்டென விலகிச் சென்றுவிட முடியவில்லை. தலையைக் குனிந்து கொண்டு விரல்களால் மண்ணை அளைந்துகொண்டிருந்தான். அவனது முகத்தைத் தூக்கிப் பார்த்தாள். அப்போதே அவளுக்குச் சிரிக்க வேண்டுமென எழுந்த உணர்வைக் கட்டுப்படுத்திக் கொண்டு ஸாரி சொன்னாள். அவனுக்கு இன்னும் கோபம். அது ஒருவகையான யுக்தி. எப்போதும் கோவத்திலிருப்பவனை சமாதானப்படுத்த ஒரு பெண் வழக்கத்தை விடவும் அதிகமாய்த் தன்னை அவனுக்குத் தருவாள். இப்படி எவ்வளவோ பேரிடம் செய்து கற்றிருந்த மிகச் சாதாரணமானதொரு வித்தையைத்தான் அவளிடம் நிகழ்த்திக் கொண்டிருந்தான். அவன் கைகளை எடுத்து முத்தமிட்டாள். அந்தக் கை வேகமாய் விலகியது. இன்னொரு கையை எடுத்து முத்தமிட அதுவும் வேகமாய் விலகிப்போனது. அவன் தோளோடு கை சேர்த்துப் போட்டு, கன்னத்தை சாய்த்து அவன் மீது சரிந்தாள். சில நிமிடங்கள்தான் அவன் முன்னைவிடவும் தீவிரமாய் அவளை உறியத் துவங்கிவிட்டான்.

அவன் எவ்வளவோமுறை பார்த்த உடல்தான். ஆனால், ஒவ்வொரு முறையும் அவனுக்கு நான்கு சுவற்றுக்குள் அதைப் பார்ப்பதை விடவும் பொது இடங்களில் பார்ப்பதும் உரசிக்கொள்வதும்தான் விருப்பம் அதிகமிருந்தது. அவளால் அவனைப் புரிந்துகொள்ள முடியவில்லை. ஆனால், அவனைப் புரிந்துகொள்வதைவிடவும் அவனோடு சங்கமிப்பது மட்டுமே அவளுடைய விருப்பமெல்லாம். வெட்கமற்று அவனைப் போலவே இருக்கப் பழகிக்கொள்ள

வேண்டுமென நினைத்தாள். அவனுக்காக எது செய்தாலும் சரி. அது மட்டும்தான் சரி.

திரும்பவும் அவர்கள் கிளம்புகிற நேரம் வரை அவளிடமிருந்து அவன் கொஞ்சமும் விலகவில்லை. கைநிறைய மணல் அள்ளி அவள் ஜாக்கெட்டிற்குள் போட்டான். விளையாடினான். அவள் எதையும் தடுக்கவில்லை. ஆறு மணியை நெருங்குகிறபோது அவள் அவனுக்குக் கசக்கத் துவங்கியிருக்க வேண்டும். கிளம்பலாமென அவசரப்படுத்தினான். தகித்து எரியும் வனத்தில் சட்டென நீரூற்றி அணைத்துவிடுவதைப்போல் அவளைப் புகையச் செய்துவிட்டு அப்படியென்ன அவசரம் அவனுக்கு? அவளுக்கு உடல் எரிந்தது. எதுவும் பேசாமல் அவனோடு கிளம்பினாள். கொஞ்ச தூரம் நடந்துகொண்டிருக்கும்போதே அவனுக்கு போன் வர, அவன் அவளிடமிருந்து தள்ளிச் சென்று பேசினான். அவனையே பார்த்துக் கொண்டிருந்தவள் திரும்பி வந்ததும், “யார்டா கேர்ள் ஃப்ரண்டா...?” அவன் முறைத்தான். “சும்மா சொல்லுடா... என்ன இருந்தாலும் நான் கிழவிதான... உனக்கு உன்ன மாதிரியே ஒரு சின்னப் பொண்ணுதான சரியா இருக்கும்.” அவள் சிரித்துக்கொண்டே அதைச் சொன்னாலும் உடலில் சின்னதொரு நடுக்கமிருந்ததை அவன் கவனித்துவிட்டான். தங்க முட்டையிடும் வாத்தை ஒரே நாளில் அறுத்துவிடும் முட்டாளில்லை அவன். அவனுக்கு நிறைய வாத்துகளைத் தெரியும். அதனைச் சமாளிக்கிற சாமர்த்தியமும் தெரியும்.

“வேற வேல இல்ல பாரு... அவசரமா ஒரு வேல... சித்தப்பா பேசினாரு... அப்பாவுக்கு மறுபடியும் முடியலையாம்... உடனே கிளம்பி ஊருக்கு வாடான்னு சொல்றாரு... நான் எப்டி உடனே போறது” அவன் முகத்தைப் பாவமாய் வைத்துக் கொண்டான். அவன் வெளியூர் என்பதே தனக்கு அப்போதுதான் தெரிகிறதென்பதை உணர்ந்தாள். உண்மையில், தான் அவனிடம் முட்டாளாய்த்தான் இருக்கிறோமென்பதை நினைக்கையில் வெட்கமாயிருந்தது. “ஏன் இப்போ போறதில என்ன பிரச்சன?” அவனுக்காக இளகியது குரல். அவன் முகத்தைத் திருப்பிக் கொண்டான். “ஒண்ணும் இல்ல... நீ ஒரு ஆட்டோ எடுத்துக்கிட்டுக் கிளம்பு... நா பாத்துக்கறேன்...” அவனை அப்படி விட்டுச் செல்கிறவளில்லை அவள். தன்வசம் இழுத்தாள். “என்ன

வேணும்னு சொல்லு...” அவன் தலையை நிமிர்த்தவில்லை. “கையில ஒரு பைசா இல்ல... எப்டிப் போறது...” அவள் சிறிதும் யோசிக்காமலேயே கழுத்திலிருந்த சங்கிலியைக் கழற்றி அவன் கைகளில் வைத்தாள். “அஞ்சு பவுன்... எடுத்துட்டுப் போ... சீக்கிரம் அப்பாவப் போய்ப் பாரு...” சொல்லிவிட்டு அவன் கிளம்பிப் போகட்டுமெனக் காத்திருந்தாள். அவன் வண்டியை எடுத்து அங்கிருந்து கிளம்பின பின், அந்த மொத்தக் கடற்கரையும் அவளுக்கு வெறுமையாகிப் போனது. அவன் அப்பாவுக்கு எதுவும் ஆகிவிடக்கூடாதென வேண்டினாள். அங்கிருந்து கிளம்பின சில நொடிகளிலேயே இணைப்பில் வந்த இன்னொரு பெண்ணிடம் இன்னும் ஒருமணி நேரத்தில உன் வீட்ல இருப்பேனென...” மகேஷ் சொன்னது ஷிவானிக்குக் கேட்டிருக்கவில்லை. அவள் பிடிமானமற்ற சருகைப் போல் உயரப் பறப்பதும் தாழ்ந்து விழுவதுமாகத் தத்தளித்துக் கொண்டிருந்தாள்.

17

செல்விக்கு தொழிலில் நல்ல பெயர். சொல்கிற வேலையைச் சரியாகச் செய்து விடுகிறாள். கொடுக்கிற பணத்தை வாங்கிக் கொள்கிறாள். வேறு எந்தச் சிக்கல்களும் அவளால் இருப்பதில்லை, பாபுவுக்கு அவளைச் சேர்த்துவிட்டதில் பெருமை. தம்பி தம்பி என அவன்மீது அளவுக்கதிகமாக அன்பு காட்டினாள் செல்வி. பாபுவுக்கும் அவளை அவ்வளவு பிடிக்கும். தொழிலை இன்னும் சரியாகச் செய்ய அவளுக்குச் சொல்லிக்கொடுத்தான். இப்போது செல்வியை மட்டும் தனியாக சரக்கோடு அனுப்புகிறார்கள். மற்றவர்களைப்போல் அவளுக்கு எந்த விசயத்திலும் பயமில்லை. பயமில்லாததாலேயே அவள் எந்தச் சிரமங்களையும் பொருட் படுத்தாதவளாயிருந்தாள்.

பெருமளவில், அங்கு பெண்கள்தான் சரக்கு எடுத்துச் சென்றனர். பலருக்கு உண்மையில் என்ன எடுத்துச் செல்கிறோமென்பது தெரியாது, கொடுக்கச் சொல்லும் இடத்தில் பார்சலைக் கொண்டுபோய் கொடுக்கவேண்டும் அவ்வளவுதான். புதிது புதிதாக திருத்தணியிலிருந்தும், ஆற்காட்டிலிருந்தும் வேலை இல்லாமல் வருகிற பெண்களைக் குறைவான சம்பளத்திற்கு வைத்து பார்சல் எடுத்துச் செல்லப் பழக்கினர். சிலருக்கு பார்சல் எடுத்துச் செல்லும் வேலையோடு சேர்த்து கிட்னி சேகரிக்கவும் பழக்கப்படுத்தினர். பஸ் ஸ்டாண்டுகளில், ரயில்வே

ஸ்டேசன்களில் அனாதையாய் திரிகிறவர்களுக்கு நல்ல சாப்பாடு வாங்கிக் கொடுத்துப் பேசிக்கூட்டி வரவேண்டும். அது கொஞ்சம் கஷ்டமான வேலைதான், ஆனால், பசி அந்தப் பெண்களைப் பேசவைத்தது. மஞ்சள் சேலையைக் கட்டிக்கொண்டு கழுத்தில் மாலைகளோடு பொது இடங்களில் அந்தப் பெண்கள் போய் நின்றால் எல்லோருக்குமே அவர்கள் மீது மரியாதை வந்துவிடும். கண்களில் கரிசனம் பொங்க, அன்போடு பசியில் இருப்பவர்களுக்கு சாப்பாடு வாங்கிக் கொடுத்து, கொஞ்சம் கொஞ்சமாய்ப் பேசி தங்கள் ஆட்களை வரச்சொல்லி அனுப்பி வைத்து விடுவார்கள். அடுத்த சில மணி நேரங்களுக்குள் அப்படிப் போகிறவர்களிடம் எடுக்கப்படுகிற கிட்னி பார்டர் தாண்டி வேறு மாநிலங்களுக்கு பத்திரமாய்ப் போய்ச் சேர்ந்துவிடும்.

செல்விக்கு அந்தப் பேச்சு சாதுரியம் வரவில்லை. முன்னைவிடவும் இப்போது தைரியம் வந்திருக்கிறது, பாபுவே சொல்லுவான் "அன்னிக்கி டேசன்ல பாக்கச் சொல்லோ அப்டியே பயந்து ஒடுங்கினு கெடந்த… இன்னிக்கி இன்னாடானா எல்லாரும் உன்னப் பாத்து சலாம் போட்றான்… ம், இந்தத் தொழிலுக்கு இப்டிதான் இருக்கணும்…" அவளுக்கும் தன்னிடம் மாற்றம் வந்திருப்பது தெரிந்திருந்தது. தன் புருசனையும் தவுடின் புருசனையும் அங்கயே வேலைக்குச் சேர்த்துவிட நினைத்தாள். ஆண்களுக்கு வேலை கொடுக்க யோசித்தார்கள். இப்போதெல்லாம் பாக்கெட் அடிக்கப் போயும் பெரிதாய் பிரயோஜனமில்லை, எல்லோருமே கடன் அட்டைகள் பயன்படுத்துகிறவர்களாய் இருக்கிறார்கள். அவர்கள் மாதம் முழுக்க சம்பாதிப்பதை செல்வி இரண்டு முறை பார்சல் எடுத்துச் சென்றால் சம்பாதித்து விடுகிறாள். அதனால் எப்படியும் தன்னோடு சேர்த்துவிட நினைத்தாள். பாபுவும் எவ்வளவோ முயற்சித்து கடைசியில் இரண்டு பேரில் ஒருத்தரை மட்டும் வேண்டுமானால் வேலைக்குச் சேர்த்துக்கொள்ளலாம் என்று சொன்னார்கள். தவுடிடம் வந்து சொன்னதும் அவள் யோசிக்கவில்லை, "செல்வி நா ஒண்ணு சொல்றேன் கேளு… தப்பா நினக்காத… நானும் எங்கூட்டுக்காரரும் சேந்து சின்னதா தள்ளுவண்டில ஒரு கட போடலாம்னு இருக்கோம்… நீ உன் வீட்டுக்காரர உன்னோட கூட்டிட்டுப்போ…" செல்விக்கு இது அவள்தானா என்ற திகைப்பு. அவளால் எப்படி கால் கடுக்க நின்று வேலை பார்க்க முடியும்? இந்த ஊர் அவ்வளவு நம்பிக்கையைத்

தந்துவிட்டதா? அல்லது நிஜமாகவே அவள் இந்தத் தொழிலெதுவும் வேண்டாமென நினைக்கிறாளா? ஒன்றுமே புரியாமல் செல்வி தலையாட்டினாள்.

மூன்றாவது நாள் வியாசர்பாடி ரயில்வே ஸ்டேசனுக்கு எதிர்த்தாற்போல் புதிதாக ஒரு தள்ளுவண்டிக்கடை முளைத்திருந்தது. அங்கிருந்த போலீஸ்காரன் ஒருவனுக்கு முதல் மாமூல் கொடுத்ததிலிருந்து அமோகமாய் துவங்கிய கடையில் சாம்பாரும் சட்னியும் கொஞ்சம் காரசாரமாக இருக்கிறதென இரண்டு மூன்று நாட்களிலேயே நல்ல கூட்டம் வரத் தொடங்கியது. ஏதோ வாழ்க்கையை ஓட்ட இந்தத் தொழில் உதவுமென நினைத்த தவுடு நிஜமாகவே அதில் நல்ல வருமானம் இருப்பதைத் தெரிந்து ஆர்வத்தோடு கடையைக் கவனிக்கத் துவங்கினாள். என்ன போட்டாலும் வாங்கிச் சாப்பிட ஆளிருந்தார்கள். ஒரே விசயம், எல்லாம் குறைந்த விலையில் கிடைக்கவேண்டும். பாக்கெட்டுகளுக்குள் லாகவமாய்ப் போய்வர முடியாத அவளின் கண்களுக்கும், கைகளுக்கும் இப்போது கடைக்கு வந்து போகிறவர்களின் மனநிலை தெரிந்து நடந்துகொள்ளத் தெரிந்தது. நிறையப்பேர் மதுரையிலிருந்தும் திருநெல்வேலிப் பக்கத்திலிருந்தும் பிழைப்புக்காகச் சின்னச்சின்ன கம்பெனிகளில் வந்து வேலை செய்கிறவர்களாய் இருந்தார்கள். எல்லோருடனும் பேசிச்சிரித்து ஊர்க்கதை சொல்லிப் பேச்சோடு பேச்சாக வியாபாரத்தையும் பார்த்தாள். இவ்வளவு மாற்றங்களையும் அவளிடம் எதிர்பார்த்திருக்காத செல்வி, இனி வாழ்வில் அவளுக்கு எப்போதும் சிக்கலில்லை என நினைத்துக் கொண்டாள். தவுடுக்கு வியாபாரத்தோடு சேர்த்து எல்லோருக்கும் சேர்த்துக் கொடுக்கக் கொஞ்சம் அன்பும், கதைகளுமிருந்தன.

செல்வியோடு அவள் புருசனும் சேர்ந்து கொண்டான். அவனை ஆள்பிடிக்க அனுப்பிவிட்டனர். முதல் ஒரு வாரம் பெரிதாக ஒன்றும் அவன் செய்திருக்கவில்லை. சோர்ந்துபோய் இதென்ன பொழப்புன்னு ச்சீ... என வந்து செல்வியிடம் புலம்புவான், ‘இதெல்லாம் நடக்கிறதுதான மாமா... ரெண்டு மூணு நாள் போனா எல்லாம் சரியாப்போவும்...” ஆனால், ஒரு மாதமாகியும் அவனால் ஒன்றும் செய்ய முடியவில்லை. வேறு வழியே இல்லாமல் அவனையும் பார்சல் எடுத்துப்போகச் செய்தனர். அவன் பாபுவுடன் பார்சல் எடுத்துச் சென்றான். இரண்டு

பேரும் மாமா, மச்சான் என நெருக்கமாய் பேசிக்கொள்வதும் ஒன்றாகவே குடித்துவிட்டுச் சுற்றுவதுமாய் இருந்தனர். பாபு இப்போதெல்லாம் வீட்டிற்குப் போவதில்லை, பெரும்பாலும் செல்வியின் வீடுதான்.

வெளியூர்களுக்கு மட்டுமே பார்சல் எடுத்துச் சென்ற செல்வி அன்று தூத்துக்குடியிலிருந்து ஒரு பார்சலை எடுத்து வருவதற்காக அனுப்பப்பட்டாள். முதல் முறையாக ஒரு பார்ட்டியிடமிருந்து பார்சல் வாங்கப்போகிற ஆர்வம் அவளுக்கு. பாபு எச்சரிக்கையுடன் இருக்கச் சொல்லி இருந்தான். அவனும் யாரோ ஒரு ஆள் போல அவளோடு வந்தால் கொஞ்சம் பாதுகாப்பாய் இருக்குமென்றான். அவள் வேண்டாமென மறுத்துவிட்டு தேவைப்பட்டால் அவனைக் கூப்பிடுவதாகச் சொன்னாள். முத்துநகர் எக்ஸ்பிரசில் இட்லிப் பொட்டலத்தோடு அவள் கிளம்பின இரவில் தவுடு கருவுற்ற விசயத்தைச் சில மணி நேரப் பயணத்திற்குப் பின் அவள் புருசன் போனில் கூப்பிட்டுச் சொன்னான். அப்படியே திரும்பிவிடலாமென ஆசை, ஆனால், தன்னை நம்பி இவ்வளவு பெரிய வேலையைக் குடுத்திருக்கிறார்களெனப் பொறுமையாயிருந்தாள். பாப்பாவுக்கும், தவுடுக்குமாய் என்னவெல்லாம் வாங்கலாமென மனம் ஓராயிரம் கணக்குகளோடு உறங்காது கிடக்க, இரவு, காற்றை விடவும் வேகமாய் ரயில்களின் ஜன்னல் வழி கடந்து போனது.

18

மூன்று நாட்களாகிவிட்டன. மகேஷ் என்ன செய்து கொண்டிருப்பான் என்று ஷிவானிக்கு எண்ணங்கள் அலைமோதின. ஒரு தொலைபேசி அழைப்பு, குறுஞ்செய்தி என்று எதுவுமே வந்திருக்கவில்லை. அவளது அழைப்புகளுக்கும் பதிலும் இல்லை. உறக்கம் பிடிக்கவில்லை, சாப்பிடவும் முடியாமல் கண்களைச் சுற்றி கருவளையங்கள் தோன்றின. தண்ணீரைக் கூட அளந்து குடித்தாள். தன்னை வருத்திக்கொள்வதன் மூலம் அவனை நினைத்துக் கொள்ள விரும்பினாள். அவளால் எதையும் யோசிக்காமலிருக்க முடியவில்லை. யோசித்துக்கொண்டிருக்கும்போதே அவன் அழைப்பு வந்தது. சிரித்தாள். எடுத்துப் பேசினாள். அவனுக்காகக் காத்திருப்பதாய் அவள் சொன்னதை அவன் பெரிதுபடுத்தவில்லை. காத்திருப்பதுதானே பெண்களின் கடமை. அவன் இன்னொரு நாள் வருவதாய்ச் சொன்னான். “அட்லீஸ்ட் ஸ்கைப்லயாவது வாடா?” அவள் கெஞ்சியதற்கு வீட்டில் நெட் டிஸ்கனெக்ட் என்றான். இனி அவனிடம் பேசிப் பிரயோஜனமில்லை. “சரி நீ எங்க இருக்கன்னு சொல்லு...நான் வந்து உன்னப் பாக்கறேன்...” அவன் பதில் சொல்லவில்லை. ‘ஒரு மயிரும் புடுங்கவேணாம்... எனக்கு வேல இருக்கு...” அவன் பக்கத்திலிருந்து இணைப்பு துண்டிக்கப்பட்டது.

என்ன மனிதன் இவன்? இப்போது எதற்காகத் தன்னை அழைக்க வேண்டும்? ஏன் கோபப்பட வேண்டும்? அவன் காட்டுகிற அன்பு

எவ்வளவு நிஜம்? என்று பலவாறு புழுங்கியவளுக்கு ஜன்னல் வெளியே தெருவைப் பார்ப்பதற்குக் கூட வெறுப்பாயிருந்தது. அவன் சொல்லித்தான் இப்போது வீட்டில் நிறைய மாறியிருக்கிறது. "கம்ப்யூட்டரும், இன்டர்நெட் கனெக்‌ஷனும் வேண்டுமென்றதும்" சேட் அவளைப் புரியாமல் பார்த்தான். செலவைக் கணக்கிட்டபோது கோபமாகி முடியாதென்றான். எப்போதுமில்லாமல் அழுதாள். வேறு வழியே இல்லை என்றானதும். தெரிந்தவர்களிடமெல்லாம் சொல்லி பாதி விலையில் ஒரு கம்ப்யூட்டர் வாங்கித் தந்தான். அதை வைத்து என்ன செய்யப் போகிறாள்? முதலில் வாங்கிக் கொடுக்கிறபோது இதுதான் அவனுக்குப் பெரிய கேள்வியாய் இருந்தது. அவளுக்கு அரைகுறையாகத்தான் அதைப் பயன்படுத்தத் தெரிந்திருந்தது. ஆனாலும் ஒரு நாளின் பெரும்பாலான நேரத்தை அவள் அதில்தான் செலவிட்டாள். படம் பார்க்கவும் படிக்கவும்தான் இதை வாங்கித்தரச் சொல்லிக்கேட்டதாக அவள் சொன்னாலும், "தனக்குத் தெரியாமல் நீலப்படங்கள் பார்க்கிறாளோ" என்கிற சந்தேகம் அவள் புருஷனுக்கு வரவே செய்தது.

மகேஷ் அவளுக்கு ஃபேஸ்புக்கில் இயங்கச் சொல்லித் தந்திருந்தான், போதாக்குறைக்கு ஸ்கைப்பிலும், யாஹூ மெசஞ்சரிலும் சாட் பண்ணப் பழக்கியிருந்தான். அவளது நிர்வாணத்தை நினைத்த நேரத்திலெல்லாம் கையிலெடுத்து விளையாட வேண்டியே அப்படிச் செய்தான். அவனது வக்கிரம் புரியாமல் தன்னை அதீதமாக நேசிக்கும் தனது காதலனின் விருப்பமாகவே அவள் அதைக் கருதினாள். அவளுக்கு மெய்நிகர் உலகம் சுவாரஸ்யமும் ஆச்சர்யமும் மிகுந்ததாயிருந்தது. நிறையப் பேருடன் சாட் செய்தாள். எல்லா ஆண்களுக்குமே பெண்ணுடலின் தேவை இருந்ததென அவள் புரிந்துகொண்டாள். எப்படி இருந்தாலும் பரவாயில்லை அவர்களுக்கு பெண்கள் வேண்டும். மகேஷ் அவ்வப்போது அவளது ஐ.டி.யில் போய் அவள் யாரோடெல்லாம் பேசுகிறாள் என்பதைத் தீவிரமாகக் கண்காணித்தான். யாராவது பையன்களோடு இரண்டு நாட்களுக்குமேல் பேசினாளோ, அல்லது கொஞ்சம் உரிமையோடு பேசினாளோ அவளோடு கடுமையாகச் சண்டை போட்டான். பிறகு இரண்டு மூன்று தினங்களுக்குப் பேசமாட்டான். மீண்டும் அவனைப் பேச வைக்க வார்த்தைகளாலும் உடலாலும் பலமுறை அவள் அவனைத்

திருப்திப்படுத்தி தன் விசுவாசத்தை நிரூபிக்க வேண்டும். அவன் தன்னுடைய ஐ.டி.யில் வந்து போவதுபோல் தானும் அவன் ஐடியில் போய் பார்த்தாலென்ன என்று தோன்றும். ஆனால், அப்படிச் செய்ய அவள் முயற்சித்திருக்கவில்லை.

அவளுக்கு இணையம் கொஞ்சம் பிடிபட்டபோதுதான் ஏன் இன்னும் இவனைப் பிடித்துத் தொங்கிக் கொண்டிருக்கிறோமெனத் தோன்றாமலில்லை. பல சமயங்களில் அவளை வார்த்தைகளால் மட்டுமே அன்பு செய்கிறான் என்பது தெளிவாகவே தெரிந்தது. பாதி ராத்திரியில் அவள் கம்ப்யூட்டரில் உட்கார்ந்திருப்பதைப் பார்க்கும் சேட் "உனக்குக் கிறுக்குப் பிடிக்கப் போகிறதெனச்" சொல்லித் திட்டுவான். அவள் எதுவும் தன்னை பாதிக்காத அளவு முற்றிலும் வேறொரு மனுஷியாக மாறியிருந்தாள். குறைந்தபட்சம் கடைகளுக்கு, கோயில்களுக்கு என்று இரண்டு வீதிகளுக்காவது நடப்பவள், கம்ப்யூட்டர் வந்ததற்குப் பிறகு சுத்தமாக வெளியே செல்வதை நிறுத்திவிட்டாள். ஞாயிற்றுக்கிழமை மாலைகளில் சேட்டோடு மாமியார் வீட்டுக்குச் செல்வதோடு சரி. அதுவும் அடுத்த தெருதான். இன்னொரு வகையில் இந்த கம்ப்யூட்டர் வந்தது சேட்டிற்கு நிம்மதியாய்ப் போனது. இப்போதெல்லாம் சினிமாவிற்குக் கூட்டிப்போகச் சொல்லி அவள் கேட்பதில்லை. “எல்லா படத்தையும் இதிலயே பாத்திடறேன்...” அவள் சொன்னதிலிருந்து ஒரு பெரிய செலவு மிச்சமென்கிற நிம்மதி அவனுக்கு.

சில நாட்களாகவே அவளுக்கு ஆபாசமான குறுஞ்செய்திகள் இன்பாக்ஸை நிறைத்துக்கொண்டிருந்தன. அது ஏன் என்று அவளுக்குப் புரியவில்லை. அவள் ஒவ்வொரு ஆளாய் தனது நண்பர்களின் லிஸ்ட்டிலிருந்து நீக்கினாலும் அவளுடைய ஜி மெயிலுக்குத் தொடர்ந்து அதே மாதிரியான செய்திகள் வந்தபடியே இருந்தன. மூன்று நாட்களுக்கு முன் அவளுடைய நிர்வாணப் படத்தை அவளுக்கே ஒருவன் மெயிலில் அனுப்பி இருந்தான். பார்த்ததும் அதிர்ச்சியானவள் அது ஒருவேளை கிராஃபிக்ஸாக இருக்குமோவென்று நினைத்தாள். ஆனால், சந்தேகமேயில்லை, அது அவள்தான். அந்த உடல் அவளுடையதுதான். போதாக்குறைக்கு பின்புறத்திலிருப்பது அவள் வீடுதான். மகேஷ் ஒருவனைத் தவிர வேறு யாரும் இதைச் செய்திருக்கமுடியாது. இன்னும் எத்தனை பேரிடம் தன்னுடைய படங்களை பகிர்ந்திருப்பானோ என்று

நினைத்தபொழுது அதிர்ச்சியும் அவமானமும் உடலை நடுங்கச் செய்தன. ஒரே சமயத்தில் நூறுபேர் சேர்ந்து புணர்ந்த வலியும் அவமானமும். கோபத்தைக் காட்டிக் கொள்ளாமல் மகேஷை வீட்டிற்கு வரச் சொன்னாள். முதலில் கொஞ்சம் வேலை இருக்கிறதென்றவன், இவள் "கொஞ்சம் சேவிங்ஸ்ல இருந்து பணம் எடுத்தேன், சேஃபா வெச்சுக்க ஒருஆள் வேணும்... வந்து வாங்கிக்க..." என்றதும் சலிப்போடு வருவதாய் ஒப்புக்கொண்டான்.

வீடு அமைதியாயிருந்தது. அவள் எதுவும் பேசவில்லை. அவன் இணையத்தில் உட்கார்ந்து நோண்டிக் கொண்டிருந்தான். அவள் குடிக்க டீ குடுத்தாள். அவன் டீயை வாங்கிக் கொண்டு அவள் இடையோடு பிடித்து அவளது தொப்புளில் முத்தமிட்டான். கொஞ்சம் விலகியவள் கவனிக்காதவாறு ஒருமுறை கம்ப்யூட்டரைப் பார்த்து விட்டு மீண்டும் நெருங்கினாள். அவனது ஸ்கைப் ஆன் லைனிலிருந்தது. கேமராவும் ஆனிலிருந்தது. எல்லாவற்றையும் கவனித்தவள், "இப்போ என்ன நான் துணி அவுக்கணுமா?" சேலையை மட்டும் அவிழ்த்தாள். அவன் சிரித்தான். ஆமாவென்று தலையை ஆட்டினான். சொத்தென அறைந்தவள் அடுத்து நிறுத்தவே இல்லை. கண், மூஞ்சி, மார் என இடம் பார்க்காமல் தொடர்ந்து அறைந்தாள். அவன் மிரண்டு எழ முயற்சித்தான். உட்கார்ந்திருந்த சேரோடு சேர்த்து ஒரு எத்து விட்டாள். அப்படியே பின்னால் விழுந்தவன், சுருண்டு ஓர் ஓரமாய் உட்கார்ந்தான். அவளது கண்கள் சிவந்து போய் கோபத்துடன் வெளியேறினாள். கம்ப்யூட்டரில் மினிமைஸ் செய்து வைக்கப்பட்டிருந்த ஸ்கைப்பைப் பார்த்தாள். அவள் முகத்தை அவ்வளவு நெருக்கத்தில் பார்த்ததும் அவசரமாக ஒருவன் ஆஃப்லைன் போக வேண்டி முயற்சித்தான். திரும்பிய வேகத்தில் மகேஷை இன்னொரு அறை விட்டாள். "தேவ்டியா பையா... எத்தன பேருக்குடா என் உடம்ப காட்டியிருக்க? நான் அப்பிடி என்னடா துரோகம் பண்ணினேன் உனக்கு..." ஒவ்வொரு அறையிலும் அவளின் கட்டுப்படுத்தவியலாத கோபமிருந்தது. அவனை அப்படியே கொன்றுவிடத் துடிக்கும் கோபம். "சொல்லுடா... எத்தன பேருக்குக் காட்டியிருக்க..." அவன் எதுவும் பேசவில்லை, சுருண்டிருந்தவன் மெதுவாய் தலையைத் தூக்கிப்பார்த்தான். "நீ என்ன ரொம்ப ஒழுக்கமா... புருஷன் இருக்கும்போது எங்கூட படுக்கறவதான? அப்பறம் எதுக்குக் கோபம் வருது?" அவள் நொறுங்கிப்போனாள்.

இவ்வளவு கேவலமானவனா இவன்? இவனையா இவ்வளவு நாட்களும் நேசித்தோம்? உடல் முழுக்க புழுக்கள் நெளிந்தன. அருவருப்பான, வீச்சமெடுக்கும் புழுக்கள். அங்கிருந்து ஓடவேண்டும். அவனைக் கொல்லவேண்டும். வெறும் கொலையாயிருக்கக் கூடாது. உடலை கூர் கூராய் சிதைத்து சாக்கடையில் எறிகிற அளவிற்கு…" எல்லாவற்றையும் மீறி இப்போது அழ மட்டுமே செய்தாள். அவன் மெதுவாக எழுந்தான். "ஆமா… உன்னோட படுத்தத லைவ்வா போட்டுக் காட்டினேன்… ரொம்ப இல்ல, வெறும் ஆறுபேர்தான்." அவன் நிதானமாகச் சொல்லிவிட்டு கம்ப்யூட்டரில் சில வெப்சைட்டுகளைத் திறந்தான். எல்லாவற்றிலும் இவளின் நிர்வாணப் படங்கள். சந்தோசமாகச் சிரித்தபடி "பார் எவ்வளவுபேர் உன்னப் பாத்துட்டு இருக்காங்கன்னு… கீழ இருக்க கமெண்ட்ட படிச்சுப் பாரு…"

நிமிர்ந்து பார்த்தாள். அவளுடல் துண்டு துண்டாய் வெட்டப்பட்டு பரிமாறப்பட்டிருந்தது. அவ்வளவும் வாசனை தடவிய இறைச்சித் துண்டங்களாய்.

அவனிடம் இனி பேசிப் பிரயோஜனமில்லை, பார்க்கவே இப்போது அருவருப்பாயிருந்தது. அவனை நெருங்கிச்செல்கிற ஒவ்வொரு தினமும் இனி ஆபத்தானதுதான். எந்தச் சமயத்திலும் தன்னை யாரோ சிலருக்கு அவன் அடகு வைக்கக்கூடுமெனப் புரிந்துகொண்டாள். அவளின் நிர்வாணப்படங்களை எப்படி மீட்பது? ஒரு நிமிடம் போலீசுக்குப் போவதைப்பற்றி யோசித்தாள். அப்படிப் போகிறபட்சத்தில் அதிகமாய் பாதிக்கப்படப்போவது என்னவோ தான்தான் என்றும் புரிந்தது. மீண்டும் ஜெய்சால்மீரின் புழுதியப்பும் வெக்கையில் போய் இருக்க விரும்பவில்லை. அவனிடம் பேசிப் பேசித்தான் எல்லாவற்றையும் மீட்கவேண்டும். அது அவனது சூத்திரம். வார்த்தைகளால் எல்லாவற்றையும் வசப்படுத்தும் வசியம். அதையே செய்ய நினைத்தாள், ஆனால், அவன் கண்டுகொள்ளாதபடி. தன்னை இன்னும் அவன் கவனித்துக்கொண்டிருக்கிறானெனத் தெரிந்ததும் கண்ணீர் பெருக அழுதாள். அவனுக்கு இதெல்லாம் புதிதில்லை, இனி இங்கு இருப்பதில் பிரயோஜனமில்லை என கிளம்பப் போனவன் கதவு உள்நோக்கித் தாழ் போடப்பட்டிருந்ததோடு பூட்டப் பட்டிருப்பதையும் கவனித்தான். திரும்பி வந்து சாவியைத் தரச்சொல்லிக் கேட்டான். அவள் நிமிர்ந்து பார்த்துவிட்டு

எதுவும் சொல்லாமல் மீண்டும் குனிந்து கொண்டாள். அவன் இந்தமுறை இன்னும் கோபமாகச் சாவியைக் கேட்டான். "உன் செல்ஃபோனக் குடு..." அவன் புரியாமல் அவளைப் பார்க்க, ஃபோனை வாங்க வேண்டி கையை நீட்டிக் கொண்டிருந்தாள். தயக்கத்தோடு எடுத்துக் கொடுத்தான். வாங்கிய நொடியில் தூக்கி சத்தென சுவரில் எறிந்தாள்.

சுக்கல் சுக்கலாக அது நொறுங்கி விழுந்ததை நம்பவே முடியாத அதிர்ச்சியில் பார்த்தவன் ஆத்திரத்தோடு அவளை அடிக்கக் கையை ஓங்கினான். அவ்வளவு நேரமும் அழுதுகொண்டிருந்தவள் கண்ணீரின் உப்பு வழிய மெதுவாகச் சிரித்தாள். "நீ வரும்போதே ஒரு முடிவோடதான் இருந்தேன் மகேஷ்... நீ குடிச்சயே டீ, அதுல பாய்ஸன் கலந்துட்டேன்... எப்பிடியும் கொஞ்சநேரத்துல செத்துடுவ... யாராவது கேட்டா திருட வந்த... கொன்னுட்டதா சொல்லிடுவேன்" என்றாள். இதற்கு முன்னால் ஒருபோதும் எதிர்பார்க்காத விசயம். ஒருவேளை அவள் பொய் சொல்லலாம், ஆனால், அடிபட்ட மிருகம் பொய் சொல்லாது... இங்கிருந்து வெளியேறுவதற்கான அத்தனை கதவுகளும் அடைக்கப் பட்டுவிட்டன. கால்களில் விழுந்தான். "ப்ளீஸ் ஷிவா.... நீ என்ன சொன்னாலும் கேக்கறேன். இப்போ எப்டியாவது ஹாஸ்பிட்டல் கூட்டிட்டுப் போ... ப்ளீஸ்..." அவன் பதற்றம் அதிகமாக உடலில் நஞ்சேறிக்கொண்டிருக்கிற குழப்பத்தில் வார்த்தைகளும் தடுமாறிக்கொண்டிருந்தன. அவள் அவனைக் கொஞ்சமும் பொருட்படுத்தாமல் தனது மொபைலை சுவிட்ச் ஆஃப் செய்துவிட்டு "எனக்கு ரொம்ப டயர்டா இருக்கு... நான் போய் தூங்கறேன்..." தனது அறைக்குள் சென்று கதவை அடைத்துக் கொண்டாள். அவன் வாசலில் நின்று கதவைத் தட்டினான். இன்னும் சில மணிநேரங்களில் சாகப்போகிறோமென்கிற பதற்றம். நா குழறியது. கண்கள் மங்கிக்கொண்டிருப்பதாய் இருக்க அந்தக் கதவின் அருகிலேயே விழுந்து கிடந்தான். சட்டெனக் கதவைத் திறந்தாள். அவனைத் தீவிரமாக உற்று நோக்கினாள். "உனக்கு ஒரே ஒரு ஆப்சன் கொடுக்கறேன்... செஞ்சா உன்ன இங்க இருந்து வெளிய போகவிடறேன்..." மிரட்சியோடு அவளைப் பார்த்தான்... "சரி செய்றேன்..." அவள் தூக்கியெறிந்த செல்லிலிருந்து சிம்கார்டை மட்டும் எடுத்து வந்து தனது செல்லில் போட்டாள் "இந்தா அன்னைக்கு எவனெல்லாம் படம் பாத்தானோ, எவங்கிட்ட

எல்லாம் என்னோட போட்டோஸ் இருக்கோ, அத எல்லாத்தையும் டெலிட் பண்ணச் சொல்லு...” அவன் புரியாமல் அவளை மலங்க மலங்கப் பார்த்தான். “சொல்லுடா தேவ்டியா பையா...” ஒரு அறை விழவும் சுதாரித்து ஒவ்வொருவனுக்காய் கூப்பிட்டு எல்லாத்தையும் உடனடியாக அழிக்கச் சொன்னான். வலை தளங்களில் இருக்கும் அவளுடைய நிர்வாணப் படங்கள் அவ்வளவும் அழிக்கப்பட்டன. அத்தனை மெமரி கார்டுகளையும் உடைக்கச் சொன்னாள். அப்படியும் அவன்மேல் நம்பிக்கை இல்லாதவளாய் அவனைப் பேசச்சொல்லி ஓர் ஒப்புதல் வாக்குமூலம்போல் மொத்தமாகத் தனது செல்ஃபோனில் பதிந்துகொண்டாள். “எல்லாத் தப்பையும் செஞ்சது நாந்தான்...” அவன் குரல் தடுமாறியது. “இனிமே என்னோட ஒரே ஒரு போட்டோ எங்கயாவது வந்தாலும் நேர சைபர் க்ரைம்ல இதக் கொடுத்துடுவேன்...” பரிதாபமாய்ப் பார்த்தவனை சட்டையே செய்யாமல் எழுந்தவள் தனது ஜாக்கெட்டிற்குள்ளிருந்து சாவியை எடுத்துக் கதவைத் திறந்துவிட்டாள். பதறியடித்து ஓடியவன் திரும்பிப் பார்க்கவில்லை. நீண்ட நாட்களுக்குப் பிறகு காற்று பிரமாதமாய் வருவதாய் உணர்ந்தவள் கதவை அப்படியே விட்டுவிட்டுப் போய் உட்கார்ந்து கொண்டாள். கொடுக்காத விசத்திற்கே இவ்வளவு பயப்படுகிறவனைக் கொல்ல உண்மையில் விசமே தேவையில்லையோ என்று நினைத்துச் சிரித்துக் கொண்டாள்.

19. நிழலின்றித் தொலைதல்...

உண்மையில் ஷிவானியை அவனுக்குப் பிடித்திருந்தது. ஆனால், அவள் தன்னை மட்டுமே எல்லாவற்றுக்கும் அனுமதிக்க வேண்டுமென நினைத்தான். அவள் சொன்னால் எதை வேண்டுமானாலும் கேட்பான், ஆனால், அவள் இவனை விலகி இருக்கச் சொன்னதால் அவளை வதைக்க வேண்டுமென ஒவ்வொருமுறையும் வெறி கொண்டுவிடுகிறான் சம்பத்.

மகேஷின் துரோகத்திற்குப் பின் ஷிவானி யாரும் வேண்டாமென்கிற முடிவில் இருந்தாள். துவக்கத்தில் அவளிடம் மிரட்டியதெல்லாம் போய் இப்போது அவளிடம் பணிந்துதான் போகிறான். அவள் எதையும் பொருட்படுத்தவில்லை. இந்த ஊரில் மகேஷ் மாதிரியான ஆட்கள் ஒருவகை என்றால், சம்பத் மாதிரியான ஆட்கள் இன்னொருவகை. ஆண்கள் புணர்வதற்கானவர்கள் மட்டுமே. சேர்ந்து வாழத் தகுதியற்றவர்கள். உடலைத்தவிர அவர்களிடம் ஒன்றுமில்லை. என்ன வயதாகிவிட்டது அவளுக்கு, இன்னும் உடலில் அந்த மினுமினுப்பு இருக்கிறது, பொலிவும் அழகும் இருக்கிறது. அவளுக்காக எவ்வளவோ பேர் அந்த வீதியில் காத்திருக்கிறார்கள். அவள் இப்போது எல்லோரையுமே கவனிக்கிறாள். அவர்களைத் தொந்தரவு செய்கிற மாதிரி எல்லோருக்கும் பாரபட்சமின்றித் தனது புன்னகையை அளித்துவிட்டுச் செல்கிறாள். அவர்கள் தொடர்ந்து வருகிறார்களெனத் தெரிந்ததும் வேகமாய் நழுவிச்

சென்று விடுகிறாள். தெரிந்தோ தெரியாமலோ மகேஷ் ஒரு நல்ல உதவியை அவளுக்கு செய்துவிட்டுப் போயிருந்தான். இணையம் அவளுக்கு இன்னொரு உலகை அறிமுகப்படுத்தியிருந்தது. ஃபேஸ்புக்கில் அவளுக்கு நண்பர்கள் நாலாயிரத்தைத் தாண்டிவிட்டனர். எல்லோருமே அவளிடம் பேச விரும்புகிறார்கள். மகேஷ் அவ்வப்போது இவள் அக்கவுண்ட்டிற்குள் நுழைந்து தொந்தரவு செய்தபடி இருக்கிறான். எத்தனை முறை பாஸ்வேர்ட் மாத்தினாலும் அவன் மட்டும் எளிதாகக் கண்டுபிடித்து நுழைந்து விடுகிறான். அவள் பொறுத்துப் பார்த்துவிட்டு ஒருநாள் அவனுக்கு ஃபோன் பண்ணினாள். கோவத்தை மறந்து தன்னோடு சேரப்போகிறாளென்கிற ஆர்வத்தோடு காலை எடுத்தவன் அவளது கெட்ட வார்த்தைகளை சகிக்கமுடியாமல் திணறிப்போனான். தமிழும் மார்வாடியும் கலந்த கெட்ட வார்த்தைகள். கேட்க அவ்வளவு நாராசமாய் இருந்தது. இனிமேல் அவள் சங்காத்தமே வேண்டாமென்று நினைத்தான். ஆனால், அவனது கோழைத்தனம் ஒவ்வொரு முறையும் மறைமுகமாய் ஏதாவது தொந்தரவு செய்யச் சொல்லியபடியே இருந்தது.

சம்பத் தன்னிடம் இறங்கி வருகிறானெனத் தெரிந்து கொண்டாள். “நீ எதாவது எனக்குச் செய்யணும்னு நினக்கிறியா சம்பத்” என்றாள். அதற்குத்தானே காத்துக் கிடந்தான். “என்ன செய்யணும் என்றான்” அவள் மகேஷ் இன்னும் பிரச்சனை பண்ணுவதாகச் சொன்னாள். அவன் வேலை பார்க்குமிடம் சம்பத்திற்குத் தெரியும். கிண்டியிலிருந்து வடபழனி சாலை பிரிகிற இடத்தில் ஒரு பெரிய தகவல் தொழில்நுட்பக் கம்பெனியில் வேலை செய்து கொண்டிருந்தான். ஷிவானி அவனிடம் சொன்ன அடுத்த நாள் மகேஷின் கம்பெனிக்குப் போனான். வெளியிலிருந்து அவனுக்கு ஃபோன் பண்ணினான். அவன் எடுப்பதாயில்லை. “ஷிவானி அவனுக்குத் தரச்சொல்லி ஒரு செல்ஃபோனை கொடுத்து விட்டிருப்பதாய் சொன்னான். அவன் தயங்கினான். சம்பத் வேகமாய் ஷிவானிக்கு ஃபோன் செய்து வெளியில் வரச்சொல்லி சொல்லச் சொன்னான். அவள் கூப்பிட்டு மகேஷுக்கு ஒரு ஃபோன் கொடுத்துவிட்டிருப்பதாய் சொல்லவும் வேகமாய் வெளியில் வந்தான்.

மதிய வேளை. இரைச்சலான சாலை. சம்பத் அவனை

பக்கத்திலிருக்கும் டீக்கடைக்குக் கூட்டிப் போனான். டூவீலரை பார்க் பண்ணிவிட்டு இறங்கியதும் தனது செல்ஃபோனில் கேமராவை ஆன் பண்ணினான். மகேஷ் ஆர்வமாகக் காத்திருந்தான். எதிர்பாராத நொடியில் ஓங்கி அவன் மூஞ்சியில் சம்பத் குத்த, அவன் மூக்கிலிருந்து ரத்தம் வந்தது. “அய்யோ அண்ணே வேணாம்ணே... விட்றுங்கண்ணே...” என்று அலறினான். அவனை அடிப்பதையும் அவன் அலறுவதையும் தனது ஃபோனில் படம் பிடித்தான். சம்பத் அவன் எவ்வளவு அலறியும் நிறுத்தியிருக்கவில்லை. மகேஷின் மூக்கு வாயெல்லாம் ரத்தம் ஒழுகியது. விலக்கிவிட ஒன்றிரண்டு பேர் ஓடிவந்தனர். “த்தா... பொம்பளப்புள்ளய அசிங்கமா படம் எட்த்திருக்கான் ஸார்...” என்றதும் வந்த ஆட்களும் சேர்ந்து அடித்தனர். சட்டை பேண்ட்டெல்லாம் கிழிந்து ரத்தம் வழிய வழிய அவனை விடவேயில்லை.

அந்த வீடியோவை ஷிவானி தனது மொபைலில் சேமித்துக் கொண்டாள். சம்பத்தை இப்போது அவளுக்குப் பிடித்திருந்தது. ஏதோவொரு வகையில் சம்பத்துக்கும் மகேஷுக்கும் வித்தியாசமிருப்பதை உணர்ந்தாள். சம்பத் ஆபத்தானவன்; ஆனால், அவளுக்கு அல்ல. அவனுக்கு நிஜமாகவே ஒரு பெண்ணின் உடல் தேவைப்படுகிறது. ஆனால், மகேஷுக்கு நிறைய ஷிவானிகள். அவன் பெண்களின் உடலை வைத்து விளையாடும் ஒரு வித்தைக்காரன். வேடிக்கையாய் எதை வேண்டுமானாலும் செய்யலாமென்கிற எண்ணம் கொண்டவன். சம்பத்துக்கு அவன் செய்யும் தொழிலைத் தாண்டி அடிப்படையான நேர்மை இருந்தது. இப்போதெல்லாம் இவளே அவனுக்கு ஃபோன் பண்ணி வரச் சொல்கிறாள். சம்பத் ஒரு பக்கம் தொழிலுக்காகவே கொஞ்சம் கொஞ்சமாய் தன்னைத் தொலைத்துக் கொண்டிருந்தான். எல்லாவற்றிலிருந்தும் விடுபட்டுத் தனக்கு விருப்பமான இடங்களில் மட்டும் வெளிப்படும் திறமை. வெளியில் நிறையப் பேர் அவனைத் தேடிக் கொண்டிருந்தனர்.

ஒரு பக்கம் அவனால் பாதிக்கப்பட்ட சிலர் அவனைத் தேடிக் கொண்டிருக்க, அவன் தேவைப்படுகிற சிலரும் அவனைத் தேடினர். சின்னக் குழந்தைகளின் மீது எப்போதும் அவனுக்கு அலாதியான அன்புண்டு. ஆனால், அவனைப்போலவே எல்லோரும் இருக்க முடியுமா என்ன? எல்லா வகையினையும் தின்று பார்த்துச் செரித்துவிட்ட மனிதர்களுக்கு, இப்போது குழந்தைகள்தான்

விருப்பமான செக்ஸ் உணவாகியிருக்கிறார்கள். ஒட்டுமொத்தமாக எல்லா ஊரிலும் குழந்தைகளை வைத்துத் தொழில் செய்வது பெருகிக்கொண்டிருக்கிறது. தூத்துக்குடியிலிருந்தும் தேனியிலிருந்தும் தினம் பத்துக் குழந்தைகளாவது தூக்கி வரப்படுகிறார்கள். மாட்டிற்கு பல்லைப் பிடித்துப் பார்ப்பதைப்போல் இந்தக் குழந்தைகளுக்கு சில வரையறைகள் உண்டு. பதினொறு வயதிற்குள் இருக்க வேண்டும். ஆண் குழந்தைகளுக்கு ஒரு விலை, பெண் குழந்தைகளுக்கு ஒரு விலை. ஆச்சர்யமாய் ஆண் குழந்தைகளுக்குத்தான் விலை அதிகம்.

சுந்தர், இந்தப் புதிய தொழிலால் இப்போது உடையாரை மிஞ்சிச் செல்லும் சாமர்த்தியத்தைக் கற்றுக் கொண்டிருந்தான். உடையார் அவனைப் பார்த்து பயப்படத் துவங்கினார். அவர் அரசியலில் பல வருடங்கள், பல தொழில்களைச் செய்து சம்பாதித்த செல்வாக்கை சில மாதங்களில் இந்த ஒரு தொழிலைச் செய்ததன் மூலம் சுந்தர் சம்பாதித்து விட்டான். சுந்தரை மாதிரியே இன்னும் சிலரும் அந்தத் தொழிலைச் செய்து வந்தாலும் சுந்தருக்குக் கிடைக்கும் குழந்தைகளைப்போல் வேறு யாரும் கொடுப்பதில்லை. எல்லாவற்றுக்கும் பின்னால் சம்பத் இருந்தான். சில சமயங்களில், நாள் கணக்காய் சம்பத் யாருக்கும் தெரியாமல் இருப்பான். சுந்தர் தெரிந்த தெரியாத எல்லா இடத்திலும் தேடிச் சலித்துப் போவான். அரசல் புரசலாய், நிறையப்பேருக்கு ஷிவானியின் விசயமும் தெரிந்திருந்தது. ஷிவானியின் வீட்டுக்கும் சுந்தரின் ஆட்கள் வந்து போகத் துவங்கினர். ஆனால், அவனின் தடம் கண்டுபிடிக்க முடியவில்லை. அவனுக்கு வரவேண்டிய தேவை இருக்கிறபோது மீண்டும் வெளியேறி சுந்தரைத் தேடி வருவான். அவனை எதுவும் சொல்ல முடியாது. வந்ததும் வேலையைக் கொடுத்துவிட்டு, சுந்தர் அடுத்த வேலையைப் பார்க்கப் போய்விடுவான். எவ்வளவோ முயன்றும் சம்பத்தின் ரகசியத் தடத்தை அவனால் மட்டுமல்ல எவராலுமே கண்டுபிடிக்க முடியவில்லை.

20. குற்றங்களென்னும் கலை...

குற்றங்களுக்கெனத் தனி வசீகரமுண்டு. பழகிய பின் ஒருபோதும் தன் உடைமையாளனை விட்டு அவை அகல்வதேயில்லை. குற்றம் புரிவதில் ருசி கண்டவன் அந்த ருசியை மீண்டும் மீண்டும் நுகரவே விரும்புவான். சோஃபியைத் தேடிப்போயிருந்தான் சம்பத். இத்தனை நாட்களுக்குப் பிறகு தன்னை ஏன் பார்க்க வந்திருக்கிறான்? என்று அவள் குழம்பினாள். அதிகபட்சம் படுக்கக் கூப்பிடுவான். வேறென்ன இருக்கப் போகிறது. தேடிப்பிடித்து கருத்தடை மாத்திரைகளை எடுத்து வைத்துக் கொண்டாள். விடுதிக்குப் பின்னால் இப்போது சின்னச்சின்னதாய் குடிசைகள் முளைத்து விட்டதால் தனது அறைக்கே அவனைக் கூட்டி வந்தாள். அதற்குப் பின்னாலிருக்கும் விபரீதங்கள் தெரிந்தும், வேறு வழியில்லாமல் அதைச் செய்தாள். அவனை முடிந்தவரை விரைவில் அங்கிருந்து அனுப்பிவிட வேண்டுமென நினைத்துக் கொண்டவள் அவசரமாக தனது ஆடைகளைக் களைந்து அவனருகில் உட்கார்ந்தாள்.

சம்பத் நன்றாகக் குடித்திருந்தான். கண்கள் சிவந்துபோய் பரிதாபமாக அவளைப் பார்த்தான். அவள் உடையை அவளிடம் கொடுத்து அணியச் சொல்லிவிட்டு அழுதான். அது அவளுக்குப் புதிதாக இருந்தது. என்ன சொல்வதெனத் தெரியாமல் சோஃபி அவனது தோள்களைப் பிடித்து சமாதானப்படுத்த முயன்றாள்.

தான் செய்த குற்றங்களுக்குப் பாவமன்னிப்பு வேண்டுமெனக் கதறினான். அவள் பார்வை வேறெங்கோ நிலைத்திருந்தது. “தப்பு செய்றவங்களுக்குத்தான் மன்னிப்பு... குற்றத்துக்குத் தண்டனை மட்டுந்தான்... நீ அதுக்காகக் காத்திரு...” என்றாள். அவனால் அவளை நிமிர்ந்து பார்க்க முடியவில்லை. அவள் தனக்கும் சேர்த்துச் சொல்லிக்கொள்கிறாளோவென நினைத்தான். அவளுக்கும் இப்போது அழவேண்டும் போலிருந்தது. அவனை இன்னொரு முறை பார்த்தாள் அழுதேவிடுவாள். எழுந்து வெளியே போகச் சொன்னாள். அவன் அசையவே இல்லை. சுவரின் பக்கமாகத் திரும்பிக் கொண்டாள். உடல் லேசாகக் குலுங்கியது. அழும் சத்தம் கேட்கவில்லை.

சம்பத் எழுந்துபோய் அவளைத் தன்பக்கமாய் திருப்பினான், கண்கள் குளமாகித் தேம்பிக் கொண்டிருந்தாள். அவனால் அவள் அழுவதை சகிக்க முடியவில்லை. இழுத்து முத்தமிட்டான். அவளும் முத்தமிட இருவரும் சில நிமிடங்கள் கண்மூடிக் கிடந்தனர். அவள் இன்னும் தீவிரமாய் அணைத்து அவனை முத்தமிடவும் உடைகளைக் களைந்து புணர்ச்சிக்குத் தயார்ப்படுத்தவுமாய் இருக்க அவ்வளவு போதையிலும் அவனுக்கு ஷிவானியின் உடல்தான் நினைவுக்கு வந்தது. அப்போதே அவனை அவள் நிர்வாணமாக்கியிருந்தாள். உடலில் எந்த மாற்றமுமில்லாமல் அவனது ஆண்மை சில்லிட்டுக் கிடந்தது. நிமிர்ந்து அவனைப் பார்த்தாள். அதெப்படி இத்தனை நாட்களும் தன்னோடு கூடியவனுக்கு தான் விருப்பற்றுப் போனோம். அவனை மூர்க்கமாகத் தூண்டினாள் அவனே பயந்து விலகி ஓடுமளவிற்கு. நகர முடியாதபடி அவனது குறி அவளது கைகளில் அகப்பட்டிருந்தது. வலி தாளாமல் அவன் அவளை ஓங்கி அறைந்தான். அவளுக்கு வலிக்கவே இல்லை. இன்னும் வேகமாய் அவனது குறியை அசைத்தாள். அது அப்படியே இருந்தது. அவன் வலி பொறுக்கமாட்டாமல் திணறினான். அவன் முகத்தில் குத்தினாள். அறைந்தாள். “ஏண்டா இப்ப என்னப் பாத்தா உனக்கு எதுவும் தோணல... செய்... என்ன செஞ்சுட்டு இங்கயிருந்து போ...” அவன் முகம் வீங்குமளவிற்கு அறைந்தாள். எரிந்து கொண்டிருந்தவளின் உடலில் ஊதி ஊதி எண்ணெயையும் ஊற்றி ஒரு நெருப்புக் கூடாக்கியவன் சம்பத். இப்போது அந்நெருப்பு பெரும் சுவாலைகளோடு எரிவதைப் பொறுக்க மாட்டாமல் திணறிக் கொண்டிருந்தான்.

எவ்வளவு முயன்றும் அவனை ஒன்றும் செய்ய முடியவில்லை. மயங்கிக் கிடந்தான். அவளுக்கு கைகள் வலித்தன. ரெளத்ரத்தின் உச்சத்தில் இவ்வளவு நாட்களும் யாருக்காக சேவை செய்தோமென்றும், அதில் என்ன மிஞ்சியது என்று தனது துறவறத்தின் மீதான வெறுப்பு ஒருபுறமும், உடல்முழுக்க எரிந்து கொண்டிருந்த நெருப்பு ஒருபுறமுமாய் சிதறிக்கொண்டிருந்தாள் சோஃபி. சம்பத் கண் விழிக்கவில்லை, அவன் குறி செத்துப்போய் கிடந்தது. தனது படுக்கையின்கீழ் உட்கார்ந்து தனது விரல்களாலேயே தன் பெண்மையைத் தூண்டினாள். முதலில் மெதுவாகத் தொடங்கியபோது கை வலித்தது. நீண்டநேரம் போராடின கை. பல்லைக் கடித்துக் கொண்டு மீண்டும் தூண்டினாள். அவளுக்கு நேர் எதிராக ஜீசஸ் அவளின் நிர்வாணத்தைப் பார்த்துக் கொண்டிருந்தார். அவரைப் பார்க்கவும் இன்னும் அதிகமாய் வெறி கொண்டவளாக கண்களை விலக்காமல் அவரைப் பார்த்தபடியே வேகமாய் இயங்கினாள். கைவலி தெரியவில்லை. பக்கத்திலிருந்தவனும் அவளின் நினைவிலில்லை. அது விடுதி என்பதும், தான் எங்கு இருக்கிறோம் எல்லாம் மறந்து ஜீசஸ் மட்டும் எங்கும் நிறைந்திருந்தார். உடல் சிலிர்த்தது. மார்புகள் வெடித்து விடுகிறதைப்போல் முட்டிக் கொண்டிருக்க எந்த நிலையிலும் கட்டுப்பட முடியாமல் இன்னும் இன்னும் வேகமாய் செய்ய அவளின் யோனியிலிருந்து உதிரம் கசிந்தது. நீண்ட நேரமாய் பற்களைக் கடித்ததில் வாயிலும் குருதி வழிய ஒரு சாத்தானைப் போலிருந்தது அவளது தோற்றம். அத்தனை வருடங்களில் முதல் முறையாக பூர்ணமான சந்தோசத்தை மனம் உணர்ந்தது. அயர்ச்சியில் மயங்கிப்போனாள்.

சம்பத் எழுந்து பார்த்தபோது படுக்கைக்குக் கீழ் குருதி வழிந்திருந்தது. அவனால் அசையே முடியவில்லை. உயிர்போகும் வலி. கண்கள் மங்கலாகத் தெரிய இப்போது அவ்வறையில் எதுவுமே இல்லை என்பதைக் கவனித்தான். சோஃபியும் இல்லை. விடிய இன்னும் கொஞ்சம் நேரமிருந்தது. எழுந்து நிற்க முயன்றான். முடியாமல் கால் தடுமாறி ஒவ்வொரு அடியாய் நகர்ந்தான். சர்ச்சில் இன்னும் விளக்குகள் எரிந்துகொண்டிருந்தன. மொபைலை எடுத்து ஷிவானிக்குப் பேச நினைத்தான். இன்னும் விடிந்திருக்கவில்லை. இந்த சோஃபி எங்கு போயிருப்பாள்? குருதித்தடம் சில அடிகளுக்குப் பிறகு இல்லை, அவளது கண்களிலிருந்த வெறி இன்னும் அவனை

அச்சுறுத்தியது. அவன் தூக்கிச்சென்ற அந்தக் குழந்தைகளின் கண்களிலும் அப்படியானதொரு மிரட்சிதான் இருந்தது. சோஃபி சொன்னது மட்டும் இன்னும் குத்தியது "குற்றங்களுக்குத் தண்டனை மட்டும்தான்..." அங்கிருந்து வெளியேறும்போது தனது சந்தோசத்தை, துக்கங்களை எல்லாவற்றையும் பார்த்த இந்த சர்ச், சர்ச்சிருக்கும் வீதி எதற்கும் இனிமேல் திரும்பப் போவதில்லையென சம்பத் நினைத்துக்கொண்டான். ஒவ்வொருமுறையும் அங்கு வருகிறபோதுதான் நாம் செய்வது குற்றமோ எனத் தோன்றும். இனி, தண்டனைகள் வருகிறவரை குற்றங்களைப்பற்றி யோசிப்பதில்லையென தடுமாறித் தடுமாறி நடந்தான். முன்னை விடவும் நிறையகூட்டம் சேர்ந்துவிட்ட சாலையோர பிச்சைக்காரர்கள் இப்போது பாதித்தெருவை ஆக்கிரமித்திருக்க அயர்ச்சியில் ஒரு தள்ளு வண்டியில் உட்கார்ந்தான். அதில் உறங்கிக்கொண்டிருந்தவன் எழுந்து ஆளைப் பார்த்துவிட்டு "இன்னாப்பா... ரெய்டா?" சம்பத் திரும்பிப் பார்த்துவிட்டு ஆமென்று தலையை மட்டும் ஆட்டினான்.

21. குழந்தைகளும் குழந்தைகளாகிறவர்களும்...

ஞாயிற்றுக்கிழமைகளில் மட்டுமே வெளியுலகத்தைப் பார்த்த ஆதம்மாவிற்கு ஒரு புதன்கிழமையில், அதிகாலையிலேயே குளித்துவிட்டு ஆர்த்தியின் காரில் போவது கனவு போலிருந்தது. அந்தக் காரின் முன் சீட்டில் குட்டியாய் ஒரு கரடி பொம்மை தொங்கிக் கொண்டிருக்க ‘இது யாரோட காருக்கா? என்றாள். ”என்னோடது தாண்டா குட்டி... ஏன்” என்று ஆர்த்தி சிரித்தாள். “நானும் இந்த மாதிரி ஒரு காரு வாங்குவேன்...” நம்பிக்கையோடு சொன்னவளின் குட்டிக் கைகளைப் பிடித்து “அக்காவ அதுல ஒரு ரவுண்ட் கூட்டிட்டு போவீங்களா? என்று கேட்டாள் ஆர்த்தி. ஆதம்மா சிரித்தாள். ம்ம்ம் என்று தலையாட்டினாள். ஆதம்மா "ஒரு கதை சொல்லவாக்கா?" என்று கேட்டு ஆர்த்தி அனுமதிக்கும் முன்பே கதையைத் தொடங்கினாள். அம்மா எப்போதும் சொல்லும் திப்புவின் கதையைச் சொன்னாள். ஆர்த்தி இன்னொரு குழந்தையாக மாறி கதைக்கு ம் கொட்டினாள். காருக்கு வெளியே லேசான தூறல், ஆர்த்தியின் மனதிலும். சாலையைப் பார்த்துக்கொள்வதும் ஆதம்மாவைப் பார்த்துக் கொள்வதுமாய் மெதுவாய் நகர்ந்தது வண்டி.

கோயம்பேடு தாண்டி வந்ததுமே அக்கா ஸ்கைவாக் போலாம்க்கா. ஸ்கைவாக் ஸ்கைவாக்... என சத்தமே இல்லாமல் கிசுகிசுத்தாள். “ஸ்கைவாக்கா? அங்க போயிருக்கயா நீ...” என்று ஆர்த்தி

ஆச்சரியமாகக் கேட்டாள். “ம்ம்ம்ம்ம்” என்று பரவசமானாள் ஆதம்மா. வண்டி மெதுவாய் வேகம் குறைந்து என்.எஸ்.கே நகரைத் தாண்டியிருந்தது. ஸ்கைவாக்கிற்குத் திரும்புவதற்காக சிக்னலில் நின்றாள். தூரல் விழுந்து புள்ளி புள்ளியாய் ஈரம் பட்டிருந்ததில் ஆதம்மா காரின் கண்ணாடியில் உள்புறமாக தெலுங்கில் ஏதோ எழுதினாள். திரும்பிப் பார்த்த ஆர்த்தி அது என்னவென்று கேட்டாள். “உம்பேருதாங்க்கா... இது உன் காருதான... அதனால உன் பேரு... நா காரு வாங்கறப்போ என் பேர எழுதுவேன்...” ஆர்த்தி சிரித்தாள். ஸ்கைவாக்கின் ஒரு சாதாரண தினம் அவ்வளவு அழகானதாய் மாறியிருந்தது. எந்தக் கடைக்குப் போகலாமெனக் கேட்டாள். ஆதம்மா எதுவும் வாங்க வேண்டாமென்றதை மட்டும் ஏனென்று புரியாமல் ஆர்த்தி கேட்டாள். “இங்க எல்லாமே பயங்கர வெலக்கா... அப்பா சொல்லுவாரு...” அவளின் குட்டிக் கண்கள் விரிந்து ஒரு குட்டிப் பாம்பு தன் கண்களை விரித்து அவளைப் பார்ப்பது போலிருந்தது.

முதல் தளத்திலிருந்த ஒரு காஃபி ஷாப்பிற்கு வந்தார்கள். அந்த ஸோஃபா ஆதம்மாவுக்கு ரொம்பவும் பிடித்திருந்தது. கறுப்புக்கலரில் அப்படியே கட்டிப் பிடித்துத் தூங்கலாம் என்கிற அளவிற்கு மென்மையாய் இருந்தது . ஆர்த்தி அவளுக்கு காஃபி பிடிக்குமாவெனக் கேட்டுவிட்டு இரண்டு சாக்லெட் காஃபி ஆர்டர் கொடுத்தாள். ஆர்த்திக்கு சிரிக்கும் போது கன்னத்தில் சின்னதாய் குழி விழுந்தது, ஆதம்மா அதையே பார்த்துக்கொண்டிருந்தாள். தனக்கும் அது மாதிரி குழிவிழ என்ன செய்ய வேண்டுமென்று கேட்டாள். ஆர்த்திக்குத் தெரியவில்லை, “நாம சுண்டு விரலால குட்டியா ஓட்ட போடலாமா... பக்கத்துல வாங்க... ஒண்ணு ரெண்டு... மூணு...” குண்டு குண்டாய் இருந்த தன் சுண்டுவிரலால் அவளின் கன்னத்தில் குடைந்து அழகாய் குழி உண்டாக்கினாள். ஆதம்மா தனது கன்னத்தில் குழி விழுகிறதா என்று தொட்டுப் பார்த்தாள்.

அப்பாவுடன் வரும்போது எல்லாமே தூரத்தில் தெரியும், இப்போது ஆர்த்தி எல்லாவற்றையும் அவளுக்குத் தொட்டுக் காட்டினாள். நகரத்தின் நறுமணத்தை ஒருவித ஆர்வத்துடன் நுகரும் சிறுமியாய் ஆதம்மா ஒவ்வொரு பொருட்களையும் உணர்ந்துகொண்டிருந்தாள். ஒரு கார்மென்ட்ஸ்க்குள் நுழைந்தவள்,

குழந்தைகளுக்கான உடைப் பிரிவிலிருந்து ஆதம்மாவுக்கென ஒரு உடையை எடுத்தாள். “பாப்பாவுக்கு என்ன கலர் பிடிக்கும்...?” ஆதம்மாவுக்கு கலர் தெரியவில்லை, ஆர்த்தியின் நிறமென்ன? பழுப்புமில்லாமல் வெளுப்புமில்லாமல் ஒரு நிறத்திலிருக்கிறாளே அந்த நிறம்? அதுதான் பிடிக்கும், ஆனால், அது கிடைக்காது. ஆர்த்தி அணிந்திருந்த பிங்க் கலரையே அவளும் சுட்டிக்காட்டினாள். அந்த உடை ஆதம்மாவுக்கு அவ்வளவு பொருத்தமாயிருந்தது. அவள் கண்ணாடியில் பார்த்துக் கொண்டே இருந்தாள். அணிந்திருந்த உடையைப் பையில் வைத்துவிட்டு புதுத் துணியைப் போட்டுக் கொண்டாள். ஒவ்வொரு நிமிடமும் அந்த உடையில் தன்னைப் பார்க்க சந்தோசமாயிருந்தது அவளுக்கு.

கடை முழுக்க பொம்மைகள். ஆர்வமாய் பார்த்தவளின் கையில் ஆர்த்தி ஒரு பொம்மை காரைத் தந்தாள். குட்டியாய், கறுப்பும் சிவப்புமாய் பிரமாதமான கார். அவள் விரும்பின பல கார்களை விடவும் பிரமாதமாயிருந்தது. நல்ல கனம். அதை எப்படி ஓட்டுவதென ஒரு குழந்தையைப் போல் ஆர்த்தி அவளுக்குச் சொல்லிக்கொடுத்தாள். தானாகவே ஓடுகிற கார் அது. குட்டி ரிமோட்டால் ஆர்த்தி இங்கும் அங்குமாக அந்தக் கூட்டத்துக்குள் காரை ஓட்டிவிட்டு விளையாட்டுக் காட்டினாள். சின்னதாய், காஃபியைப் பகிர்ந்துகொண்டாலே ‘தாங்க்ஸ்’ சொல்லச் சொல்லிப் பழக்கப்படுத்தியிருக்கும் நகரத்துக் குழந்தைகளுக்கு மத்தியில் அவ்வளவுக்குமாய் சேர்த்து ஆதம்மா கொடுத்த ஒரேயொரு முத்தம் அவ்வளவு அர்த்தமுள்ளதாய் இருந்தது. முத்தத்தை விடவும் என்ன இருக்கிறது அன்புக்கு பதிலீடாய்.

வண்டியில் ஏறியதும் தனது கைப்பையிலிருந்து ஒரு மார்க்கர் பென்னை எடுத்து ஆதம்மாவிடம் கொடுத்தாள். எதற்கென்று புரியாமல் பார்த்தவளிடம் “இனிமே இந்தக் குட்டிக்கார் உன்னதுதான... உன் பேர எழுதிக்க...” ஆர்த்தியின் கைகளிலிருந்து பேனாவை வாங்கியவள் ஒவ்வொரு எழுத்தாய் தனது பெயரை காரில் எழுதினாள். எழுதும்போது குறுக்கும் நெடுக்குமாய் போய் வந்த அவளது முகபாவத்தை ஆர்த்தி தனது செல்ஃபோனில் வீடியோவாக எடுத்தாள். இரண்டு பேரும் காருக்குள் உட்கார்ந்து கொண்டு கட்டிப்பிடித்தபடி ஈயெனச் சிரித்தும், கண்கள் உருட்டியும், பேய் மாதிரி வைத்துமாய் பல்வேறு நிலைகளில் படமெடுத்துக் கொண்டார்கள். சாலை ஒரு

புறம் குளிப்பாட்டியதைப் போல் சுத்தமாயிருக்க, இன்னொரு பக்கத்தில் சாக்கடையும், சகதியுமாய் நாறிக் கிடந்தது. ஈகா தியேட்டர் தாண்டி ஒரு ஹோட்டலில் சாப்பிட வண்டியை நிப்பாட்டினாள். அவ்வளவு பெரிய ஹோட்டலை இதற்கு முன் அந்தக் குட்டிப்பெண் வெளியிலிருந்துகூட பார்த்ததில்லை. பஸ்ஸில் போகும்போதும் வரும்போதும் பார்த்ததுதான். பல சமயங்களில் அது ஏதோ பெரிய ஆஃபீஸாயிருக்கும் என்றுதான் நினைப்பாள். கடைக்குள் வெளிச்சமே இல்லை, எல்லாம் மங்கலான விளக்குகள். ‘என்னக்கா இருட்டா இருக்கு... எங்க டென்ட்டே பரவா இல்ல போல...” மெதுவாக ஆர்த்தியின் கையைப் பிடித்துக்கொண்டு நடந்தாள். தங்களுக்கு வசதியான ஒரு டேபிளைத் தேடிப்பிடித்த ஆர்த்தி, அவளை உட்கார வைத்துவிட்டு அவளுக்கு என்னென்ன பிடிக்குமெனக் கேட்டாள். சொல்லத் தெரியவில்லை, சின்னப் பிள்ளைகளுக்கு எல்லாமே பிடிக்கும்தான், இப்போதும் ஆர்த்தியின் விருப்பமே தனது விருப்பம் என்றாள். அவளுக்கு விருப்பமானதையெல்லாம் சாப்பிட நினைத்துக் கடைசியில் தனக்கு விருப்பமானதையெல்லாம் அவளுக்கு வாங்கிக் கொடுத்தாள். ஒன்றுக்கு இரண்டு கரண்டிகள், தண்ணீர் பாட்டில், ஆதம்மாவிற்கு எதுவும் புரியவில்லை. அங்கு பரிமாறுகிறவர் கூட இங்கிலீஸில்தான் பேசுகிறார். அதுவும் பேண்ட் சட்டை போட்டு ஆர்த்தியின் கம்பெனியில் வேலைக்கு வருகிறவர்களைப் போலவே இருந்தார். அதுவும் பெரிய உத்தியோகமாய் இருக்கும் போல என்று நினைத்தாள் ஆதம்மா.

கோழிக்கறியைக் கொஞ்சம் கொஞ்சமாய் பிய்த்து ஆர்த்தி அவளுக்கு ஊட்டிவிட்டாள். மெதுவாக சாப்பிடுவது ஆதம்மாவுக்குப் பிடிக்கவில்லை... “போக்கா இப்பிடி சாப்பிட்டா அப்பறம் நாளைக்குத்தான் பீச்சுக்குப் போகமுடியும்...” அவளாகவே எடுத்து சாப்பிடத் துவங்கினாள். தன்னை மாதிரியே சாப்பிடத் தெரியவில்லையே ஒழிய ஆதம்மாவுக்கும் சாப்பிடத் தெரியுமென்பதை மறந்ததற்காக ஆர்த்தி சிரித்துக்கொண்டாள். அவர்கள் சாப்பிட்டு முடித்துக் கிளம்புகிற நேரத்தில் மீண்டும் மழை தூறியது. ஜன்னல்களை அடைத்துவிட்டு மழையைப் பார்க்க அவ்வளவு தூய்மையாக அழகாயிருந்தது. நன்றாகச் சுற்றியதும், சாப்பிட்டதும் ஆதம்மாவிற்கு தூக்கம் வந்தது. பேசிக்கொண்டே இருந்தவள் அந்தக் குளிர்ச்சியில் அயர்ந்து தூங்கிப் போனாள்.

அண்ணா ஸ்கொயர் வந்தும் கூட அவளை எழுப்ப மனமில்லை ஆர்த்திக்கு. வண்டியை கடற்கரை சாலையிலேயே விட்டாள். கடலைப் பார்க்க நினைத்த அந்தக் குழந்தையைக் கடல் பார்க்கட்டும், முடிந்தால் கரைகளைத் தாண்டி வந்து இவளைத் தொட்டு விளையாடட்டுமென ஒரு குழந்தையின் விளையாட்டைச் செய்வது போல் ஆர்த்தி செய்தாள். கடல் சில இடங்களில் ஒளிந்துகொண்டு மீண்டும் இன்னொரு இடத்தில் வெளியே வந்தது. அவள் எங்குமே வண்டியை நிறுத்தவில்லை, கிட்டத்தட்ட சென்னைக்கு வெளியே ரொம்ப தூரம் வந்துவிட்டாள். ஆனாலும் திரும்பிப்போக மனமில்லை. அந்தக் குழந்தை, இந்தக் கடல் இத்தனை வருடத்தில் வராத அம்மாவின் நினைவுகளைக் கொண்டு வந்திருக்கிறதே? தனக்குக் கிடைக்காத சந்தோசமான குழந்தைப்பருவத்தை, இந்தக் குழந்தையின் சந்தோசத்தில் தெரிந்து கொண்டாள் ஆர்த்தி. இது பால்யத்தை உணரும் கணமா? அல்லது தாய்மையை உணரும் கணமா? இவளை ஏன் திருப்பி அனுப்ப வேண்டும்? நாமே வைத்துக்கொண்டால் என்ன? நன்றாகப் படிக்க வைத்து அவளுக்குப் பிடித்த மாதிரியான வாழ்க்கையை வாழச் செய்யலாமே...

ஆதம்மா விழித்துப் பார்த்தபோது அவள் கண்ணுக்கு மிக அருகில் கடலலைகள் ஆவலாக வந்து போயின. காருக்குள்தான் தூங்கிக் கொண்டிருந்தாள். அதுவும் ஆர்த்தியின் மடியில். கார் சீட்டைப் பின்னுக்கு இழுத்துவிட்டுத் தானும் சாய்ந்து படுத்துக்கொண்டு அவளையும் தன்மீது படுக்க வைத்திருந்தாள். கண்விழித்ததும் கடலைப் பார்க்கும் அதிசயம் எத்தனை பேருக்கு நடக்கும்? கடலையே விழுங்கியதுபோல் சந்தோசம்... ஆனால், எங்கு இருக்கிறோம்? இது வழக்கமாக அவள் பார்க்கும் திருவல்லிக்கேணி பீச் இல்லையே? இடத்தைச் சுற்றும் முற்றும் பார்த்தாள் ஆதம்மா. தூரத்தில் சில வீடுகள் தெரிந்தன. காரிலிருந்து கொஞ்ச தூரம் தள்ளி கொஞ்சம் படகுகளிருந்தன. மனித நடமாட்டம் பெரிதாயில்லை. ஆர்த்தி கண்களை மூடிக்கிடந்தாள். ஆதம்மா தன் குட்டிக் கரங்களால் அவளைத் தட்டி எழுப்பினாள். “எங்க வந்திருக்கோங்க்கா?” ஆர்த்தி சிரித்தாள். “கடலுக்கு...” அவளுக்குப் புரியவில்லை. “ஆனா, அங்க நிறைய ஆளுங்க இருப்பாங்க, விளையாடுவாங்க...இங்க யாருமே இல்ல...” “நீ மட்டும் விளையாடணும்னுதான் இங்க கூட்டிட்டு வந்தேன்...

இதுவும் அந்தக் கடல்தாண்டா” ஆதம்மா சமாதானமாகவில்லை. கடற்கரையென்றால், அவளை மாதிரி நிறைய குழந்தைகள் விளையாட வேண்டும், சுண்டல்காரன் இருக்கவேண்டும், குதிரைகள் இருக்க வேண்டும், இன்னும் எவ்வளவு... இங்கு எதுவுமே இல்லாமல் சுடுகாடு போலிருந்தது. விருப்பமே இல்லாமல் கொஞ்சநேரம் இறங்கி விளையாடிய ஆதம்மாவுக்கு அம்மாவின் நினைப்பு வந்துவிட்டது. “அக்கா... அம்மா கிட்ட போகணுங்க்கா...” அந்த நாள் அவ்வளவு சீக்கிரமாவா முடிய வேண்டும்?”

“ஒரு பகல் கூட அம்மாவை விட்டு இந்தக் குழந்தையால் பிரிந்திருக்க முடியவில்லை, நான் எப்படி இத்தனை வருடங்கள் அம்மாவை விட்டு இருந்தேன்” அழ வேண்டும் போலிருந்தது ஆர்த்திக்கு. வண்டியில் ஏறி உட்கார்ந்தாள். இத்தனை வருடங்களில் இல்லாமல் அம்மாவின் நினைப்பு வெடித்துக் கிளம்பியது. வண்டியை ஸ்டார்ட் செய்வதற்கு முன்னாலேயே வெடித்து அழுதுவிட்டாள். ஆதம்மா எதுவும் புரியாமல் ‘அக்கா ஏங்க்கா அழுற? அழாதக்கா...” ஆர்த்தியின் கண்களைத் துடைத்துவிட்டாள். வண்டியை ஸ்டார்ட் செய்த ஆர்த்தி எவ்வளவு முடியுமோ அவ்வளவு வேகமாய் ஆதம்மாவை அவள் அம்மாவிடம் கொண்டு போய்ச் சேர்த்துவிட வேண்டுமென ஓட்டினாள். ஒரு வார்த்தை கூட பேசவில்லை. இருளில் கடல் அவள் மனதில் பின்னோக்கி ஓட, நகரத்தின் ஆரவாரம் எப்போதும் அவர்களின் வரவுக்காகக் காத்திருந்தது.

22

தூத்துக்குடியின் பகல் நேர வெக்கை செல்வியின் முதுகில் பட்டு எரிச்சல் உண்டாக்கியது. எரியும் உப்பின் காட்டத்தினை உடலில் உணர்ந்தாள். காலை பேருந்தில் வந்திறங்கியபோது இத்தனை வெக்கையில்லை. சாலைகளிலிருந்து எழுந்த புழுதி தூசிப்படலமாய் வீதிகளை நிறைத்திருக்க நீண்டநேரம் அங்கிருக்கப் பிடிக்காதவள் வேலை முடிந்ததும் கிளம்பிவிட முடிவுசெய்திருந்தாள். லாட்ஜிலோ சத்திரத்திலோ அறையெடுக்காமல் பேருந்து நிலையத்திலிருந்த பொதுக் கழிப்பறையில் குளித்து, தலை வாரிக் கொண்டு நிமிடங்களில் தயாரானபின் அருகிலிருந்த தள்ளுவண்டிக் கடையில் நான்கு இட்லிகளை வாங்கித் தின்றாள். எல்லோரையும் சந்தேகத்தோடு பார்த்த அவளது கண்களில் பெரிய வேலையைச் செய்யப்போகும் அச்சமிருந்தது. சாப்பிட்டு முடித்த சில நிமிடங்களுக்குப் பின் பார்ட்டியிடமிருந்து ஃபோன் வந்தது. அவன் திருச்செந்தூருக்கு வரச் சொன்னதைக் கேட்டுக் கடுப்பாக இருந்தாலும் வேறு வழியில்லை.

பெரும் மதிப்புள்ள பொருள்கள் கைமாறுகையில் புதிதாக வருகிறவர்களை எளிதில் ஒருவரும் நம்புவதில்லை. ஐநூறு கிலோமீட்டர் அந்தப் பொருளை மீண்டும் பாதுகாப்பாக எடுத்துச் செல்வதென்பது அசாதாரணமான வேலை. வேகமாக முடிவுகளை எடுக்கவும், சூழலுக்குத் தகுந்தாற்போல் இயங்கவும்

தெரிந்திருக்கிறதாவென பொருளைக் கொடுப்பவன் ஒருமுறைக்கு இருமுறை சோதனை செய்வான் என்பதை பாபு அவளுக்குச் சொல்லிக் கொடுத்திருக்கிறான். பேருந்து நிலையத்திலிருந்து வெளியேறிய பேருந்தில் திருச்செந்தூர் என்கிற பெயரைப் பார்த்ததும் அவசரமாக மறித்து ஏறிக்கொண்டாள். அங்கிருந்து முக்கால் மணிநேரம் போக வேண்டும். இரவு முழுக்க சரியாக உறங்காததில் கண்களில் லேசான எரிச்சலும் உடலில் சோர்வும் மிகுந்திருக்க சில நிமிடங்கள் உறங்க நினைத்தாள். இந்த நாற்பத்தைந்து நிமிட ஓய்வுதான் மீண்டும் சென்னை திரும்பும் வரைக்குமான விழிப்பிற்கு உரம். பல்வேறான யோசனைகளோடு கண்களை மூடியவளுக்கு தன்னை நம்பி இவ்வளவு பெரிய வேலையை எப்படிக் கொடுத்தார்களென்கிற யோசனை. தடயமின்றி சில வேலைகளைச் செய்ய அலாதியான தைரியம் மட்டுமல்ல, கொஞ்சம் புத்திசாலித்தனமும் வேண்டும். கூட்டத்தில் மின்னல் வேகத்தில் பர்சை எடுப்பது மட்டுமே திறமையில்லை, எடுத்த வேகத்தில் அங்கிருந்து நகரவேண்டும். கண், உடல் எல்லாவற்றிலும் பெரிய கவனமும், வேகமும் இருந்தால்தான் அதைச் செய்யமுடியும். அப்படித்தான் இதுவும். பொருளை வாங்குவதோடு அதைக் கொண்டு வந்து சேர்க்கும் வேகமும் அதை, யார் கண்ணிலும் படாதவாறு கண்ணசைவில் கைமாற்றும் திறமையும் இருந்தால் மட்டும்தான் வெற்றிகரமாக இருக்க முடியும். பிக்பாக்கெட் தொழிலில் கற்றுக்கொண்ட நுணுக்கங்களையும் திறமைகளையும் செல்வி இந்தப் புதிய தொழிலுக்குப் பயன்படுத்திக் கொண்டாள். கழுகின் கண்களும் புலியின் அறிவும் சிறுத்தையின் வேகமும் கலந்திருந்ததால் மட்டுமே இந்த வனாந்திரத்திற்குள் பிழைக்கமுடியுமென்பதால் அவை அத்தனையும் செல்வி கற்றுத் தேர்ந்திருந்தாள்.

திருச்செந்தூரில் இறங்கி, பார்ட்டிக்கு ஃபோன் பண்ணியபோது சூழ்ந்திருந்த மனிதக்கூட்டத்தின் இரைச்சலில் அவளுக்கு தலை கிறுகிறுத்தது. வெற்றிவேல் முருகனுக்கு அரோகரா... என்ற கோஷம் மீண்டும் மீண்டும் ஒலித்துக்கொண்டிருக்க, பேருந்து நிலையத்தை விட்டு எங்கும் நகர முடியாதபடி மாட்டிக்கொண்டிருந்தாள். ஓரிரு நாட்களில் சூரசம்ஹாரம் வரவிருப்பதால் செந்தூர் முருகன் தரிசனத்திற்கு வரும் கூட்டம் அதிகரித்தபடியே இருந்தது. வெளிச் சத்தங்கள் எதுவும் கேட்காதபடி ஒரு காதை விரல்களால்

மூடிக்கொண்டு ஃபோனில் பேசியவளிடம் எதிரில் இருந்தவன் சரக்கை வாங்க முத்து லாட்ஜிற்கு வரச் சொன்னான். அந்த அழைப்பிலிருந்த குழைவும் மென்மையும் அவளுக்கு சரியாகப் படவில்லை. “ஊரச்சுத்திலும் போலீஸ் இருக்கு... என்னால இந்தக் கூட்டத்துல நகந்து லாட்ஜுக்கு வரமுடியாது. நீங்க கோயிலுக்குக் கொண்டு வந்துடுங்க.... கூட்டத்தோட கூட்டமா மதுர வரயிலும் போயிட்டா... அதுக்கப்பறம் நான் பாத்துக்கறேன்...” என செல்வி சொன்னதும் எதிர் முனையிலிருந்தவன் பதில் சொல்லாமலேயே இணைப்பைத் துண்டித்தான்.

அவனது எதிர்பார்ப்பு சரக்கை கொடுப்பதில் மட்டுமல்லாமல் வேறு ஏதோவொன்றில் இருக்கிறதெனத் தெரிந்ததும் செல்வி உடனே பாபுக்குக் கூப்பிட்டாள். ‘பாபு... இந்த பார்ட்டி சரியாத் தெரியல... வேலைல எவ்ளோ ரிஸ்க் இருக்குன்னு தெரிஞ்சும் என்னய லாட்ஜுக்குக் கூப்டுறான். தூத்துக்குடி ல கை மாற வேண்டிய சரக்கு. அங்க இருந்து இங்க அலஞ்சதிலயே நிறைய டைம் வேஸ்ட்... இப்ப லாட்ஜூக்கு இவென் கூப்டறதப் பாத்தா எனக்கு சரியாப்படல...’ என படபடப்போடு அவள் சொல்ல ‘இந்தக் கூதியானுங்களுக்கு யாருகிட்ட என்ன கேக்கணும்னு வெவஸ்த இல்லாமப் போச்சு... மூளைய சூத்துல வெச்சிருப்பான்னு நெனைக்கிறேன்... நீ வெய்யி அந்த பாடு கிட்ட நான் கூப்ட்டு பேசறேன்...’ என சொல்லி பாபு இணைப்பைத் துண்டித்தான். செல்வி அடுத்த அழைப்பு யாரிடமிருந்து வரும் என்கிற பதற்றத்தில் காத்திருக்கத் துவங்கினாள். லாட்ஜூக்குப் போயிருந்தால் என்னவாகி இருக்கும்? அரை மணி நேரமோ ஒரு மணி நேரமோ படுக்க வேண்டுமெனக் கேட்டிருப்பான். அதனால் என்ன மானக்கேடு வந்துவிடப்போகிறது? இவ்வளவு நாட்களும் புருசனோடு மட்டும்தான் படுக்கவேண்டுமென அவள் கொண்டிருந்த உறுதியும், மனநிலையும், தவுடு கருவுற்றிருக்கிறாளெனக் கேள்விப்பட்டது முதல் தளர்ந்து போகத்துவங்கியது.

செல்வியும் தவுடும் ஒரே காலகட்டத்தில் திருமணம் செய்து கொண்டார்கள். சோழவந்தானில் குலசாமி கோவிலில் வைத்து திருமணம் முடிந்த சில மாதங்களிலேயே மதுரைக்குக் குடிபெயர்ந்துவிட்டார்கள். பிக்பாக்கெட்டும் திருட்டும் குடும்பத் தொழிலாகப் போனதால் பாதிநாட்கள் சிறையிலும்

கோர்ட்டிலுமே அவர்களின் வாழ்க்கை கழிந்துபோனது. இத்தனை வருடங்களுக்குப்பின் தவுடும் அவள் கணவனும் பழைய தொழில்களைக் கைவிட்டபின் அவளுக்குக் குழந்தை உண்டாகியிருக்கிறது. கணவன் மனைவி இருவரும் போலிஸையும் கோர்ட்டையும் ஜெயிலையும் யோசிக்காமல் நிம்மதியாக உறங்குவதற்கும் உறவுகொள்வதற்குமே அமைதியான வாழ்க்கை தேவையாயிருக்கிறதென்பதை அவர்களின் மகிழ்ச்சி செல்விக்கு உணர்த்தியது. எத்தனை காலத்துக்குத் தனியாய் கிடப்பது? இத்தனை சிரமங்களையும் அவஸ்தைகளையும் தாண்டி சேர்க்கிற பணம் யாருக்காக?... தானும் கருவுற்று விட வேண்டுமென செல்வி உறுதியாக இருந்தாள். இந்த வாழ்க்கை எந்த நிமிடத்தில் வேண்டுமானாலும் சலிக்கலாம், தீமையின் பெருஞ்சுழலுக்குள் சிக்கி அழிவதற்கு முன்னால் தான் விரும்பிய எளிய வாழ்வைத் தேர்ந்தெடுக்கும் துணிச்சலும் சூழலும் வந்துவிடவேண்டுமென நினைத்துக் கொண்டாள். அவளது கணவனுக்கு இந்தப் புதிய தொழிலில் கிடைத்த பெரும் பணமே போதையாய் இருப்பதால் இப்போதெல்லாம் இவளைப் பெரிதாகப் பொருட்படுத்தாதவனாய் இருந்தான். எனக்கொரு பிள்ளை வேண்டும், அதை இந்த நாய் கொடுக்க முடியாமல் போனால் நானே எனக்கான ஒருவனைத் தேடிக்கொள்வேன் என்பதில் உறுதியாய் இருந்தவளுக்குத் தன்னை லாட்ஜுக்கு அழைத்த முகம் தெரியாத ஒருவனோடு உறவுகொள்வதில் பிரச்சனை இல்லை. அவன் எப்படிப்பட்ட ஆள், வேறு என்ன சிக்கலெல்லாம் வரும் என்பதோடு அதற்காகச் சில மணி நேரங்கள் செலவழிக்கும் அவகாசமில்லையே என்ற எண்ணம் மேலோங்கியிருந்தது அவளுக்கு. பொருளைக் கொண்டு சேர்ப்பதற்கான அவகாசம் குறைந்துகொண்டிருக்கிறது, சிறிய தாமதம் கூட பெரிய விளைவுகளை ஏற்படுத்திவிடுமென்பதால் முடிந்தவரை அங்கிருந்து விரைவில் தப்பித்துவிட விரும்பினாள்.

பாபுவிடம் பேசிய சில நிமிடங்களில் பார்ட்டி மீண்டும் அவளுக்கு ஃபோன் பண்ணினான். அவன் குரலில் கோபமென்றும், அவசரமென்றும் சொல்ல முடியாத உணர்வு. “எசக்கின்னு ஒருத்தன் வருவான்... சாரம் உடுத்தி ஒரு கறுப்புக்கலர் சட்ட... அவங்கிட்ட சரக்கு இருக்கு.... வாங்கிட்டுக் கிளம்பு...” அதே வேகத்தோடு ஃபோனைத் துண்டித்தான். அவளுக்கு அப்பாடாவென இருந்தது. சரக்கை எடுத்து வந்தவன் அவளுக்கு ஃபோன் பண்ணும்போது

மொட்டையடிக்கும் இடத்தில் நின்றிருந்தாள். குழந்தைகளுக்கு மொட்டையடிக்கையில் அவர்கள் அழுதுபுரண்டு திமிறுவதைப் பார்க்க ஆசையாகவும், ஏக்கமாகவும் இருந்தது. ஃபோன் வந்த நொடியில் சட்டென சுதாரித்து அவனை, தானிருக்கும் இடத்திற்கு வரச்சொன்னாள். அவன் பொருளை ஒரு பெரிய பாலித்தீன் பையில் வைத்திருப்பதைப் பார்த்தவள் அங்கயே நிற்கச் சொன்னாள். 'என்ன அப்பிடியே ஆட்டுக்கறிய கொண்டார மாதிரி கொண்டாந்திருக்க... சருவத்தாள்ல வெச்சு எப்பிடி மெட்ராஸ் வரைக்கும் நான் எடுத்துட்டுப் போறது?'

"அது உன் பிரச்சன? நீ மடிச்சு இடுப்புல சொருகிட்டுப் போ... இல்ல சேலைக்குள்ள வெச்சு எடுத்துட்டுப் போ.... சரக்கு குடுக்கறது மட்டுந்தான் என் வேல..."

"இங்கேரு உங்கிட்ட மல்லுக்கட்ட எனக்கு நேரமில்ல... ஏதாச்சும் கட்டப் பை தயார் பண்ணிக் குடு..."

"கட்டப் பை தான... சரவணா ஸ்டோர்ல கேட்ருக்கேன்... நாளைக்கி வந்துரும்.. இருந்து வாங்கிட்டுப் போறியா.. அண்ணாச்சி இங்க பக்கத்து ஊர்க்காரர்தான்..." என அவன் வெக்கமே இல்லாமல் சிரித்தான்...

"மடத் தாயோலி..." என முனகியபடியே செல்வி சுற்றிலும் பார்த்தாள். அந்தக் கூடாரத்தின் ஒரு மூலையில் அவளும், இன்னொரு மூலையில் அவனுமாய் நின்றிருக்க பக்கத்தில் மொட்டையடித்துக் கொண்டிருந்த ஒரு குடும்பத்திடம் அவசரமாய் பை தேவைப்படுகிறதெனக் கேட்டாள். வந்த இடத்தில் என்ன அவசரமோ என அவர்களும் மறுக்காமல் தந்தனர். கட்டைப் பையை விடவும் பெரிய பை. அவனிடமிருந்து கவரை வாங்கியவள் தனது பையில் போட்டுக்கொண்டு அங்கிருந்து அவசரமாய் வெளியேறினாள். கோயிலை ஒட்டியிருந்த கடையில் இரண்டு மஞ்சள் சேலைகளை வாங்கியவள் பொது குளியலறைக்குச் சென்று துணி மாற்றிக்கொண்டு மஞ்சள் சேலையுடனும், கழுத்தில் மாலைகளுடனும் வந்தாள். பையில் அவள் கட்டியிருந்த சேலையும், இன்னொரு மஞ்சள் சேலைக்குமிடையே சரக்கு பாதுகாப்பாக மறைந்திருந்தது. சில பஞ்சாமிர்த டப்பாக்கள், சாமி படங்கள், ருத்திராட்ச மாலைகள், கருப்பட்டி மிட்டாய்களென அந்தப் பை நிறையுமளவிற்கு எதையெல்லாம் வைத்து அடைக்க முடியுமோ

அவ்வளவையும் வாங்கிப் பையை நிறைத்தாள். உள்ளே இருக்கும் பொருள் என்னவென்று தெரியாது, ஆனால், அதன் மதிப்பு கோடிகளில் இருக்குமென்பதை மட்டும் நன்றாகப் புரிந்து கொண்டிருந்தாள்.

இனி தாமதிக்க ஒன்றுமில்லையென பேருந்து நிலையம் வந்து சேர்ந்தவள் கூட்டம் நிரம்பிய ஒரு பேருந்தில் ஏறி அமர்ந்துகொண்டாள். வெக்கையின் அடர்த்தி முன்னைவிடவும் கூடியிருக்க, ஒரு சிறுமி ஒவ்வொரு ஜன்னலாய்த் தட்டி ‘எக்கா வெள்ளரிக்கா வேணுமா?’ எனக் கேட்டுவந்ததைக் கவனித்து அவளிடமிருந்து பத்து ரூபாய்க்கு பிஞ்சு வெள்ளரிக்காய்களை வாங்கிக் கொண்டாள். சிறுமியின் வியர்வை பட்டு வெள்ளரிப்பிஞ்சு உப்புக் கரித்ததைப் பொருட்படுத்தாமல் பசியும் தாகமும் அடங்கும் வரையிலும் அவற்றைத் தின்றுமுடிக்க பேருந்து மெதுவாக நிலையத்திலிருந்து வெளியேறியது. சில நிமிடங்களுக்குப் பிறகு காற்று உடல் வழியாய் இறங்கியபோது அவ்வளவு நேரமும் எரிந்த வியர்வை இப்போது உடலை லேசாக்கியிருந்தது. மதுரை வரைக்குமான பேருந்து. கொஞ்ச நேரத்திலேயே பேருந்தில் முன்னைவிடவும் அதிகமான கூட்டம். சந்தனமும், விபூதியுமாய் பேருந்து முழுக்க முருகனின் வாசனை. கண்களை மூடிக்கொண்டாள். தூரங்களை மனதால் கடக்க விரும்பினாளேயன்றி பார்க்கத் துணிவில்லை. கடல் அவளது கண்களிலிருந்து தொலையும்வரை அவளுக்குள்ளிருந்த பதற்றமும், பயமும் சொல்லி மாளாது. தூத்துக்குடி தாண்டும்போது வெயில் கொஞ்சம் குறைந்திருப்பதைப் போலிருந்தது. கண்ணுக்கெட்டிய தூரம் வரை நீண்டிருக்கும் வறக்காடு.

மதுரை வந்திறங்கியபோது பிற்பகல் ஆகியிருந்தது. அரசுப் பேருந்துகள் சென்னைக்கு ஒன்றோ இரண்டோ இருந்தன, மதிய உணவு பற்றின யோசனைகள் வந்தாலும் மதுரையில் சாப்பிடத் தயங்கினாள். சொந்த ஊரில் தெரிந்தவர்களை எதிர்கொள்வதிலிருந்த பயம். பேருந்து நிலையத்திற்கு வெளியில் தனியார் பேருந்து ஒன்றில் ஏறினாள். நானூறு ரூபாய் ஆனது டிக்கெட்டிற்கு. வண்டியில் ஏறும்போதே மொபைலிலிருந்து சிம்மை கழற்றித் தூக்கி எறிந்தவள் புதிதாக இன்னொரு சிம் மாற்றியதும் பாபுவுக்கு மட்டும் கூப்பிட்டு தான் இருக்கும் இடத்தைக் கூறினாள்.

'பாதி தூரம் தாண்டிட்ட ஒண்ணும் பயப்படாத, நல்லபடியா முடிஞ்சிரும்...' என அவன் அவளுக்குத் தைரியம் சொன்னான்.

செல்வியின் கையில் சென்னையிலிருந்து கிளம்பும்போது வாங்கி வந்த பணமிருந்தது. பையை சாதாரணமாக மேலே வைத்துவிட்டு இருக்கையில் அமர்ந்தாள். சிலர் திரும்பி அவளைக் கவனித்தனர். முந்தைய நாள் அலைச்சலும் பதற்றமும் மிகுந்த அசதியைக் கொடுத்தது. பஸ் ஹைகோர்ட் தாண்டும் போதே அவளுக்கு கண்கள் சொருகின. அப்படியே தலையைச் சாய்த்து அயர்ந்து தூங்கிவிட்டாள். போய் சேர பின்னிரவாகிவிடுமென்பதால் நிம்மதியாகக் கண்ணயர்ந்தவளின் மனதில் குழந்தைகளின் முகங்களும் அவர்களது விளையாட்டுகளும் தோன்றி மறைந்தன. நினைத்த வேகத்தில் எத்தனை காட்சிகளை உயிர்ப்போடு காட்டிவிடுகிறது இந்த மனம்? காலம் ஒரு மின்னலைப்போல் மாறி அவளது வாழ்வில் விரும்பிய எல்லாமும் நிகழும் அற்புத கணங்களாக கனவுகாணத் துவங்கியிருந்தாள். பாபுவின் மடியில் உட்கார வைத்துத் தன் குழந்தைக்கு மொட்டையடித்துக் கொண்டிருக்கிறார்கள். ஊரின் அய்யனார் கோயில் முன் பொங்கல் வைத்து கெடா வெட்டி தன் குழந்தைக்கு விழா எடுக்க, இத்தனை காலம் அவளுக்குப் பழக்கமானவர்களும் அந்த விழாவிற்கு வந்திருந்தார்கள். கைது செய்த போலிஸ்காரர்கள், மாமூல் வாங்கியவர்கள், சக பிக்பாக்கெட் தோழிகள், சிறையில் உண்டான உறவுகள், தன்னை அரவணைத்துக் கொண்ட சுந்தரவல்லி, தன்னிடம் சங்கிலியைப் பறிகொடுத்த அந்த இளம் போலிஸ்காரி எல்லோரையும் விழுந்து விழுந்து கவனித்துக் கொண்டிருக்கும் முத்துலட்சுமி... அதென்ன அவளது கண்களில் மகிழ்ச்சியா வன்மமா? மகிழ்ச்சியாய் வாழ விரும்பாதவளின் கண்கள் அவை. செல்வியின் உலகில் அவளுக்கு பரிச்சயமான எல்லோரும் வந்த அசாத்தியமான கனவது.

சில மணிநேரங்களுக்குள்ளாகவே வண்டி நின்று எல்லோரும் பஸ்ஸிற்குள் குசுகுசுவெனப் பேசிக்கொண்டிருக்கும் சத்தம் எங்கோ தூரத்தில் கேட்பது போலிருக்க கண் திறவாதிருந்தாள். பேச்சு, முழுக்க வண்டிக்குள்ளிருந்தும் வண்டிக்கு வெளியிலிருந்தும்தான் கேட்டது. மிரட்டும் தொனியில் சத்தமாக போலீஸ்காரர்களின் குரல் கேட்கவும் திடுக்கிட்டு கண்ணைத் திறந்து பார்த்தாள்.

முகம் அவ்வளவு நேரம் கொண்டிருந்த அமைதியை இழந்து கலவரமானது. தொண்டை வறண்டு, விரல்கள் தடுமாற சிரமத்தோடு பதற்றத்தைக் காட்டிக்கொள்ளாது இருக்க முயன்றாள். அதற்கு மாறாக உடல் லேசாக நடுங்கத் துவங்கியிருந்தது. போலீஸ்காரன் ஒருவன் வண்டியிலேறியதும் மிகச்சரியாக பையைத் தேடி வரவுமே புரிந்துகொண்டாள்- சரக்கை கொடுத்த பார்ட்டியே போட்டுக் கொடுத்திருக்கிறான். இனி தான் தப்பிப்பதைப் பற்றி யோசிக்க வேண்டுமென அதற்கான வழிகளைத் தேடினாள். பைக்கும் தனக்கும் சம்பந்தமில்லை என்பதுபோல் தூங்கிவிட வேண்டியதுதான். சிரமத்தோடு உடலில் பதற்றத்தைக் காட்டிக் கொள்ளாமல் கண்களை மூடிக்கொண்டாள். பையை எடுத்த போலீஸ்காரன், “அய்யா இங்க இருக்குது” என்று சொல்லி முடிக்க வேகமாக ரெண்டு மூணு போலீஸ்காரர்கள் ஏறினர். “இது யாரோட பையின்னு சொல்லுங்கய்யா...” பேருந்திலிருந்தவர்கள் அதிர்ச்சியும் அச்சமுமாய் ஒருவரை ஒருவர் பார்த்துக் கொண்டனர். தங்களுடையது இல்லை என சத்தமே இல்லாமல் தலையாட்டினர். போலீஸ்காரர்கள் வண்டியிலிருந்த ஒவ்வொரு பயணியையும் கொலைவெறியோடு பார்த்துக்கொண்டிருக்க, அவர்களில் உயரதிகாரியாய்த் தெரிந்தவர் ‘யோவ் ட்ரைவர் இங்க வா...’ எனக் கூப்பிட ஓட்டுநர் வந்து அச்சத்தோடு நின்றார். “இது யாரு பையின்னு சொல்றா...” ஓட்டுநர் பையையும் போலீஸ்காரரையும் அச்சத்தோடு பார்த்து நடுங்கி நின்றான். பேருந்திலிருந்த எல்லோருக்குமே வயிற்றில் பட்டாம்பூச்சி பறந்து கலவரப்படுத்தியிருக்க பையிருந்த இடத்திற்கு எதிரிலிருந்த சீட்டிலிருந்த ஒரு பெரியவர் தயக்கத்தோடு “மஞ்சக்கலர் சேல கட்ன ஒரு அம்மாதாங்க... பைய வெச்சது...” என்றார். எவ்வளவு பெரிய முட்டாள் தனம் செய்திருக்கிறோமென செல்வி நொந்து கொண்டாள். அவள் கண் விழித்துப் பார்க்கும் முன்னரே சொத்தென காதில் அறை விழுந்தது. ஒன்று, இரண்டு மூன்றென அவளால் பார்க்கவே முடியவில்லை. அப்படியே அவளைத் தூக்கி சீட்டிலிருந்து தூக்கி எறிந்தனர். இரக்கமின்றி அவளை போலிஸ்காரர்கள் மிதித்துக்கொண்டிருப்பதை பயணிகள் பெரும் கலவரத்தோடு பார்த்துக்கொண்டிருந்தனர். ஒருவரும் மூச்சுவிடவில்லை. அவளைக் காட்டிக் கொடுத்த பெரியவருக்கே கஷ்டமாகிப்போனது. அவ்வளவு அடிகளுக்கும் மிதிகளுக்கும்

அவள் அழவில்லை. அடுத்து என்ன செய்வது என்பது மட்டுந்தான் மனதில் ஓடிக்கொண்டிருந்தது. ஒருவன் அவசரமாக அவள் ஜாக்கெட்டிற்குள் கைவிட்டு மொபைலை எடுக்கப் போனான். திரும்பி அவனை முறைத்தவள், அவளாகவே உள்ளிருந்து எடுத்து அவன் கையில் ஃபோனைக் கொடுத்தாள். இரண்டு கைகளையும் பின்னால் கட்டி பேருந்திலிருந்து இறக்கியபின் போலிஸ்காரர்களில் ஒருவன் ‘ஐயா பவுடரு எடுத்துட்டுப்போன பார்ட்டிய கைது பண்ணியாச்சுங்கய்யா… கையோட ரிமாண்ட் பண்ணிடலாம்…’ என சத்தமாக வாக்கியில் சொல்லிக்கொண்டிருந்தான்.

செல்வியை ஏற்றிக்கொண்ட வண்டி திருச்சிக்கு விரைந்தது. அவளது முகம் உடல் முழுதும் காயம். அமைதியாக கண்களை மூடியிருந்தாள். ஏதோ சில வருடங்கள் பின்னால் போய் மீண்டும் பழைய வாழ்க்கைக்குத் திரும்பியதைப் போலிருந்தது அவளுக்கு. எப்படியாவது பாபுவுக்கு மட்டும் சொல்லிவிட்டால் போதும், அவன் பார்த்துக்கொள்வான். தொழில் செய்கிற ஆட்களை விடவும் போலீஸ்காரர்களிடம் எப்படிப் பேசவேண்டுமென பாபுவிடமிருந்து நிறையக் கற்றிருக்கிறாள். வண்டியில் யாரிடமும் ஒரு வார்த்தை கூட பேசமுடியாதென்பது மட்டும் நன்றாகவே புரிந்திருக்க அவள் எதற்கும் முயற்சிக்கவில்லை. மூன்றுகோடி ரூபாய் மதிப்பிலான கொகைன் கடத்தினாளென்று அவள் மீது வழக்குப் போடப்பட்டது. அவளுக்கு எல்லாவற்றையும் நினைத்துச் சிரிப்பாயிருந்தது, ஆயிரம், ஐநூறு திருடி, ஆறுமாதம், ஒரு வருடம் ஜெயிலுக்குப் போனவள் முதன்முறையாக கோடிக் கணக்கான ஒரு விசயத்திற்காக ஜெயிலுக்குப் போகப்போகிறாள். வண்டியிலேற்றி மத்திய திருச்சி சிறைச்சாலைக்கு அவளை அனுப்பினார்கள். வழியில் உடன் வந்த போலீஸ்காரப் பெண்ணிடம் ஒரு ஐநூறு ரூபாய் தாளைக் கொடுத்தாள். ஜாக்கெட்டின் கை மடிக்கும் இடத்தில் கூட பெண்களால் பணம் ஒளித்து வைக்க முடியுமென்பதை அந்த போலீஸ்காரி அப்போதுதான் கவனித்திருப்பாள். யாரும் பார்க்காதவாறு தனது செல்ஃபோனைக் குடுத்தாள். செல்வி பாபுவின் நம்பரை அழுத்தி விட்டு பொதுவாக போலீஸ்காரியிடம் பரிதாபமாய்ப் பேசுவது போல “எத்தன நாள்ம்மா இப்போ வாரண்ட்ல வெய்ப்பாங்க…” ஜாமீன் எத்தன நாள்ல கிடைக்குமென தெளிவாக, தானிருக்கும் இடத்தை பாபுவிற்குப் புரிய வைத்தாள்.

திருச்சி மத்திய சிறைச்சாலை எப்போதும் போல் அவளை வரவேற்கக் காத்திருந்தது. வாழ்வின் பாதி நாட்களைக் கழித்து இளமையின் சந்தோசங்களை, பெரும்பாலும் இருட்டறையிலும், குளிக்காத சக பெண்களின் நாற்றத்திலும் கழித்த அதே சிறை. எல்லாவற்றையும் பார்த்திருக்கும் அந்தச் சிறைச்சாலைக்கு, அவளது அந்தரங்கம் அவ்வளவும் தெரியும். இனி ஒருபோதும் அவள் வரவே மாட்டாளென நினைத்திருந்த சுவர்கள் அவளின் வருகையால் ஆச்சரியமுற்று முறுக்கிக்கொண்டு நின்றன. வாசல் கதவைத் திறந்து சோதனைக்காகச் சென்றாள். சில வருடங்களுக்குப் பிறகு பார்த்தும் கூட இவளை அடையாளம் கண்டுகொண்ட போலீஸ்காரி “வாம்மா செல்வி... தனியா வந்திருக்க... எங்க உன் நாத்தனாகாரி...” விசேசத்திற்கு வந்திருக்கிறவளை வரவேற்பது போல் வரவேற்க செல்வி சிரித்தபடியே சேலையை அவிழ்த்து சோதனைக்கு நின்றாள்.

23. குருதிக்கறை மிகுந்த இரவுகள்...

புதிய இடத்திற்கு வந்ததிலிருந்து மறுபடியும் வேலை கடுமையாகியிருந்தது. ஆதம்மாவுக்கு வேலை தெரிந்திருந்ததால், அவளும் அம்மாவுக்குத் துணையாக எல்லா வேலைகளையும் பார்க்கத் துவங்கிவிட்டாள். ராஜு முன்னிலும் மோசம், தனக்கும் அவர்களுக்கும் சம்பந்தமே இல்லை என்பதைப்போல் இருந்தான். எல்லாமே ஒரிஸாக்காரன்களோடுதான். சில சமயம் பின்னிரவில் அவன் வந்து படுக்கும்போது ஒன்றிரண்டு பேர் அவரோடு வருவார்கள். எல்லோரும் சேர்ந்து ஒன்றாகத்தான் படுப்பார்கள். அம்மா டென்ட்டை ஆந்திராக்காரர்களோடு போடச் சொல்லி எவ்வளவோ மன்றாடிப் பார்த்தாள். ராஜுதான் "அந்த ஊரே வேணாம்னுதான இங்க வந்திருக்கோம்... இங்கயும் அவனுங்க சகவாசம் எதுக்கு?" என ஒரிஸாக்காரன்களின் பக்கத்திலேயே டென்ட்டைப் போட்டுவிட்டான். அந்த இடம் சுத்தமாக அம்மாவுக்குப் பிடிக்கவில்லை. ஒரு விதமான பதற்றத்துடனேயே எப்போதுமிருந்தாள். ஆந்திராக்காரர்களின் டென்ட் கொஞ்சம் தள்ளிப் போக வேண்டியிருந்தது. அவர்கள் இவர்களுக்காக இடமெல்லாம் ஒதுக்கி வைத்திருந்தனர். ஆனால், ராஜீ போகக்கூடாதெனச் சொல்லியிருந்ததால் அம்மாவும் போகவில்லை. வேலையும்கூட இந்தக் கூட்டத்தோடு சேர்ந்துதான் பார்த்தனர். அவர்கள் ஒரு பிளாக் ஆந்திராக்காரர்கள் எல்லாம் வேறு பிளாக் கட்ட, தனித்தனியாய் வேலை பார்த்துக் கொண்டிருந்தனர்.

பேச்சுத் துணைக்குக்கூட ஆளில்லாமல் அவஸ்தை, எல்லாத்தையும் பொறுத்துக்கொண்டு அம்மா அமைதியாய் இருந்தாள்.

ஒருநாள் பின்னிரவில் மூத்திரம்பெய்ய அம்மா எழுந்திருந்தபோது யாரோ ஒருவன் அவளின் காலடிக்கு மிக அருகில் படுத்திருந்தான், அவனுக்குப் பக்கத்திலேயே ராஜீவும் படுத்திருந்ததால் விட்டுவிட்டாள். மூத்திரம் பெய்துவிட்டுத் திரும்பி வந்தபோது, கொஞ்சம் தள்ளி ஆதம்மாவை அணைத்தபடி படுத்துக் கொண்டாள். அவள் படுத்த சில நிமிடங்களுக்குப் பிறகு காட்டமான சாராயத்தின் வாசனையும், கணேஷ் புகையிலை வாசனையும் அவளது மூக்கிற்கு மிக அருகில் எழுந்து உடலுக்குள் நுழைந்தது. லேசாக கண்களைத் திறந்து பார்த்தாள். அவன் கொஞ்சம் கொஞ்சமாய் மேலேறுவதும், ராஜூ அவனை உற்சாகப்படுத்துவதுமாய் இருந்தார்கள். என்ன நடக்கிறதென பார்ப்பதற்காக அமைதியாய் படுத்திருந்தவள் ஆதம்மாவை அணைத்திருந்த கைகளை விட்டுவிட்டாள். ஆதம்மா ஒருமாதிரி புரண்டு தள்ளிப் படுக்க அவன் இன்னும் கொஞ்சம் மேலேறினான். ராஜூ அவளின் காலடியில் தலைவைத்து சைகையில் அவளது இடுப்பைத் தடவச் சொல்லி மற்றவனுக்குச் சொல்லிக் கொண்டிருந்தான். அவன் ஒரு நொடி கூட தாமதிக்காமல் மொத்த வலுவையும் கொடுத்து அவளது இடுப்பைத் தடவத் துவங்கினான், சாராயத்தின் வெக்கையும் எரிச்சலும், அவனது கைகள் வழியாக அவளுக்குள் ஏறத்துவங்கியது. ஒருவிதமான அருவருப்பும் ராஜூவின் மீது கொலைவெறியும் கொண்டவளாய் அடுத்த என்ன செய்வதென யோசித்தபடியே தன்னுடல்மீது அவனை நகர்ந்து செல்ல அனுமதித்தாள். ராஜூ சிரித்துக் கொண்டே அவன் காதுகளில் நெருங்கி “நான் இவகூட படுத்துப் பல நாளாச்சு… எனக்குத் தெரியும் இவளும் நா இல்லாதப்ப எவங்கூடயாவது படுத்துட்டுத்தான் இருப்பா, பயப்படாம செய்யி…” என்றான். அவன் சிரித்தான். இன்னும் கொஞ்சம் தயக்கம் இருந்திருக்கலாம், அவளது ஜாக்கெட் கொக்கிகளை ராஜூவின் கைகளால் அவிழ்க்கச் சொன்னான். ராஜூ அவளுக்கு அருகில் குனிந்து மெதுவாய் ஒவ்வொரு கொக்கியாய் அவிழ்க்க, அதற்குமேல் பொறுக்க முடியாதென விருட்டென எழுந்தவள், இரண்டு பேரையும் மாறி மாறிப் பார்த்தாள். ஒரிஸாக்காரனோடு சேர்த்து ராஜூவும் பயந்து போய்விட்டான்.

“இவன் மட்டுந்தானா? வேற எவனாச்சும் இருந்தா அவனயும் வரச்சொல்லு... அவள் கோவத்தில் பேசுகிறாளா அல்லது நிஜமாகவே இரண்டு பேர் தேவையா என ராஜுவுக்குப் புரியவில்லை. அவன் சிரித்துக்கொண்டே “இன்னைக்கு இவன் ஒருத்தந்தான் நாளைக்கு வேணும்னா... இன்னும் ரெண்டு பேரக் கூட்டிட்டு வாரேன்...” அவனைப் பார்த்துவிட்டு ஒரிஸாக்காரனைப் பார்த்தாள். அவன் டவுசர் தூக்கி இருந்தது. பாதி வாயைத் திறந்து சிரித்தான். அதிகபட்சம் இருபது வயதிருக்கலாம் அவனுக்கு. ஊரைவிட்டு சொந்த பந்தத்தை விட்டு வந்த வெறி, எதுவுமே பேசவில்லை அவனை அனுமதித்தாள். அவன் அவளது அமைதியில் இன்னும் போதை கொண்டவனாய் உடலின் ஒவ்வொரு செல்லையும் தீண்டி வரைமுறையற்ற விளையாட்டை விளையாடிக் கொண்டிருந்தான். என்ன செய்வதென்கிற யோசனையிலும் கற்பனையிலும், ஒவ்வொரு கையும் ஒவ்வொரு வேலையைச்செய்ய அவளைத் தூண்டுகிற விருப்பத்தில் அவளது காதுகள் கன்னம் எல்லாத்தையும் கடித்தான். அவள் எல்லாவற்றையும் அனுமதித்தாளே தவிர எவ்விதத்திலும் செயலாற்றவில்லை. ராஜு அவனிடமிருந்து கொஞ்சம் பணத்தை வாங்கிக் கொண்டு எழுந்து போகப் பார்த்தான். அவள் அவனது உடையைப் பிடித்து இழுத்தாள். “உன் பொண்டாட்டிய ஒருத்தன் ஏறுறான்...அதப்பாக்காம எங்க போற? இரு” என்று கூறினாள். ராஜுவுக்கு யோசனையாகவும் தயக்கமாகவும் இருக்க அவர்களுக்குப் பக்கத்திலேயே உட்கார்ந்தான். வேண்டுமென்றே தன்னுடலை அதிகமாக அவனுக்கு விரித்துக் காட்டினாள். அவன் ஒவ்வொன்றையும் தேடிக் கொண்டிருப்பதைப் பார்த்து “இருட்டுல தேடறான்ல பாவம்... அவனுக்கு உதவி செய்யி ராஜு டென்ட்டுக்குள்ள விளக்கு இருக்கு எடுத்துட்டு வா...” ராஜுவுக்கு கோபத்தில் முகம் மாறியது. போய் விளக்கை எடுத்து வந்தான். இவர்களுக்கு அருகில் வைத்து விளக்கைத் தூண்டிவிட்டான் அந்த விளக்கின் பிரகாசத்தில் அவளுடல் பிரகாசமாய் தெரிந்தது. வெயிலும் சுண்ணாம்பும் தின்று சோகை கண்டிருந்த உடல். கச்சிதங்களற்ற உடல். உயிர் வாழ்வதைத் தவிர வேறெந்த சுகத்திற்கும் பழகாத உடல். ஒரிஸாக்காரனின் வேகம் கூட கூட அவனது செய்கைகளும் முரட்டுத்தனமாகின. அவ்வளவு நேரம் பொறுமையாய் காத்திருந்தவள் அவனைத்

தூண்ட, தானும் அவனை மூர்க்கமாகத் தடவினாள். அவளது இறுக்கத்தில் அவனுக்கு மூச்சு முட்டிப் போனது. "இவ்வளவு காமத்திலா இருக்கிறாள்? இவளை ஒரு வழி பண்ண வேண்டும்... பாவம் புருஷங்காரன் ஒழுங்கா கவனிக்காட்டி இப்பிடித்தான்" என்று பலவிதமாக அவள் குறித்து பரிதாபமும் அக்கறையுமாய் அவன் எண்ணங்கள் ஓட, இரண்டுபேரும் பாம்புகளைப் போல் பின்னுவதைப் பார்த்து ராஜுவுக்கும் ஒரு மாதிரியானது. அவன் நெருங்கிப் போகவில்லை. இன்னும் சில டென்ட்டுகள் தள்ளிப் போனால் அங்கு ஒருத்தி இருக்கிறாள். இப்போது ராஜுவின் உறக்கமெல்லாம் அங்குதான். ஒரிஸாக்காரி. அழுக்கும் கறுப்புமாய் அவளை ஒருத்தனும் சீண்ட மாட்டான். ஆனால், ராஜு ஆடும் ஆட்டத்திற்கெல்லாம் அவளும் ஆடுவாளென்பதால் அவளை என்னவோ அவனுக்கு அவ்வளவு பிடிக்கும். இப்போது உடலின் சூடு தலைக்கேறியதும் அவள் நினைப்புதான் வந்தது. வேகமாய் எழுந்தான். இந்த முறை அவன் பொண்டாட்டி அவனைக் கவனிக்கவில்லை, அல்லது போக அனுமதித்து விட்டிருக்கலாம். வேகமாக அந்த டென்ட்டிற்கு நடந்தான். போதையில் கால்கள் தடுமாறின. ஒரிஸாக்காரனைக் கொஞ்சம் கொஞ்சமாய் எழும்பி நிற்க வைத்தவள் அவன் டவுசரைக் கீழிறக்கி அவனது கால்களிடையே ஊர்ந்து சென்று அவனது குறியை வருடினாள். எதிர்பார்க்காத ஒன்று கிடைத்த பூரிப்பில் அவளது தலையை தடவிக் கொடுத்தபடி தனது இடுப்பிற்குக் கீழ் நெருக்கினான். கொஞ்சம் கொஞ்சமாய் அவள் நாக்கின் சூடு அவனின் உடலுக்குள் ஏற, மெய்மறந்து கண்மூடினான். எல்லாம் அந்தச் சில நொடிகள்தான். நாக்கு வெளியேறி பற்கள் அவனது உயிர்த் தடத்தை இறுக்கத் துவங்கியதும் வலி சின்னதாய் துவங்கி பெரிதாகிக் கொண்டிருந்தது. வெளியே எடுக்க எவ்வளவு முயன்றும் முடியவில்லை, எலி வலையில் மாட்டிக் கொண்டதைப்போல் உடலை இங்கும் அங்குமாய் அசைத்துக் கத்தவும் முடியாமல் திணறினான். அவளின் பிடி உச்சத்திற்குப் போக பொறுக்க மாட்டாமல் கத்தினான். ஆதம்மா கண் திறந்து பார்த்தபோது அம்மாவின் வாயிலிருந்து குருதி வழிந்து கொண்டிருக்க யாரோ ஒருவன் அவளின் முக்கால் முகத்தை மறைத்து நின்று கத்திக் கொண்டிருந்தான். என்ன நடக்கிறதெனப் புரியவில்லை. அவன் கத்திக் கூப்பாடு போட்டதில்

ஒவ்வொரு டென்ட்டிலிருந்தும் ஆட்கள் எழுந்து ஓடிவந்தனர். அவள் இன்னும் தன் பிடியை விடவில்லை, அவளை விலக்க வேண்டிப் போராடியவன் வலுவோடு தன்னைப் பின்னால் இழுத்துக்கொண்ட ஒரு நொடியில் அவனது குறி மட்டும் அவளது பற்களின் இடையில் இருந்தது. அச்சத்தின் உச்சத்தில் அவன் அலறிக் கொண்டே ஓடினான். அவனைக் கடந்து ஓடி வந்த ராஜூ என்ன நடந்ததெனப் புரியாமல் அவன் பொண்டாட்டியை நோக்கி வந்தான். வாயில் எதையோ கவ்வியிருந்தாள். வாய் வழியே குருதி கசிந்துகொண்டிருந்தது. அவன் ஓடி வந்து நின்ற வேகத்தில் மூஞ்சியில் த்தூ எனத் துப்பினாள். ரத்தமும் வீச்சமுமாய் வந்து விழுந்ததை என்ன ஏதென்று குழப்பத்துடன் பார்த்தான். ஓரிஸாக்காரனின் ஆண்குறி கீழே கிடப்பதைப் பார்த்ததும் அதிர்ந்துபோனான். அவள் அவ்வளவு நேரத்தில் அப்போதுதான் சிரித்தாள்.

நடந்ததைப் பற்றி யாரும் எதுவும் அவர்களிடம் கேட்டுக் கொள்ளவில்லை. எல்லாரும் போய் படுத்துக் கொண்டனர். ஆதம்மா அது எதுவோ பார்க்கக் கூடாத கனவென நினைத்தபடி உடலை சுருக்கிக்கொண்டு படுத்தாள். கொஞ்ச நேரத்தில் அம்மா மறுபடியும் அவளை அணைத்துக்கொண்டு படுக்க, அம்மாவுக்கு எதுவும் ஆகவில்லை என்கிற நிம்மதி அவளுக்கு. இவர்களோடு படுக்கவே ராஜு பயந்துபோய் அந்த ராத்திரியில் எங்கேயோ போய்விட்டான். அம்மாவுக்கு உறக்கம் வந்தது, கூடவே இங்கிருந்து தனியாய் வேறெங்காவது போய்விடலாமென்கிற யோசனையும். ஆதம்மாவை இன்னும் இறுக அணைத்துக் கொள்ள, அவள் அம்மாவின் முகத்திற்கு நேராய் திரும்பி அவளது மார்பின் இடையில் தலையைப் புதைத்துக் கொண்டாள்.

24. கூடற்ற பறவைகள்...

ராஜு திரும்பி வரவில்லை. அவன் அந்த கன்ஸ்ட்ரக்சனில்தான் வேலைபார்த்துக்கொண்டிருந்தான். ஆனால், அவன் பொண்டாட்டியையோ, ஆதம்மாவையோ பார்க்க வரவே இல்லை. பாதி இரவுகளில் அவன் நடமாட்டம் தெரிவதாக அக்கம்பக்கத்து டென்ட்காரர்கள் சொன்னார்கள். அவன் பொண்டாட்டி அதை ஒரு தகவலாகக் கூட கேட்க விரும்பவில்லை. ஒருபோதும் தங்களிடம் திரும்ப மாட்டான் என்கிற உறுதியான நம்பிக்கை அவளுக்கு இருந்தது. அவனுக்குள்ளிருக்கும் அச்சம்தான் தனக்கும், தனது மகளுக்கும் பாதுகாப்பென்பதைப் புரிந்துகொண்டாள். இன்று தன்னை இன்னொருவனுடன் படுக்கவிட்டவன் தன் மகளை இன்னொருவனுடன் படுக்க வற்புறுத்தவும் ரொம்ப நாளாகாதுதானே?

சொந்த ஊரைவிட்டு சொந்த பந்தங்களை விட்டு இவ்வளவு தூரத்தில் வந்து சுண்ணாம்பிலும் சிமெண்ட்டிலும் உழல்வதெல்லாம் கொஞ்சம் கௌரவத்தோடு வாழ விரும்பித்தான். எப்படியும் பிழைக்க நினைத்திருந்நால் அதற்கு ஜம்பலமடுகு போதுமே... திருப்பதிக்கோ, கடப்பாவுக்கோ போனால் சென்னையில் சம்பாதிப்பதை விடவும் பத்து மடங்கு அதிகமாக அவளால் சம்பாதித்துவிட முடியும்.

ஆதம்மா குழந்தையாகவே இருந்தாள். ஊரில் வறக்காட்டின் காய்ந்த புல்மேடுகளில் எப்படித் திரிந்தாளோ, அப்படியே இன்னும் பாம்புகள்தான் அவளது நெருக்கமான நண்பர்களாக இருக்கின்றன. எல்லோரும் அவளை வித்தியாசமாய் பார்க்கத் துவங்கிவிட்டனர். இரண்டு தினங்களுக்கு முன் கட்டடத்தில் வேலை செய்து கொண்டிருக்கையில் அந்த பிளாக் மேஸ்திரி முன்னால் செங்கல் தூக்கிக்கொண்டு போன ஆதம்மாவின் அம்மாவைப் பார்த்து, "இப்போ எலி எல்லாம் கடிக்கிறதில்லயா?"என காதில் விழும்படியாகவே கேட்டான். மேஸ்திரியும் ஒரிஸாக்காரன்தான், அவள் திரும்பியே பார்க்கவில்லை. எதைச் சொல்கிறானெனத் தெரியும். அன்றைக்குக் கடிபட்டவன்கூட ஆஸ்பத்திரியிலிருந்து திரும்பி வந்து விட்டானாம். அவனும் அவனைச்சேர்ந்த சிலரும் அவளை அடித்து சேதப்படுத்த பேசிக்கொண்டிருப்பதாகச் சொன்னார்கள். எதைப்பற்றியும் அவளுக்குப் பயமில்லை. ஆனாலும் பாதுகாப்பிற்காக டென்ட்டை மாற்றி குண்டக்கல்காரர்கள் இருக்கும் டென்ட்டிற்கு பக்கத்தில் போய் போட்டுக்கொண்டாள். வேலையையும் மாற்றிக்கேட்டாள் "இந்த வாரம் மட்டும் போகட்டுமென" அங்கு சொல்லிவிட்டார்கள். இப்போது அந்த மேஸ்திரியும் ஒரு பிரச்சனையாகியிருக்கிறான். சாப்பாட்டு நேரத்தில் இவளிடம் வந்து எலிக்கறியா எனக் கேட்பதும், அவள் பதில் சொல்லாமலிருந்தால் 'எங்கிட்ட எலி இருக்கு தரட்டுமா?' என அடுத்த கேள்வியையும் அதற்கும் பேசாமலிருந்தால் பேண்ட்டின் ஜிப்பை பாதி இறக்கிக் காட்டுவதுமாய் அவளை சீண்டிக்கொண்டிருந்தான். அப்படி அவன் செய்கிற நேரங்களில் ஒன்று பாதிச் சாப்பாட்டில் எழுந்து போய்விடுவாள், அல்லது முறைத்துப் பார்ப்பாள். பெரும்பாலும் தனியாக இருப்பதைத் தவிர்த்து ஆட்களுடனேயே இருந்தாள். மேஸ்திரியை எதிர்த்து எதுவும் செய்ய முடியாது, வெளியில் போகச் சொல்லிவிட்டால் வேறு போக்கிடம் இல்லை என்பது அவளுக்குத் தெரியும்.

டென்ட்டில் இப்போதெல்லாம் அவள் அசந்து தூங்குவதில்லை, ஆதம்மா தூங்கிவிடுகிறாள். அம்மாவுக்கு பயம் இருந்தது. எந்த நேரத்திலும் எதுவும் நடக்கலாமென... பாதித் தூக்கத்திலேயேதான் கிடப்பாள். விளக்கும் எரிந்தபடியேதான் இருக்கும். கடிபட்டவன் ஒரு நாள் மாலை அவள் டென்ட்டின் பக்கமாய் அவன் ஆட்களோடு சுற்றிக்கொண்டிருந்தான். அம்மா யோசித்தாள்.

அவனுக்குப் பயந்து ஒளியக்கூடாது. தைரியமாக எழுந்து அவர்கள் இருக்கும் பக்கமாய் போனாள். அவள் அப்படிச் செய்வதை எதிர்பார்க்காதவர்களாய் அவளிடம் ஆயுதம் எதுவும் இருக்கக்கூடுமென பயந்து பின்வாங்கினர். கடிபட்டவன் ஒரு லுங்கி அணிந்திருந்தான். அவள் அவன் லுங்கியையும் அவனையும் மாறி மாறிப் பார்த்தாள். அவனும் தன் லுங்கியைப் பார்த்தான். வேகமாய் அவனுக்குப் பக்கத்தில் போனவள் தன் சேலையைப் படாரென தொடை வரை தூக்கி கிட்டத்தட்ட குறி தெரிகிற வரை காட்டி "வாடா.... தேவ்டியா பையா.... இப்ப வா... வாடா..." கத்தவும் அதிர்ந்துபோனவனாய் குறி போனதை விடவும் பெரிய அதிர்ச்சியோடு தலைதெறிக்க ஓடினான். அவளுக்கு இன்னும் ஆத்திரம் அடங்கியிருக்கவில்லை. கீழே கொட்டிக் கிடந்த கல்லை அள்ளி அவர்களின் பக்கமாய் எறிந்தாள். சுற்றியிருந்த ஆட்கள் ஓடிவந்து அவளைப் பிடித்து இழுத்துச்சென்றனர். அவளது சத்தம் அந்த வளாகம் முழுக்கக் கேட்டுக்கொண்டிருந்தது.

அடுத்த நாள், அவளை வேறு பிளாக்கிற்கு அனுப்பினார்கள். அவளுக்கும் நிம்மதியாக இருந்தது. எல்லோரின் தொல்லையிலிருந்தும் தப்பித்த நிம்மதி. மனமும் உடலும் லேசாகியிருந்தது, எவ்வளவு பாரம் தூக்கியும் கனக்கவில்லை, கண்ணுக்கு முன்னாலேயே மகளும் பாரம் தூக்குகிறாள். தன் வாழ்க்கை எங்கேயோ துவங்கி எங்கேயோ போய்கொண்டிருப்பதுபோல் தன் மகளின் வாழ்க்கையும் ஆகிவிடக் கூடாதென்கிற அச்சம் மட்டும் மனதெங்கும் ஊர்ந்தது. ஆதம்மா தன் தலையில் ஆறேழு செங்கல்லைத் தூக்கிக் கொண்டு சென்றாள். விளையாடுவதும் பேசுவதுமாய் பிரச்சனைகள், தொல்லைகள் என எதுவுமறியாத அவளின் அந்த அறியாமை அவளை சந்தோசமாக வைத்திருந்தது.

பிற்பகல்தாண்டி அவளுக்கு வயிற்றில் பட்டாம்பூச்சிகள் ஊர்ந்தன, வலி என்று சொல்ல முடியாத குறுகுறுப்போடு துவங்கி மெதுவாய் அதுவொரு வலியாய் உடலெங்கும் ஊர்ந்து எழுந்தது. முதலில் சமாளித்துவிடலாமென நினைத்தவள் வலி அதிகமாகவும் சமாளிக்க முடியாமல் துடித்தாள். ஆதம்மாவுக்கு என்ன செய்வதெனத் தெரியவில்லை, யாரிடம் சொல்வதென்றும் தெரியவில்லை. சுற்றி இருந்த ஆட்கள் அவளை ஓய்வெடுக்கச் சொன்னார்கள். ஆதம்மாவும் அம்மாவுக்குத் துணையாக அவளுக்கு அருகிலேயே போய் உட்கார்ந்தாள். அதுவும் ரொம்ப நேரம் அவளுடன்

இருக்க முடியவில்லை, ஒரு ஆள் மட்டும்தான் ஓய்வெடுக்க வேண்டுமென சொன்னதும் ஆதம்மா வேலையைப் பார்க்கப் போய்விட்டாள். அந்த பிளாக்கின் ஒரு மூலையில் முழுவதுமாய் முடிக்கப்பட்ட ஒரு அறையில் அம்மா படுத்துக் கிடந்தாள். கீழே முழுக்க சிமெண்ட் உதிர்ந்து கிடந்தது, தரையில் படுக்க வைக்க முடியாதென எல்லோருமாய் சேர்ந்து ஒரு பழைய பெஞ்சில் படுக்க வைத்திருந்தனர். உதிர்ந்துபோன பழைய மர பெஞ்ச் அது. கடுமையான நாற்றமடித்தது. அவள் சேலையால் முகத்தை மூடி கண்களையும் மூடிக் கொண்டிருந்தாள். இத்தனை வருடத்தில் உடலில் அப்படியானதொரு வலியை அவள் உணர்ந்திருக்கவில்லை.

இந்தக் கட்டடம் முடிந்தால் அடுத்த கட்டடம் அதுவும் முடிந்தால் அடுத்தது, இப்படி அடுத்ததுகளிலேயே இன்னும் எவ்வளவு காலம்? சில நிமிடங்கள் கண்மூடினால் ஏன் இவ்வளவு குழப்பம்? ஒரு ஆணின் துணையின்றி வாழ்வதென்ன அவ்வளவு சிரமமா? என்ன இம்சை என்றாலும் ஆண்களை சகித்துக்கொண்டுதான் வாழவேண்டுமென்றால் என்ன வாழ்க்கை இது? மனதில் இன்னும் உறுதி மிச்சமிருந்தது. லம்பாடிப் பெண்களைப் பார்த்திருக்கிறாள். அவர்களுக்கு இருள், வெயில், எதைப்பற்றியும் கவலை இருக்காது. எல்லாவற்றையும் தாங்கும் உடல். எந்த நிலத்திலும் வலிமையோடு வாழும் குணமிருக்கும். அவளும் தானொரு லம்பாடியாகவே இருக்க விரும்பினாள். கலவை மிஷின் ஓடுகிற சப்தம், ஆட்கள் வேலைசெய்யும் சப்தம், போதாக்குறைக்குக் கீழிருந்து எல்லாப் பொருட்களையும் மேலே ஏற்றிச்செல்ல போட்டிருக்கும் லிஃப்ட் சத்தம் படுத்திருந்தவளின் உடலுக்குள் சத்தங்கள் ஊர்ந்து ஏறின. எல்லாச் சத்தங்களையும் சில நிமிடங்கள் தூக்கி எறியலாமென்றால் முடியவில்லை.

யாரோ ஆள் நடமாடும் சத்தம் அவளுக்கு மிக அருகில் கேட்டது, முதலில் ஒரு ஆளாய் இருக்குமென நினைத்தவள் பேசும் சத்தம் ரெண்டு பேரின் மூன்று பேரின் பேச்சாய் கேட்க அவள் பார்வையில் மங்கலாய் சிலர் அந்த அறைக்குள் நுழைவது தெரிந்தது. இன்னும் தெளிவாகப் பார்க்கவேண்டி, கண்களைக் கசக்க அதற்குள்ளாக ஒருவன் அவளின் கைகளை இறுக்கிப்பிடித்தான். இன்னொருவன் வேகமாய் கால்களை இறுக்கிப்பிடிக்க, மிச்சமிருந்தவர்கள் அவள் சத்தம் எழுப்பமுடியாத அளவிற்குப் பிடித்திருந்தனர். கடிபட்டவன்தான். இப்போது

நேரம்பார்த்து வந்திருக்கிறான் உடலிலிருக்கும் வலிமையெல்லாம் திரட்டினாள். கண்கள் மட்டுமே சிவந்ததேயொழிய உடலை அசைக்க முடியவில்லை. முடிந்தவரையிலும் உடலைத் திமிறினாள். கடிபட்டவன் இவள் உடலைத் துண்டாடும் வெறியிலிருக்க இவன் யாரிது, அவள் தொடைகளின் வழி கையை நுழைப்பது. லேசாகத் தலையைத் தூக்கிப்பார்த்தாள். அவளை சீண்டிக்கொண்டிருந்த மேஸ்திரி... உடலில் ரௌத்திரமும், வெறியும் ஏற என்னவானாலும் விடக்கூடாதென முறுக்கினாள். அவன் கைகள் இவளின் உயிர்த்தடத்தைப் பிசைந்து ஒவ்வொரு அங்கத்தையும் சிதறடிக்கும் மூர்க்கத்துடன் ஊர்ந்தது. எல்லோருமே ஒரே ஊர்க்காரர்கள். அவர்கள் ஒவ்வொருவரும் ஒவ்வொன்றாய் இவளுடலில் செய்து பார்க்க விரும்பினார்கள். வெறிகொண்டிருந்தார்கள். மேஸ்திரிக்கு பொறுமையில்லை, தன் பேண்ட்டைக் கீழிறக்கியவன் அவளைப் புணரத் தயாராகியிருந்தான், முதலில் கடிபட்டவனின் ஒரு கையிலிருந்த கத்தியைப் பார்த்தவள் அவன் நோக்கம் என்னவாயிருக்குமென்கிற பயத்தோடு இருந்தாள். அவன் அவளின் கழுத்துக்குக் கீழாக கத்தியால் அழுத்தமாய்க் கீறினான். வலியில் கத்தவும் முடியாமல் திணறினாள். உடல் அதிர்ந்து ஆடியது.

அம்மாவைச் சுற்றி இத்தனைபேர் என்ன செய்கிறார்கள்? கையில் ஒரு டம்ளர் டீயுடன் அம்மாவைப் பார்க்க வந்த ஆதம்மா கத்தினாள். எல்லோரையும் கூப்பிட்டாள். அவளின் சத்தம் கேட்டதும் அம்மாவைச் சுற்றியிருந்த அத்தனை பேரும் ஆளுக்கொரு திசையில் ஓட்டம் பிடித்தனர். பேண்ட்டை அவிழ்த்து, உள்ளாடையையும் அவிழ்த்துவிட்ட அந்த மேஸ்திரி என்ன செய்வதெனப் புரியாமல் மலங்க மலங்கப் பார்த்தான். ஆதம்மா அதற்குள்ளாக அம்மாவின் பக்கமாய் ஓடி வந்திருந்தாள். அம்மாவின் உடலெங்கும் வலி, எழுந்த வேகத்தில் ஓடியவன் விட்டுப்போயிருந்த கத்தி அவளின் கைக்குக் கிடைத்திருந்தது. அவள் கைபோன திசையில் அந்த மேஸ்திரியைக் குத்தினாள். அவன் கண்களில்தான் முதல் குத்து விழுந்தது. வலது பக்க கண் தனியாய் வந்து விழுந்தது. மீண்டும் அந்தக் கண் இருந்த இடத்தில் குத்தினாள். அவன் கத்தி சுருண்டு விழுந்தான். உடலெங்கும் ரத்தம். தான் படுத்திருந்த பெஞ்ச்சைத் தூக்கியவள் அப்படியே அவன் மீது எறிந்தாள். அவன் எந்திரிக்கவே இல்லை. சுருண்டு கிடந்தான். சத்தம் கேட்டு எல்லோரும் ஓடிவந்தார்கள். ஒரு

காளியைப்போல் நின்றிருந்தாள். அவன் செத்துப்போய்விட்டான் என்றுதான் எல்லோரும் நினைத்தனர். இன்னும் உடலில் அவனுக்கு அசைவிருந்தது. அவளைப் பிடித்து இழுத்துக்கொண்டு சென்றனர். அவன் அலறக்கூட முடியாமல் அசைவற்றுக்கிடக்க பொருட்டாக மதித்து ஒருவரும் அவனைத் தூக்கவில்லை.

இரவு யாரும் அவளைத் தனித்துப்படுக்க அனுமதிக்கவில்லை. கழுத்துக் காயத்திற்கு களிம்பு போட்டுவிட்டார்கள். தொடர்ந்து அவளும், ஆதம்மாவும் அங்கிருந்தால் பிரச்சனை பெரிதாகுமென காண்டராக்ட்காரனே அங்கிருந்து வேறு வேலைக்குப் போகச் சொல்லிவிட்டான். இவ்வளவுக்குப் பிறகும்கூட இன்னும் ராஜூ வந்து அவளைப் பார்க்கவில்லை. வலியிலேயே அவள் தூங்கிவிட்டாள். ஆதம்மா அவளுக்குப் பக்கத்திலேயே இருந்தாள். குளிர்காலம் துவங்கியிருந்ததால் எல்லோரும் போர்வைக்குள் சுருண்டிருந்தனர்.

அதிகாலையில் யாரோ ஒருவனை மெயின்கேட் பக்கமாய் கொலை செய்து போட்டிருக்கிறார்களென எல்லோரும் பார்க்க ஓடினார்கள். வழக்கமாக அந்த நேரத்திற்கு வேலைக்குப்போகத் தயாராகும் எல்லோரும் அந்தக் கொலையைப்பற்றிய பேச்சிலேயே இருந்தனர். ஆள் யாரெனத் தெரியாதளவிற்கு முகமெல்லாம் குத்திக் கிழித்திருந்தனர். ஆதம்மாவையும் கூட்டிக்கொண்டு அம்மாவும் பார்க்கப் போனாள். வலி குறைந்திருந்தது. கூட்டத்தை விலக்கிப் பார்க்க முடியவில்லை. ஆதம்மா மட்டும் உள்ளே நகர்ந்து போனாள். அம்மாவை சிலர் நலம் விசாரித்தனர். கொலை செய்யப்பட்டவனின் ரத்தவாடை அந்த இடம் முழுக்க வீசியது. அவள் மெதுவாக நகர்ந்து போக, ஆதம்மா பதற்றத்தோடு ஓடிவந்து அம்மாவை இழுத்தாள். ஒரு மாதிரியாக விசயம் புரிந்துவிட்டாலும் இயல்பாக இருக்க நினைத்துக்கொண்டே அவளும் வேகமாய் நடந்தாள். அவனேதான். ராஜூவின் முகமே தெரியவில்லை. உடலெங்கும் குத்திக் கிழித்து இன்னும் குருதி சுரந்துகொண்டிருந்தது. ஆதம்மாதான் அலறினாள். அம்மா சின்ன சத்தம் கூட எழுப்பவில்லை. எல்லோரும் அவர்களையே பார்த்தனர். எல்லோருக்குமே தெரியும் யார் காரணமென்று? ஆறுதல் சொல்வதைத் தவிர என்ன செய்ய முடியும்? ஒரு பெண் ஓடி வந்து ஆதம்மாவைத் தூக்கிக்கொண்டாள். அவள் அந்தப்

பெண்ணிடமிருந்த விலகத் திமிறினாள். அம்மா ஆதம்மாவை வாங்கிக் கொண்டாள். அழுதுகொண்டிருக்கும் மகளைத் தன் பக்கமாய்த் திருப்பியவள் அழக்கூடாதென்றாள். ஆதம்மாவால் நிறுத்த முடியவில்லை, இன்னும் அழுதாள். அம்மாவின் கண்கள் இன்னும் தீவிரமாய் அவளைப் பார்க்க கொஞ்சம் கொஞ்சமாய் சத்தம் குறைத்து விசும்பினாள். அந்த உடலை அம்மா திரும்பிக்கூட பார்க்கவில்லை. வேகமாய் தன் டெண்ட்டிற்கு நடந்தாள். எல்லோருமாய் சேர்ந்து அவளை நிப்பாட்ட முயன்றனர், அவள் யார் சத்தத்தையும் கேட்கவில்லை. தன் பொருட்களை மூட்டையாகக் கட்டியவள் ஏற்கெனவே தயாராகத்தான் இருந்தாள். இப்போது அது தீர்மானிக்கப்பட்டுவிட்டது.

அந்தக் கட்டடம் விட்டு ரொம்பதூரம் வந்தபிறகும் அங்கிருப்பவர்களின் சத்தம் கேட்டுக்கொண்டிருந்தது. எங்கு போவதெனத் தெரியவில்லை. இவ்வளவு பெரிய ஊரில். ஆதம்மாவும் இப்போது அழுவதை நிறுத்திவிட்டாள். அம்பத்தூர் பக்கமாய் போய்விட்டால் தெரிந்தவர்கள் யாரையாவது பார்த்து வேலை கேட்கலாம். கொஞ்சம் பணம் இருந்தது. ஆனால், போகுமிடத்தை இன்னும் தீர்மானிக்கவில்லை. அம்மாவும் மகளும் ஒரு பேருந்து நிலையத்தில் நின்றனர். யாருமே இல்லை. அம்மா பொருளை எல்லாம் வைத்துவிட்டு உட்கார்ந்தவள் இனி யாருமே இல்லை என்னும் அந்த வெறுமையை உணர, அவளுக்குள்ளிருந்து அழுகை கொஞ்சம் கொஞ்சமாய் கொப்பளித்தது. நிறுத்த எவ்வளவு முயன்றும் முடியாமல் இன்னும் சத்தமாக அழுதாள். ஆதம்மா, அம்மாவின் அழுகையை நிறுத்த விரும்பவில்லை. சிமெண்டும் சுண்ணாம்பும் உடலிலிருந்த ஈரத்தை மொத்தமாக உறிந்துவிட்டது போல் அவள் மனதில் மீதமிருந்த ஈரத்தை ராஜு மொத்தமாக உறிந்துவிட்டு மடிந்து போனான். அம்மாவையும் வானத்தையும் மாறி மாறிப் பார்த்தாள் ஆதம்மா.

25. பிரிந்தவர் சேர்கையில்...

வளர்ச்சி என்ற பெயரில் நகரம் நாளொரு மேனியும் பொழுதொரு வண்ணமுமாக மாறிக்கொண்டிருக்க, குற்றச் செயல்களின் எண்ணிக்கையும் அதே வேகத்தில் பெருகிக்கொண்டிருந்தன. முன்பு ஆயிரம் பேர்வரை மட்டுமே இருந்த சிறையில் இன்று ஆயிரத்து ஐநூறுக்கும் அதிகமான பெண் கைதிகளிருந்தனர். நிறையப் பேரை செல்விக்கு அடையாளம் தெரிந்திருந்தது, முன்னெல்லாம் பிக்பாக்கெட் என்று இவளை ஒரு மாதிரியாய் பார்த்தவர்கள் இந்தமுறை பெரிய விவகாரமென்றதும் நெருங்கி வந்து பேசவே யோசித்தனர். முன்பு ஜெயிலில் எல்லாமே மறைமுகமான வியாபாரமாய் இருந்தது, இப்போது சூப்பிரண்ட்டே உள்ளே இருந்த கன்விக்ட் வாட்டர்களின் உதவியோடு, தேவையான பொருட்களைக் கொண்டு வந்து விற்றுக்கொண்டிருக்கிறார்.

சூப்பிரண்ட் இல்லாமல் நிறையப் பெண் போலீஸார் சின்னச் சின்னதாய் வியாபாரம் செய்தனர். எல்லோருக்குமே வியாபாரம் பெருகப் பெருக தேவைகள் அதிகமாகின. எப்போதும் போல் டீத்தூள் விற்பதும், நிறையத் தண்ணீர் கலந்து கறுப்பு டீ விற்பதும் நல்ல வியாபாரம். வசதியான விசாரணைக் கைதிகள் விடுதலையாகிப் போகும்போது எல்லோருக்கும் இந்தக் கறுப்பு டீ பார்ட்டிதான் வைத்துவிட்டுப் போகிறார்களாம்.

பழைய கதைகளை ஒரு சாகசக் கதையைப்போல் கேட்பதில் ஜெயிலில் எப்போதும் எல்லோருக்குமே விருப்பமிருக்கும், செல்வியும் முன்பு அதுமாதிரியான கதைகளைக் கேட்டிருக்கிறாள், சொல்லியுமிருக்கிறாள். எவ்வளவு கதை கேட்டாலும் பொம்பளைகளுக்குத் தீராது, வாய் ஓயாமல் பேசுவார்கள். இப்போது யாரோ ஒருத்தி ஏ பிளாக்கில் பிரமாதமான சாகசக் கதைகளோடு செக்ஸ் கதைகளையும் சொல்லிக் கொண்டிருக்கிறாளெனக் கேள்விப்பட்டு அவளைப் பார்க்கவேண்டுமென செல்வி நினைத்தாள். அவளைப்பற்றி விசாரித்தபோது எல்லோரும் லட்சுமி என்றனர். பெரும்பாலும் பிளாக்கைவிட்டு வெளியில் வராத அவளுக்குத் தேவையான எல்லாவற்றையும் மற்ற பெண்கள் வாங்கிக்கொண்டு சென்றனர். வசதியானவளாய் இருக்க வேண்டும். நல்ல செல்வாக்கும் மரியாதையுமிருந்ததால் அவளைப் பார்த்தேயாக வேண்டுமென இரண்டாவது நாள் காலையில் அந்த பிளாக் பக்கமாகப் போனாள். பெரும்பாலான கைதிகள் தோட்டம் வெட்டவும், எம்ப்ராய்டரிங் செய்யவுமாய் தங்களின் வழமையான வேலைகளைச் செய்யச் சென்றுவிட்டனர். இப்போது செங்கல் சூளைகூட உள்ளேயே போட்டிருக்கிறார்கள், உடன் ஹாலோ பிரிக்ஸ் வேறு. முன்பு போல் சகஜமாய் அவள் தன்னை உணரமுடியாமல் சீக்கிரம் ஜாமீன் வாங்குவது பற்றியே யோசித்துக்கொண்டிருந்தாள். பாபு இன்னும் வந்து சேர்ந்திருக்கவில்லை, என்ன பிரச்சனையோ? ஒரு பெண் வெளியில் சின்னதாய் கல்லை அடுக்கி வைத்து தேநீர் தயாரித்துக்கொண்டிருந்தாள். செல்வி அவளிடம் டீயின் விலை கேட்டாள். அவள் டீ விற்பனைக்கு அல்ல, இது அக்காவுக்கு மட்டும் என்று சொல்லிவிட்டு வேலையைப் பார்த்தாள். டீ வாங்க வேண்டுமானால் துவைக்கிற இடத்திற்குப் பக்கமாய் போக வேண்டுமெனச் சொல்லி வழிகாட்டியவள், டீயை விற்க முடியாது, அதற்கான காண்ட்ராக்ட் புதுக்கோட்டைக்கார வாட்டர் ஒருத்தியிடம் இருக்கிறதென்றாள். செல்வி அந்தப் பெண்ணைப் பார்த்துக்கொண்டு "என்ன கேசு... எத்தன வாசம் ஆகுது வந்து..." அவளுக்கு இவளிடம் சொல்ல வேண்டுமா என யோசனை, ஆள் வேறு புதிதாய் இருந்தாள். "கஞ்சா கேசு... இப்போதான் ஒரு ஏழுமாசம் ஆவுது ... மூணு வருசம் தண்டன..." செல்வி சிரித்தாள். "இந்த லட்சுமிங்கறது யாரு... நான் பாக்கணும்..." அந்தப் பெண்

முகம் விரிய "அக்காவுக்குத்தேன் டீ போடறேன்... இருங்க... சேந்தே போய் பாப்போம்..." செல்வி அந்தப் பெண்ணுக்குப் பக்கத்திலேயே உட்கார்ந்தாள். அவள், தன் ஊர் பேர் குடும்பம் எல்லாக் கதையையும் சொல்லிப் புலம்பத் துவங்கினாள். வெளியில் எப்படி இருக்கிறார்களோ, உள்ளே வந்துவிட்டால் எல்லோருக்கும் எல்லோருடனும் பேசிவிடவேண்டும். அதுவும் இவ்வளவு பெரிய சிறையில் எத்தனை பேருடன் பேசித்தீர்த்தாலும் எப்போதும் வெறுமை மட்டுந்தான் மிஞ்சும்.

செல்வியைப் பற்றிக்கூட அவளுக்குத் தெரிந்திருந்தது, செல்வி தன் பெயரைச் சொன்னதும் 'நீங்கதானா அது?' ஆர்வமாய் கேட்டாள். ஒரு செல்லில் நல்ல படுக்கை விரித்து ஒருத்தி சாவகாசமாய் தூங்கிக்கொண்டிருந்தாள். செல்வியோடு வந்தவள் டீயோடு போய் அவளை எழுப்ப, எழுந்து உட்கார்ந்தவள் டீயை வாங்கத் திரும்பும்போதுதான் செல்வி கவனித்தாள். 'முத்து...' அதிர்ச்சியாய் இருந்தது, இவளையா எல்லோரும் லட்சுமி என்று சொல்லிக்கொண்டிருக்கிறார்கள். அவளைப் பார்த்துப் பயமில்லை, ஆனால், சங்கடமிருந்தது. அவசரமாக அங்கிருந்து கிளம்பிப்போக நினைத்தவளை முத்துலட்சுமியும் கவனித்து விட்டாள். டீயை வாங்கக்கூட இல்லை, "செல்வி... நில்லு செல்வி... செல்வி..." ஓடி வந்து செல்வியைக் கட்டிக்கொண்டாள். செல்வி ஒரு வார்த்தைகூட பேசவில்லை. முத்துலட்சுமி அவளின் கண் மூக்கு உதடுகளென எதையும் விட்டுவைக்கவில்லை. மாறி மாறி முத்தமிட்டாள். "ஏதாச்சும் பேசு செல்வி... செல்வி... எவ்ளோ நாளு.." செல்வி ஒரு புழுவென அவளின் முன்னால் நெளிந்து நகர்ந்துபோவதற்கான வழியைத் தேடிக்கொண்டிருந்தாள். அவ்வளவு இறுக்கமாகச் செல்வியை யாரும் கட்டியணைத்திருந்ததில்லை, இதற்குமுன் முத்துலட்சுமியே கூட.

தப்பு செய்கிறபோது யாரும் எதுவும் கேட்பதில்லை, தப்பே செய்ய வேண்டாமென விலகிவர நினைக்கிறபோது தண்டனை அனுபவிக்க வேண்டி இருக்கிறது. செல்வி நிறைய மாறியிருக்கிறாளெனத் தெரிந்தது. அவளின் பேச்சு பார்வை எல்லாவற்றிலும் அசாத்தியமான தைரியம், முன்னை விடவும் தெளிச்சியாய் இருந்த கண்கள் என்று செல்வியை ரசித்தாள். 'முன்னைப்போலில்லை எல்லாவற்றையும் விட்டுவிட்டதாய்' முத்துலட்சுமி சொன்னதைக் கேட்டு செல்விக்கும் சந்தோசம்,

ஆனால், அவளிடமிருந்து இப்போது ரொம்ப தூரம் செல்வி விலகி வந்து விட்டிருந்தாள். ஜெயிலுக்கு வந்தது குறித்தோ, தண்டனை குறித்தோ முத்துவுக்கு எந்தக் கவலையுமில்லை. "நைட்டு பகல்னு பாக்காம சேத்த சொத்தையெல்லாம் இன்னைக்கு எவன் எவனோ திங்கறான் செல்வி... நாம நம்பிக்க வெய்க்கிற எல்லோருமே துரோகியா மாறிட்டா வாழ்க்கைல எது மிஞ்சும் சொல்லு..." செல்விக்கும் கொஞ்சம் உறுத்தியது. ஆனாலும் வருத்தப்படுகிற அளவிற்கெல்லாம் அவள் ஒன்றும் நல்லவளோ, நேர்மையாக உழைத்தவளோ இல்லை. ஆறுதலாகச் சில வார்த்தைகள் பேசக்கூட அவளுக்குத் தயக்கம். வெறுமனே அவளைக் கட்டியணைத்திருந்தாள்.

முத்துவின் வன்மமெல்லாம் ஒடுங்கி இப்போது புலம்பல்களாகவும் வெறுமையாகவும் மாறிப்போயிருந்தது, தனது துயரை மறைக்கவும், மறக்கவும் வேண்டியே எல்லோருடனும் கதைகதையாய்ப் பேசிக்கொண்டிருக்கிறாள். எல்லாத் துயரையும் கதைகளால், வார்த்தைகளால் கடந்துபோக நினைத்தவளின் முகம் இருண்டு ஒடுங்கி அவளின் பதின்ம வயதுகளில் ஊரில் வாழ்ந்த பெண்ணைப்போல் மாறியிருந்தாள். அம்மா அப்பாகூட வந்து பார்ப்பதில்லையென அவள் சொன்னபோது செல்விக்கும் சின்னதாய் அவளின் மீது இரக்கம். என்ன செய்தும் தனது கண்களில் அவளுக்கான அன்பை, போலியாகக்கூட செல்வியால் கொண்டு வரமுடியவில்லை. சிரமப்பட்டு வாய்மட்டும் சில வார்த்தைகளை ஆறுதலாய்க் கூறியது. தன்னைத் தெரிந்து கொண்டுதான் பார்க்க வந்திருக்கிறாளென முத்துலட்சுமி நினைத்தாள். இந்த ஜெயிலில் எல்லாமே செல்விக்குத் தெரியும், அவள் வந்துவிட்டாள் இனி கவலையே இல்லை என்கிற நிம்மதி முத்துவின் முகத்தில் தெரிந்தது.

அவர்களிருவரும் செல்லிலிருந்து வெளியில் வராமல் பேசிக் கொண்டிருக்க, எல்லோரும் ரொம்பவருசப் பழக்கமாயிருக்குமென விட்டுவிட்டனர். போய்விட்டு நாளைக்கு வருவதாக செல்வி எழுந்தாள். "ஏன் செல்வி எங்கிட்டப் பேச பிடிக்கலையா? உன்ன அவ்ளோ கொடுமபடுத்தி இருக்கன்ல... இதுக்கும் மேல நீயும் தண்டன தரணுமா?" செல்விக்கு சங்கடமாகவும், கோவமாகவும் இருந்தாலும் போய் தொலையட்டுமென அவளோடு இருந்தாள். மதியம் சூப்பிரண்ட் வழியாக ஒரு

கன்விக்ட் வாட்டர் முத்துலட்சுமிக்கு மட்டுமான சாப்பாட்டு பார்சலைக் கொண்டுவந்து கொடுத்துப்போனாள். முத்துவுக்கு ஓரளவு உள்ளே பவர் இருக்கிறதென்பதை சின்னச்சின்னதாய் இதுமாதிரியான நடவடிக்கைகள் புரியவைத்தன. இரண்டு பேருமாக சாப்பாட்டைப் பகிர்ந்து சாப்பிட்டனர். பிற்பகலுக்கு மேல் செல்வி கொஞ்சம் இயல்பாகியிருந்தாள். அவளாகவே சில விசயங்களைப் பேசினாள். பெரும்பாலும் முத்துலட்சுமி பேசுவதைக் கேட்கமட்டுமே செய்தாள். “என்ன முத்து அந்த மாதிரிக் கதயெல்லாம் சொல்றியாம்? எல்லா செல்லயும் உன் பேச்சாதான் இருக்கு...” முத்துவுக்கு வெட்கம் வந்துவிட்டது, “அட போ செல்வி... இங்க இருக்க பொம்பளைகளுக்கு குடும்பக் கத சொன்னா இப்போ எல்லாம் கோவம் வருது... எல்லாம் இந்த மாதிரிக் கததேன்... இந்த மத்தியான வெயில்லகூட அவளுகளுக்கு என்னதான் தோணுமோ தெரியாது, திடீர்னு ஒரு நாலு பேர் வந்து நிப்பாளுக... ஒரு நல்ல கத சொல்லுக்கான்னு...” செல்வியும் சிரித்தாள். முத்து காலத்திற்குத் தகுந்தாற்போல் இப்போது சொற்களை மாற்றிக்கொண்டிருக்கிறாள்.

மாலை எல்லோரையும் செல்லில் அடைக்கிற நேரம்வர, செல்வி எழுந்து தன் பிளாக்கிற்கு போகத் தயாரானாள். முத்து, எழுந்துபோய் கவுண்ட்டிங் வருகிற ஆட்களைத் தேடினாள். செல்வி இந்த பிளாக்கில் இருக்கட்டுமென அவள் சொன்னபோது சின்ன கேள்விகள் கூட இல்லாமல் அவர்கள் ஒத்துக்கொண்டனர். செல்வி அந்த பிளாக்கிற்கே போவதாகச் சொன்னதும் முத்து அழுதுவிடுகிற நிலைக்கு வந்துவிட்டாள். எல்லாத்துக்கும் கோபப்பட மட்டுமே செய்த ஒருத்தி எடுத்ததற்கெல்லாம் அழுது கொண்டிருக்கிறாளே என செல்விக்கு வியப்பாகவும் எரிச்சலாகவும் இருந்தது. இவளா அத்தனை துணிச்சலோடு அவ்வளவு காரியங்களையும் செய்தாள். அச்சத்தில் ஒடுங்கி அவள் உடலோடு மனமும் ஒரு பூச்சியைப் போல் ஆகியிருக்கிறது.

நேரம் மிக மெதுவாய் நகர்ந்துகொண்டிருந்தது, முத்து வாய் ஓயாமல் பேசினாள். செல்வியைத் தூங்கவும் விடவில்லை. பின்னிரவு தாண்டி செல்வி கட்டுப்படுத்த முடியாமல் அயர்ந்துவிட்டாள். முத்து அவளை இறுக்கி அணைத்திருந்ததை எல்லோரும் ஒரு மாதிரியாய் பார்த்திருக்க வேண்டும், அந்த இறுக்கம் விடுபட்டு தன்மீது விரல்கள் ஊர்ந்தபோது செல்வி முதலில் சின்னதாய்

அப்படுக்கையிலிருந்து விலகிப்போனாள். அவளை அணைத்திருந்த கைகள் அவளோடு சேர்ந்து தன்னுடலையும் நெருக்கி வந்தது. லேசான குளிர் வேறு. இந்த நேரத்திற்கு யாரும் தூங்கியிருக்க மாட்டார்களென்பதை இத்தனை வருட சிறைவாசம் செல்விக்குச் சொன்னாலும் இப்போது அப்பிடியிலிருந்து தன்னை விலக்கிக் கொள்ள முடியவில்லை. செல்வியின் கழுத்து காதுகள் எல்லாவற்றிலும் நேசத்தோடும் வெறியோடும் காத்திருந்த ஒருத்தியின் மூச்சுக்காற்று சூடாக கசிந்து உருள, தலைமுழுக்க உடலின் வெக்கையேறி திணறிப்போனாள். சதையையும் ஒவ்வொரு செல்லையும் தூண்டி அவள் தன்னை எரிக்கப்போவதைப் புரிந்துகொண்டவள் ஆங்காரத்தோடு விலக்கி எழுந்தாள். முத்துலட்சுமியின் கண்கள் பரிதாபமாய்ப் பார்க்க, மூஞ்சியில் மாறி மாறி அறைந்தாள். “தேவ்டியா முண்ட... இவ்வளவுக்கு அப்பறமும் இன்னும் தெனவிருக்குல்ல...” செல்வி எட்டி உதைத்தாள். எதிர்ப்பே இல்லாமல் எல்லாவற்றையும் பொறுத்துக்கொண்டாள். செல்விக்கு அவளைத் தொடவே எரிச்சலாயிருந்தது. முத்து அமைதியாய் தலையக்குனிந்து உட்கார்ந்திருந்தாள். எல்லோரும் முழித்துதான் இருந்தனர், ஒருவரும் எழுந்து அவர்களைப் பார்க்கவில்லை. முத்து உட்கார்ந்த இடத்திலேயே சுவரில் சாய்ந்து படுத்துக் கொண்டாள். அவள் விசும்பல் சத்தம் மட்டும் தொடர்ந்து சன்னமாய் கேட்டுக்கொண்டே இருக்க, உறக்கமே பிடிக்காது செல்வியும் படுத்திருந்தாள்.

இவளை எதற்காக அடித்தோம்? இந்த உடலில் என்ன இருக்கிறதென இன்னும் தன்னைத் தொங்கிக்கொண்டிருக்கிறாள்? திரும்பி முத்துவைப் பார்த்தாள். ஒரு கோழிக்குஞ்சாய் சுருண்டிருந்தாள். செல்வி எழுந்துபோய் அவள் தோள்களைத் தொட, அவளது கையை விலக்கிவிட்டாள் முத்து. இன்னொருமுறை அவளைத் தன் பக்கமாய் செல்வி இழுத்தணைத்தபோது இன்னும் முத்துவின் உடலில் வெப்பமிருந்தது. செல்வி சிரித்தாள். முத்து பரவசத்தோடு கண்களை மூடி அவளை அனுமதித்தாள். எரிந்துகொண்டிருக்கும் அவளோடு செல்வியும் மெல்ல பிணையத் துவங்கினாள். செல்வியின் உடலிலும் நெருப்பு பரவி மொத்த உடலையும் எரிக்கத் துவங்கியது. பலமுறை இதற்குமுன் பிணைந்து கிளர்ந்த இரண்டு உடல்கள் நீண்ட நாட்களுக்குப் பிறகு அத்தனை ஏக்கங்களையும் தவிப்பையும் ஆவேசமாய் வெளிப்படுத்த இருவரிடமும் அச்சம்

மறைந்து வேகம் அதிகரித்திருந்தது. செல்வி, அவள் இதற்குமுன் தனக்குத் தந்திருந்த எல்லாவற்றையும் திருப்பித் தரத்துவங்கினாள். அவர்களைச் சுற்றிப் படுத்திருந்த எல்லோருக்குமே இப்போது அவர்கள் அசையும் படங்களாயிருந்தனர். முத்துலட்சுமி எவ்வளவோ கதைகளைத் தாண்டி அந்நொடியில் செல்வியின் கதையிலொரு பாத்திரமாகியிருந்தாள். அவர்கள் நிகழ்த்திக்கொண்டிருக்கும் கதை அந்த செல்லையும் பக்கத்து செல்லையும் உறங்கவிடாமல் செய்துகொண்டிருக்க இவ்வளவு நாட்களும் தொலைத்திருந்த ஒன்றைக் கண்டுகொண்டதுபோல் செல்வி எப்போதுமில்லாத தீவிரத்தில் முத்துலட்சுமியை அணைத்து இறுக்கினாள். பெரும்மூச்சுகளின் சப்தத்தோடு முத்து தன் வலியை நேசத்தை வெளிப்படுத்திக் கொண்டிருந்தாள். அந்த செல், அவர்களின் வெப்பத்தில் தகித்துக்கொண்டிருக்க, செல்வியைப் பார்க்கும் தவிப்போடு செல்வியின் புருசனும் பாபுவும் அந்த அகால இரவில் உறக்கமின்றி பேருந்தில் வந்துகொண்டிருந்தனர்.

26. காற்றாகிப் போதல்...

சம்பத், தொழிலை மாற்றியிருக்கிறானெனத் தெரிந்ததும், கோபால் கொஞ்சம் கொஞ்சமாக அவனிடமிருந்து தன்னைத் துண்டித்துக் கொண்டான். சம்பத்துக்கும் அதுதான் சரியெனப்பட்டது. தனக்கு உதவி செய்கிற பாவத்திற்காக அவனும் ஏன் தண்டனை அனுபவிக்க வேண்டும். சுந்தர் அவனுக்கு சரக்கு தருவதை சிவானந்தத்திடம் சொல்லி நிறுத்தியிருந்தான். அவன்தான் செய்திருக்கிறானெனத் தெரிந்தும் சம்பத் எதுவும் கேட்டுக் கொள்ளவில்லை, இதுவரை செய்த எல்லாமும் சலித்துப் போனது, இந்த வயதிற்குள் எவ்வளவு முடியுமோ அவ்வளவு செய்துவிட்டான். இனி தேவையானதெல்லாம் யாரும் கண்டறியமுடியாததொரு கூடு. அப்படியானதொரு கூட்டை உருவாக்க அடிப்படையில் நிறையப் பணம் தேவைப்பட்டது. கொஞ்சம் கொஞ்சமாய் பணம் சேர்க்கிற அவகாசத்தை சுந்தர் தரப்போவதில்லை. எல்லா வழிகளிலும் அவனை முடக்கிக்கொண்டிருந்தான்.

அவன் நடமாடும் வீதிகள் இப்போது குறைந்துபோயின. வாரத்திற்கு ஒரு குழந்தை, பதினைந்து நாட்களுக்கு ஒரு குழந்தையென எங்கிருந்தோ குழந்தைகள் பிடிபடுவதும் பிடிபட்ட சில மணிநேரங்களுக்குள் அவர்கள் பார்டர் தாண்டி ஆந்திராவிற்கும், மும்பைக்கும் அனுப்பி வைக்கப்படுவதுமாய் இருந்தனர். இப்போது, இங்கிருந்து போகிற குழந்தைகளுக்கு பெங்களூரில்தான் நல்ல விலை என சம்பத் தெரிந்துவைத்திருந்தான். சுந்தர் சொன்னதைப்போல் ஹார்பர் ஒன்றும் அவன் கையைவிட்டுப் போகவில்லை,

மாறாக முன்னிலும் பெரிய அதிகாரங்கள் அவனது காலடியில் மண்டியிட்டுக் கிடந்தன. உடையாரின் நிழலில் வளர்ந்த சுந்தர் அவருக்கே தெரியாமல் அவரை விடவும் முக்கியமானவனாய் மாறிக்கொண்டிருந்தான். சுந்தர் குழந்தைகளை வைத்துச் செய்யும் இந்த வேலைகள் அதிகார மட்டத்திலும் அரசியல் மட்டத்திலும் அவனுக்கான தொடர்புகளை எல்லைகள் தாண்டி உருவாக்கியிருந்தன. இந்த வலையின் எந்த லாபநட்டங்களையும் அறிந்துகொள்ள விரும்பாமல் இதிலிருந்து விரைவில் தப்பிக்கும் எத்தனங்களோடு சம்பத் தனக்கான வழியை உருவாக்கிக் கொண்டிருந்தான். குற்றங்களின் துணையோடு வளரும் ஒருவன் தனக்கான இலக்கை நெருங்கிக் கொண்டிருக்கிறோமென உணரும்போது செய்யக்கூடிய முதல் வேலை தனது ரகசியங்களை முழுமையாக அறிந்தவர்களை ஒழித்துக்கட்டுவதுதான். சுந்தரின் கண்களிலும் பேச்சிலும் தன் மீதான சந்தேகங்களும் அச்சங்களும் வலுப்பதை சம்பத் தெளிவாக உணர்ந்திருந்தான். இவ்வளவுக்குப் பிறகும், தொலைந்து போகிற குழந்தைகளைத் தேடி புகார் எழும்போதெல்லாம் யாரோ ஒருவனை போலீஸ் குற்றவாளியென பிடித்துச் செல்வதைப் பார்க்க சம்பத்திற்கு வேடிக்கையாக இருக்கும்.

குழந்தைகள் கடத்தப்படும் குற்றங்களுக்குப் பின்னாலிருக்கும் முக்கியக் காரணி சம்பத் என்பதை போலிஸ்காரர்கள் அறிந்திருந்தபோதும் ஒருவராலும் அவனை நெருங்கியிருக்க முடியவில்லை. சுந்தர் தனக்கிருந்த அதிகாரத் தொடர்புகளைப் பயன்படுத்தி சம்பத்தை நெருங்கமுடியாத அளவிற்கு பாதுகாத்து வந்தான். தனக்கென தனித்த பாதைகளை உருவாக்கிக் கொண்டு குற்றங்களைச் செய்கிற ஒருவனை அவனது முதலாளிகள் எளிதில் கைவிடுவதில்லை. அந்த மாயவலைக்குள் ஒவ்வொருவரும் தனது இருப்பை நிலைநாட்டிக் கொள்ள பிரத்யேகமான தந்திரங்களைச் செய்தாகவேண்டியிருக்கிறது. சுந்தரின் தந்திரங்களை சம்பத்தும் சம்பத்தின் தந்திரங்களை சுந்தரும் அறிந்திருந்தாலும் அவர்களால் இந்த மாயவலையிலிருந்து மீளமுடியாத அளவிற்குத்தான் எல்லாம் நடந்துகொண்டிருந்தது.

ஒருவன் புதிய அடையாளத்தைத் தேர்ந்தெடுத்துக்கொள்ள கடந்தகாலத்தின் அத்தனை சுவடுகளையும் அழிக்க வேண்டுமென்பதை உணர்ந்த சம்பத் அதனைப் படிப்படியாகச்

செய்யத் துவங்கினான். பழகிய இடங்கள் பழகிய மனிதர்களிடமிருந்து துண்டித்துக் கொண்டு புதிய வீதிகளில் வசிக்கத் துவங்கியவன் பகல் நேரங்களில் எங்கும் செல்வதில்லை. ஒருவனைச் சுற்றி கண்காணிப்பு அதிகரிக்கையில் அதனை மீறவேண்டுமென்கிற உந்துதலும் மீறுவதற்கான வழிகளும் அவனுக்குக் கிடைத்துவிடுகின்றன. போலீஸ்காரர்கள் சுந்தரின் ஆட்களென அவனைத் தொடர்ந்து வந்த அத்தனை பேரிடமிருந்தும் சம்பத் தன்னைத் திறமையாக ஒளித்துக்கொள்ளத் துவங்கினான். 'இதுதான் அவனது வீடென...' ஒவ்வொருவரும் ஒவ்வொரு புதிய இடத்தைக் கண்டு வந்து சுந்தரிடம் சொல்லும்போது குழப்பத்தில் சம்பத் என்பவன் ஒருவன் தானா அல்லது பல மனிதர்களா என சுந்தருக்குத் தோன்றும். எல்லோரும் இருக்குமிடத்திலிருந்து சடாரெனத் தொலைவதும் வேறொரு இடத்தில் அதே நேரத்தில் தனது இருப்பை வெளிப்படுத்துவதுமாய்ச் செப்பிடு வித்தைகளை நிகழ்த்திக் கொண்டிருந்தான். குற்றங்களைச் செய்து கற்றதன் வழியாக அவனொரு மாயவித்தைக்காரனாக மாறிக்கொண்டிருந்தான்.

சம்பத்தின் நிழல் வேகமாக தொலைந்துகொண்டிருந்தது, தன் நிழலை மறைக்கும் வித்தையைத் தானிருக்கும் எல்லா இடங்களிலும் செய்து பார்த்துக் கொண்டிருந்தான். சுந்தரின் வீட்டில் சில சமயம் சம்பத்தை சிலர் பார்த்ததாகச் சொல்வதும் பிறகு தேடிப்பார்க்கையில் அவன் இல்லாமலிருப்பதுமாய் கண்ணாமூச்சி விளையாட்டு நடக்கும். சுந்தருக்கே கூட ஒருநாள் சந்தேகம் வந்துவிட்டிருந்தது, தனது படுக்கையறைக்கும், ஜிம்மிற்கும் இடையில் ஒரு இரவு முழுக்க யாரோ ஒருவனின் நடமாட்டமிருப்பதாகத் தோன்றியது. வேகமாய் காற்றடிக்கும் சப்தம், இலைகள் நகரும் சப்தம் இப்படி ஏதோவொரு சப்தம் கேட்கும். ஆனால், யாரும் இருப்பதற்கான நிழலையோ அறிகுறியையோ பார்க்க முடியாது. அசைவுகள் பெரும்பாலும் சம்பத்தை நினைவுபடுத்துவதாகத்தான் இருந்தன. அவன் வாசனை, ஆனால், அவனில்லை அங்கு. அவன் பேயாகிவிட்டானென்றும், சர்ச்சிலேயே இருந்ததால் மந்திர தந்திரங்கள் கற்றுவிட்டானென்றும் பலவாறாகப் பேசிக் கொண்டார்கள். உண்மையோ பொய்யோ சுந்தரும் கொஞ்சம் கொஞ்சமாய் அதை நம்பத் துவங்கிவிட்டான். திடீரென ஒருநாள் சம்பத் சுந்தரின் முன்னால் பிரவேசிப்பான், ஏதாவது வேலை, லட்சங்களில் பணம், மீண்டும் தொலைந்து போவான். அவன்

செல்ஃபோன் எப்போதும் அடித்துக் கொண்டே இருக்கும். யாருக்கும் அவன் பதில் சொல்வதில்லை.

கடந்த காலத்தின் அத்தனை சுவடுகளையும் தடயமின்றி அழித்து விட்டவனை ஷிவானி முன்னைவிடவும் அதிகமாய் நம்பவும் நேசிக்கவும் துவங்கினாள். தனது ஒரு கண் அவனது இருப்பை உணர்வதும், இன்னொரு கண் அவனைப் பார்க்க முடியாததுமான வித்தையை அவன் அவளுக்கு நிகழ்த்திக் காட்டினான். இப்போதெல்லாம் எந்த நேரம் வீட்டிற்குள் வருகிறான், எப்போது போகிறானென எதுவும் அவளுக்குத் தெரிவதில்லை. எப்போதும் கதவை சாத்தாமலேயே வைத்திருந்தாள். அவனிருக்கிறானென்பது நூறு சதவிகிதம் தன்னை முத்தமிடும்போதோ தன்னிடம் பேசும் போதோதான் தெரியும். திடீரென அவள் எதாவது வேலை செய்துவிட்டு படுக்கையறைப் பக்கமாய் வரும்போது வசீகரமான நறுமணம் கமழும், சிரித்துக்கொண்டே கண்களால் துழாவுவாள். அந்த அறையின் இன்னொரு இடத்தில் அவளுக்குப் பிடித்தமான எதையாவது ஒன்றை வைத்திருப்பான். முடிவுறா கனவின் சுழற்சிக்குள் பயணிக்கக் கற்றவர்களாய் வேறு எவரும் அறிய முடியாத ரகசியமாக அவர்கள் உருவெடுத்திருந்தார்கள்.

அந்நாட்களில் அவனை பாங்கின் சுவைக்குப் பழக்கியிருந்தாள். சுண்ட வைத்த பாலில் மயக்கும் இலைகளைக் கலந்து உருக்கி உருக்கி அவள் செய்யும் பாங்கை குடித்துக் கொஞ்சம் சதைகூடப் போட்டிருந்தான். அவளுக்கு எப்போதாவது அவனைக் கட்டியணைக்கும் போதுதான் தெரியும். அவனைப் பார்க்கும்போது நம்பியும் நம்ப முடியாமலும் இருக்கும் அவன் தோற்றம். முகத்தில் அப்படியொரு மலர்ச்சி. சில சமயம் அவன் ஆவியாகத்தான் இப்படி வருகிறானோ என சந்தேகப்பட்டாள். ஆனால், அவன் நிஜம். அவள் உறிஞ்சும் முத்தங்களில், கூடுகையில் கொள்ளும் விரகத்தில் எல்லாம் அவனது காதலின் பெருந்தவிப்பு தெரியும். அவன் தேடுகிற கூடாக முதலில் தன் வீட்டை மாற்றிட விரும்பினாள். அவன் அந்த வீட்டையும் தாண்டி அவளுடலையே ஒரு கூடாக மாற்றி ஒளிந்துகொள்ளும் பிரயத்தனத்திலிருந்தான்.

வீட்டில் அடிக்கடி பாங்கு செய்யப்படுவதைப் பார்த்து ஷிவானியின் புருஷனுக்கு தன்னைக் கவனிக்கத்தான் இதையெல்லாம் செய்கிறாளோ என சந்தோசம். தன் மீதான மனைவியின்

பெருங்காதலில் இப்போதெல்லாம் இரவு பத்து மணிக்கே அவனுக்கு உறக்கம் வந்துவிடுகிறது. சம்பத் தனது அசைவுகளை தினமும் மாற்றியபடியே இருந்த ஆச்சரியத்தில் இவ்வளவு நாட்களாய் கம்ப்யூட்டரோடு கட்டி அழுததையெல்லாம் மறந்து, தானும் தன் நிழலை மறைக்கும் வித்தையைக் கற்றுக்கொள்ள வேண்டுமென ஷிவானி நினைத்தாள். ஒரு மனிதன் தன் நிழலை மறைத்துக்கொள்ள முடிந்தால் எல்லா இடங்களும் அவனுக்கு உடமையாகிவிடுகின்றன. தொடர்ந்து எல்லோரிடமிருந்தும் துரத்தியடிக்கப்பட்டு சர்ச்சிலும், ஆளற்ற குடிசைகளிலும், சரக்குகள் வைக்கப்பட்ட குடோன்களிலுமாய் சம்பத் நான்கு சுவர்களுக்குள்ளிருந்து அதை இரண்டு சுவர்களாக்கி, பின் சுவர்களிடமிருந்தும் மறைந்து வாழப் பழகி இப்போது அவனுக்கு எங்குமே சுவர்களில்லாமலிருந்தது

சுந்தருக்கு சம்பத்தின் விவகாரம் பிரச்சனையாகவே இருந்தது, அவனை இதற்கும் மேல் விட்டுவைக்க முடியாதென போலீஸிலிருந்து அழுத்தம் கொடுக்க ஆளையும் ஒப்படைக்க முடியாமல், போலீஸ்காரர்களுக்கு பதில் சொல்லவும் முடியாமல் திணறிப்போனான். அவன் திணறி கொலைவெறியோடு அவனைத் தேடச் சொல்லுகிற நாளில் சம்பத் அவனின் படுக்கையறை வரை கூட வருவான். அன்று எவ்வளவு முயன்றும் தூங்க முடியாமல் பக்கத்தில் படுத்திருந்த பொண்டாட்டியை எழுந்துபோய் பிள்ளைகளோடு படுக்கச் சொன்னான். பாதி ராத்திரியில் அவனுக்குக் கிறுக்குப் பிடித்திருக்குமோவென நினைத்தபடி அவள் எழுந்து போய்விட்டாள். “இன்னா சுந்தரு... அண்ணிய அனுப்ச்சிட்ட?” குரல் கேட்டதும் பதறி எழுந்தவனாய் சுந்தர் “த்தா... இம்மா நேரம் இங்கதான் இருந்தியாடா?” “உன் பக்கத்துலதான் இருக்கேன்... இவ்ளோ வர்சத்துல எவ்ளோ சமாளிச்சிருப்ப... என் மேட்டரெல்லாம் பிச்சாத்துதான சுந்தரு...” அவனை மெதுவாய் எட்டிப்பிடிக்கும் முயற்சியில் கைகளைச் சுழலவிட்டான், நாலாபுறமும் சுற்றியும் அவன் கைகளுக்கு சம்பத் எட்டவில்லை. கொலைவெறியோடு லைட்டைப் போட்டவன் வீட்டிலிருந்த எல்லோரையும் சத்தம் போட்டுக் கூப்பிட்டான். ஆளாளுக்கு அந்த இரவில் வீடு முழுக்க சம்பத்தைத் தேடினார்கள். இரவு முழுக்க சுந்தர் தூங்கவே இல்லை. வீட்டில் யாரும் தூங்கவில்லை. இவ்வளவு வருடங்களில் அவன் கூட இருந்த ஒருத்தனால் இரவும்பகலும்

தூங்கமுடியாமல் கிடப்பதற்காக வெட்கப்பட்டான். அவன், "சம்பத் இங்கதான் இருக்கான்... நான் பாத்தேன்... எங்கிட்ட பேசினான்..." என புலம்பியதில் எல்லோரும் அவனுக்கு மனநிலை பாதிக்கப்பட்டிருக்கிறதென நினைத்தனர். பயத்தில் அடிக்கொரு தரம் அதையே திரும்பத் திரும்பச் சொல்லிக்கொண்டிருந்தான். மனநல மருத்துவமனைக்குக் கூட்டிப்போகையில் வண்டிக்குப் பின்னாலேயே அவனும் வருவதாகச் சொன்னவன், 'தனக்கு பயமாய் இருக்கிறது, வீட்டில் விடுங்களென்றான்...' யாரும் அவனைக் கட்டுப்படுத்த முடியவில்லை. யாரைப்பார்த்தாலும் சம்பத் சம்பத் என்று புலம்பினான், அச்சத்தில் அவன் படுக்கையறையை விட்டே வெளியேறவில்லை. உடையார் வந்து பார்த்துவிட்டுப் போனார். அவருக்கு எல்லாம் முடிந்துவிட்டது என்று தெரிய வேறு ஒரு சுந்தரைத் தேடினார். இப்போது அவ்வளவு பெரிய வீட்டிலும் சுந்தர் தனியாகத்தான் இருக்கிறான். அவன் பொண்டாட்டி பிள்ளைகளே கூட அரிதாகத்தான் அவனை வந்து பார்த்துப் போயினர். சம்பத் தனக்கு மிக வசதியான ஒரு இடம் கிடைத்துவிட்ட நிம்மதியில் அவன் அறையிலேயே இருந்தான். அவன் பேச்சுக் குரல் கேட்கிறபோதெல்லாம் சுந்தர் பயந்து அறை முழுக்க ஓடுவான்.

அன்றுகாலை, சுந்தரின் மனைவி எப்போதும்போல் அவன் என்ன செய்கிறானெனப் பார்க்க வந்தபோது சுந்தர் தூக்கில் தொங்கிக் கொண்டிருந்தான். அலறித் துடித்தவள் காரணமே இல்லாமல் சம்பத்துக்கு சாபம் விட்டாள். எல்லோரும் கூடி அவன் பிணத்தை எடுத்துச் செல்லும் வரை எல்லோருடனும் சேர்ந்து சம்பத்தும் அழுதான். எல்லோரும் அமைதியானதன் பின்னும்கூட யாரோ ஒருவனின் அழுகுரல் கேட்கிறதென எல்லோரும் அச்சத்தோடு பேசிக்கொண்டனர்.

27. கூடடைதல்...

"எதிர்வீட்டிலிருந்து தம் வீட்டிற்கு வருவது போல
இன்றைய காலத்திலிருந்து
நேற்றைய காலத்திற்கு
செல்பவர்களைக் காணமுடிகிறது..."

(காலத்தை அணுகி – கண்டராதித்தன்.)

அடுத்த இடம், அடுத்த வேலை பற்றின குழப்பங்களில் ஆதம்மாவின் அம்மா பேசாமல் ஊருக்கே போய்விடலாமென்றுதான் நினைத்தாள். தெலுங்கு மட்டுமே பேசத் தெரிந்த ஒருத்தி ஆந்திரத்தில் எங்கு போனாலும் பிழைக்கமுடியாதா என்ன? ஹைதராபாத்திலும், விசாகப்பட்டினத்திலும் எவ்வளவோ வேலைகளிருக்கின்றன, எதற்காக இந்த ஊரிலிருந்து கஷ்டப்படவேண்டும்? மூட்டை முடிச்சுகளோடு சென்ட்ரல் போகும் பஸ்ஸில் ஆதம்மாவையும் கூட்டிக்கொண்டு ஏறிக்கொண்டாள். ஆதம்மாவுக்கு மனசே இல்லை. ஊரிலிருந்து கிளம்பும்போது ஊர்தான் வேண்டுமென நினைத்தாள். இப்போது இதுதான் அவளின் ஊர், இதைவிட்டு எங்கும் போகமுடியாதென மனம் பரபரத்தது. அம்மாவிடம் சொல்லவும் தயக்கம். சொந்த ஊரில் என்ன செய்யப்போகிறோம்?. எல்லா சிக்கல்களையும் மீறி நிம்மதி இருக்கிறதுதான், ஆனால், நிம்மதியாய் இருப்பது மட்டுந்தானா வாழ்க்கை. அம்மாவுக்கும் அதை யோசனைதான், ஆனால், சென்னை வேண்டாமென்பதில்

மட்டும் உறுதியாயிருந்தாள். சென்ட்ரல் போய் இறங்கியதும், கடைசியாக யாரிடமாவது சொல்லிவிட்டுப் போக வேண்டுமா என அம்மா யோசித்து நிற்க ஆதம்மாதான் 'ஆர்த்தி அக்காகிட்ட சொல்லணுமென்றாள்' ஆம் அவள் நல்லவள்தான். இந்தப் பிள்ளையின் மீது எத்தனை பாசம் அவளுக்கு? தனது துணிப் பொட்டணத்திலிருந்து ஆர்த்தியின் நம்பரைத் தேடி எடுத்த அம்மா, ஆதம்மாவோடு ஒரு ரூபாய் ஃபோனுக்குப் போனாள். ஆதம்மாதான் காசைப் போட்டு ஃபோனை எடுத்தாள். எதிர்முனையில் ஆர்த்தி எடுக்கப் போகிறாளென்கிற ஆர்வம் ஆதம்மாவின் கண்களில்.

ஆதம்மாவின் குரல் கேட்டதும் அவ்வளவு சந்தோசம் ஆர்த்திக்கு... படபடவென பேசினாள். ஆதம்மாவை முத்தம் தரச் சொன்னாள். ஆர்த்தியிடம் சொந்த ஊருக்கே போகப் போகிற விசயத்தைச் சொன்னதும் அவளிடமிருந்து பதிலே இல்லாத மௌனம். இத்தனை நாள்களுக்குப் பிறகு ஒரு துயரத்தைப் பகிர்ந்து கொள்ளத்தானா அந்தக் குட்டிப்பெண் அவளுக்குப் பேசியிருக்க வேண்டும்? அம்மாவிடம் ஃபோனைக் கொடுக்கச்சொன்னாள். "நீங்க உங்க ஊருக்குப் போறதுக்கான காரணம் நிறைய இருக்கும், நான் அதயெல்லாம் கேக்கல... அந்தச் சின்னக் குழந்தய படிக்க வெக்காம ஊருக்குக் கூட்டிட்டுப் போயி என்ன செய்யப் போறிங்க?" யாரிடமிருந்தும் இது மாதிரியான கேள்விகளை எதிர்கொண்டுவிடக் கூடாதென எப்போதும் பயத்துடனேயே இருந்த அம்மா ஆர்த்தி கேட்டதில் நொறுங்கிப்போனாள். பதிலே இல்லாதவளாய் நிர்க்கதியான தன் நிலையை மட்டும் சொன்னாள். கைவிடப்பட்டவர்களுக்கு காலம் கல்வியை மட்டுமல்ல, சந்தோசங்களையும் நிம்மதியையும்கூட மறுத்துவிடுகிறது. எல்லா ஊரிலும் சந்தோசங்கள் விதம் விதமாக இருந்தாலும் துயரத்திற்கு மட்டும் ஒரே முகம்தான் இருக்கிறது. 'ஆதம்மாவைக் கூட்டிக்கொண்டு எங்கும் போகக் கூடாதெனச் சொன்ன ஆர்த்தி, தான் வரும்வரை அங்கேயே இருக்கச் சொன்னாள். அம்மாவுக்கு சங்கடமாய் போனாலும், ஆதம்மாவுக்காகவும் ஆர்த்தியின் வார்த்தைக்காகவும் காத்திருப்பதாய்ச் சொன்னாள்.

இந்த ஊருக்கு வந்த போது எப்படியிருந்ததோ, அப்படியேதான் இன்னும் அந்த சென்ட்ரல் ஸ்டேசன் இருக்கிறது. அதே பரபரப்பும் ஏதேதோ ஊர்களிலிருந்து வாழ்ந்துவிடுவதற்கான கனவுகளோடு

வந்து சேர்கிறவர்களின் முகங்களுமாய் எதைக் கவனித்தாலும் ஏமாற்றமும் வெறுமையுமே மிஞ்சின. ஆதம்மா அம்மா வருத்தமாயிருக்கிறாளென அமைதியாகவே இருந்தாள். ஆனாலும் அவளால் வேடிக்கை பார்க்காமலிருக்க முடியவில்லை. அந்த வளாகம் முழுக்கக் கடைகள் ஒவ்வொன்றாய் ஓடித் திரிந்து சக குழந்தைகளுடன் விளையாடி அவர்களையும் தன்னோடு இழுத்துக் கொண்டு, அந்த பிளாட்ஃபார்ம் முழுக்க ரயில் வண்டி விட்டுக் கொண்டிருந்தார்கள். ரயில் வண்டியில் ஏறும் பிள்ளைகள் மாறிக் கொண்டிருக்க, கடைசிவரையிலும் ஆதம்மாதான் எஞ்சினாய் இருந்தாள். முக்கால் மணி நேரத்திற்குள்ளாகவே ஆர்த்தி அங்கு வந்து சேர்ந்துவிட்டாள். அவள் முகத்தில் ஆதம்மாவின் அம்மா மீதான சிறு மனவருத்தம் இருந்தது. ஆதம்மாவையும் அம்மாவையும் கூட்டிக் கொண்டு வண்டியில் ஏறச் சொன்னாள் ஆர்த்தி. அம்மாவுக்குத் தயக்கமும் யோசனையுமாய் இருக்க ஆதம்மா மட்டும் வேகமாய் ஓடிப் போய் முன்சீட்டில் ஏறி உட்கார்ந்து கொண்டாள். அம்மாவிடமிருந்த மூட்டைகளை வாங்கி பின் சீட்டில் போட்டுவிட்டு அவளையும் ஏறி உட்காரச் சொன்னாள். அம்மா தயக்கத்தோடு உட்கார, ஆர்த்தி வண்டியைக் கிளப்பினாள்.

ஆர்த்தியின் வீட்டிற்கு வந்து இரண்டு நாட்களாகியிருந்தன. ஏதோ சொந்த வீட்டைப்போல் அவ்வளவு நிம்மதி. அவளைப் போலவே அவளின் அப்பாவும், தம்பியும்கூட அன்பாய் பார்த்துக்கொண்டனர். அம்மா யாரும் சொல்லாமலேயே வீட்டிலிருந்த வேலைகளை எடுத்துப் போட்டுப் பார்த்தாள். அதெல்லாம் ஒண்ணும் நீங்க செய்யாதீங்கம்மா... எல்லாத்துக்கும் ஆள் இருக்கு... ஆர்த்தி எவ்வளவு சொன்னாலும் அம்மா கேட்பதில்லை. ‘சும்மா இருந்து பழகலையே ஆர்த்தி...’ அவள் வெள்ளந்தியாய் சிரிப்பாள். ஆர்த்தியின் தம்பியும் ஆதம்மாவும் இப்போது இரவு பகலெனப் பார்க்காமல் விளையாடுகிறார்கள். அவளைத் தன்னோடு விளையாட விடுவதில்லையென தம்பியுடன் ஆர்த்தி சண்டை போட்டாள். எல்லாம் நம்பியும் நம்பமுடியாமலும் இருந்தன அம்மாவிற்கு.

ஒரு வாரத்துக்குப்பிறகு ஒரு பள்ளிக்கூடத்தில் முதல் வகுப்பில் ஆதம்மாவைச் சேர்ப்பதற்கான அட்மிஷனோடு ஆர்த்தியும் அவளது அப்பாவும் வந்தபோது பதினொரு வயதில் மறுபடியும் முதலிலிருந்து பள்ளிக்கூடம் போவதா என ஆதம்மாவுக்குத்

தயக்கம். அவள் குழந்தைதான் என்றாலும் முதல் வகுப்பில் இருப்பவர்கள் இவளை விடவும் குழந்தைகளாகத்தானே இருப்பார்கள். ஆர்த்தி நிறைய சமாதானங்களைச் சொல்லி ஆதம்மாவுக்கு தைரியம் கொடுத்தாள். அம்மாவுக்கு என்னவோ இப்படியாவது பிள்ளை படிக்க ஒரு வழி பிறந்ததே என நிம்மதி. அன்று மாலை ஆதம்மாவுக்குத் தேவையான சீருடைகள், பை, நோட்டுக்குகள் எல்லாம் வாங்க ஆர்த்தியும் ஆதம்மாவுமாய் சென்றனர். ஒவ்வொன்றையும் தேடித்தேடி அவளுக்குப் பிடித்த மாதிரியாகவே வாங்கிக்கொண்டாள். முதலிலிருந்த தயக்கம் போய் பள்ளிக்கூடம் போகப்போகிற ஆசை ஆதம்மாவின் மனதில் நிறைந்தது. இதற்குமுன் படித்த எல்லாவற்றையும் மறந்து புதிதாய் மறுபடியும் துவங்கப் போகிறாள். எல்லாவற்றையுமே புதிதாய் இன்னொருமுறை துவக்கும்போது, முதல்முறை இருக்கிற சந்தோசத்தைவிட பெரிய சந்தோசம் இருக்கிறதுதான்.

நீலநிறத்தில் அந்த யூனிஃபார்ம் அணிந்து பள்ளிக்கூட வாசலில் நிற்கையில் எல்லாமே பிரம்மாண்டமாய் தெரிந்தது ஆதம்மாவுக்கு. முதல்நாள் சென்னையைப் பார்த்த அதே ஆச்சரியத்தோடு பள்ளிக் கூடத்தைப் பார்த்தாள். அவள் வகுப்பில் எல்லோருமே அவளை விடவும் குட்டிப் பிள்ளைகள். இவ்வளவு பெரிய பொண்ணாய் ஒருத்தி வந்திருப்பதைப் பார்த்து அந்தப் பிள்ளைகளுக்கு ஆச்சர்யம், சந்தோசம். ஆதம்மாவுக்கு சரியாகத் தமிழே பேச வராததால் எல்லோருமே அவளை விளையாட்டுப் பொருளாகவே பார்த்தனர். ஊரிலிருக்கிற டீச்சர்களைப்போல் இல்லை இங்கிருக்கும் டீச்சர்கள். ரொம்பவே அன்பாய் இருந்தார்கள். ஆதம்மாவுக்கு வகுப்பைக் கவனிக்க ஆசையாய் இருந்தது. எல்லாவற்றையும் ஆர்த்தியிடம் சொல்லவேண்டுமென நினைத்துக் கொண்டாள்.

இரவு ஆர்த்தியோடுதான் உறங்கச்சென்றாள். காலை பள்ளிக்கூடம் போனதிலிருந்து ஒவ்வொன்றாய் வரிசையாய் அவளுக்குச் சொன்னாள். அவள் பார்வைகளின் வழி கண்டுகொண்ட மனிதர்களை, சாலையை, பள்ளிக்கூடத்தை, தனது வகுப்பறையின் ஒவ்வொரு சுவரையும் அவள் ரசித்ததை, ஒரு குட்டிப்பெண் அவள் வகுப்பில் பெரிய கண்ணாடி போட்டு யார் என்ன சொன்னாலும் சிரித்துக்கொண்டிருப்பதை, டீச்சர் அவள் பெயர் சொன்னபோது புரியாமல் இரண்டு மூன்று முறை திரும்பச் சொல்லச்சொல்லிக் கேட்டதை எல்லாவற்றையும். டீச்சர் தன்னைக்

'கொல்டியா?' எனக் கேட்டதாகச் சொன்னவள் 'கொல்ட்டின்னா என்னக்கா?' எனக் கேட்க, ஆர்த்தி சிரித்தாள். 'இனிமே யாராச்சும் கொல்ட்டியான்னு கேட்டா, இல்ல தமிழ்தான்னு சொல்லு...' ஆதம்மாவும் சிரித்தாள். பேசிப்பேசிக் களைத்து ஆர்த்தியின் உடல்மீது தலைவைத்து உறங்கிப்போனாள் ஆதம்மா.

ஊரின் கதைகளையும், வெக்கையையும், தலையிலும் உடலிலும் தூக்கிக்கொண்டு விளையாட்டுத்தனமாய் பாம்புகளைப் பிடித்து விளையாண்ட அந்தக் குழந்தை, தன் கண்களின் வழியாய் சேமித்து வைத்திருந்த அவ்வளவு பெரிய உலகை சொல்லிச்சொல்லித் தீராது எல்லாவற்றையும் தனக்குள்ளேயே செரித்துக்கொண்டிருக்கிறாள். இந்த நகரின் மனிதர்கள், வீதிகள் எல்லாமும் அதன் பிரம்மாண்டம் தொலைந்து அந்தச் சிறுமியின் சின்னஞ்சிறு கண்களுக்குள் புள்ளிகளாய்த் தொலைந்து போயின. சொந்த ஊரின் வெக்கையை இன்னும் முதுகில் சுமந்துகொண்டிருக்கும் அவளின், ஆசைகளும் விருப்பங்களும் இப்போது இந்த மொத்த நகரையும் விழுங்கிக் கொள்வதில்தான் இருக்கிறது போல. எல்லாவற்றையுமே ஆச்சரியமாய் பார்த்ததுபோய் விருப்பத்தோடு பார்க்கிறாள் ஆதம்மா. அதனைப் புரிந்துகொண்டு விடுகிறாள். ஒரு நகரை அதன் இயக்கத்தினூடாகவே புரிந்துகொள்வதென்பது கனவுகளை சேமிக்கும்போதும், சேமித்த கனவுகளின் வழி அந்நகரில் பயணிப்பதின் வழியாகவுமே நிகழ்கிறது. ஆதம்மாவின் கனவுகளுக்குள் எப்போதும் இயங்கிக்கொண்டிருக்கும் இந்நகரம், அவளை அக்கனவுகளின் பிரம்மாண்டமானதொரு பிரதிநிதியாய் எல்லாவற்றையும் தீர்மானமாய் புரிந்துகொள்ளச் செய்துகொண்டிருந்தது. கை, கால்களை எல்லாம் மடக்கி கண் மூடிக்கிடந்த ஆதம்மா, குட்டி ஸர்ப்பம்போல் உறங்கிக் கொண்டிருக்கிறாள். அவள், பார்த்துப் புரிந்துகொண்டிருந்த நகரம் மெதுவாய் அவளின் கனவுகளாய் தொண்டையிலிருந்து வயிற்றுக்கும் கால்களுக்குமாய் நகர்ந்துகொண்டிருக்க எல்லாவற்றையும் செரித்துக் கொண்டிருக்கும் ஸர்ப்பமாய், சின்னச்சின்ன பெருமூச்சுகளோடு உறங்கிக்கொண்டிருந்தாள் ஆதம்மா.

28. கனவுகளின் நகரம்...

"வஞ்சிக்கப்பட்டவர்களின் பிரார்த்தனை குறித்து அச்சமாயிருங்கள்..."

- குர் ஆன்

எல்லா நகரங்களும் கனவுகளால் நிர்மாணிக்கப்படுகின்றன. அக்கனவுளை மெய்யாக்கும் பொருட்டு நடத்தப்படும் குற்றச் செயல்களின் விளைவால் இப்போது எஞ்சியிருப்பதெல்லாம் வரலாற்றின் மீதான துர்கனவுகள் மட்டும்தான். நம் அகவெளியிலிருந்து எப்போதும் துண்டித்துக்கொள்ளத் தயாராய், நாம் சுமக்கும் வரலாற்றின் நினைவுகளை மட்டுமே இந்நகரம் ஒவ்வொரு முறையும் தவறாமல் நமக்கு பரிசளித்துக் கொண்டிருக்கிறது. நீங்கள் ஒரு கொலை செய்வதற்கும் அல்லது கொலை செய்யப்படுவதற்குமான இடையிலான ஒரு புள்ளியில்தான், உங்களின் வாழ்க்கை கடந்து கொண்டிருக்கிறது... எல்லாக் கனவுகளும் உங்களிலிருந்து உடைந்து நொறுங்கும் நாளில், மிச்சமாக ஒரு சொல் இருக்கும், அதை நீங்கள் கோருவதாகவோ, உங்களிடம் யாரோவொருவர் கோருவதாகவோ இருக்கலாம். உங்களுக்கு மிக விருப்பமான அவ்வார்த்தைக்கு, முன்பு மன்னிப்பு என்று பெயர் இருந்தது.

வேத நூல்களில் தவறாது இருக்கும் சில அனாவசியப் பகுதிகளைப் போல்தான் பெருநகரின் இருளில் வசிப்பவர்கள். சம்பத் எல்லா

இருளையும் நேரடியாய் அறிந்தவன். அவனுருவம் இப்போது இருளை ஊடுருவி அதனூடாக ஒரு தோற்றம் கொண்டிருந்தது. சம்பத்தின் தோற்றம் இருளுக்கு மட்டுமே பரிச்சயமானதொன்று, யாரோவொருவரின் இருப்பை நாம் நம்மைச்சுற்றி சதாவும் உணர்கிறோமே, அப்படியானதொரு இருப்பிற்குக் காரணமானவன், தொலைந்து போதலின் மூலமாய் வாழப் பழகியவன். எல்லாத் தொலைவுகளையும் தொலைந்து போதலின் வாயிலாய் மிக எளிதாகக் கடந்து கொண்டிருந்தான். சில வருடங்களுக்கு முன்பு வரையிலும் குற்றங்களுக்கு மட்டுமே பரிச்சயமாகியிருந்த அவன் இப்போது சாகசக்காரனாக மாறியிருந்தான். அவன் நண்பர்கள் பலர் இப்போது அவன் செத்துப்போய்விட்டதாக நினைக்கிறார்கள். சிலர் போலீசுக்குப் பயந்து மும்பைக்கு ஓடி விட்டதாகவும் பேசிக்கொண்டனர். இப்படி அவர்கள் பேசுவதை எல்லாம் அவர்களுக்கு அருகாமையிலிருந்தே அவன் கேட்டுக் கொண்டிருந்தான். யாருக்கும் அவன் பதில் சொல்லவில்லை. ஒருவனது இருப்பு தொலையும்போது, அவ்வெறுமை சந்திக்க நேர்கிற அத்தனை கேள்விகளையும், சந்தேகங்களையும் ரசித்தான்.

கனவுகளை வசப்படுத்தக்கூடியவனாய், தான் மாறிப்போவோமென அவன் முன்பு எதிர்பார்த்திருக்கவில்லை, எல்லா சாகசங்களும் கனவுகளில்தானே பிறக்கின்றன. சம்பத்தின் கனவுகள் எப்போதும் சாகசம் கொண்டவை, அவன் மிகச்சிறு வயதிலேயே கடல் பயணத்திற்கும் ஆகாயத்தில் பறந்து அலைவதற்கும் கனவுகளின் மூலமாய் பழக்கப்பட்டுப் போயிருந்தான். கடலில், சுழியும் நீரின் சூட்சுமங்களும் அவன் கனவுகளுக்குள் மிகத் தெளிவானதொரு சித்திரத்தினை வழங்கி இருந்தன. அப்படி, சில வருடங்களுக்கு முந்தைய ஒரு கனவுதான் இப்போது நினைவாகியிருக்கிறது.

தொழிலுக்கு வந்த புதிதில் சம்பத், போலீசில் மாட்டிக் கொள்கிறபோது அடுத்த நொடியில் மறைந்துவிட்டால் எப்படி இருக்குமென நினைப்பான். அப்படி ஒருபோதும் நடந்ததில்லை. அவன் மற்றவர்களிடம் மாட்டிக்கொள்கிறபோது உடல் ரீதியாகவும், பொருளாதார ரீதியாகவும் அதிகம் இழக்க நேர்ந்தது. ஒவ்வொரு முறையும் பெற்றதைவிட இழந்ததுதான் அதிகம். ஒரு நகரில் நீங்கள் வாழ, அதற்கு முதலில் பழக வேண்டும், உங்கள் குரலுக்கு செவி சாய்க்க அந்நகரைப் பழக்கவேண்டும், அப்படியான சாமர்த்தியம் தேடிதான் ஒவ்வொருவரும் போராடுகிறார்கள்.

சம்பத் அதற்கான சூட்சுமத்தைக் கண்டடைந்து விட்டான். சவுக்கார்பேட்டையின் அந்தச் சின்ன வீட்டினுள் இப்போது அவனோடு சேர்ந்து ஷிவானியும் தன் நிழலை மறைத்துக் கொள்ளும் முயற்சியிலிருக்கிறாள். அவள் கணவன் இந்த வீட்டில் யாரோ மூன்றாவது ஆளின் நடமாட்டம் இருப்பது போலிருக்கிறதென சொல்கிறபோதெல்லாம் ஷிவானி சிரிப்பாள். அவனுக்கு பைத்தியம் பிடித்துவிட்டதெனச் சொன்னாள். சம்பத் எல்லாவற்றையும் அவர்களுடனேயே இருந்து பார்த்துக் கொண்டிருந்தான். இரைச்சலான வீதிகளில், அவள் கடைகளுக்குச் செல்லும்போதும் தனியாகப் பேசுகிறாளென எல்லோரும் நினைப்பார்கள். அவள் எதைப் பற்றியும் அக்கறையுமில்லாமல் பேசிக்கொண்டேதான் இருந்தாள். ஆளற்ற பகல் நேரத்தில் வீட்டில் அவளும் தன் நிழலை மறைத்துக் கொள்ளத் துவங்கிவிட்டாள். அவனை அவளும், அவளை அவனும் மட்டுமே பார்க்க முடிகிற அளவிற்கு இருவரும் மாறிப்போயிருந்தனர். இப்போதும் சம்பத் வீதிகளில் நடமாடியபடியும், கடைகளுக்குள் புகுந்து வருவதுமாகவும் தானிருக்கிறான். நீங்கள் யாரோ ஒருவரின் இருப்பை உங்களின் அருகாமையில் உணர்ந்தும் ஆளைப் பார்க்க முடியவில்லையா? சந்தேகமில்லை, உங்களுக்கு அருகாமையில் இருப்பது சம்பத்தான்.

---

www.ingramcontent.com/pod-product-compliance
Lightning Source LLC
LaVergne TN
LVHW060223051026
849517LV00005B/1493